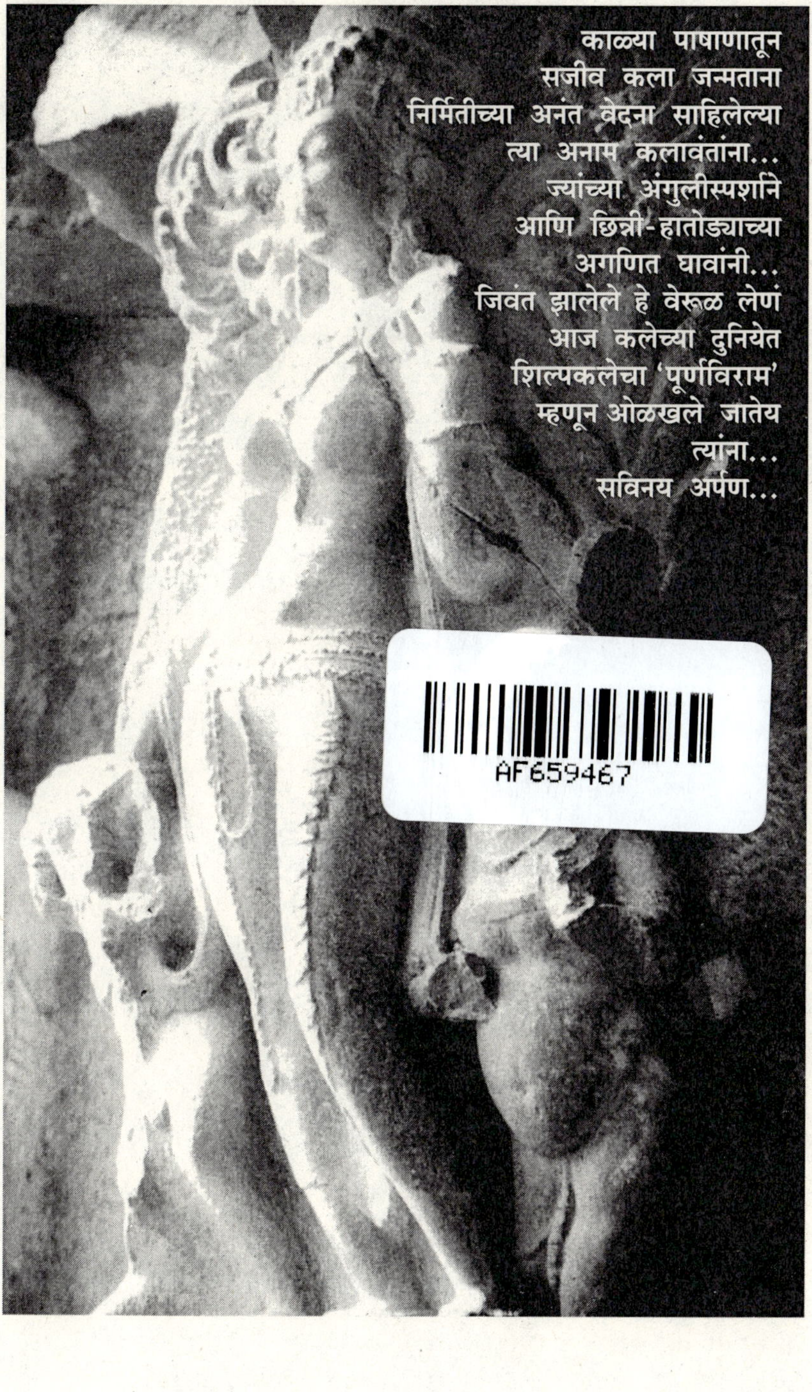

काळ्या पाषाणातून
सजीव कला जन्मताना
निर्मितीच्या अनंत वेदना साहिलेल्या
त्या अनाम कलावंतांना...
ज्यांच्या अंगुलीस्पर्शाने
आणि छिन्नी-हातोड्याच्या
अगणित घावांनी...
जिवंत झालेले हे वेरूळ लेणं
आज कलेच्या दुनियेत
शिल्पकलेचा 'पूर्णविराम'
म्हणून ओळखले जातेय
त्यांना...
सविनय अर्पण...

कैलास लेणे

आपल्या स्नेहीजनांना पुस्तके भेट द्या

वेरूळ लेण्यांतील शिल्पवैभव

राधिका टिपरे

मेहता पब्लिशिंग हाऊस

Please contact us at **Mehta Publishing House,** Pune 411030.
✆ +91 020-24476924 / 24460313 / Mob. No. 954500513
Email : production@mehtapublishinghouse.com
Website : www.mehtapublishinghouse.com

- *या पुस्तकातील लेखकाची मते, घटना, वर्णने ही त्या लेखकाची असून त्याच्याशी प्रकाशक सहमत असतीलच असे नाही.*

VERUL LENYATEEL SHILPAVAIBHAV by Radhika Tipare

वेरूळ लेण्यांतील शिल्पवैभव : राधिका टिपरे / माहितीपर

Email : author@mehtapublishinghouse.com

प्रकाशक : सुनील अनिल मेहता, मेहता पब्लिशिंग हाऊस,
१९४१ सदाशिव पेठ, माडीवाले कॉलनी, पुणे ४११०३०

मुद्रक : पार्कसन्स ग्राफिक्स

मुखपृष्ठ : चंद्रमोहन कुलकर्णी

आतील रेखाचित्रे : सौ. राधिका टिपरे

प्रकाशनकाल : जानेवारी, २००६ / पुनर्मुद्रण : जानेवारी, २०१८

किंमत : ₹ ३००

P Book ISBN 9788177666335
E Book ISBN 9789353174545
E Books available on : amazonkindle Apple Books Google Play Books

---

प्रिय सुधीर यांना अर्पण

ऋणनिर्देश

या ग्रंथामध्ये वापरण्यात आलेली सर्व छायाचित्रे औरंगाबाद येथील फोकल इन्स्टिट्यूटचे संचालक श्री. विपीनकुमार गोजे यांनी काढलेली आहेत. अतिशय सुंदर अशी छायाचित्रे काढून दिल्याबद्दल श्री. विपीन यांची मी अत्यंत ऋणी आहे.

मनोगत

'वेरूळ लेण्यांतील शिल्पवैभव' हा ग्रंथ वाचकांच्या हातामध्ये देताना मला अत्यंत आनंद होत आहे. खरे तर हे अवघड कार्य माझ्या हातून कसे बरे घडले, असा प्रश्न मनात येतो आहे... डॉ. बाबासाहेब आंबेडकर मराठवाडा विद्यापीठाच्या वृत्तपत्रविद्या विभागातील पत्रकारितेच्या अभ्यासादरम्यान लघुप्रबंधासाठी कै. सुखराम हिवराळे सर मार्गदर्शक म्हणून लाभले... त्यांनीच मला 'वेरूळचे कैलास लेणे' हा विषय सुचवला. मात्र त्या वर्षी मी अभ्यास पूर्ण करू शकले नाही व परीक्षाही दिली नाही... पुनश्च १९९७ साली परीक्षा देण्याचे ठरवले. लघुप्रबंधासाठी तोच विषय कायम ठेवला; मात्र या वेळी हिवराळे सर नव्हते. या अभ्यासादरम्यान वेरूळच्या शिल्पकलेबद्दल एक ओढ निर्माण झाली.

वेरूळच्या लेण्यांतील शिल्पकलेने त्यानंतर सदैव मला गुंतवूनच ठेवले. काळ्या पाषाणातून अनाम कलाकारांनी निर्मिलेली ही शिल्पकला म्हणजे आपल्या वैभवशाली इतिहासाचे आणि सांस्कृतिक परंपरेचे प्रतीक आहे. हिंदू, बौद्ध आणि जैन धर्मांच्या प्रसारासाठी या कलेची निर्मिती झाली, असे सर्वमान्य झालेले आहे. चालुक्य आणि राष्ट्रकूट राज्यकर्त्यांनी या कलानिर्मितीला प्रोत्साहन दिले, पाठिंबा दिला असे इतिहाकारांचे आणि संशोधकांचे मत आहे. कारणे आणि कार्यकारणभाव कोणताही असो, ज्या तऱ्हेने या भव्य शिल्पकलेची निर्मिती त्या काळात झाली ती केवळ स्पृहणीयच नव्हे तर वंदनीयसुद्धा आहे.

ज्यांच्यामुळे या महाकार्याची निर्मिती झाली त्यांचे श्रेय फार मोठे आणि शब्दातीत आहे. पण ज्या अनाम कलाकारांनी आपल्या हातातील कलेला छिन्नी आणि हातोड्याच्या सहाय्याने या डोंगरकपारीत बंदिस्त करून टाकले, त्या श्रेष्ठतम

शिल्पकारांचे समाजावरील हे ऋण न फेडता येण्यासारखे आहे.

कुणास ठाऊक किती हात या ठिकाणी राबले असतील. किती जणांनी आपला घाम गाळून पाषाणात जीव ओतला असेल... उभं आयुष्य या ठिकाणी कलेसाठी वेचणाऱ्या या कलाकारांच्या पिढ्यान्‌पिढ्या येथे झिजल्या असतील. आपल्या कलेच्या सहाय्याने या कलाकारांनी केवळ सांस्कृतिक परंपरेलाच शिल्पबद्ध केले आहे असे नाही तर गतिमान काळालाही येथे रोखून ठेवले आहे असे वाटते. कारण आज जेव्हा या गुंफांतून आपण फिरतो... या शिल्पाकृती पाहतो... तेव्हा तत्कालीन काळाची स्पंदने अनुभवतो.

या सुंदर शिल्पाकृतींची ओळख करून घेताना... त्यांच्या ओठांवरील हलकेसे स्मितहास्य आपल्याला खुणावत राहते आणि आपल्या नकळत आपण या शिल्पाकृतींचे बोट धरून गतकाळात पोहोचतो. गतकाळातील वैभवाच्या खाणाखुणा अंगोपांगी ल्यायलेल्या या मूर्ती आपल्याशी मूकपणे संवाद साधतात. खरेच...! त्यांच्या अंगावरील झिरझिरीत रेशमी वस्त्रांची सळसळ आपण अनुभवतो... सुंदर केशरचना आणि रत्नजडित आभूषणांनी डोळे दिपून जातात. पुष्ट आणि कमनीय बांध्याच्या सुंदर ललनांचे सुंदर भावविभ्रम डोळ्यांना खुणावत राहतात.

बलदंड शक्तिशाली पुरुषांच्या अंगाखांद्यावरील रेशमी वस्त्रांची सळसळ आपल्याला मोहात पाडते... गुंतवून ठेवते. आजही या साऱ्या गोष्टींसह काळ त्या ठिकाणी स्थिर झाला आहे असे वाटते आणि मन संमोहित होऊन या वैभवशाली भूतकाळाचा अनुभव घेत राहते. वेरूळ लेण्यांचे हे वैभव म्हणजे केवळ महाराष्ट्राच्याच नव्हे, तर भारताच्या सांस्कृतिक परंपरेचा अनमोल ठेवा आहे. या परंपरेचा अभ्यास करण्याची संधी मला मिळाली हे माझे परमभाग्यच...!

जेव्हा 'वेरूळ लेण्यांतील शिल्पवैभव' या ग्रंथाद्वारे मी वेरूळच्या लहान-मोठ्या शिल्पांबद्दलची समग्र माहिती आज वाचकांसमोर ठेवत आहे, तेव्हा या अभ्यासादरम्यान ज्या अनेकांची मला मदत झाली, त्यांचे ऋण व्यक्त केल्याशिवाय हे मनोगत पुरे होणार नाही.

आज कै. हिवराळे सरांचे स्मरण करताना मला मनस्वी आनंद होतो आहे. इतका सुंदर विषय माझ्या मनात रुजवून सरांनी त्यावेळी माझ्यावर उपकारच केले होते. आज केवळ त्यांच्या दूरदृष्टीमुळेच या विषयाचा अभ्यास करून मी हे छोटेसे कार्य पार पाडू शकले.

सर्वप्रथम मी माझे पती श्री. सुधीर टिपरे व मुलगा सारंग आणि कन्या मेघन या सर्वांचे मनापासून आभार मानते. त्यांच्या सहकार्याशिवाय मला हे कार्य पूर्ण करता आले नसते. श्री. के. डी. कावडकर (निवृत्त डायरेक्टर ऑफ ऑर्कियालॉजी ॲण्ड म्यूझिअम्स, महाराष्ट्र स्टेट) यांनी आपल्या संग्रहातील अनमोल पुस्तके मला

अभ्यासासाठी उपलब्ध करून दिली. वेळोवेळी अभ्यासादरम्यान मार्गदर्शनही केले. त्याचा ऋणनिर्देश करणे येथे आवश्यक आहे. डॉ. पथी, श्री. मधू जोशी सर, टुरिस्ट ऑफिसचे श्री. यादव यांनीसुद्धा वेळोवेळी मला मार्गदर्शन केले आहे. त्यांचे सुद्धा येथे मन:पूर्वक आभार मानते.

सदरील ग्रंथाचे लेखन करण्यासाठी मला मा. श्री. रा. रं. बोराडे सरांनी प्रोत्साहन दिले. त्यांच्या निर्देशनामुळे मी हे कार्य तडीस नेऊ शकले. हा ग्रंथ परिपूर्ण करण्यासाठी ज्यांनी मला मोलाच्या सूचना दिल्या त्या डॉ. ए. एस. पाठक आणि डॉ. सु. र. देशपांडे यांचेही येथे मी मनापासून आभार मानते.

श्री. अमृत जंजाळ यांनी संगणकावर या ग्रंथाचे टंकलेखन केले आहे. दिलीप जयस्वाल, संजय जाधव, अजय चिंचोलकर आणि श्री. शिवाजी राजे या सर्वांच्या सहकार्याबद्दल कृतज्ञता व्यक्त करणेही तितकेच आवश्यक आहे.

याव्यतिरिक्त इतरही अनेकांची या कामात कळत नकळत मदत झालेली आहे. या सर्वांचा उल्लेख करणे शक्य नसले, तरी त्यांचे ऋण सदैव स्मरणात राहील.

– सौ. राधिका सुधीर टिपरे

प्राक्‌थन

महाराष्ट्र राज्यातील औरंगाबाद शहरापासून केवळ अर्ध्या-पाऊण तासाच्या अंतरावर सह्याद्रीच्या काळ्या डोंगरकपारीतून वेरूळ लेण्यांची एक मायावी नगरी काही शतकांपूर्वी निर्मिली गेली होती. शिल्पकारांनी दगड फोडून हे मायावी नगर वसवलेले होते.

पाषाणात निर्मिलेले हे शिल्पाकृतींचे जग कलाकारांनी आपल्या हातांनी, केवळ छिन्नी-हातोड्याच्या साह्याने मुक्तपणे अभिव्यक्त केले होते. या शिल्पकलेद्वारे खूप काही सांगण्याचा प्रयत्न केला होता. सुमारे दीड हजार वर्षांपूर्वी निर्मिलेली ही कला आजही आपल्याला काहीतरी सांगत असते. इतिहासाच्या खाणाखुणा आपल्या अंगावर जतन करीत या पाषाणमूर्ती काळाच्या कसोटीवर खऱ्या उतरल्या आहेत. या मूर्ती अचेतन असल्या, तरीही त्या आपल्याशी मुक्तपणे संवाद करतात. ज्यांनी त्यांची निर्मिती केली होती, त्या अनामिक कलाकारांना जे जे अभिव्यक्त करायचे होते, ते ते या शिल्पाकृती आजही आपल्याला सांगतात. फक्त या गोष्टी समजून घेण्याची नजर आपल्याजवळ हवीय. या शिल्पाकृती जी भाषा बोलतात ते जाणून घेण्यासाठी आपल्याजवळ समज हवीय. कारण या प्रतिमा त्या काळाचे, त्या समाजाचे प्रतिनिधित्व करतात. आणि त्या काळातील समाजजीवनावर मुक्तपणे भाष्य करतात.

या प्रतिमा म्हणजे त्या काळातील संस्कृतीचे अभिलेख आहेत. त्या काळातील चालीरीती, रूढीरिवाज आणि जीवनशैली यांची माहिती आपल्याला याच शिल्पाकृतींच्या द्वारे उपलब्ध होते. तत्कालीन संस्कृतीच्या बारीकसारीक खाणाखुणा या पाषाणशिल्पातून शोधताना मन खरोखर त्या काळात पोहोचते. या गुंफांतून फिरताना तेथील मूर्तींच्या बंद ओठावरील स्मितहास्य आपल्याला खुणावत राहते. रेशमी वस्त्रांची सळसळ आणि रत्नजडित, सुवर्ण आभूषणांची झगमग आपल्याला भारावून टाकते. सजलेले राजपुरुष, राजस्त्रिया, नोकर-चाकर, दास-दासी, द्वारपाल, चामरधारिणी जणू कल्पनेच्या विश्वात जिवंत होतात आणि एक सांस्कृतिक परंपरा आपल्याशी संवादाचे नाते जोडते. होय, हे सगळं काही अनुभवास येते, जेव्हा आपण या शिल्पांचे निरीक्षण करतो, कुतूहलाने त्यांना निरखतो...! त्यांना मनोमन प्रश्न करतो...!

मुळात या शिल्पांची निर्मिती संवाद साधण्याच्या प्रक्रियेतूनच झालेली आहे. बौद्धधर्मीयांनी आपल्या धर्मप्रसारासाठी गिरिशिल्पांची ही परंपरा इ.स. पूर्व तिसऱ्या शतकापासून सुरू केली. वेरूळ येथील या गुंफा खोदण्याचे काम साधारण पाचव्या शतकात सुरू झाले, असे मानले जाते. या गुंफांच्या निर्मितीद्वारे बौद्धधर्मीयांनी, धर्मप्रसाराबरोबर कलेच्या प्रसाराचे दालनही उघडले. एक नवी परंपरा सुरू केली. बौद्ध धर्माचा प्रसार वेगाने होत राहिला, मात्र हिंदू धर्मीयांनीही त्याचे अनुकरण करून गिरिशिल्पांच्या निर्मितीला सुरुवात केली. त्यापाठीमागे धर्मप्रसाराची भावना होती की, बौद्ध धर्माचा प्रसार रोखण्यासाठी केलेले प्रयत्न होते, हा एक वेगळा विषय होऊ शकतो. हिंदू धर्मीयांनी ब्राह्मणी गुंफांचे खोदकाम सुरू केले. मात्र, त्यापाठीमागे सौंदर्यपूर्ण कलानिर्मितीचे ध्येय जास्त प्रबळ होते. हिंदू धर्मीयांचे काम चालू असतानाच जैन धर्मीयांनीही आपल्या गुंफांचे खोदकाम सुरू केले.

साधारणपणे इ.स. पाचवे शतक ते इ.स. बारावे शतक या कालावधीत वेरूळच्या या लेण्यांची निर्मिती झाली असावी, असे मानले जाते. वाकाटक, चालुक्य, राष्ट्रकूट या राज्यकर्त्यांनी त्या काळात दख्खनवर राज्य केले होते, असे इतिहास सांगतो. त्यामुळे वाकाटक, चालुक्य आणि राष्ट्रकूटकालीन सांस्कृतिक परंपरेचा प्रभाव या शिल्पकलेवर आहे. त्याचबरोबर पल्लव राज्यकर्त्यांचा आणि कारागिरांचा प्रभावही येथील शिल्पकलेवर झालेला आहे, असे दिसून येते.

❖

अनुक्रमणिका

एक

शिल्पकलेचा सामाजिक आशय / १

दोन

वेरूळ येथील बौद्ध गुंफांची माहिती / २५

तीन

वेरूळ येथील ब्राह्मणी (हिंदू) गुंफांची माहिती / ७६

चार

वेरूळ येथील जैन गुंफांची माहिती / १८८

रेखाचित्रे / २३६

वेरूळ लेण्यांतील शिल्पवैभव (काही छायाचित्रे) / २५४

वेरुळ येथील गुंफांचे तलविन्यास / २६४

संदर्भ ग्रंथ सूची / २७४

पारिभाषिक शब्दसूची / २७६

छायाचित्र सूची / २७९

एक

शिल्पकलेचा सामाजिक आशय

प्रास्ताविक

भारतीय प्राचीन कलांमध्ये चौसष्ट कलांची महती आपल्याला सांगितली आहे. यामध्ये चित्र, नृत्य आणि शिल्पकला श्रेष्ठ मानल्या जातात. भारतीय शिल्पकलेच्या श्रेष्ठत्वाबद्दल कुणाच्याही मनात शंका असू नये. सामाजिक, राजकीय, सांस्कृतिक तसेच तत्कालीन आर्थिक परिस्थितीचे प्रभावी चित्रण आपल्याला प्राचीन भारतीय शिल्पकलेमध्ये सापडते. मूर्तिकलेने भारतीय संस्कृतीची वैशिष्ट्ये जोपासली. त्यामुळे त्या काळच्या समाजजीवनाचा आणि संस्कृतीचा अभ्यास करण्यासाठी आपल्याला या शिल्पकलेचा सहजासहजी संदर्भ घेता येतो.

भारतीय शिल्पकलेचे समाजशास्त्रीय मूल्य अनन्यसाधारण आहे. देशाच्या कानाकोपऱ्यात आपल्याला शिल्पकला कमी-अधिक प्रमाणात पाहायला मिळते. कारण शिल्पकलेचे प्रमुख केंद्र म्हणजे मंदिरे...! संपूर्ण देशभरात सर्वत्र मंदिरांच्या सुशोभनासाठी शिल्पकलेचा पुरेपूर उपयोग केला आहे. धर्मप्रसारकांनी आपापल्या धर्मप्रसारासाठी शिल्पकलेला जोपासले. धर्मप्रसाराइतकेच समाजजीवनातील समग्र चित्रण, उदा. चालीरीती, रूढी-परंपरा या गोष्टींना शिल्पकारांनी अत्यंत महत्त्व दिलेले आहे. त्यामुळेच आपली ही प्राचीन शिल्पकला म्हणजे तत्कालीन समाजजीवनाच्या सांस्कृतिक व आर्थिक प्रगल्भतेचे प्रतिबिंबच होय असे म्हटले जाते.

शिल्पकलेची सुरुवातच धर्मप्रसारासाठी झालेली आहे. पुराणकालीन मिथकांना काळ्या पाषाणात कोरताना, शिल्पकारांनी निर्जीव कातळात जीव ओतलेला असतो. त्यामुळे पुराणातील कथा-कल्पनांना मूर्त स्वरूप देताना त्यातील व्यक्तिचित्रांना

सामाजिक मूल्यांचे अधिष्ठान देऊन पाषाणात बंदिस्त करताना कलाकाराने जे कसब साधलेले असते, ते आजही आपल्या अंत:करणाला स्पर्शून जाते. त्यामुळेच शिल्पकलेचे सामाजिक मूल्य अनन्यसाधारण आहे, याचे प्रत्यंतर ही शिल्पकला पाहताना येते. प्रत्येक भारतीय शिल्प हे धार्मिक आणि पौराणिक कथांच्या पार्श्वभूमीवर उदयास आलेले आहे.

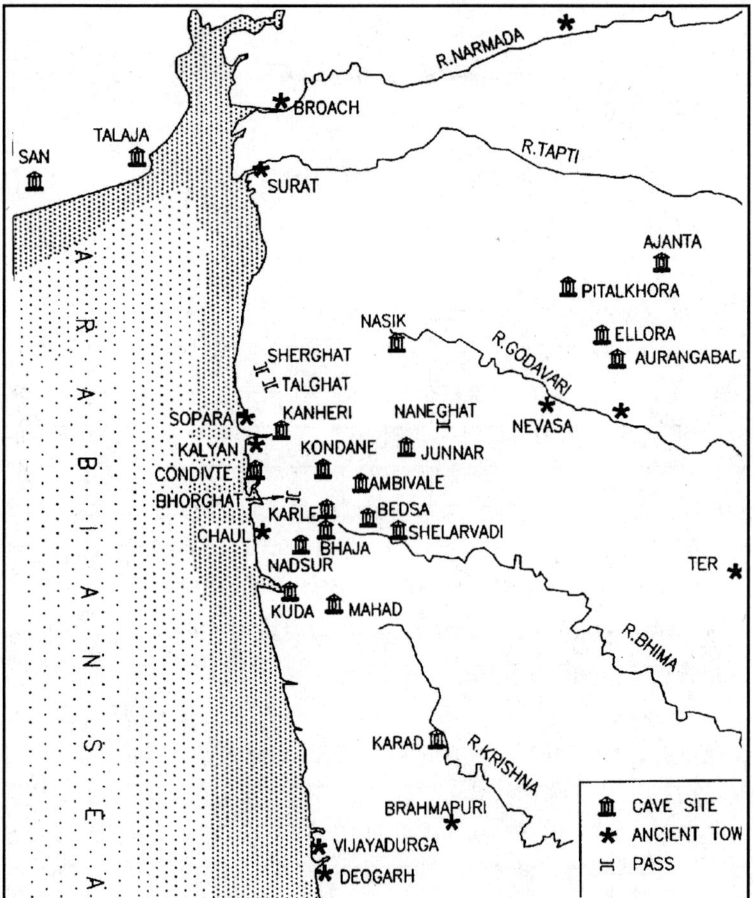

आकृती १.१

वेरुळ आणि इतर प्राचीन गुंफा दर्शवणारा पश्चिम भारताचा नकाशा.

आपल्या भारतीय कला परंपरेचा वारसा हिमालयासारखा उत्तुंग आहे. ही कला

विविध स्वरूपात अस्तित्वात आहे. पण त्यातही शिल्पकलेने भारतीय कलेला त्रिखंडात अजरामर केले आहे. आपल्या भारत खंडात विविध राज्यांतील विविध ठिकाणी मंदिरांच्या, लेण्यांच्या व चित्रकलेच्या स्वरूपात हजारो वर्षांपूर्वी निर्मिलेली कला आजही सर्वांना आकर्षित करून घेण्यास समर्थ आहे.

प्राचीन भारतीय शिल्पकला ही समाजजीवन प्रकट करणारी होती. ती कलाकाराच्या आज्ञेत होती, त्याची अंकित होती. ज्या धर्माने आपल्या प्रसारासाठी तिचा उपयोग केला, त्या धर्मासाठी ती कला काळ्या पाषाणातही जिवंत झाली. कलाकाराने आपल्या कलेचे नाते जनजीवनाशी जोडले आणि जीवनातील विविध पैलूंचे चित्रण या शैलशिल्पांद्वारे हजारो वर्षांनंतरही पाषाणमूर्तींमधून समाजासमोर प्रकट होत राहिले.

आपल्या देशातील शैलशिल्पकलेचा वारसा तीन महान धर्मांच्या प्रसारासाठी एकाच वेळी जतन केला गेला. बौद्ध, जैन तसेच हिंदू धर्माची धर्ममूल्ये या शैलशिल्पांतूनच समाजापुढे मांडली गेली. धर्मनिरपेक्षतेचा वसाही या निर्जीव कलेतूनच मांडला गेला आहे. जीवनातील सुख-दुःख, आशा-आकांक्षा, यश-अपयश या भावना कलेच्या द्वारे प्रकट करता येतात आणि त्या शिल्पकलेद्वारे प्रामुख्याने प्रकट केल्या गेल्या आहेत. या सामाजिक जाणिवांना धर्माची भरजरी झालर असल्यामुळे हे भाव त्या शिल्पकलेत अंगभूत गुणांप्रमाणे बंदिस्त झालेले आहेत.

इतर कलेपेक्षा शिल्पकलेची भाषा ही स्वतंत्र भाषा असते. कारण शिल्पाद्वारे भावसंवाद अधिक प्रभावीपणे घडतो. जीवनातील सुख-दुःख, राग-लोभ, करुणा आणि प्रेम इत्यादी भावना शिल्पपटांतून व्यक्त होतात. सत्य-असत्य, न्याय-अन्याय, नीती-अनीती यांबाबतही कलेचे सामाजिक मूल्य लक्षात घेणे अगत्याचे असते.

कागद, काष्ठ, मृदा ही माध्यमे कालौघात लवकर नष्ट होतात. ही माध्यमे अल्पकाळ टिकतात. परंतु निसर्गचक्राशी सामना देत काळाच्या कसोटीवर उतरणारे पाषाण हे माध्यम अधिक टिकाऊ आहे. या माध्यमाला चिरंतन असे मूल्य आहे. एखादा खंडप्राय ग्रंथसुद्धा संस्कृतीवर जे भाष्य करू शकणार नाही, ते भाष्य एखाद्या अनुपम शिल्पातून सहजासहजी व्यक्त होते. ही बाब सर्व शिल्पकलांना लागू पडते. ती वेरूळ येथील लेण्यांमधून निर्मिलेल्या शिल्पांनाही लागू पडते.

अशाच प्रकारची अभिव्यक्ती वेरूळमध्ये सर्व लेण्यांच्या कलावंतांनी केली आहे. श्रेष्ठ अभिव्यक्ती करणारा कलावंत हा समर्पण भावनेने विचार करीत असतो. त्याला त्याच्या नावापेक्षाही प्रत्यक्ष सामाजिक अभिव्यक्तीवर भर द्यावा लागतो. त्यामुळे वेरूळच्या लेण्यात एवढे महान कार्य करूनही कलावंतांनी कोठेही आपले नाव कोरलेले नाही.

काळ्या पत्थरात जिवंत झालेला आपला भूतकाळ... कोरीव लेण्यांतून, कोरीव शिल्पांतून आपल्याशी मूकपणे संवाद साधीत असतो. या शैलगृहांमध्ये मूकपणे निनादणारे पडसाद ऐकण्यासाठी, सौंदर्यशाली स्त्रियांच्या अत्यंत रेखीवपणे कोरलेल्या शिल्पातून प्रतीत होणाऱ्या सौंदर्य भावना समजून घेण्यासाठी, त्यांच्या विलग ओष्ठद्वयांतून आपल्याशी केला जाणारा संवाद समजून घेण्यासाठी आपल्याजवळ मन हवंय... जाण हवीय... संवेदना हवीय...! ही संवेदना तुमच्या-आमच्या मनात निर्माण व्हावी, तसेच ही अप्रतिम शिल्पकला पाहताना केवळ दगडी कोरीव काम म्हणून त्याकडे न बघता त्यामधील सौंदर्यस्थळांना शोधणारी... कोरीव कामातून अधोरेखित होणारी आणि त्या मूर्तिकारांना... कलाकारांना अभिप्रेत असणारी कल्पना आपल्याला समजून देणारी दृष्टी आपल्या ठायी निर्माण व्हावी, यासाठीच या लेखनाची सिद्धता आहे.

शैलशिल्पांचा आरंभ भारतात बौद्धधर्मीयांनी केला. हीनयान काळात आरंभ झालेली ही परंपरा महायान पंथीयांनी तेवढ्याच जोमाने पुढे वृद्धिंगत केली. पुढे जैन सांप्रदायिकांनी साधारणपणे त्याच काळात गुंफा खोदून शिल्पकलेद्वारे धर्मप्रसाराला सुरुवात केली. त्यानंतर हिंदू धर्माच्या अनुयायांनी आपल्या धार्मिक परंपरेला शिल्पाकृतींमधून समाजासमोर मांडण्यास सुरुवात केली. बौद्ध, जैन आणि हिंदू या वेगवेगळ्या धर्माच्या धर्मप्रसारकांनी कलाविषयक परंपरेने, धर्मप्रसारासाठी अमाप कष्ट घेतले. धर्म आणि कला यांचा समन्वय साधून सहिष्णुतेचा एक संपन्न स्त्रोत या कलेद्वारे समाजापुढे प्रवाहित ठेवला. जीवनमूल्यांना असलेला आध्यात्मिक आधार देणारी ही शिल्पकला जीवन जगण्याची नवी दृष्टी आपल्याला देते. योग्य-अयोग्य यांचा सारासार विचार करण्याची पात्रता आपल्या अंगी येते. हाच संदेश देत ही शिल्पकला, शैलशिल्पांद्वारे संवाद साधीत निर्जीवतेकडून सजीवतेकडे नेणारा एक अद्‌भुत अनुभव आपल्याला देत आह. अशी ही शिल्पकला अभिजात जीवनशैलीचा प्रत्यय देणारी कला आहे. नित्य जीवनातील कला-संस्कृतीचे अनेक पैलू या शिल्पकलेतून प्रकट होतात... शिल्पकलेचे सामाजिक मूल्य अनन्यसाधारण आहे; हे वचन खरे ठरते ते यामुळेच.

मानवी जीवनात धर्माचे, अध्यात्माचे आणि आत्म्याचे एकमेकांशी असणारे अनन्यसाधारण महत्त्व शिल्पाकृतींद्वारे आपल्या पूर्वजांनी आपल्यासमोर मांडलेले आहे. द्वैत-अद्वैत, सगुण-निर्गुण, आकार-निराकार आणि परमेश्वराची निरामयता या सर्व गोष्टींना मानवी पातळीवर उद्‌धृत केले आहे ते शिल्पकलेनेच. 'गौतम बुद्ध' कसा दिसत होता हे कुणालाच ठाऊक नाही. परंतु कलाकारांच्या कल्पनेतून साकार झालेल्या त्याच्या रूपाबद्दल जनसामान्यांत एकवाक्यता आहे... एकरूपता आहे. तीच गोष्ट शिव-पार्वतीची...! लक्ष्मी-विष्णूची...! कल्पनेतील दैवतांना मूर्त स्वरूपात

निर्माण करताना कलाकाराने आपली कला पणाला लावली होती आणि त्या कलेचे नितांतसुंदर असे स्वरूप आपल्यासमोर उभे केले ते अनेकोत्तम शिल्पाकृतींद्वारेच.

वेरूळ येथील कलाही या गोष्टीला अपवाद नाही. येथील बौद्ध, जैन व शिव लेण्यांचा आस्वाद घेणाऱ्यांना पुन:प्रत्ययाचा जो असीम आनंद मिळतो व जी भावनिक उत्कटता अनुभवायला मिळते, तोच या शिल्पाद्वारे साधला जाणारा लोकसंवाद आहे असे म्हटल्यास वावगे ठरणार नाही.

सजीवांनी आपल्या कल्पनांना मूर्तिरूप देतांना निर्जीव कातळात जीव ओतलेला असतो. आपल्या भावभावनांना काळ्या कातळातील कोरीव रेषांमधून प्रतीत करण्यासाठी कसोशी साधताना त्या निर्जीव मूर्तींमधून जणू भावनांचा एक स्रोत निर्माण होतो आणि हा स्रोत निर्जीवतेकडून सजीवतेकडे नेणारा व्यक्त, अव्यक्त अशा कल्पनांना छेद देणारा तो एक 'लोकसंवाद' असतो.

वासुदेव शरण अगरवाल यांनी म्हटले आहे की, 'अमूर्त कल्पनांना मूर्त स्वरूप देण्याचे काम शिल्पकार करीत असतात.'

शिल्पकलेमध्ये सौंदर्याचे प्रतीक म्हणून आपण कल्पनाप्रधान शिल्पाची निवड करतो. शिल्पाकृतींनी आजपर्यंत धर्माचा, आत्म्याचा आणि अध्यात्माचा इतिहास सांगितलेला आहे. षड्‌रिपूप्रधान जीवात्म्याचा आत्म्याशी, आत्म्याचा परमात्म्याशी आणि परमात्म्याचा देवाधिदेव शंकर यांच्याशी शिल्पकलेने संबंध जोडून दिलेला आहे. मनुष्याचे थोर कर्तृत्व भावी पिढीला मार्गदर्शक असावे म्हणून त्याला देवत्व देणे, महान आयुष्याला देवतास्वरूप मानणे हाही शिल्पकलेचा एक उद्देश आहे.' असे सुंदर विवेचन श्री. प्रभाकर शुक्ल यांनी आपल्या 'कला कल्पना' या पुस्तकात केले आहे.

प्रत्येक शिल्प मग ते कसलेही असो, स्वत:चे असे वैशिष्ट्य स्वत:मध्ये सामावून आपल्याबरोबर मूकपणे संवाद साधण्याचा प्रयत्न करीत असते. या शिल्पांना घडवणारा कलाकार कोरलेल्या प्रत्येक रेषेतून त्याला अभिप्रेत असणारा कुठला ना कुठला संदेश आपल्याला देत असतो. तोच जाणून घेण्यासाठी त्या शिल्पांचा, त्या शिल्पातून अभिप्रेत होणाऱ्या वैशिष्ट्यांसह आपण अभ्यास करायला हवा. तरच हा सांस्कृतिक संवाद खऱ्या अर्थाने घडू शकतो. अन्यथा, शिल्पकला ही फक्त दगडी मूर्ती अथवा पाषाणातील कोरीव काम म्हणूनच ओळखली जाईल.

विविध प्रकारच्या आभूषण, अलंकारांनी नटलेल्या, विविधांगी वस्त्रालंकारांनी सजलेल्या आणि सौंदर्याच्या कल्पनांना अभिजातपणाचे वैशिष्ट्य प्राप्त करून देणाऱ्या केश, वेशभूषांनी शोभून दिसणाऱ्या स्त्री-पुरुष मूर्तींना न्याहाळण्यातही आगळा वेगळा आनंद मिळतो. भारतीय कला विविधतेने नटलेली आहे. शिल्प, चित्र, नृत्य या कलामाध्यमांतून भारतीय कलावंतांनी भौतिक जीवनातील संस्कृतीचे

पैलू प्रतिबिंबित केले आहेत. वेरूळ येथे एकाच ठिकाणी हिंदू, बौद्ध व जैन अशा तीनही धर्मांतील सांस्कृतिक जीवनाचे दर्शन घडते.

वेरूळ लेण्यांची पार्श्वभूमी

औरंगाबाद शहरापासून २३ कि.मी. अंतरावर वायव्य दिशेला असणाऱ्या सह्याद्रीच्या रांगेतील महेशाद्री किंवा सातमाळ म्हणून ओळखल्या जाणाऱ्या पर्वत रांगेमधील चरणाद्री किंवा इंध्याद्री टेकड्यांमधील काळ्या पाषाणात जगप्रसिद्ध अशा वेरूळ लेण्या खोदलेल्या आहेत. जागतिक कीर्ती लाभलेल्या या लेण्या किंवा गिरिशिल्पे म्हणजे कातळ फोडून अनामिक कलाकारांनी आपल्या अंगुलीस्पर्शाने निर्मिलेली अद्भुत अशी नगरी आहे. या अद्भुत नगरीमध्ये काय नाही? या प्रश्नाचे साधे सरळ उत्तर म्हणजे कलाकारांनी आपल्या जादुई स्पर्शाने येथे काळ्या कातळातून निर्जीव परंतु चैतन्यपूर्ण असे जीवन निर्माण केलेले आहे. काळ्या पाषाणातून जिवंत झालेल्या अचेतन परंतु सजीव भासणाऱ्या असंख्य शिल्पाकृतींद्वारे दीड हजार वर्षांपूर्वीचा काळ आजही तेथे निःशब्दपणे स्थिरावला आहे. या अनेक गुंफांमध्ये पाऊल ठेवताच आपण शेकडो वर्षांचा काळ ओलांडून पुनश्च गतकाळात जातो, आणि तत्कालीन समाजजीवनाची आगळी वेगळी अनुभूती घेतो. कारण त्या काळातील समाजजीवनाचा उत्कृष्ट आलेख आपल्या कलाकृतींद्वारे कलाकारांनी येथे जतन करून ठेवलेला आहे.

चरणाद्री पर्वत टेकड्यांच्या परिसरात दोन किमी. अंतरावर हा लेण्यांचा समूह विखुरलेला आहे. सुमारे दीड हजार वर्षांपूर्वी घडवल्या गेलेल्या या गुंफा, प्राचीन काळी अस्तित्वात असणाऱ्या व्यापारी मार्गावरच आहेत असे म्हणता येईल.

'इ.स. पूर्व तिसऱ्या शतकापासून ते इ.स. आठव्या शतकापर्यंत, अर्थात एक हजार वर्षांपर्यंत गिरिशिल्प वास्तुशैलीचा हा प्रकार विस्तार पावला. उत्तरेस मगधापासून ते कलिंगापर्यंत आणि पश्चिमेस सौराष्ट्रापासून ते दक्षिणेतील महाबलीपुरमच्या मंडपापर्यंत या शैलीचे जवळजवळ बाराशे नमुने सापडतात. यात कितीतरी गुंफा आहेत.'

या बाराशे गुंफांपैकी नऊशे गुंफा बौद्ध धर्माच्या प्रेरणेतून निर्माण झाल्या असून, बाकीच्या तीनशे गुंफा हिंदू व जैन धर्माशी निगडित आहेत. यातील हीनयान पंथियांच्या गुंफा इ.स. पूर्व तिसऱ्या शतकापासून इ.स. दुसऱ्या शतकापर्यंतच्या काळातील आहेत. पुढे दोनशे वर्ष या कार्यात खंड पडला असावा असे मानण्यात येते. परंतु पुन्हा पाचव्या शतकापासून इ.स. हजार ते बाराशेपर्यंत या कार्याचा उत्कर्ष व विकास झालेला दृष्टीस पडतो.

दख्खनच्या पठारावर या गुंफा किंवा ही गिरिशिल्पे भाजे, कोंडाणे, पितळखोरा,

अजिंठा, बेडसे, नाशिक, जुन्नर, कार्ला, कान्हेरी, वेरूळ या ठिकाणी आहेत. अजिंठा येथील गुंफांची संख्या तीस असून, या गुंफा सर्वाधिक विशाल, कलात्मक आणि सुंदर आहेत. गिरिशिल्पांची ही निर्मिती अधिकांशाने सह्याद्री पर्वतरांगेतच आहे. याला कारण सह्याद्रीचा काळा कातळ...! पृथ्वीच्या गर्भातून बाहेर पडलेल्या लाव्हापासून बनलेला हा पाषाण अतिशय कठीण असून, त्याला पापुद्रे नाहीत. असा दगडच शिल्पकलेच्या दृष्टीने चांगला असतो. म्हणूनच ही लेणी सह्याद्रीच्या अंगाखांद्यावर विखुरलेली आहेत.

आज जगाच्या नकाशामध्ये स्वत:ची ओळख असलेले वेरूळ म्हणजेच एलोरा हे गाव औरंगाबाद-चाळीसगाव रस्त्यावर असून, दौलताबाद या ऐतिहासिक नगरापासून केवळ दहा किमी. अंतरावर आहे. (अक्षांश २०.०४ उत्तरेस, रेखांश ७५.०५ पूर्व) चरणाद्री पर्वत टेकड्यांमधील काळ्या पाषाणामध्ये खोदकाम करून निर्मिलेल्या या गुंफा आज वापरात असलेल्या महामार्गावरूनही सहजपणे दृष्टीला पडतील अशा मोक्याच्या ठिकाणी आहेत. त्यामुळेच येथे एक महत्त्वाची गोष्ट नमूद करावीशी वाटते, ती म्हणजे वेरूळच्या या लेण्या, त्यांच्या निर्मितीकाळापासून आज घटकेपर्यंत सदैव लोकांच्या नजरेसमोरच होत्या आणि त्या गुंफांमध्ये असलेल्या शिल्पनिर्मितीची ओळख तत्कालीन समाजाला होती. अजिंठा गुंफांप्रमाणे वेरूळ येथील लेण्या कधीही विस्मृतीच्या पडद्याआड गेल्या नाहीत. याचे अनेक पुरावे आपल्याला ऐतिहासिक नोंदींमधून सापडतात.

भौगोलिक ओळख

वेरूळ किंवा एलोरा किंवा एलापूर या नावांनी ऐतिहासिक काळापासून परिचित असलेल्या वेरूळची ओळख केवळ या गिरिशिल्पांमुळेच होती असे नाही. किंबहुना या लेण्या खोदण्यापूर्वी पासूनच येथे असलेल्या घृष्णेश्वर या शिवमंदिरामुळे वेरूळ हे गाव शिवभक्तांना ज्ञात होते. कारण घृष्णेश्वराचे शिवमंदिर हे बारा ज्योतिर्लिंगांपैकी एक आहे. घृष्णेश्वर मंदिर राष्ट्रकूट राजा पहिला कृष्ण (७५६-७७३) याने बांधले आहे. वेरूळचे पाटील मालोजीराव भोसले यांनी तेथील शिवालय तीर्थाचा इ.स. १५९९ मध्ये जीर्णोद्धार केला. पुढे गौतमाबाई होळकर हिने औरंगजेबाने उद्ध्वस्त केलेल्या मंदिराची इ. स. १७३० मध्ये डागडुजी केली व तिची सून अहिल्याबाई हिने पुन्हा शिवालय बांधले.चार्ल्स मॅलेटनी वेरूळवर इ. स. १७९७ मध्ये 'बेंगाल एशियाटिक रिसर्चिस' या नियतकालिकात लिहिले होते.

त्यामुळेच खुद्द वेरूळ येथे आणि आजूबाजूच्या पंचक्रोशीत मनुष्यवस्ती होती असे ठामपणे म्हणता येते. ख्रिस्तगणनेला सुरुवात झाल्यानंतर, सुरुवातीच्या काळा-पासूनच येथे मनुष्यवस्ती होती हे दाखवणारे पुरावेही मिळाले आहेत. मात्र, तत्पूर्वीच्या

वेरूळबद्दलच्या इतिहासाची माहिती पुराव्याअभावी प्राप्त होऊ शकलेली नाही. परंतु वेरूळपासून काही अंतरावर पुरातत्त्व विभागातर्फे उत्खनन केलेल्या काही जागा आहेत. या ठिकाणी जे काही थोडे फार अवशेष हाती आलेले आहेत ते पाहता देशाच्या वायव्य दिशेला पसरलेल्या सिंधू संस्कृतीची मुळे वेरूळ आणि आजूबाजूच्या पंचक्रोशीपर्यंत पसरलेली असावीत, असे म्हणता येते. अहमदनगर जिल्ह्यातील नेवासा, अंभोरी या गावात मिळालेले पुरातत्त्व अवशेष पाहता या ठिकाणापर्यंत सिंधू संस्कृतीचा विस्तार झाला असावा असे वाटते. यावरून असे म्हणता येईल की वेरूळ आणि आजूबाजूचा परिसर प्राचीन काळापासून सांस्कृतिकदृष्ट्या प्रगत असावा.

वेरूळ येथील लेण्या या सुरुवातीपासूनच लोकांच्या नजरेसमोरच राहिल्या असाव्यात. वर उल्लेख केल्याप्रमाणे अजिंठा लेण्याप्रमाणे त्या कधीही स्मृतीच्या पडद्याआड गेल्या नाहीत. याचे मुख्य कारण म्हणजे लेण्यांच्या जवळच असलेले 'घृष्णेश्वर मंदिर' जे हिंदूंच्या दृष्टीने अत्यंत महत्त्वाचे तीर्थक्षेत्र आहे. दुसरे महत्त्वाचे कारण म्हणजे वेरूळ येथील लेण्या या कुठल्याही एका धर्माच्या नसून बौद्ध, जैन आणि हिंदू या तीनही लेण्यांचे समूह येथे एकवटले आहे. अजिंठा येथील लेण्या काळाबरोबर विस्मृतीच्या पडद्याआड गेल्या होत्या. याचे प्रमुख कारण म्हणजे त्या लेण्या केवळ बौद्धधर्मीय आहेत हेच असावे. सातव्या शतकाच्या अखेरपर्यंत बौद्ध धर्माचे या भागातील धर्मप्रसाराचे कार्य जवळ जवळ बंद पडलेले होते. त्याच काळात बौद्ध धर्माचा ऱ्हास होत गेला आणि हिंदू धर्माला नवजीवन मिळाले होते. त्यामुळेच या बौद्धधर्मीय लेण्यांकडे संपूर्णतया दुर्लक्ष केले गेले असावे आणि नंतर त्यांचे अस्तित्वही विस्मृतीत गेले असावे.

मात्र हिंदू धर्माच्या अनुयायांची संख्या झपाट्याने वाढत गेल्यामुळे त्यांचा प्रसार मोठ्या प्रमाणावर झाला व आजही हा प्रमुख धर्म म्हणून प्रमाणित झाला आहे. जैन धर्माची ज्योतसुद्धा अशीच तेवत राहिली. मुसलमान राज्यकर्त्यांनी जरी काही शतके उत्तरेपासून दख्खनपर्यंतच्या मुलखावर अधिराज्य गाजवले असले, तरी हिंदू आणि जैन धर्माच्या चालीरीती व रूढींवर त्याचा फारसा परिणाम झाला नाही. मुळातच वेरूळ लेण्या या प्रमुख व्यापारी पथावर असल्यामुळे मुस्लिम राज्यकर्त्यांच्या सैन्य दलाची ये-जा याच हमरस्त्यावरून होत राहिली. पुढे अल्लाउद्दीन खिलजीने यादव राजकर्त्यांचा देवगिरी किल्ला जिंकून घेतल्यानंतर यादव साम्राज्याला उतरती कळा आली आणि देवगिरी किल्ल्याचे नामांतर दौलताबादमध्ये होऊन ते मुस्लिम राज्यकर्त्यांचे दक्षिणेकडील महत्त्वाचे सैनिक ठाणे होऊन गेले. मुस्लिम राज्यकर्त्यांनी दौलताबादला मध्यवर्ती ठाणे करून आपल्या पुढील सैनिकी कारवाया येथूनच सुरू ठेवल्या. त्यामुळे दौलताबाद हे या काळातील अत्यंत महत्त्वाचे, मध्यवर्ती शक्तिकेंद्र झाले.

त्याचबरोबर पैठण- औरंगाबाद- चाळीसगाव या प्राचीन राजमार्गावर असल्यामुळे व्यापार उदिमाच्या दृष्टीनेही ते महत्त्वपूर्ण राहिले.

ऐतिहासिक नोंदी आणि पुरावे

वेरूळ लेण्यांच्या अस्तित्वाबद्दल इतिहासात अनेक ठिकाणी उल्लेख सापडतात. यामध्ये काही प्रवासी उल्लेख आहेत; तर काही उल्लेख संतवाङ्मयात मिळालेले आहेत. अनेक मुस्लिम इतिहासकारांनी आणि उर्दू ग्रंथकारांनी वेरूळच्या शिल्पकलेबद्दल उल्लेख केलेले आहेत.

या ऐतिहासिक नोंदीवरून एक गोष्ट स्पष्टपणे जाहीर होते ती म्हणजे वेरूळ लेण्यांबद्दल त्या काळात दूरवर माहिती होतीच. शिवाय कलेच्या दृष्टिकोनातून या लेण्या पहायला कलासक्त लोक येत असावेत. एका मुस्लिम राज्यकर्त्याने या लेण्या व येथील कला याबद्दल गौरवोद्‌गार काढले होते. यातच येथील कलेचे श्रेष्ठत्व सिद्ध होते. त्याशिवाय कला ही कलाच असते...! ती धर्मप्रसारासाठी निर्माण केलेली असली, तरी तिचे महत्त्व कमी होत नाही. कलानिर्मितीची महती ही धर्म जाणिवांच्या पल्याडचीही असू शकते हेच येथे दृष्टीस पडते. उर्दू साहित्यामध्ये सापडलेल्या नोंदींव्यतिरिक्त मराठी साहित्यामध्येही वेरूळ येथील शिल्पकलेबद्दल मोजक्या पण स्पष्ट नोंदी उपलब्ध आहेत.

मराठी साहित्यातील उल्लेख

मराठी भाषेतील आद्य गद्यकाव्य म्हणून ओळखल्या जाणाऱ्या 'लीळाचरित्र' या ग्रंथामध्ये वेरूळ येथील लेण्यांबाबत भरपूर उल्लेख सापडतात. साधारणतः तेराव्या शतकात या ग्रंथाची निर्मिती झाली असे मानण्यात येते. हा ग्रंथ म्हणजे महानुभाव पंथाचे आद्य प्रवर्तक, 'सर्वज्ञ श्री चक्रधरस्वामी' यांच्या जीवनातील समग्र घटनांवर आधारित रचलेले गद्य होय. या गद्य काव्याचे रचनाकार म्हाईम भट्ट हे चक्रधरस्वामींचे शिष्य असल्यामुळे सदैव त्यांच्याबरोबरच राहत असत. स्वामींच्या जीवनावर आधारित घटनांना शब्दरचनेमध्ये जतन करण्याचे हे कार्य म्हाईम भट्टांनी स्वतः, श्री नागदेवाचार्य यांच्या सहकार्याने व इतर अनेक जणांना चक्रधरस्वामींच्या जीवनवृत्तान्ताविषयी प्रश्न विचारून केलेले आहे. महानुभाव पंथाचे प्रवर्तक असलेले चक्रधरस्वामी हे काही काळासाठी वेरूळ येथे वास्तव्यास होते. स्वामींच्या वेरूळ वास्तव्यात घडलेल्या घटना व स्वामींच्या मुखातून बाहेर पडलेले बोल, यावर आधारित सुमारे पन्नास लीळा या ग्रंथात रचलेल्या आहेत.

'लीळाचरित्र' हा महानुभाव पंथीयांचा प्रमुख ग्रंथ असून, त्यातील रचना या वास्तव घटनांवर आधारित आहेत. त्यामुळे या ग्रंथामधून वेरूळ लेण्यांबद्दल जे

काही उल्लेख वाचायला मिळतात, त्याबद्दल शंकेला जागा राहत नाही. चक्रधरस्वामींनी वेरूळ येथील वास्तव्यात लेण्यांसंबंधी, शंकराच्या मंदिरांसंबंधी, येलापूर गावासंबंधी व मंदिरातील पूजाअर्चेसंबंधी जी मते व्यक्त केली आहेत ती या लीळांमध्ये शब्दबद्ध केलेली आहेत.

एके दिवशी संकरेश्वर लेण्यामध्ये गेल्यानंतर चक्रधरस्वामींची शिष्या बाईसा जेव्हा संकरेश्वरांबद्दल त्यांना विचारते, 'बाबा : या लेणेयाचा एसना दारवठा काइसा?'

तेव्हा सर्वज्ञ उत्तरले, 'ए देवतेसि हस्तीवरि बोणें ऐ गां।।'

याचा अर्थ संकर लेण्यातील शंकर महादेवाच्या मंदिरासाठी त्या काळात हत्तीवरून नेवैद्य येत असावा. (लीळा २१२) महानुभाव साहित्यामध्ये एकोणतीस क्रमांकाच्या लेण्याचा उल्लेख संकर लेणे असा केलेला आहे.

वेरूळ येथील कैलास लेण्यांचा उल्लेख विविध साहित्यामध्ये 'माणिकेश्वर' असा केला जातो. श्री चक्रधरस्वामींनीही माणिकेश्वर म्हणून उल्लेख केलेला आहे. कैलास लेण्यातून एका भुयारी मार्गाने डोंगरमाथ्यावर असलेल्या इशाळूवा लेण्यात जाता येते; असा उल्लेख काही लीळांमध्ये आहे. या भुयाराबाबत एक गमतीशीर गोष्ट चक्रधरस्वामींनी आपल्या अनुयायांना सांगितल्याचाही आणखी एक उल्लेख लीळाचरित्रात आहे.

सर्वज्ञ सांगतात, 'या लेण्याच्या चौकात नृत्य होत होते. त्या वेळी चोरांनी येऊन नृत्य करणाऱ्या स्त्रियांचे या भुयारातून अपहरण केले होते. (लीळा २१४)

वेरूळ येथील या टेकड्यांच्या वरच्या बाजूला असलेल्या 'इशाळूवा' या लेण्यात जाण्यासाठी कैलास लेण्यामधून एक भुयारी मार्ग होता याचा उल्लेख वर केलेलाच आहे. त्या भुयारातूनच सर्वज्ञ आपल्या अनुयायांसमवेत इशाळूवा लेण्यात गेले होते, असा उल्लेखही लीळाचरित्रात आहे. मात्र आजघडीला या भुयाराचे अस्तित्व कुठे असावे, याबद्दल काहीच माहिती उपलब्ध नाही. मुख्य म्हणजे इशाळू वा लेणे म्हणजे कुठले लेणे हेसुद्धा नक्की ठाऊक नाही अशी परिस्थिती आहे.

भुयारातून सर्वज्ञ आपल्या भक्तगणांसह इशाळूवा लेण्यात पोहोचल्यानंतर त्यांची शिष्या बाईसा हिने सर्वज्ञांना विचारले,

'बाबा : हें कवण नगर?' (हे समोरचे गाव कोणते?)

त्यावर उत्तर देताना सर्वज्ञ म्हणाले, 'हें एळापूर?' तेव्हा त्यांची शिष्या बाईसा आश्चर्याने उद्‌गारते... इतके चालून आलो तरी आपण अजून एळापुरीच आहोत? यावर चक्रधर स्वामींनी दिलेले उत्तर मोठे मजेशीर आहे.

'बाई, हा अवघा डोंगरू दीढा गाउंवांचेनि मानें:
अव्हा चौरासु पोकळु केला असे :

एथिचा रीगावा नीगावा कव्हणीचि नेणे :
जेणें केले तो जाणे : का एथोनि जाणिजे : ' (लीळा १८७)

'हा अवघा डोंगर कोरून पोकळ केलेला आहे. कोठून यायचे कोठून जायचे काही कळत नाही. ज्यांनी घडवले त्यांनाच हे कळे...!'

याचा अर्थ असा होतो की, डोंगरामध्ये असलेले भुयार हे मोठ्या लांबीचे असावे. शिवाय त्या काळात गुंफांच्या समोर पसलेले एळापूर गाव बरेच ऐसपैस शहर असावे.

या माहितीवरून आपल्याला हे कळून येते की, जेव्हा या मंदिराची देखभाल व पूजाअर्चा राजकर्त्यांकडून होत होती. त्या काळात येथील विशाल चौकांमध्ये नृत्यांगनांचे नृत्य होत असावे. भगवान श्री शंकराच्या मंदिरामध्ये 'नृत्य' सादर करण्याची प्रथा आजही दक्षिण भारतातील सर्व मंदिरात चालू आहे. स्वत: भगवान शिव हा चौसष्ट कलांचा अधिपती आहे. तो नृत्यकला पारंगत आहे... आणि त्याला वंदन केल्याशिवाय कुठलाही कलाकार आजही नृत्यास प्रारंभ करीत नाही. नटराज, नटेशा म्हणून परिचित असलेली शिवमूर्ती ही प्रत्येक कलाकाराची मानसपूजा असते. त्यामुळेच कधीकाळी या कैलास लेण्यात नृत्य होत असावे, हा उल्लेख सत्य असावा याबात शंका घेण्याचे काहीच कारण नाही.

या नोंदींवरून आपल्याला खालील निष्कर्ष काढता येतील.

'निदान तेराव्या शतकापर्यंत तरी वेरूळ गाव आणि लेण्या गजबजलेल्या होत्या. जे मंदिर घडवण्यासाठी अनेक कलाकारांनी आपल्या पिढ्यान पिढ्या खर्ची घातल्या त्या कैलास लेण्यांमध्ये रीतसर, साग्रसंगीत, पूजाअर्चा होत असावी. या मंदिराला तत्कालीन राजकर्त्यांचे पाठबळ आणि आर्थिक प्रायोजन असावे. तसेच राजगृहातील नृत्यांगनांकडून या मंदिरात भगवान शिवाची नृत्यसेवा केली जात असावी.'

लीळाचरित्रात सांगितल्याप्रमाणे वेरूळ येथील 'तीन ताल' या बारा नंबरच्या लेण्यामध्ये तिसऱ्या मजल्यावरील एका दगडी चौथऱ्यावर सर्वज्ञ चक्रधरस्वामींचा मुक्काम असे. याबाबतचा उल्लेख लीळाचरित्रात आहे. तीन ताल या लेण्याचा उल्लेख 'थोरला राजविहार' अशा तऱ्हेने केलेला आहे.

या लेण्यांची भव्यता पाहून आजही आपल्याला जसे आश्चर्य वाटते तसेच ते त्या काळीही लोकांना वाटत असणारच. 'राजविहार' या नावातच या लेण्याला दिली जाणारी प्रतिष्ठा आणि महत्त्व कळून येते. श्री सर्वज्ञ या लेण्यात तीन दिवस राहिले होते. तिसऱ्या मजल्यावरील ज्या चौथऱ्यावर बसून श्री सर्वज्ञ प्रवचन देत असत तो दगडी चौथरा आजही महानुभाव पंथीयांच्या दृष्टीने अत्यंत पूजनीय आहे. येथे यावरून एकच गोष्ट सिद्ध करता येते ती म्हणजे या लेण्यांमध्ये येऊन लोक राहत

होते. वेरूळ गावाचा पसारा मोठा असावा व गाव गजबजलेले असावे. राज्यकर्त्यांचे पाठबळ व महत्त्व असल्यामुळे या गावाचे स्वरूप राजधानीच्या खालोखाल महत्त्वाचे असावे, असेही म्हणता येईल. या गोष्टीला दुजोरा मिळेल असे आणखीन दोन उल्लेख मराठी साहित्यात मिळालेले आहेत. संत ज्ञानेश्वर महाराजांनी रचलेल्या 'ज्ञानेश्वरी' या ग्रंथात आणि 'वेरूळ शिवालय माहात्म्य' या पुस्तिकेत मिळाले आहेत.

ज्ञानेश्वरीतील उल्लेख

मराठी साहित्यातील आद्य कवी, संत ज्ञानेश्वर यांच्या 'अमृतानुभव' ग्रंथाच्या नवव्या प्रकरणात आपल्याला वेरूळ लेण्यांविषयी उल्लेख आढळतो. अद्वैतवादी भक्तिमार्गाच्या तत्त्वज्ञानाबद्दल लिहिताना संत ज्ञानेश्वर म्हणतात,

देव देऊळ परिवारू किजे कोरूनी डोंगरु ।
तैसा भक्तीचा व्यवहारू का ना व्हावा? ॥

अद्वैत भक्तिमार्गामध्ये परमेश्वर आणि भक्त वेगवेगळे नसून एकच असतात असे मानलेले आहे. म्हणूनच संत ज्ञानेश्वर म्हणतात, एकाच पाषाणातून मंदिरही कोरले जाऊ शकते. मंदिरातील परमेश्वराची मूर्तीही त्याच दगडातून निर्माण होऊ शकते. तर मग भक्तीचा व्यवहारही असाच का बरे असू नये... परमेश्वरही तोच... भक्तही तोच आणि भक्तीही तिथेच सामावलेली का असू नये?

ज्ञानेश्वरांनी वरील ज्ञानाचे निरूपण करताना ज्या कोरलेल्या डोंगराचा आणि मंदिराचा उल्लेख आपल्या ओवीमध्ये केला आहे. तो वेरूळ येथील गिरिशिल्पासंबंधीच असावा, याबाबत शंका असू नये. कारण पैठण येथे राहणाऱ्या ज्ञानराजांना वेरूळच्या लेण्यांबद्दल माहिती नसावी असे शक्य वाटत नाही. अख्खा डोंगर कोरून मंदिर निर्मिण्याची ही कृती त्या काळातील लोकांनाही आश्चर्यकारक वाटत होती. कारण या कार्याचा आवाका इतका प्रचंड आणि अद्‌भुत आहे की, बुद्धिवंताच्या मनातही या निर्मितीविषयी प्रश्न पडेल.

वेरूळ लेण्यांबद्दल उपलब्ध इतर प्रवासी उल्लेख

नंतरच्या काळात या लेण्याबाबत काही युरोपीय प्रवाशांनी अत्यंत समग्र लिखाण केलेले आहे. थेवेनॉट, निकोलाय मनुची, चार्लस मॅलेट, कॅप्टन सिली आणि जॉन क्लार्क मार्शमन ही काही सुरुवातीच्या काळातील युरोपियन प्रवाशांची नावे आहेत.

यांनी आपल्या भारत भेटीवर आधारित प्रवास वर्णनात वेरूळ लेण्यांबद्दल बरेच

लिखाण केलेले आहे. कॅप्टन जे. बी. सिली याने इ.स. १८१० मध्ये वेरूळ लेण्यांना भेट दिली होती. मुंबईहून पायी प्रवास करून तो वेरूळला पोहोचला होता. 'द वंडर्स ऑफ एलोरा' या इ.स. १८२४ मध्ये प्रकाशित केलेल्या आपल्या पुस्तकामध्ये त्याने वेरूळ आणि आजूबाजूच्या परिसराची इत्थंभूत हकिकत लिहिलेली आहे. तो आपल्या पुस्तकात लिहितो, 'जगातील अनेक प्राचीन स्मारकांपैकी कुठल्याही स्मारकाची वेरूळच्या लेण्यांशी तुलना होऊ शकत नाही. या कलावैभवाची निर्मिती कुणी केली असेल... त्याचा अतिभव्यपणा... त्यातील वास्तुकला शास्त्रामधील सौंदर्यस्थळे, मूर्तिकाम, कलाकुसर हे सर्व काही एकसूत्रपणे, एकसंध अशा काळ्या कातळातून कोरून काढणे...! अद्वितीय आणि अद्‌भुत अशीच ही गोष्ट आहे...!'

सुमारे दोनशे वर्षांपूर्वी जेव्हा कॅप्टन सिलीने या शिल्पवैभवाला भेट दिली होती, तेव्हा तो दीपून गेला होता. त्याच्या लिखाणानुसार त्या काळी कैलास लेण्यातील मंदिरात पूजाअर्चा होत होती. गर्भगृहामधील शिवलिंग सुस्थितीत असावे व त्यास शेंदूर लावलेला असावा असे वाटते. या शिवलिंगाची पूजा होत होती व गाभाऱ्यासमोरील मंडपामध्ये साधुसंत राहत असावेत, असे उल्लेख कॅप्टन सिलीच्या लिखाणामध्ये आहेत.

कॅप्टन सिलीच्या लेखावरून आपल्याला हेसुद्धा कळते की होळकर संस्थानिकांतर्फे वेरूळ येथील लेण्यांची देखभाल केली जायची. त्या काळात या गुंफा धार्मिक कार्यासाठी भाड्याने दिल्या जात असाव्यात. अर्थातच कॅप्टन सिलीच्या म्हणण्यानुसार कैलास लेण्यातील शिवमंदिरातील पूजाअर्चेला त्या मानाने कमी महत्त्व होते. मात्र येलापूर गावातील 'घृष्णेश्वर' मंदिरातील महादेवाच्या पूजेला जास्त महत्त्व दिले जात होते.

आज कैलास लेण्यातील शिवलिंगाची पूजा होत नाही ही वस्तुस्थिती आहे. ही पूजा कधीपासून बंद पडली असावी, याच्याबद्दल काही उल्लेख मिळालेले नाहीत. कारण एक तर मूळ शिवलिंगाची बऱ्याच वर्षांपूर्वी तोडफोड झालेली होती. आता असलेले शिवलिंग हे भारतीय पुरातत्त्व विभागातर्फे नव्याने स्थापन केलेले आहे.

हैदराबादच्या निजाम राजवटीकडे या लेण्यांची मालकी जाईपर्यंत इंदोरच्या होळकरांनी या लेण्यांची होता होईल तेवढी काळजी घेतली होती, असे ऐतिहासिक उल्लेखांवरून दिसून येते. मात्र इ.स. १९५१ साली भारत सरकारने वेरूळ लेण्या हे 'राष्ट्रीय स्मारक' असल्याचे घोषित केले आणि तदनंतर ते भारत सरकारच्या पुरातत्त्व विभागाकडे सोपविण्यात आले.

ऐतिहासिक पार्श्वभूमी

ज्या काळात मध्य महाराष्ट्रातून इतर देशांशी समुद्रमार्गे व्यापार उदीम होत होता

त्या काळात वेरूळ, अजिंठा आणि आजूबाजूचा परिसर अतिशय प्रगत अशा राजकीय आणि सामाजिक व्यवस्थेचा एक भाग होता. इ.स. पूर्व दुसऱ्या शतकापासून सातवाहन राज्यकर्त्यांनी मध्य महाराष्ट्र आणि पश्चिम महाराष्ट्रावर आधिपत्य गाजवले होते. सुप्रतिष्ठानपूर (आजचे पैठण शहर) या राजधानीच्या ठिकाणाहून आपल्या साम्राज्याचा कारभार करणाऱ्या सात वाहनांच्या काळात या भूमीने अत्यंत भरभराटीचे दिवस अनुभवले.

सातवाहन राज्यकर्त्यांच्या कारकिर्दीतच दख्खनच्या परिसरात बौद्ध धर्माचा अत्यंत झपाट्याने प्रसार झाला. आणि त्या प्रसाराबरोबरच शैलशिल्प गुहांचे वैशिष्ट्यपूर्ण वास्तुकलाशास्त्र प्रचलित झाले. वास्तवात सातवाहन राजे वैदिक पद्धतीनुसार धर्मानुचरण करत होते व हिंदू देवतांची पूजाअर्चा करीत होते. परंतु तरीही त्यांच्या उत्कर्षकाळात बौद्ध धर्माला आश्रय मिळाल्यामुळे गिरिशिल्प या संकल्पनेने चांगलाच जोर धरला. मात्र सातवाहनांच्या उतरत्या काळानंतरही ही परंपरा बंद पडली नाही. कारण सातवाहनांना पराजित करून पुढे आलेल्या वाकाटकांनीही या कलेस प्रोत्साहन दिले. बौद्धधर्मीयांना धर्मप्रसारासाठी मोकळीक दिली, मदत केली. वाकाटकांच्या कारकिर्दीत कितीतरी गुंफा कोरल्या जाऊन, त्या अंतर्गत उत्कृष्ट कलेची निर्मिती झाली. अजिंठा लेणी समूहातील सोळा आणि सतरा क्रमांकाच्या लेण्या व घटोत्कच लेणी यांमधील शिलालेख याची साक्ष देतात.

दख्खनच्या भूमीवर सुमारे बाराशे वर्षे सतत शैलशिल्पे खोदण्याचे काम चालू होते. विविध ठिकाणी उपलब्ध असलेली ही शिल्पकला आजही पाहणाऱ्याला अवाक् करून सोडते. या बाराशे वर्षांच्या कालखंडात साधारणत: दोन विभागामध्ये काम चालू होते असे म्हणता येते. पहिला कालखंड इ.स.पूर्व २०० ते इ.स. ३०० या कालावधीचा असून, सातवाहन राज्यकर्ते आणि वाकाटक यांच्या कारकिर्दीशी हा काल जुळून येतो. त्यानंतर दुसरा कालखंड साधारणत: इ.स. ४०० ते ५०० च्या कालावधीत सुरू झाला असावा. वेरूळ येथील खोदकाम साधारणत: याच दरम्यान सुरू झाले असे मानले जाते. आणि हा काळ चालुक्य आणि राष्ट्रकूट राजवटीशी मिळताजुळता आहे.

जेव्हा वाकाटकांचे राजकीय सामर्थ्य एकाएकी लयाला गेले. तेव्हा वेरूळ आणि आजूबाजूची पंचक्रोशी काही काळ राजकीय छत्राशिवायच होती. त्यानंतर चालुक्यांनी या भागात आपले राजकीय वर्चस्व सिद्ध केले. परंतु मधल्या काळात जी राजकीय पोकळी निर्माण झालेली होती, त्या अवधीत या भागात कलचुरींचे राज्यछत्र असावे, असे काही इतिहास संशोधकांचे मत आहे. परंतु ही बाब विवादास्पद असून या बाबतीत खोलात जाण्याचे प्रयोजन येथे नाही, असे वाटते.

इ.स. पाचव्या शतकात वाकाटकांचे राजकीय प्राबल्य जसजसे क्षीण होत गेले

तसतसे बदामीच्या चालुक्यांनी चालून आलेल्या संधीचा फायदा उठवून स्वत:चे स्वतंत्र सार्वभौमत्व घोषित केले. बदामी या आपल्या राजधानीच्या आजूबाजूचा सर्व भाग आपल्या राज्यात सामावून घेत चालुक्यांनी इ.स. सहाव्या शतकाच्या अखेरीस अवघ्या दख्खनवर आपल्या सामर्थ्यानिशी पाय रोवले. वातापीला राजधानीचा दर्जा देऊन शक्तिशाली अशा अजिंक्य कोटाचे निर्माण करून राजा पहिला पुलकेशी याने चालुक्य राजवटीचा पाया घातले असे मानले जाते. परंतु राजा कीर्तिवर्मन याने राज्याच्या सीमा वृद्धिंगत करण्याच्या दृष्टीने भरपूर सैनिकी कारवाया केल्या होत्या, असे इतिहास सांगतो.

बदामीचे चालुक्य हे अतिशय बलशाली विजेते आणि बुद्धिमान राज्यकर्ते होतेच. पण त्याचबरोबर ते कला आणि साहित्य या गोष्टींना महत्त्व देणारे होते. कारण भारतीय इतिहासात चालुक्य राजकर्त्यांच्या कारकिर्दीत झालेल्या कलानिर्मितीची आणि मंदिरबांधणीची बरोबरी फारच थोड्या राजकर्त्यांशी होऊ शकते. चालुक्यांच्या काळात अनेक प्रकारची मंदिरे उभी राहिली. यामध्ये बांधलेल्या व पाषाणातून कोरलेल्या अशा दोन्ही प्रकारात मोडणारी मंदिरे उभी राहिली. नागर, द्राविड आणि वेसरा शैलीतील ही मंदिरे वास्तुकलेच्या आणि शिल्पकलेच्या दृष्टीने महत्त्वाची आहेत.

वेरूळचा प्रदेश ज्या वेळी चालुक्य राज्यकर्त्यांच्या आधिपत्याखाली आला, तेव्हा गिरिशिल्पांच्या निर्मितीला कितीतरी शतके आधीपासूनच सुरुवात झालेली होती. त्यामुळे कलेला महत्त्व देणाऱ्या चालुक्यांच्या कारकिर्दीत या कार्याला नव्याने गती मिळाली. वेरूळ येथील हिंदू धर्माच्या काही लेण्यांतील शिल्पकामास याच काळात सुरुवात झाली असावी, असे खात्रीपूर्वक म्हणता येते. चालुक्य राज्यकर्त्यांनी आपली राजधानी बदामी, ऐहोळे आणि पट्टदकल येथे यापूर्वीच उत्कृष्ट कलेचा वारसा निर्माण केला होता. त्याच अनुषंगाने असे म्हणता येईल की, वेरूळ येथील एकवीस क्रमांकाचे लेणे हे हिंदू धर्मीयांचे पहिल्या क्रमांकाचे लेणे असावे. ब्राह्मणी लेण्यातील सुरुवातीच्या गुंफा म्हणजेच, एकवीस क्रमांकाचे रामेश्वर लेणे, धुमार लेणे (क्र. २९) तसेच लेणे क्र. १७ व लेणे क्र. १४ या चालुक्यांच्या कारकिर्दीतच निर्माण केल्या असाव्यात. त्याचबरोबर तीन, चार, आठ आणि नऊ क्रमांकाच्या बुद्धधर्मीय गुंफाही चालुक्यांच्या काळातीलच आहेत, असे मानले जाते.

चालुक्यकालीन शिल्पशैलीचा प्रभाव वेरूळ येथील शिल्पकलेवर आहेच. त्याशिवाय चालुक्य शिल्पशैलीवर 'पल्लव' कारागिरांच्या शिल्पशैलीचा प्रभावही आहे, हेही सर्वश्रुत आहे. त्यामुळेच. वेरूळच्या शिल्पकलेवर चालुक्य, पल्लव आणि राष्ट्रकूट अशा तीन राज्यकर्त्यांच्या शिल्पशैलीचा प्रभाव आहे.

राष्ट्रकूटांचे आगमन

वेरूळ येथील लेण्यांचे खोदकाम कालदृष्ट्या दोन विभागात झाले असावे, असे

यापूर्वीच सांगितले आहे. यापैकी पहिल्या विभागातील काम चालुक्य राज्यकर्त्यांच्या कारकिर्दीत झाले आहे हेही आपण वर पाहिले आहे. चालुक्यांनी आपली राजधानी बदामी येथे गिरिशिल्पे आणि मंदिर या दोन्ही प्रकारातील उत्कृष्ट कलेची निर्मिती केलेली आहे. यामध्ये पट्टदकल येथील विरुपाक्ष मंदिर शिल्पकलेच्या दृष्टिकोनातून अतिशय उत्कृष्ट आहे. त्या प्रमाणात वेरूळ येथील लेण्यांच्या निर्मितीमध्ये चालुक्यांनी म्हणावा तितका उत्कृष्टतेचा पाठपुरावा केला नाही, असे वाटते. अर्थातच यालाही कारणे असू शकतात. मुळातच चालुक्य राजांची राजधानी बदामी येथे असल्यामुळे तेथे व आजूबाजूला (ऐहोळ, पट्टदकल, आलमपूर) केलेल्या शिल्प निर्मितीमध्ये चालुक्यांकडून उत्कृष्टतेचा ध्यास घेतल्याचे स्पष्टपणे जाणवते. याचे साधे व सरळ उत्तर हेच असू शकते की जेथे त्यांची मूळ कर्मभूमी होती, त्या बदामी परिसरातील कलानिर्मितीला चालुक्यांनी अधिक महत्त्व दिले असावे.

'वेरूळ येथील शिल्पनिर्मितीच्या दुसऱ्या कालखंडाची सुरुवात साधारणपणे आठव्या शतकाच्या मध्यानंतर झाली असावी, असे मानण्यात येते.' राष्ट्रकूट राजांनी चालुक्यांचा पराजय केला आणि स्वत:ला चालुक्यांच्या विरोधात 'सार्वभौम' म्हणून घोषित केले. हे राष्ट्रकूट चालुक्यांच्या पदरी मांडलिक म्हणूनच होते. वेरूळ येथील दुसऱ्या कालखंडातील शिल्पकला या राष्ट्रकूटांनीच घडवून आणली असावी असे मानले जाते.

राष्ट्रकूट राजांनी वेरूळ येथील कलानिर्मितीस खूपच महत्त्व दिल्याचे यावरून लक्षात येते. मात्र या राज्यकर्त्यांच्या काळात केवळ दोनच महत्त्वपूर्ण वास्तू निर्माण झाल्या. त्या म्हणजे वेरूळ येथील कैलास मंदिर आणि दुसरे पट्टदकल येथील गावाच्या सीमेवर असणारे जैन मंदिर. वेरूळ येथील जगप्रसिद्ध अशा कैलास लेण्यांचे उत्कृष्ट असे हे एक पाषाणी मंदिर राष्ट्रकूट राजा पहिला कृष्ण याच्या कारकीर्दीत घडवण्यास सुरुवात झाली होती. परंतु हे मंदिर पूर्ण होण्यासाठी किमान शंभर वर्षांचा काळ गेला होता, असे म्हटले जाते.

राष्ट्रकूटांच्या काळातच वेरूळच्या कैलास लेण्यांची निर्मिती झाली होती याबद्दल कुणालाही शंका घेण्याचे कारण नाही. कारण त्या संदर्भातील काही लिखित पुरावे आजही उपलब्ध आहेत. राष्ट्रकूट घराण्यातील गुजरात शाखेतील राजा दुसरा कर्क याने सिद्धांशी या गावी इ.स.८१२-१३ मध्ये जे दान दिले त्यावेळचा एक संस्कृत लेख एका ताम्रपटावर कोरलेला आहे.तो बडोद्याला उपलब्ध झाला. बडोदा ताम्रपट म्हणून ओळखल्या जाणाऱ्या या अभिलेखामध्ये पुढील मजकूर आहे. 'येळापूर येथील पर्वतावर कृष्णराज याने एक आश्चर्यकारक आकाराचे देवालय खोदवले. विमानातून जाणाऱ्या देवांनी ते पाहिले आणि ते आश्चर्याने थक्क झाले. ते आपापसांत चर्चा करू लागले,'इतके सुंदर देवालय कृत्रिम असणे शक्य नाही;

कारण कृत्रिम गोष्टीमध्ये इतके सौंदर्य कसे बरे!असे आश्चर्य देवांना वाटले.' हे येळापूर म्हणजे आजचे 'वेरूळ'च होय.

राष्ट्रकूटांनी वेरूळला इतके महत्त्व देऊन तेथे आपल्या कारकिर्दीतील उत्तम स्मारकाची निर्मिती का केली असावी, याबद्दल इतिहास संशोधकांच्या मनात सदैव प्रश्नचिन्ह आहे. वेरूळ ही राष्ट्रकूटाची राजधानी असावी का, हा प्रश्न इतिहासकारांच्या मनात निर्माण होत असला तरी, यासंदर्भात कुठेही उल्लेख मिळत नाहीत. त्यामुळे राजधानीचे गाव नसले तरी राष्ट्रकूटांच्या राजवटीतील ते महत्त्वाचे शहर असावे, यावर मात्र विश्वास ठेवावा लागतो. कारण प्राचीन भारताचा इतिहास अभ्यासताना एक गोष्ट लक्षात येते ती म्हणजे बऱ्याच राज्यकर्त्यांनी आपापल्या राजधानीचे शहर हे बहुतेक वेळा उत्तमोत्तम मंदिरांनी समृद्ध केले आहे.

उदा. चालुक्य, पल्लव, चोला, कलिंग देशाचे गंगा, या सर्वांनी आपापल्या राजधानीच्या शहरात आवर्जून सुंदर मंदिरे निर्माण केली होती. परंतु काही ठिकाणी राज्यकर्त्यांनी अतिशय उत्कृष्ट अशा कलाविष्काराने नटलेली मंदिरे निर्माण करून राजधानीचे शहर नसतानाही गावांना 'मंदिरांचे शहर' बनवून टाकले. पट्टदकल, महाबलीपुरम, हळेबीड आणि बेलूर ही काही उदाहरणे आहेत. वेरूळचा समावेशही या उदाहरणात करता येईल; कारण राष्ट्रकूटांनी निर्माण केलेले कैलास मंदिर म्हणजे 'शिल्पकलेचा मुकुटमणी' म्हणता येईल, इतकी सुंदर कलानिर्मिती आहे. आज जरी या लेण्यास मंदिरांचे महत्त्व नसले, तरी ज्यावेळी या मंदिराची निर्मिती झाली होती त्यावेळी हे मंदिर शिवपूजेच्या उद्देशानेच बांधण्यात आले असावे. याबद्दलच्या काही आख्यायिका ग्रंथांमध्ये वाचावयास मिळतात.

कधीकाळी शिवलिंगाची प्रतिष्ठापना झालेल्या या कैलास मंदिराचे महत्त्व नंतर कशामुळे कमी झाले असावे याबद्दल काहीच माहिती उपलब्ध नाही, परंतु सुमारे दोनशे वर्षांपूर्वी जेव्हा ब्रिटिश सैनिक कॅप्टन सिलीने वेरूळ लेण्यांना भेट दिली होती, तेव्हा तेथील शिवलिंगाची पूजा होत होती, असे त्याने केलेल्या लिखाणातून समजते. अर्थातच महानुभाव पंथीयांचा प्रमुख ग्रंथ असलेल्या लीळाचरित्रामध्ये याच संदर्भात जो उल्लेख आहे तो आणखीनच वेगळे चित्र उभे करतो. लीळाचरित्रामध्ये महानुभाव पंथाचे आद्य संस्थापक श्री चक्रधरस्वामी आपली शिष्या बाईसा हिला उद्देशून वेरूळ येथील संकर लेण्याबद्दल माहिती सांगताना म्हणतात, 'संकर लेण्यातील मंदिरासाठी नेवैद्य हत्तीवरून नेला जात असे.' चक्रधरस्वामींचा काळ म्हणजे इ.स. तेराव्या शतकातील अखेरचे पर्व. त्या काळात वेरूळ आणि आजूबाजूच्या पंचक्रोशीत यादव राज्यकर्त्यांचे राज्य होते.

यादव राजे हे कर्मठ शिवभक्त होते. त्यामुळेच 'यादव' राज्यकर्त्यांच्या हातून कैलास मंदिरामधील शिवलिंगाची साग्रसंगीत पूजाअर्चा होत असावी. ही पूजा पुढे

किती काळ चालू राहिली याबद्दल मोठे प्रश्नचिन्ह समोर येते. कारण यादव राज्यकर्त्यांना नामोहरम करून अल्लाउद्दीन खिलजीने देवगिरीचा ताबा घेतला. हा इतिहास सर्वश्रुत आहे. आश्चर्य एकाच गोष्टीचे वाटते ते म्हणजे बारा ज्योतिर्लिंगांपैकी एक असणाऱ्या घृष्णेश्वराचे महत्त्व मात्र कधीही कमी झाले नाही. अथवा तेथील पूजा कधीही बंद झाल्याचे इतिहासात नमूद नाही. मग कैलास तसेच संकर लेण्याच्या बाबतीतच हे असे का घडले असावे?

वेरूळची पार्श्वभूमी

वेरूळ या जागेचे महत्त्व इतिहास पूर्वकालीन आहे हे येथे असलेल्या घृष्णेश्वर मंदिराच्या अस्तित्वामुळे आपल्याला मान्य करावे लागते. कारण घृष्णेश्वर शिवमंदिराचे महत्त्व बारा ज्योतिर्लिंगांपैकी एक म्हणून मान्यता पावलेले आहे आणि या ज्योतिर्लिंगांचा उल्लेख स्कंद पुराणातील 'शिवलीलामृत' या ग्रंथामध्ये आहे. 'घृष्णेश्वर' विषयीची कथा या ग्रंथात बाराव्या अध्यायात वर्णिलेली आहे. म्हणूनच आपल्याला असे म्हणता येईल की, इतिहास पूर्वकालीन पौराणिक ग्रंथामध्ये ज्या पवित्र क्षेत्राचा उल्लेख आहे. त्या वेरूळचे सांस्कृतिक महत्त्व अनन्यसाधारण आहे. अर्थातच वेरूळबद्दलचा ज्ञात असलेला ऐतिहासिक उल्लेख राजा दुसरा कर्क याने काढलेल्या बडोदा ताम्रपटातील लेखात सापडतो. हे यापूर्वी स्पष्ट केलेले आहे. या ताम्रपटातील उल्लेख असलेले हे येळापूर म्हणजेच आजचे 'वेरूळ' हे डॉ. डी. आर. भांडारकर यांनी सिद्ध केलेले आहे. त्यांच्या मते काळाच्या ओघात बोली भाषेच्या विविध उच्चारण पद्धतींमुळे अपभ्रंश होऊन येळापूरचे वेरूळ झाले असावे.

'ब्रह्मसरोवर अर्थात वेरूळ माहात्म्य' या नावाच्या एका पोथीमध्ये वेरूळ गावाचा उल्लेख 'येळापूर' असाच केलेला आहे. येळापूर येथील नृपती येलाराजा याने 'एलापूर' गाव वसवले होते. हे गाव त्या काळात अतिशय भरभराटीला आलेले व समृद्ध असे राजधानीचे शहर असावे. कारण या शहरामध्ये विविध विभाग (पूर) होते, असा उल्लेख या ग्रंथांमध्ये आहे.

'एलाराजा'ची गुणवती सत्शील पत्नी, राणी 'माणकावती' हिच्या इच्छेखातर कैलास लेण्यांची निर्मिती झाली, अशी आख्यायिका या 'वेरूळ माहात्म्य' ग्रंथांमध्ये दिलेली आहे.

राजाबरोबर तहानेने व्याकुळलेल्या अवस्थेत हिंडत असताना राणी माणकावतीने शंकर महादेवाला मनोमन नवस बोलले,

"तीर्थलाभ होताक्षणी। पर्वतामाजी कोरवुनि।
निर्मिन शिवमंदिर या स्थानी। कैलासापरि।।"

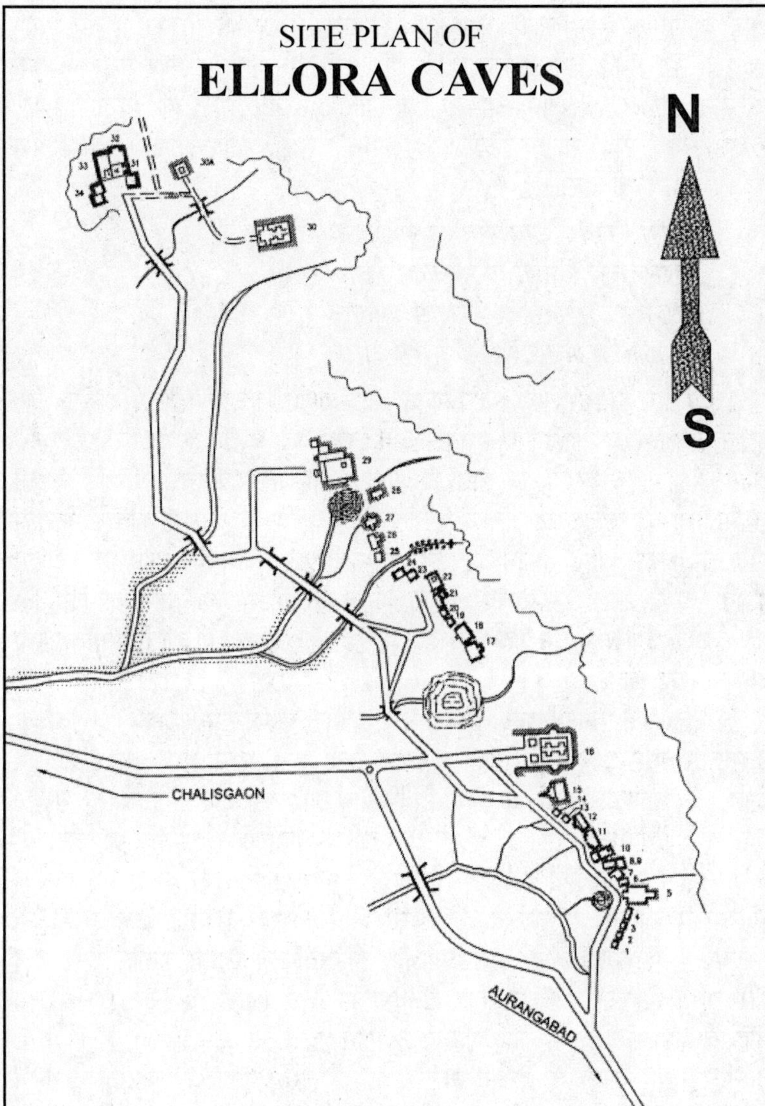

आकृती १.२

वेरुळ परिसरातील प्राचीन गुंफांच्या जागा दर्शविणारा नकाशा.

आपण अशा प्रकारचे नवस बोलल्याचे राणी माणकावतीने एलाराजाला सांगितले. नवसाची पूर्तता झाल्याशिवाय अन्नग्रहण करणार नाही, हा संकल्पही राणीने

आपल्या पतीला सांगितला. तो ऐकून एलाराजा चिंतेत पडला; कारण मंदिर पूर्ण व्हायला तर अनेक वर्ष लागतील. तोपर्यंत राणी अन्नग्रहण करणार नाही, हे कसे बरे होऊ शकेल...? त्याने आपला मित्र, प्रतिष्ठान नगरीतील वास्तुकलाशास्त्रज्ञ, विश्वकर्म्याचा पुत्र 'कोकस' याला बोलावून घेतले आणि राणीची इच्छा पूर्ण करण्याची विनंती केली.

'म्हणे मित्रवर्या अवधारी। या सह्याद्रि पर्वतोदरी।
सुरम्य चित्रे निर्माण करी। चौदा भुवने।
मुख्य एक शिवमंदिर। कैलास प्रतिमाच सुंदर।
सभा मंडप भव्य शिखर। सुरम्य असे॥

कोकसाने राजाचा शब्द प्रमाण मानून आणि राणीची इच्छा सत्वर पुरी करण्याच्या दृष्टीने विचार करून काही निर्णय घेतला. स्वत:च्या चतुर बुद्धीने हा प्रश्न सोडविण्याचे त्याने राजाला वचन दिले. सात दिवसाच्या काळात रात्रंदिवस परिश्रम करून चरणाद्रीचा काळा कातळ कोरून कैलास मंदिराचे शिखर कोरून काढले. कैलास मंदिराचा कळस पाहून राणीने आपल्या नवसाची पूर्तता करावी आणि भोजन ग्रहण करावे, अशी इच्छा एलाराजाने व्यक्त करताच राणी माणकावतीने आनंदाने ती मान्य केली आणि भोजन ग्रहण केले. अशी ही कैलास लेण्यांच्या निर्मितीबद्दलची आख्यायिका आहे.

ऐतिहासिक पुराव्यानुसार राष्ट्रकूट राजा पहिला कृष्णा याने आठव्या शतकाच्या उत्तरार्धात या मंदिराच्या निर्मितीला सुरुवात केली होती, असा ठोस पुरावा उपलब्ध आहे, हे आपण यापूर्वी केलेल्या विवेचनात पाहिलेच आहे. कदाचित 'वेरूळ माहात्म्य' ग्रंथामध्ये उल्लेख असलेला एलाराजा म्हणजेच कृष्ण राजा असावा. कैलास लेणे खोदून पूर्ण झाल्यावर ते कार्य आपल्या हातून पार पडले,याच्याबद्दल त्याच्या शिल्पीला आश्चर्य वाटले, असे एका कोरीव लेखात म्हटले आहे. तो उल्लेख पुढीलप्रमाणे आहे. 'एतन्मया कथमहो कृतमित्यकस्यात कर्तापि यस्य खलु विस्मयमत शिल्पी' राष्ट्रकुट राजा दंतिदुर्गाच्या वेळी (इ.स. ७१३- ७५८) या मंदिराचे काम सुरू झाले आणि पहिल्या कृष्णाने (इ.स. ७५६-७७३) ते पूर्ण केले. तदनंतरही या शैलगृहामध्ये काम चालूच राहिले. सरिता मंदिर, लंकेश्वर, यज्ञशाला वगैरे मंदिरे तिथे खोदण्यात आली. शैलमंदिर या संकल्पनेची परिणत अवस्था येथे स्पष्ट उमटली आहे.

येलगंगेच्या काठी वसलेले येळापूर हे दहा पुरांचे शहर होते. येलगंगा नदीच्या दोन्ही तीरावर ही विविध पुरे वसलेली होती. त्यावरूनच अतिशय समृद्ध असे हे शहर असावे, असा सहज निष्कर्ष काढता येतो. अंबापुरा, कनकपुरा, शंखद्वारपुरा,

ब्रह्मपुरा, पापविनाशपुरा, केशवपुरा, ब्राह्मणपुरा, नागस्थानपुरा, नवमपुरा आणि दशमपुरा अशा वेगवेगळ्या पुरांची नावे या ग्रंथामध्ये सविस्तरपणे दिलेली आहेत. वेरूळ महात्म्य हा ग्रंथ ज्या हस्तलिखितावरून प्रकाशित केला आहे, ते 'वेरूळ शिवालय महात्म्य' हे हस्तलिखित साधारणपणे इ.स. १७८० मध्ये लिहिले गेले होते.

वेरूळ लेण्यांची वर्गवारी आणि कालखंड

वर्गवारी : दीड ते दोन किमी.च्या परिसरात विखुरलेल्या या लेणी समूहाची वर्गवारी तिन्ही धर्मानुसार केलेली आहे. दक्षिण भागाकडे बौद्ध लेण्या असून, क्रमांक एक ते तेरा या लेण्या बौद्धधर्मीय आहेत. उत्तरेकडील क्र. तीस ते चौतीस या लेण्या जैन धर्मियांनी खोदलेल्या आहेत व मध्यभागी असलेल्या लेण्या हिंदू धर्माच्या प्रचारासाठी खोदलेल्या असून, चौदा ते एकोणतीस क्रमांकाच्या अनेक लहानमोठ्या लेण्यांचा यात समावेश झालेला आहे.

वेरूळ येथील शिल्पकलेचे व शैलगृहांच्या खोदण्याचे काम पाचव्या शतकात सुरू झाले असले, तरी सहाव्या शतकाच्या मध्यापर्यंत महत्त्वपूर्ण लेण्या खोदण्याचे काम केले गेले. तिन्ही धर्मांच्या लेण्यांचा काळ हा जरी एकसारखा नसला, तरी काही काळ ते काम एकाचवेळी चालू असावे, असे वाटते. अंदाजे या लेण्यांची कालगणना पुढीलप्रमाणे केली जाते.

'बौद्धधर्मीय लेण्या इ. स. पाचशे पन्नास ते सातशे पन्नास, हिंदू लेण्या साधारणपणे इ.स. सहाशे ते आठशे पंचाहत्तर व जैनधर्मीय लेण्या इ.स. आठशे ते हजार सालामध्ये खोदल्या गेल्या असाव्यात.'

'गिरिशिल्पे खोदण्याची मूळ कल्पना ही बौद्धांची आहे. त्यांनी आपल्या धर्माच्या प्रचारासाठी व भिक्षूंना वास्तव्य करण्यासाठी म्हणून विहार आणि चैत्य रुपाने या लेण्या खोदण्याची प्रथा सुरू केली. हिंदूंनी आणि जैनांनी त्याचे अनुकरण केले. अर्थातच इ.स. पूर्व तिसऱ्या शतकात सुरू झालेली ही गिरिशिल्पांची निर्मिती सुरुवातीच्या काळात अत्यंत प्रागतिक अवस्थेत होती. मुळातच हीनयान काळात बौद्ध धर्मप्रसाराचे तंत्र मूर्तिपूजनाच्या पलीकडील होते. केवळ प्रतीकात्मक गोष्टींचा उपयोग करूनच धर्मप्रसाराची दिशा ठरवली जात असे. त्यामुळे या लेण्यामधील शिल्पकला ही साधीसुधी आहे. अर्थातच पुढे पुढे या संकल्पनेमध्ये बदल होऊन बौद्ध शैलगृहेसुद्धा कलात्मकदृष्ट्या अत्यंत प्रगत अशा शिल्पकलेने सजवली जाऊ लागली. याचे अत्यंत उत्तम उदाहरण म्हणजे वेरूळ येथील विश्वकर्मा लेणे होय.'

'बौद्धांनी सुरू केलेले गिरिशिल्पांचे स्वरूप केवळ त्यांच्यापुरते मर्यादित राहणे शक्य नव्हते. त्यामुळे हा अत्यंत प्रभावी कलाप्रवाह बौद्ध धर्मापुरताच मर्यादित न

राहता जैन व हिंदू धर्मीयांनी त्याचे अनुकरण केले. परंतु पुढे पुढे त्यामध्ये दोन दृष्टीने बदल होत गेले. पहिली गोष्ट म्हणजे शैलगृह किंवा गुंफा हे स्वरूप कायम ठेवून त्यात कमीअधिक फेरबदल करून अधिक सौंदर्य व कलात्मकता निर्माण करण्याचे धोरण कारागिरांनी अवलंबिले. त्यामुळे महायान काळातील बौद्धधर्मीय शैलगृहांमध्ये सुद्धा बरीच कलात्मकता आली होती. त्यामुळे आपल्याला येथे असे नमूद करता येते की, बौद्ध, जैन व हिंदू या तीनही धर्म प्रसारकांनी आपापल्या धर्माच्या जरुरीप्रमाणे व कल्पनांप्रमाणे गुंफांच्या आराखड्यात, सजावटीत नवीन फेरबदल घडवून आणण्यास सुरुवात केली. बौद्ध, जैन व आरंभीच्या काळातील हिंदू लेण्यांमध्ये वास्तूचे मुखदर्शन आणि अंतरंग एवढेच भाग आकारण्यात येत होते. पण पुढे अतिशय अवघड अशी कलाकुसर करून वास्तूची निर्मिती सर्वांगसुंदर आणि परिपूर्ण करण्याचा ध्यास कलाकारांनी घेतला.

यातूनच वेरूळ येथील अत्यंत सुंदर कलात्मकतेचा अंतिम आविष्कार ठरावा असे कल्पनारम्य मंदिर निर्माण झाले. 'डोंगराच्या पोटातून खोदवलेले एकपाषाणी पद्धतीचे व शिल्पकलेतील कलाकुसरीची परिसीमा ठरणारे हे अद्‌भुतरम्य शिल्प म्हणजेच वेरूळ येथील जगप्रसिद्ध कैलास लेणे, कारागिरांच्या अंगुलीस्पर्शाने काळ्या पाषाणातून 'सजीव' झाले.

कालखंड

आपल्या 'प्राचीन भारतीय कला 'या ग्रंथामध्ये श्री. म. श्री. माटे यांनी वेरूळ लेण्यांच्या कालखंडातबाबत खालीलप्रमाणे माहिती दिलेली आहे.

'वेरूळ लेण्यांचे कालदृष्ट्या दोन भाग पडतात. पहिल्या कालखंडातील वास्तू अथवा लेण्या या प्रामुख्याने बौद्धविहार आणि चैत्य यासारख्या आहेत. दुसऱ्या कालखंडातील लेणी ही मंदिर या कल्पनेची विविध रुपे साकारतात.'

हिंदू लेण्यांतील पहिला कालखंड अंदाजे इ.स. पाचव्या शतकाच्या मागेपुढे सुरू झाला. त्यात क्र. एकवीसचे रामेश्वर लेणे हे सर्वांत प्राचीन आहे असे मानले जाते व त्याच्या शेजारी असणारी क्र. वीस, बावीस, तेवीस व चोवीस ही लगोलग त्यानंतरची लेणी आहेत. क्र. पंधरा म्हणजे दशावतार. ही गुंफा सगळ्यात शेवटी खोदून झाली. ही गुंफा म्हणजे चालुक्यकलेचा शेवटचा आविष्कार होय. हिंदू लेण्यांतील दुसऱ्या कालखंडाचा प्रारंभ लेणी क्र. अठरा व सत्तावीस या गुंफांनी झाला. सव्वीस क्रमांकाची गुंफा ही त्यानंतरची असावी व धुमार लेणे म्हणजे एकोणतीस क्रमांकाची गुंफा शेवटची असावी, असे मानले जाते. अर्थातच सर्वांत शेवटी, सोळा क्रमांकाचे जगप्रसिद्ध 'कैलास लेणे' खोदवण्यास सुरुवात केली. किमान शंभर वर्षे तरी हे मंदिर खोदण्यास लागले असावे, असे म्हणतात.

बौद्ध लेण्यांच्या बाबतीतही हा कालखंड दोन भागांमध्ये विभागला जातो. वेरूळला बौद्धधर्मीयांच्या एकूण तेरा गुंफा आहेत. क्र. एक ते पाच या लेण्यांचा काळ साधारणपणे इ.स. ४५० ते ५५० दरम्यानचा आहे. लेणी क्र. सहा ते बारा हे इ.स. ५५० ते ६५० या काळातील आहे. सर्वांत शेवटची बौद्ध गुंफा म्हणजे विश्वकर्मा नावाने ओळखले जाणारे चैत्यगृह आहे.

जैन धर्मीयांनी खोदवलेली लेणी म्हणजेच क्र. तीस ते चौतीस, ही बौद्ध आणि हिंदू लेण्यानंतरची म्हणजे नवव्या शतकाच्या प्रारंभीची आहेत, असे मानले जाते. एकंदरीत पाहता बौद्ध गुंफा आणि हिंदू गुंफा या थोड्या फार फरकाने एकामागे एक निर्माण केल्या गेल्या, असे मानता येईल.

या सर्व माहितीवरून आपल्याला अत्यंत महत्त्वाचा निष्कर्ष काढता येतो, तो म्हणजे वाकाटक, चालुक्य किंवा राष्ट्रकूट या राज्यकर्त्यांनी आपल्या राज्यामध्ये सहिष्णुतेचे वातावरण सदैव कायम ठेवले होते. स्वत: हिंदूधर्मीय असूनही जैन तथा बौद्ध धर्माच्या धर्मप्रसारकांना पूर्णत: सहकार्य देऊन गिरिशिल्पाच्या कार्यास व निर्मितीस पाठिंबा दिला... मदत दिली...! राजाश्रय असल्याशिवाय असली कार्ये पार पडत नाहीत. बौद्धभिक्षूंना स्वत:च्या धर्मप्रसारासाठी पूर्ण मुभा दिली गेली होती. दुसरी महत्त्वाची गोष्ट म्हणजे कलाकारांना आपल्या कलेच्या निर्मितीसाठी पूर्णपणे स्वातंत्र्य दिले जात असावे. कलाकारांच्या कलेचा योग्य तो मान ठेवला जात असावा. तसेच त्या कलेसाठी योग्य ते धन दिले जात असावे. अन्यथा इतक्या उत्कृष्ट श्रेणीची कला निर्मिती होणे शक्य झाले नसते. अनिर्बंध, मुक्त वातावरणात, राजाच्या छत्राखाली एकापेक्षा एक सरस कलाकृतींची निर्मिती करणाऱ्या कलाकारांचा समूह प्रत्येक राजाच्या पदरी असला पाहिजे.

कलाविष्काराची पूर्ण मुभा असलेल्या या कलाकारांनी आपल्या कलेला काळ्या कातळामध्ये जिवंत केले. आयुष्यातील जीवितकार्य कलेच्या चरणी अर्पण करणाऱ्या कलाकारांच्या पिढ्या या ठिकाणी अव्याहतपणे काम करीत राहिल्या असाव्यात. अन्यथा अशी सुंदर, कल्पनेपेक्षाही अप्रतिम कलानिर्मिती झाली नसती. तिसरी गोष्ट म्हणजे चालुक्य, राष्ट्रकूट वगैरे राज्यकर्त्यांजवळ असणारी अमाप संपत्ती...! 'गजान्त'लक्ष्मीचे स्वामी असणाऱ्या या राजांनी केवळ स्वधर्मासाठीच नव्हे तर इतर धर्मीयांसाठीसुद्धा सढळ हाताने पैसा खर्च केला असणार. त्याशिवाय इतक्या सुंदर कलेची निर्मिती होणार नाही.

अत्यंत उदार, सहिष्णू, प्रतापी अशा या राज्यकर्त्यांची परंपरा त्या काळी अस्तित्वात होती. म्हणूनच अशी भव्यदिव्य शिल्पकला आज आपल्याला निदान पहायला तरी मिळते आहे. संबंध जगातील वास्तुकला आणि स्थापत्यशास्त्र यातील आश्चर्यामध्ये कैलासाची गणना केली जाते, ती त्यामध्ये सामावलेल्या अप्रतिम अशा शिल्पाविष्कारामुळेच.

वेरूळ गावाची पौराणिक पार्श्वभूमी आणि येथील लेण्यांची ऐतिहासिक, सांस्कृतिक पार्श्वभूमी या गोष्टींचा थोडक्यात आढावा घेतल्यानंतर, प्रत्यक्ष वेरूळ लेण्यांमधील शिल्पकलेबद्दल सविस्तर माहिती पुढील प्रकरणात घ्यावयाची आहे. विशालता, प्रमाणबद्धता, विपुलता आणि कारागिरीतील अतिउत्कृष्टता असे सर्व पैलू आपल्याला या लेण्यांमधून पाहायला मिळतात. काळ्या कातळातून कोरलेली ही अप्रतिम शैलगृहे म्हणजे वास्तुशास्त्राच्या दृष्टीने अजोड असे नमुने आहेत. या लेण्यांमधील प्रत्येक मूर्ती, प्रत्येक शिल्प म्हणजे कातळातून सजीव झालेले, रेखीव, प्रमाणबद्ध असे सौंदर्य आहे. राग, लोभ, मद, मत्सर, कारुण्य, भय हे सारे विकार या निर्जीव शिल्पांच्या मुखावर अशा उत्कट रीतीने रेखांकित झालेले आहेत की, पाहताना आपण कातळात कोरलेले शिल्प पाहतो आहोत याचाच आपल्याला विसर पडतो. येथील सर्व लेण्यांमध्ये अनेक उत्कृष्ट दर्जाची शिल्पे आपल्याला पाहायला मिळतात. कैलास लेण्यासारख्या, वास्तुकलेच्या दृष्टिकोनातून अद्‌भुत आणि अभूतपूर्व अशा मंदिरातील शिल्पकलेने आपण प्रभावित होऊन जातो. कारण शिल्पकलेला उत्तुंगतेच्या शिखरावर पोहोचवणाऱ्या अनेक शिल्पाकृती येथील लेण्यात आहेत. आपला हजारो वर्षांचा सांस्कृतिक ठेवा जतन करणारी आणि त्यांचे महत्त्व विषद करून सांगणारी पुराणातील मिथके उद्‌धृत करणारी ही शिल्पकला आपल्याला सांस्कृतिक संदेश देते.

वेद-उपनिषदे, पुराणातील देव देवतांच्या कल्पना आणि त्यांचे महत्त्व, त्यांचे अलौकिकत्व विषद करण्यासाठी जेथे हजारो शब्द अपुरे पडतील तेथे ही निर्जीव शिल्पे केवळ मूकपणेच नव्हे तर अत्यंत प्रभावीपणे आपल्याशी संवाद साधतात. आपल्या धार्मिक कथा कल्पना साकार करणारी ही शिल्पकला येथे उभी आहेच. पण ज्या काळात या शिल्पकलेची निर्मिती झाली त्या हजार दीड हजार वर्षांपूर्वीच्या काळातील सामाजिक, सांस्कृतिक आणि राजकीय परिस्थितीशी या मूर्ती साधर्म्य सांगतात आणि आपल्याशी संवाद साधताना कळत नकळत गतकाळाच्या त्या वैभवाची जाणीव करून देतात. आपल्याला या मूर्ती त्या काळात घेऊन जातात. पाषाणातून साधल्या जाणाऱ्या संवादाचे बोट पकडून आपण कलावैभवाच्या त्या अद्‌भुत नगरीत स्वत:च्या नकळत हरवून जातो.

काळाचे पडदे दूर होताहेत असे वाटते आणि सुंदर वेश-केशभूषा केलेले, सर्व अलंकारांनी परिपूर्ण असे स्त्री-पुरुष आपल्याला त्या वास्तूमध्ये वावरताना दिसू लागतात. त्यांच्या प्रतिमा जणू काळ्या कातळातील मूर्ती बनून स्तब्ध झाल्या आहेत, असे वाटायला लागते. निर्जीवतेतून सजीव होणारी ही कला आपल्याला संमोहित करते. अशा प्रकारचे हे 'वेरूळ लेणे' पश्चिम भारतातील कलाविष्काराचा उत्कृष्ट नमुना आहे...!

दोन

वेरूळ येथील बौद्ध गुंफांची माहिती

प्रास्ताविक

बौद्धधर्मीय लेण्यांचे सुरुवातीच्या काळातील खोदकाम हे अतिशय प्राथमिक अवस्थेत होते, हे आपल्याला वेरूळ येथील बौद्धधर्मीय लेण्या पाहून लक्षात येते... मुळातच बौद्ध भिक्षूंना वर्षाकाळात निवासाची सोय करता यावी या दृष्टीनेच या गिरिविहारांची निर्मिती झाली होती, असे मानण्यात येते. मान्सूनच्या कालावधीत एका ठिकाणी राहून ध्यानधारणा करणाऱ्या बौद्ध भिक्षूंना सर्वसंग परित्याग करून 'खडतर' जीवन जगता यावे, हीच या गिरिविहार निर्मितीच्या पाठीमागील आरंभीची भूमिका होती. शैलगृहातील शैलशय्येवर झोपून सर्वसामान्य जीवनमोहाच्या पलीकडील जीवन जगून, केवळ धर्मप्रसार करणाऱ्या बौद्धभिक्षूंना आसरा देणाऱ्या या वर्षावासांचे आरंभीच्या काळातील प्रागतिक स्वरूप पाहून आपल्याला त्यांच्या खडतर राहणीची कल्पना करता येते.

सुरुवातीच्या काळात खोदल्या गेलेल्या या गुंफा अतिशय प्राथमिक अवस्थेमध्ये आहेत हे जरी खरे असले तरी नंतरच्या काळात मात्र त्यामध्ये अतिशय मोठ्या प्रमाणात स्थित्यंतरे होत गेली. केवळ ध्यानधारणा आणि संघनिर्मिती याच्याही पुढे जाऊन बौद्धभिक्षूंनी कला निर्मितीलाही प्राधान्य दिले. आणि त्यामुळेच पुढील काळात निर्माण झालेल्या लेण्यांमध्ये नवनवीन संकल्पना उपयोगात आल्या. सुशोभीकरणाला महत्त्व दिले गेले. सुरुवातीच्या काळातील लेण्या या आकाराने लहान आहेत. हीनयान काळातील या लेण्यांना निर्माण करणाऱ्या बौद्ध धर्मप्रसारकांच्या नजरेसमोर केवळ काष्ठ वास्तुकलेचे उदाहरण असल्याने या प्रारंभीच्या गुंफांमध्ये या प्रकारच्या

वास्तुकलाशास्त्रातील तंत्राचा वापर केल्याचे स्पष्टपणे जाणवते. त्यामुळेच सुरुवातीच्या लहान आकारांच्या गुंफांमध्ये आधारासाठी खांब खोदले गेले नाहीत. मात्र पुढे ही संकल्पना बदलत जाऊन अतिशय प्रचंड आकाराच्या गुंफा खोदल्या गेल्या. त्यामध्ये भरपूर स्तंभांची रचना केली गेली. एवढेच नव्हे तर या स्तंभांना कलाकुसरीच्या साह्याने विविध प्रकारे सुशोभित करण्याचे नवे तंत्रही विकसित होत गेले. त्यादृष्टीने कलाकारांनी अनेक नवनवीन कल्पना राबवल्याचे स्पष्टपणे जाणवते.

हीनयान काळामध्ये प्रतिमापूजनाला स्थान नव्हते. त्यामुळे हीनयान कालीन गुंफांमध्ये गर्भगृह खोदलेले नाही. तसेच मूर्तिकलेलाही स्थान नाही. मात्र विविध गुंफांमध्ये अर्चेसाठी स्तूपनिर्मिती मात्र झाली होती. परंतु महायान काळात या निर्मिती प्रक्रियेत स्थित्यंतर होत गेले. जसजसे बौद्धधर्मीयांमध्ये महायान काळातील तत्त्वांचा प्रभाव वाढू लागला, तसतसे विहारांच्या संकल्पनेमध्ये फरक होत गेला. मुख्य म्हणजे शैलगृहे केवळ भिक्षूंच्या वास्तव्यासाठी निर्मिलेली विहाराची जागा न राहता त्यामध्ये गर्भगृहाची निर्मिती होऊन भगवान गौतम बुद्धाच्या विविध मुद्रांमधील मूर्तीही निर्माण होऊ लागल्या. त्याचबरोबर इतर कलाकुसरीला व सुशोभीकरणालाही महत्त्व दिले जाऊ लागले. अर्थातच शैलगृहाच्या आंतररचनेमधील ही स्थित्यंतरे अकस्मात झाली नाहीत. सुरुवातीच्या काळात 'भक्ती'चा दृष्टिकोन नजरेसमोर ठेवून गुंफांमध्ये स्तूपाची निर्मिती होत होती. त्याचबरोबर या चैत्यगुंफांमध्ये प्रदक्षिणापथही निर्मिले जात असत. हीनयान कालीन अशा गुंफांचे उत्तम उदाहरण म्हणून आपल्याला अजिंठा येथील नऊ आणि दहा क्रमांकाच्या गुंफेकडे पाहता येईल. या दोन्ही चैत्य गुंफांमध्ये सुंदर अशा स्तूपाची निर्मिती केली आहे. त्याचबरोबर प्रदक्षिणापथही कोरले गेलेले आहेत.

मूर्तिपूजनाच्या दृष्टीने जसजसा बौद्धधर्मीयांचा कल वाढत गेला, तसतसे बुद्धाच्या प्रतिमेची निर्मिती होऊ लागली. चैत्यगृहांमध्ये केवळ बुद्धाची प्रतिमा निर्माण करण्यासाठी मात्र काहीसा अवधी लागला असावा. कारण बऱ्याच चैत्यगृहांमध्ये प्रतीकपूजनाला महत्त्व देण्याच्या कल्पनेला पूरक अशा स्तूपाचे निर्माण होत होते. परंतु त्याचबरोबर बुद्धप्रतिमा आणि बोधिसत्त्व प्रतिमा यांची उपस्थितीही स्वीकारली जाऊ लागली.

चैत्यगृहामध्ये केवळ बुद्धप्रतिमेला स्थान देण्याइतकी मानसिक तयारी न झाल्यामुळेच हे घडले असावे, असे आपल्याला म्हणता येईल. त्यामुळेच वेरूळ येथील दहा क्रमांकाच्या चैत्य लेण्यांमध्ये स्तूपाबरोबरच प्रलंबपादासनातील सुंदर अशी बुद्धप्रतिमाही कोरली गेली. हीनयान तसेच महायान काळाच्या सीमारेषेवरील वैचारिक परिस्थितीची पूर्ण कल्पना आपल्याला या चैत्यामुळे येऊ शकते. कारण कलाविष्काराला आणि सुशोभीकरणाला महत्त्व देतानाच महायानपंथीयांची बुद्धप्रतिमा

पूजनाची ‘ संकल्पना’ स्वीकारून, आपल्या प्रतीकपूजनाच्या कल्पनेलाही कला-निर्मितीमध्ये स्थान देताना बौद्ध भिक्षूंनी दोन्ही संकल्पनांचा सुवर्णमध्य साधण्याचा प्रयत्न येथे केल्याचे दिसून येते. नंतरही अनेक चैत्यगृहांमध्ये हीच कल्पना दृढ होत गेल्याचे जाणवते. उत्कृष्ट असे कोरीवकाम, अनेक मुद्रांमधील व विविध आसनांमधील बुद्धमूर्तींबरोबरच इतर सजावटीच्या कोरीवकामाला प्राधान्य देत या कलाकारांनी उत्कृष्ट कलानिर्मिती आणि सौंदर्यविलास यांच्या साह्याने अनेकोत्तम गुंफांची निर्मिती केली. यामध्ये अजिंठा येथील एकोणीस व सव्वीस क्रमांकाचे लेणे आपल्याला उदाहरणादाखल घेता येईल.

बुद्धप्रतिमेचे स्थान हे केवळ चैत्यगृहांपुरते मर्यादित न राहता विशाल अशा विहारांच्या आतील टोकाला विस्तृत दालनांची म्हणजेच गर्भगृहांची निर्मिती होऊन त्यामध्ये बुद्धप्रतिमा कोरल्या जाऊ लागल्या. बौद्धभिक्षूंना वास्तव्याबरोबर बुद्धमूर्तीची पूजा आणि भक्ती व ध्यानधारणा या गोष्टींची विहारातच सोय झाली.

‘वेरूळ येथे एकूण तेरा बौद्धधर्मीय लेण्या आहेत. या सर्व लेण्या साधारणत: पाचव्या शतकाच्या उत्तरार्धात किंवा सहाव्या शतकाच्या मध्यात खोदायला सुरुवात केली असावी.’ यामधील बहुतेक गुंफा या महायान कालीनच असाव्यात. परंतु अगदी सुरुवातीची एक क्रमांकाची गुंफा मात्र हीनयान काळातील असावी, असे वाटते. कारण यामध्ये गाभाऱ्याची निर्मिती केलेली नाही. भगवान बुद्धाची प्रतिमाही नाही. तीन क्रमांकाची गुंफासुद्धा सुरुवातीच्या काळातील असावी. दोन्ही गुंफांमध्ये भिंतीच्या बाजूला छोट्या छोट्या खोल्या खोदलेल्या आहेत. ज्यामधून बहुधा बौद्ध भिक्षूंचे वास्तव्य होत असावे.

त्यानंतरच्या काळात निर्मिल्या गेलेल्या गुंफांमध्ये विहाराबरोबरच गर्भगृहाची निर्मिती केली गेली. या गाभाऱ्यामध्ये भगवान बुद्धाच्या मोठ्या आकारातील विविध मुद्रांमधील व विविध आसनांमधील प्रतिमांची निर्मिती केली गेली. धर्मप्रसाराच्या कार्याबरोबरच बुद्ध प्रतिमेचे पूजन, मनन आणि भक्ती हाही बौद्धभिक्षूंच्या जीवनचर्येतील एक महत्त्वाचा भाग असावा. अन्यथा निवासासाठी म्हणून खोदवलेल्या विहारांमध्ये बुद्ध प्रतिमांच्या प्रयोजनाचे दुसरे कुठलेच कारण दिसत नाही. संघभावनेने विहारातून वास्तव्य करणाऱ्या बौद्धभिक्षूंच्या नजरेसमोर सदैव बुद्धप्रतिमा असावी; हाच उद्देश विहारामध्ये असणाऱ्या गर्भगृहांची व त्यामध्ये स्थानापन्न झालेल्या बुद्धप्रतिमांची निर्मिती करण्यामागे असावा.

प्रतिमा निर्मितीच्या संकल्पनेला मान्यता दिल्यानंतर केवळ बुद्धप्रतिमेपुरतेच हे निर्मितीकौशल्य थांबले नाही. बुद्धप्रतिमांबरोबरच बोधिसत्त्व, बुद्धदेवता, द्वार-पालांच्या रूपातील बोधिसत्त्व, यांची कलानिर्मिती बौद्ध गुंफांमधून होऊ लागली. बोधिसत्त्व पद्मपाणी, वज्रपाणी, अवलोकितेश्वर, मैत्रेय, जंभाल, मंजुश्री, ही विविध बोधिसत्त्वांची

मूर्तिरूपे आपल्याला वेरूळ लेण्यातील काळ्या पाषाणात कोरलेली पाहायला मिळतात. त्यांच्या बरोबर तारा, भ्रुकुटी, महामयूरी, वज्रेश्वरी या बौद्ध देवता स्त्रीशिल्पांच्या रूपात कोरलेल्या आहेत.

बोधिसत्त्वांच्या बाबतीत मात्र सहजसुंदर कलाकौशल्य आणि विषयानुरूप वैविध्य आहे. स्त्री आणि पुरुष शिल्पे परिपूर्ण असून वस्त्रालंकार आणि केशभूषा यातील वैविध्य आणि कलात्मकता आश्चर्य वाटण्यासारखी आहे. पुरुषशिल्पांच्या बाबतीतही वस्त्रप्रावरणांमध्ये विविधता आहे. नेसण्याच्या पद्धतीत वेगळेपणा आहे. पुरुषशिल्पांच्या अंगावर दिसणारे अलंकार आणि त्यांतील वेगळेपणा आपल्याला दिपवून टाकतो. मात्र पुरुषशिल्पांच्या बाबतीत सर्वांत महत्त्वपूर्ण आणि अभ्यासासाठी आव्हानात्मक आहेत ते अत्यंत कलापूर्ण, वैशिष्ट्यपूर्ण असे त्यांचे मुकुट. या मुकुटांमध्ये इतकी विविधता आहे की, कलात्मकतेला उत्कृष्टतेची परिपूर्ण अशी साथ आहे. सुवर्णकारांनी अत्यंत बारकाईने आणि अजोड परिश्रमांनी सुंदर सुंदर असे रत्नजडित मुकुट घडवलेले आहेत आणि ते काळ्या पाषाणातून सजीव झालेल्या या बलशाली पुरुषांनी आपल्या डोक्यावर घातले आहेत असा भास होतो. इतकी परिपूर्णता आणि सौंदर्य या मुकुटांमध्ये आपल्याला दिसून येते.

बहुतेक वेळा पद्मपाणी अवलोकितेश्वराचे मुकुट हे जटांनी सुशोभित केलेले आहेत. मात्र मैत्रेय आणि बोधिसत्त्व वज्रपाणी यांचे रत्नजडित मुकुट म्हणजे सुवर्णकारीचा काळ्या पाषाणात घडवलेला उत्कृष्ट आविष्कार आहे असेच वाटते. आश्चर्यचकित होऊन पाहत राहावे इतकी सुंदर, नाजूक आणि अत्यंत कलापूर्ण अशी कलाकुसर या विविध मुकुटांमध्ये आपल्याला पाहायला मिळते. बहुतेक ठिकाणी पद्मपाणी अवलोकितेश्वराची प्रतिमा सात्त्विक चेहऱ्याच्या, अलंकारविरहित अशा बलशाली पुरुषाच्या रूपात दिसते. मात्र मैत्रेय किंवा बोधिसत्त्व वज्रपाणी हा सदैव अलंकारांनी सजलेला पुरुष म्हणूनच आपल्यासमोर येतो. मैत्रेयाचे अलंकार तर अत्युत्कृष्ट अशा कारागिरीने संपन्न आहेत.

स्त्रीमूर्तीसुद्धा अत्यंत कोरीव असून, कमनीय देहयष्टीचे अनोखे दर्शन आपल्याला या शैलशिल्पातून घडते. देहबोली बोलणाऱ्या या मूर्ती विविध अलंकारांनी सजलेल्या आहेत. वस्त्रालंकारातील वैविध्य कल्पनातीत आहे. केशरचनेमधील कलात्मकता आणि कल्पकता अवाक् करून सोडणारी आहे. केशरचनेइतकेच महत्त्व त्यांना अलंकृत करणाऱ्या सौंदर्यसाधनांना दिलेले आहे. काही ठिकाणी इतक्या उत्कृष्ट केशरचना आहेत, की मन थक्क होते. या केशरचनांना इतक्या कलात्मकतेने आणि सजगतेने अलंकृत केलेले आहे, सजवलेले आहे की ते पाहून त्या काळातील कलाकारांच्या सौंदर्यदृष्टीला दाद द्यावीशी वाटते. अशा तऱ्हेच्या उत्तमोत्तम केशरचना करणाऱ्या तत्कालीन स्त्रिया आपल्या सौंदर्याची किती काळजी घेत असतील असे

विचार मनात आल्यावाचून राहत नाहीत. अनेक केशरचना रत्नजडित सुवर्णालंकारांनी सजवलेल्या आहेतच. पण काही काही ठिकाणी त्या विविध प्रकारच्या फुलांनी सुशोभित केलेल्या आहेत. एकूणच सौंदर्यदृष्टी नजरेसमोर ठेवूनच येथील कलाकारांनी स्त्रीमूर्तींची निर्मिती केलेली आहे याबाबत शंका असू नये.

वास्तविक पाहता बौद्ध धर्मामध्ये देवतांना सुरुवातीच्या काळात स्थान नव्हतेच. परंतु बौद्ध धर्म, महायान, वज्रयान, तंत्रयान या धर्मसंकल्पनेतील विविध स्थित्यंतरामधून जात असताना अनेक स्त्रीदेवता बौद्ध धर्मात प्रविष्ट झाल्या. या बौद्ध देवतांची शिल्पे कोरताना वेरूळच्या कलाकारांनी त्यांना सौंदर्यसंपन्न रूप दिलेले आहेच, पण ही कल्पना त्याहीपुढे जाऊन या स्त्रीमूर्ती आकर्षक आहेत. स्त्रीसुलभ भावविभ्रमांनी पुरुषांना मोहात पाडणाऱ्या सौंदर्यवतींच्या, रूपगर्वितेच्या स्वरूपात या स्त्रीशक्तींना शिल्पित केलेले आहे असा विचार मनात येतो. भगवान बुद्धाला अभिप्रेत असलेली दया, क्षमा, शांती आणि करुणा या भावनांना या मूर्तरूपांमध्ये कुठेही स्थान नाही. एवढेच नव्हे तर असेही म्हणता येईल की, या स्त्रीमूर्ती अभिसारिकांप्रमाणे पुरुषांना मोहात पाडणाऱ्या वाटतात. हा तत्कालीन समाजजीवनातील स्त्रीच्या रूपाचा व जीवनशैलीचा प्रभाव आहे की, कलावंतांनी स्वतःच्या इच्छेनुसार आपल्या प्रतिभेला दिलेले स्वैर रूप आहे, हा प्रश्न मनात आल्यावाचून राहत नाही. कारण बौद्ध धर्माला अभिप्रेत असलेल्या तत्त्वांशी या 'देहबोली' व्यक्त करणाऱ्या स्त्रीमूर्तींची उपस्थिती न पटणारी वाटते.

अजिंठा येथील लेण्यांशी वेरूळ येथील बौद्ध लेण्यांचे साधर्म्य हे केवळ गुंफेचे आकारमान आणि स्तंभरचना, स्तंभांची घडण आणि त्यावरील कोरीवकाम एवढ्यापुरतेच सीमित आहे, असे वाटते. कारण अजिंठा येथे बुद्धमूर्तींच्या कोरीवकामांमध्ये कलाकारांनी साध्य केलेला उच्चतम कलाविष्कार, बुद्धमूर्तींच्या चेहऱ्यावर भावना दाखवण्यात मिळवलेले उत्कृष्ट कसब याचा कुठलाही प्रभाव वेरूळ येथील बुद्धमूर्तींमध्ये पाहायला मिळत नाही. अजिंठा येथील एक क्रमांकाच्या गुंफेमधील हसतमुख वाटणारी, तसेच करुणापूर्ण निरामयतेने आपल्याकडे पाहणारी बुद्धप्रतिमा म्हणजे अजिंठा लेण्यातील कलाकारांच्या प्रतिभेवर गुप्तकालीन कारागिरीचा असलेल्या प्रभावाचे द्योतकच आहे. अजिंठा येथील इतर गुंफांमधील बुद्धप्रतिमांच्या चेहऱ्यावरही करुणा आणि निरिच्छतेचे भाव दाखवण्यात अजिंठ्याचे कलाकार खरोखरच यशस्वी झालेले आहेत. मृत्युशय्येवरील बुद्धाच्या डोळे मिटलेल्या चेहऱ्यावरील अपार करुणा, या जगाचा निरोप घेण्यापूर्वीची कृतार्थता व एकूणच डोळे मिटलेल्या अवस्थेत असूनही चेहऱ्यावर व्यक्त होणारे संतृप्ततेचे भाव आपल्याला हेलावून सोडतात ते उगाच नाही. ही परिणामकारकता साधण्यात वेरूळ येथील बुद्ध गुंफांमधील कलाकार पूर्णपणे अयशस्वी झालेले आहेत, असे येथे नमूद करावेसे वाटते.

वेरूळ येथील बहुतांश बुद्धप्रतिमा या आकाराने भव्य आहेत. मात्र त्यामध्ये कारागिरीची कुशलता जाणवण्याइतके सौंदर्य नाही किंवा कलात्मकता नाही. मुख्य म्हणजे कलावंतांनी तसा प्रयत्न केल्याचेही जाणवत नाही. आकाराने मोठ्या, बोजड आणि शारीरिक सौंदर्याचा अभाव असणाऱ्या या बुद्धमूर्ती म्हणूनच लक्ष वेधून घेण्यात कमी पडतात. बुद्धमूर्तींच्या चेहऱ्यावर दया, क्षमा, शांती या भावना दाखवण्याचा प्रयत्न कलाकारांनी केल्याचे अजिबात जाणवत नाही.

मात्र बोधिसत्त्वाच्या मूर्ती कोरताना कलाकारांनी कलापूर्ण व सौंदर्यपूर्ण निर्मितीसाठी प्रयत्न केल्याचे जाणवते. काही स्त्रीदेवतांच्या मूर्तीमध्ये उत्कृष्ट कलात्मकता आणि सौंदर्यपूर्ण कलाविष्काराचा प्रत्यय येतो. पण बौद्ध लेण्यांमध्ये अशी उदाहरणे विरळच आहेत. सुरुवातीच्या लेण्यांमध्ये सौंदर्यपूर्ण कलाविष्कार असलेल्या शिल्पमूर्ती अभावानेच पाहायला मिळतात. सौंदर्य आणि कलात्मकता यांचे मिश्रण काही मोजक्या शिल्पांमधून प्रकट होते. हे जरी खरे असले, तरी बोधिसत्त्वांच्या व यक्ष, गंधर्व युगुले यांच्या अनेक मूर्तींमध्ये वैविध्य आणि वेगळेपणा दाखवण्याचा कलाकारांनी प्रयत्न केल्याचे जाणवते. म्हणूनच या लेण्यांचे महत्त्व कुठल्याही दृष्टिकोनातून कमी होत नाही.

खरे पाहता सुरुवातीच्या काळात बौद्ध धर्मातील हीनयान पंथीयांच्या दृष्टीने गुंफा खोदताना कलाविष्काराला फारसे महत्त्व दिले गेले नव्हते. केवळ धर्मप्रसाराचे उद्दिष्ट नजरेसमोर असणाऱ्या बौद्ध भिक्षूंनी, धर्मप्रसाराच्या भावनेनेच शैलगुंफा खोदण्याचे हे महत्त्वपूर्ण कार्य सुरू केले होते. पुढे पुढे जेव्हा महायान पंथियांचा प्रभाव वाढत गेला आणि प्रतिमापूजनाचे महत्त्व वाढीस लागले. तेव्हाच गुंफांमध्ये बुद्धप्रतिमा कोरली जाऊ लागली. बुद्धमूर्तींच्या आजूबाजूला असणाऱ्या अनेक यक्ष, गंधर्व मूर्तींना कोरताना कलाकारांनी त्यांच्या वस्त्रालंकारांमध्येही भरपूर विविधता निर्माण केलेली आहे. अनेक यक्षप्रतिमांच्या केशरचनाही आपले लक्ष वेधून घेतात.

वेरूळ येथील स्त्री-पुरुष शिल्पामध्ये कुठेही उत्तरीय वस्त्रांना महत्त्व दिलेले नाही असे दिसून येते. पुरुष शिल्पांबाबतीत पुरुषांच्या अंगात उत्तरीय वस्त्रे नाहीत याबद्दल आश्चर्य वाटत नाही; कारण त्या काळी पुरुष केवळ उपरणे किंवा उत्तरीय अंगावर ओढून घेत असावेत अशी कल्पना साधारणपणे रूढ आहे. मात्र स्त्रीच्या बाबतीत ही गोष्ट पटत नाही. कारण स्त्री आपले उरोज किंवा वक्ष न झाकता वावरत असेल हे पटत नाही. बऱ्याच स्त्रीशिल्पांमध्ये दुपट्ट्यासारखे तलम वस्त्र स्त्रीच्या मानेवरून शरीराच्या दोन्ही बाजूला हातावर रुळतांना दिसते. पण त्याची पारदर्शकता आणि अंगावर ओढण्याची पद्धत यावरून त्याचा उपयोग वक्ष झाकण्यासाठी नसून, केवळ शरीराचे सौंदर्यवर्धन यासाठीच होत असावा, हे चट्कन ध्यानात येते. दुसरी महत्त्वाची गोष्ट म्हणजे स्त्रीशिल्पांवर नुसती नजर टाकली तरी एक गोष्ट लक्षात

येते, ती म्हणजे शिल्प घडवणाऱ्या कलाकारांनी वेरूळच्या शिल्पांमध्ये रूपबद्ध केलेल्या स्त्रिया बहुतेक ठिकाणी शरीराने 'पुष्ट' दाखवलेल्या आहेत. या स्त्रीशिल्पातील नितंब आणि उरोज यांची पुष्टता थोडी अतिशयोक्तीपूर्ण वाटते ते त्यामुळेच. मात्र बहुतेक शिल्पाकृती पाहताना त्या स्त्रीचा उरोभाग अनावृत आहे असे अजिबात वाटत नाही आणि याचे खरे कारण एकच आहे. ते म्हणजे बहुतांशी स्त्रीमूर्तींमध्ये स्तनाग्रे कोरलेली नाहीत. स्त्रीने अंगात वस्त्रे (चोळी, कंचुकी) घातल्यानंतर तिच्या उरोजांचा आकार जसा गोल आणि घाटदार दिसतो, तसाच आकार बहुतांशी स्त्रीशिल्पांच्या वक्षांचा दिसतो आहे. बऱ्याचशा स्त्रीशिल्पाकृतींमध्ये उरोजांचा आकार बांधीव आहे. त्यामुळेच या स्त्रियांचे वक्ष अनावृत नाहीत असे वाटते.

अर्थात, दुसऱ्या बाजूने विचार करता एक गोष्ट पुन्हा अनुत्तरित राहते, ती म्हणजे ज्या कलाकारांनी अंतरीय वस्त्रांना दाखवताना अत्यंत बारकाईने लहानसहान गोष्टीही काळ्या कातळातून स्पष्टपणे प्रतीत केल्या आहेत. मात्र त्या कलाकारांनी छातीवरची वस्त्रे मोकळेपणी चित्रित केल्याचे जाणवत नाही...! म्हणूनच येथे असे म्हणावे असे वाटते की, स्त्रीने वरच्या अंगात वस्त्र घातलेले आहे असेच या कलाकारांना अभिप्रेत असावे. अन्यथा वेरूळ लेण्यांतील स्त्रीशिल्पे पाहताना अनावृततेचा आभास तो अजिबात होत नाही. बहुतेक वेळा शिल्पामधील 'स्त्रीचे' अत्यंत घाटदार उरोज अनावृत आहे, असे अजिबात वाटत नाही. याला अपवादात्मक अशी काही स्त्रीशिल्पेही येथे आहेत, ज्यामध्ये स्तनाग्रे ठसठशीतपणे कोरलेली दिसतात.

हिंदू आणि जैन गुंफांमधून उपलब्ध असणाऱ्या कलाकुसरीच्या तुलनेत बौद्ध गुंफांमध्ये कलाकुसर कमी आहे. हे जरी खरे असले तरी काही शिल्पाकृती अतिशय परिपूर्ण आहेत याबद्दल शंकाच नाही. वेरूळ येथील बौद्ध लेण्यांमधून बुद्धमूर्तींच्या बरोबर विविध बोधिसत्त्वांच्या मूर्तीही विपुल प्रमाणात कोरण्यात आलेल्या आहेत. डॉ. आर. एस. गुप्ते यांनी 'आयकॉनाग्राफी ऑफ बुद्धिस्ट स्कल्पचर ऑफ एलोरा' या आपल्या ग्रंथांत या सर्व बोधिसत्त्वांचे अभ्यासपूर्ण विवेचन केलेले आहे. बोधिसत्त्व आणि त्यांच्या पत्नी असलेल्या विविध बौद्धदेवता यांच्याबद्दलची परिपूर्ण अशी माहिती या ग्रंथात वाचायला मिळते. बौद्ध गुंफांतील शिल्पांचा अभ्यास करताना या ग्रंथातील माहितीचा संदर्भासाठी खूपच उपयोग झाला आहे. बौद्ध धर्मातील विविध देवदेवताना ओळखणे त्यामुळे सोपे झाले. बोधिसत्त्व प्रतिमांना तसेच स्त्रीदेवतांना ओळखून प्रत्येक शिल्पपटांचा अन्वयार्थ लावणे सोपे झाले.

गुंफा क्र. १

हीनयान काळातील या गुंफेचे स्वरूप अत्यंत प्राथमिक अवस्थेतील आहे. केवळ पावसाळ्याच्या दिवसात बौद्धभिक्षूंना राहण्यासाठी म्हणून असलेली वर्षा

विहाराची संकल्पना या गुंफेद्वारे पूर्ण होताना दिसते. बौद्धभिक्षूंना राहण्यासाठी या गुंफेमध्ये तिन्ही भिंतीत मिळून आठ खोल्या खोदलेल्या आहेत. या गुंफेचे आकारमानही तसे लहानच आहे. खोल्यांचे स्वरूपही अत्यंत प्राथमिक असेच आहे. त्यात कलाकारांच्या कौशल्याचे प्रतिबिंब कुठेही जाणवत नाही. काही खोल्या तर पूर्णपणे खोदवण्याचे कामही झालेले नाही. 'या लेणीचे प्रथमदर्शी रूप अजिंठा येथील बारा क्रमांकाच्या गुंफेशी मिळतेजुळते आहे. खांबाशिवाय खोदलेली ही गुंफा वेरूळ येथील सर्वांत जुनी गुंफा असावी, असे वाटते. हीनयान काळातील या गुंफेत गाभारा नाही तसेच कुठल्याही प्रकारची मूर्ती अथवा प्रतिमा संपूर्ण गुंफेमध्ये कुठेही नजरेस पडत नाही.

गुंफा क्र. २

महायान काळातील या गुंफेमध्ये बऱ्याच मोठ्या प्रमाणात कोरीवकाम दिसून येते. केवळ वर्षावास या संकल्पनेतून बाहेर पडून बौद्ध भिक्षूंना राहण्याबरोबरच बुद्धाची पूजा, मनन व चिंतन या गोष्टी बुद्ध प्रतिमेसमोर करता येतील या भावनेतूनच गुंफेच्या पाठीमागील भिंतींमध्ये गाभारा किंवा गर्भगृह खोदलेले आहे. या गर्भगृहामध्ये बुद्ध प्रतिमा कोरलेली आहे. या संपूर्ण गुंफेत अनेक बुद्ध प्रतिमा कोरलेल्या आहेत.

तसे पाहता अजिंठा येथील सहा क्रमांकाच्या गुंफेमध्ये वरच्या मजल्यावर असलेल्या सभागृहातील स्तंभांची रचना आणि वेरूळ येथील लेणी क्र. दोनमधील स्तंभांची रचना यामध्ये साधर्म्य वाटते. अजिंठा येथील गुंफा क्रमांक सहामधील वरच्या मजल्यावरील सभागृह बारा स्तंभांनी आधारलेले आहे. मात्र स्तंभ रचना जरी सारखी असली तरी स्तंभाच्या आकारमानात आणि शिल्पकामात बराच फरक आहे.

अजिंठा येथील सहा क्रमांकाची गुंफा पाचव्या शतकाच्या उत्तरार्धात किंवा सहाव्या शतकाच्या सुरुवातीस निर्माण केली असावी, असे मानले जाते. त्यामुळेच क्र. दोनची गुंफा हीसुद्धा त्याच काळातील असावी, असे म्हणण्यास जागा आहे. मात्र वेरूळ येथील या गुंफेतील स्तंभामध्ये 'आमलक' आकाराच्या गोल स्तंभशीर्षाचे कोरीवकाम आहे. शिवाय गुंफेच्या दोन बाजूला असणाऱ्या सज्जांमधील कोनाड्या-समोरील स्तंभ हे घटपल्लव या प्रकारच्या कोरीवकामाने सजलेले आहेत. 'आमलक' पद्धतीचे स्तंभ ही चालुक्यकालीन कलावंतांची खासियत आहे हे सर्वमान्यच आहे. त्याचप्रमाणे 'घटपल्लव' हा स्तंभावरील कलाकुसरीचा प्रकार म्हणजेच गुप्त राजवटीतील कलाकारांचे वैशिष्ट्य होय...! गुप्तकालीन कलाकाराच्या कारागिरीचा प्रभाव या तऱ्हेने वेरूळ येथील शिल्पकलेवरही झालेला होता हे आपल्याला कळून येते.

गुंफेच्या प्रवेशद्वाराबाहेर डाव्या हाताला पद्मपाणी आणि उजव्या हाताला वज्रपाणी हे बोधिसत्त्व द्वारपालांच्या रूपामध्ये उभे आहेत. गुंफेच्या प्रवेशद्वाराच्या डाव्या

बाजूला एका छोट्याशा चौकोनी कोनाड्यात जंभालाची मूर्ती कोरलेली आहे.

गर्भगृह : गाभाऱ्यातील बुद्धप्रतिमा अतिशय साधी आहे. प्रलंबपादासनात बसलेली ही बुद्धप्रतिमा धम्मचक्र परिवर्तन मुद्रेतील आहे. बुद्धाचे पाय उमललेल्या कमलासनावर टेकलेले आहेत. कुरळ्या केसांच्या जटांमध्ये उष्णिश असून मुखा पाठीमागे प्रभामंडळ आहे. बुद्ध बसलेले आसन चौकोनी असून, त्यावर सिंहमुद्रा आहेत. पाठीमागे मकर, सिंह, हत्ती यांच्या मुद्रा आहेत. दोन्ही बाजूला उडणारे गंधर्व दाम्पत्य आहे.

गाभाऱ्यातील बुद्धमूर्तीच्या दोन्ही बाजूला चामरधारी सेवकाच्या रूपामध्ये बोधिसत्त्व उभे आहेत. बुद्धाच्या उजव्या हाताशी उभा असणारा बोधिसत्त्व पद्मपाणी अवलोकितेश्वर आहे. बुद्धमूर्तीच्या डाव्या हाताला भव्य अशी मैत्रेयाची सुंदर मूर्ती आहे. मैत्रेयाचा मुकुट नक्षीदार असून, रत्नजडित अशा या सुवर्ण मुकुटामध्ये मोठ्या पदकाच्या मध्यभागी स्तूपाची प्रतिमा आहे. बोधिसत्त्वांच्या बाजूला पूर्णाकृती अशा बुद्धाच्या उभ्या प्रतिमा आहेत.

गाभाऱ्याच्या बाहेर दोन्ही बाजूला दोन बोधिसत्त्व द्वारपालाच्या रूपामध्ये उभे आहेत. डाव्या बाजूला असलेली बोधिसत्त्वाची मूर्ती ही पद्मपाणी अवलोकितेश्वराची आहे. पद्मपाणी अवलोकितेश्वराचा उजवा हात अभयमुद्रेत असून, त्यामध्ये रुद्राक्षमाला आहे. डाव्या हातामध्ये पद्म असून, डाव्या हाताला स्त्रीदेवता आहे. तसेच उजव्या बाजूला चामरधारी पुरुष सेवक उभा आहे. हा पुरुष सेवक मणीधर असून स्त्रीदेवता सदाक्षरी महाविद्या आहे. म्हणूनच हा अवलोकितेश्वर 'सदाक्षरी लोकेश्वर' आहे. उजव्या बाजूला बोधिसत्त्व वज्रपाणी उभा आहे. अवलोकितेश्वरा-प्रमाणेच वज्रपाणीची मूर्तीसुद्धा अतिशय उंच आहे. वज्रपाणीच्या मुकुटामध्ये आकर्षक कलाकुसर केलेली आहे.

गुंफेच्या मुख्य प्रवेशद्वारातून आत शिरताच डाव्या भिंतीमध्ये उंच अशा चौकोनी कोनाड्यात एका स्त्रीदेवतेची मोठी मूर्ती आहे. या स्त्रीने आपले वस्त्र कासोट्याच्या पातळाप्रमाणे (सकच्छ) नेसलेले आहे. वस्त्राच्या निऱ्या दोन्ही पायाच्या मध्यभागी सोडलेल्या आहेत. हातामध्ये पद्म धरलेली ही स्त्रीप्रतिमा कदाचित पंडारा या देवतेची असावी. गुंफेच्या सभागृहाभोवती भिंतीमध्ये असलेल्या सज्जांमधून अनेक शिल्पाकृती आहेत.

गुंफा क्र. ३

आकाराने लहान असलेली ही गुंफा लेणी क्र. दोनच्या मानाने अगदीच साधी आहे. शिल्पकला आणि कोरीवकाम याचे फारसे प्रदर्शन या गुंफेमध्ये दिसत नाही. गुंफेच्या मध्यभागी असलेले चौरस आकाराचे सभागृह प्रत्येक बाजूला चार

याप्रमाणे बारा खांबांनी आधारलेले आहे. सभागृहाच्या पाठीमागील बाजूस गाभारा असून त्यामध्ये गौतम बुद्धाची प्रतिमा कोरलेली आहे.

गाभाऱ्यातील बुद्धमूर्ती अतिशय ओबडधोबड आणि बोजड आहे. प्रलंबपादासनात बसलेल्या गौतम बुद्धाच्या अंगावरील वस्त्र धोतराप्रमाणे गुंडाळलेले आहे. डाव्या खांद्यावरून पाठीमागे नेलेल्या या वस्त्राचा सोगा बुद्धाच्या डाव्या हातामध्ये धरलेला स्पष्टपणे दिसत आहे.

गाभाऱ्यात बुद्धमूर्तीच्या दोन्ही बाजूला सेवकाच्या रूपामध्ये बोधिसत्त्व उभे आहेत. उजव्या हाताला पद्मपाणी अवलोकितेश्वर असून, डाव्या हाताला मैत्रेय उभा आहे. मैत्रेयाच्या डोक्यावरील मुकुटाच्या मध्यभागी स्तूपाची अतिशय ठाशीव अशी प्रतिकृती कोरलली आहे. उजव्या हातात 'चामर' धरलेला हा मैत्रेय अतिशय ऐटीत उभा आहे. गाभाऱ्याबाहेरील पद्मपाणी अवलोकितश्वर आणि वज्रपाणी या बोधिसत्त्व द्वारपालांच्या मूर्ती फारशा चांगल्या अवस्थेत नाहीत.

गुंफा क्र. ४

चार क्रमांकाची ही गुंफा आकाराने अगदी लहान आहे. गाभाराही अतिशय छोट्या आकाराचा आहे. गाभाऱ्याच्या बाहेर दोन खांब आणि दोन अर्धस्तंभ यांनी व्हांड्याची सीमारेषा उचलून घेतली आहे. या व्हांड्यापलीकडे गुंफेची ओसरी आहे. स्तंभाचे कोरीवकाम आमलक आणि घटपल्लव या पद्धतीचे आहे. घटपल्लव पद्धतीचे स्तंभांचे कोरीवकाम म्हणजे गुप्तकालीन शिल्पकलेचा प्रभाव असून आमलक प्रकारचे स्तंभ म्हणजे चालुक्यकालीन शिल्पशैली आहे. दोन आणि तीन क्रमांकाच्या गुंफांशी साधर्म्य सांगणारे स्तंभांचे कोरीवकाम पाहून या तीनही गुंफा साधारणतः समकालीन असाव्यात असे वाटते.

गाभाऱ्यातील बुद्धमूर्ती अतिशय साधी आहे. बुद्धाच्या डोक्यावरील कुरळ्या केसांना अतिशय सुंदररीत्या कोरलेले आहे. वरच्या बाजूला गंधर्व आणि गांधर्वी उडताना दिसत आहेत. बुद्धमूर्तीच्या उजव्या बाजूची बोधिसत्त्व मूर्ती समूळ नष्ट झालेली आहे. मात्र डाव्या बाजूला बोधिसत्त्व मैत्रेयाची प्रतिमा अतिशय सुंदर आहे. गाभाऱ्याच्या बाहेर प्रवेशद्वाराच्या डाव्या बाजूला बोधिसत्त्व पद्मपाणी असून, उजव्या बाजूला वज्रपाणी उभा आहे. या ओसरीमध्ये डाव्या बाजूला एका मोठ्या कोनाड्यात अतिशय सुंदर शिल्पपट आहे. यामध्ये बोधिसत्त्व अवलोकितेश्वराची प्रलंबपादासनात, कमलासनावर पाय ठेवलेली अतिशय भव्य अशी मूर्ती आहे. द्विभुज अशा या मूर्तीने आपल्या अभयमुद्रेतील उजव्या हातात अक्षमाला धरलेली असून डाव्या हातात कमलपुष्पाचा देठ आहे.

अवलोकितेश्वराच्या डाव्या खांद्यावर मृगाजिन पांघरलेले आहे. मूर्तीच्या डाव्या

बाजूला उभी असलेली स्त्रीमूर्ती तारा या बौद्धदेवतेची आहे. तर उजव्या बाजूला उभी असलेली स्त्रीमूर्ती भ्रुकुटी या बौद्धदेवतेची आहे. भ्रुकुटी, बोधिसत्त्व पद्मपाणी अवलोकितेश्वर आणि तारा या तिघांचा मिळून असलेला हा सुंदर शिल्पपट 'रक्तलोकेश्वर' म्हणून ओळखला जातो.

गुंफा क्र. ५

अतिशय विशाल आकार असलेली ही गुंफा वेरूळ येथील सर्वांत मोठा विहार आहे. या विशाल गुंफेमध्ये एकूण चोवीस स्तंभ आहेत. दहा स्तंभांची एक ओळ अशा दोन ओळी संपूर्ण विहाराला तीन भागात विभागतात. गुंफेच्या प्रवेशद्वारापासून शेवटच्या टोकापर्यंत या विहाराची लांबी एकशे सतरा फूट असून रुंदी साधारणपणे अठ्ठावन्न फूट आहे. विहाराच्या दोन्ही भिंतींमध्ये छोटी छोटी दालने व ओवऱ्या खोदवलेल्या आहेत. या विहाराचा आणखी एक विशेष म्हणजे विहाराच्या मधल्या ओळीत संपूर्ण लांबीमध्ये दोन उंचवटे गुंफेच्या द्वारापासून गर्भगृहापर्यंत ठेवलेले आहेत. या उंचवट्यांना पाहताना असे वाटते की, बहुधा विद्यार्थिदशेत असताना भिक्षू या उंचवट्यांच्या दोन्ही बाजूस समोरासमोर बसत असावेत. उंचवट्यांचा उपयोग अभ्यासाचे साहित्य ठेवण्यासाठी होत असावा किंवा जेवणासाठी दोन्ही बाजूला भिक्षू बसत असून, जेवणाचे पात्र (ताट) या उंचवट्यावर ठेवले जात असावे.

या विहारातील स्तंभांचे आकारमान, त्याच्यावरील नक्षी आणि कोरीवकामाचा प्रकार यावरून तसेच विहाराच्या प्रशस्त लांबी-रुंदीवरून हा विहार विद्यार्थिदशेतील भिक्षूंच्या वास्तव्यासाठी वापरला जात असावा. स्तंभांच्या कारागिरीवरून हा विहार साधारणपणे सहाव्या शतकाच्या उत्तरार्धात खोदावयास सुरुवात केली असावी. अंदाजे इ.स. सहाशेसाठ ते सहाशे सत्तर या कालावधीत तो खोदून पुरा झाला असावा असे मानण्यात येते.या विहाराचे आकारमान जरी एवढे विशाल असले तरी त्यामध्ये फारच थोड्या शिल्पमूर्ती आहेत.

गाभाऱ्यातील बुद्धप्रतिमा : प्रलंबपादासनामध्ये बसलेली धम्मचक्रमुद्रेतील भगवान बुद्धाची ही प्रतिमा आकाराने भव्य आहे. मात्र मूर्तीच्या चेहऱ्यावर असणारा भावनांचा अभाव आणि अवयवांमध्ये गेयतेचा अभाव यामुळे मूर्ती अनाकर्षक वाटते. बुद्धप्रतिमेच्या उजव्या बाजूला बोधिसत्त्व पद्मपाणी अवलोकितेश्वर उभा आहे, तर डाव्या बाजूला मैत्रेय उभा आहे. मैत्रेयाची मूर्तीही नेहमीप्रमाणे सुंदर अलंकारांनी युक्त आहे. देखण्या, बलशाली अशा पुरुषाची ही मूर्ती प्रमाणबद्ध आणि सुडौल आहे. या मैत्रेयाच्या कपाळावर अगदी ठसठशीतपणे दिसेल असा गोल टिळा आहे. याला उर्णा असे म्हणतात.

गाभाऱ्याबाहेर डाव्या बाजूला असलेला द्वारपाल हा बोधिसत्त्व पद्मपाणी

अवलोकितेश्वर आहे. त्याच्या दोन्ही बाजूला दोन स्त्रीमूर्ती आहेत. यापैकी उजव्या हाताला उभी असणारी स्त्रीमूर्ती भ्रुकुटी असून, डाव्या हाताला उभी असणारी स्त्री तारा आहे. म्हणूनच हा शिल्पपट 'रक्तलोकेश्वर'चा आहे असे म्हणता येईल. गर्भगृहाबाहेर उजव्या बाजूला उभा असणारा द्वारपाल मैत्रेय असून, त्याने हातामध्ये चाफ्याचे फूल धरलेले आहे. मैत्रेयाच्या दोन्ही बाजूला दोन स्त्रीसेविकांच्या मूर्ती आहेत.

गुंफा क्र. ६

प्रत्यक्षात ही गुंफा आकाराने अतिशय मोठी आणि प्रशस्त आहे. परंतु गुंफेचा आकार ओसरीप्रमाणे असून, सर्व बाजूंनी मोकळा आहे. गाभारा अतिशय छोटा आहे. त्याच्यापुढे छोटासा व्हरांडा आहे. गुंफेचे एकंदरीत स्वरूप पाहता सहा, सात, आठ, नऊ या सर्व गुंफा मिळून पूर्वी एकच गुंफा असावी असे वाटते किंवा सहा क्रमांकाच्या गुंफेच्या पुढील भाग काळाच्या ओघात नाहीसा झाला असावा. सहा क्रमांकाची गुंफा पहिल्या मजल्यावर आहे. ओसरीच्या उजव्या बाजूच्या दालनात फक्त दोन खोल्या आहेत. डावे दालन तर पूर्णतया रिकामेच आहे.

गर्भगृह : गाभाऱ्यामध्ये भगवान बुद्धाची प्रलंबपादासनातील भव्य आकाराची मूर्ती आहे. प्रमाणबद्धतेचा अभाव असल्यामुळे मूर्ती अतिशय बोजड दिसते. अंगामध्ये तलम अंतरीय नेसलेले आहे. बुद्धाच्या डोक्यावर कुरळ्या केसांची उष्णिश आहे. मुखापाठीमागे प्रभामंडळ आहे. बुद्धप्रतिमेच्या दोन्ही बाजूस दोन चामरधारी बोधिसत्त्व उभे आहेत. हे दोघेही मैत्रेय आहेत. पाठीमागे दोन्ही बाजूला गंधर्व आणि गांधर्वी फुले आणि प्रसाद हाती घेऊन उडताना दिसत आहेत. उजव्या भिंतीवर वरपासून खालपर्यंत अनेक बुद्धप्रतिमा आहेत. डाव्या भिंतीवरही अनेक बुद्धमूर्ती आहेत. परंतु सर्वांत खालच्या ओळींमध्ये मात्र दोन्ही बाजूला वेगवेगळे शिल्पपट आहेत.

बुद्धप्रतिमेच्या उजव्या बाजूच्या भिंतीवरील सर्वांत खालच्या ओळीतील या शिल्पपटामध्ये तीन बसलेल्या व्यक्ती, दोन सेविका आणि सर्वांत पाठीमागे गजराज अशा प्रतिमा कोरलेल्या आहेत. या प्रतिमांचे निरीक्षण करताना चट्कन लक्षात येते की, या प्रतिमा राजघराण्यातील व्यक्तींच्या आहेत. भगवान बुद्धाच्या दर्शनासाठी आलेले राजदम्पती बुद्धासमोर हात जोडून बसलेले आहेत. त्यांच्या पाठीमागे बसलेली व्यक्ती बहुधा राजपुरोहित आहे.

या शिल्पपटातील हत्तीची उपस्थिती शिल्पपटातील दम्पती, राजा व राणी आहेत याचे प्रमाण देते. विशेष म्हणजे राजा आणि राणीच्या चेहऱ्यावर हलकेसे स्मितहास्य आहे असा भास होतो. बुद्ध गुंफांमधील शिल्पमूर्ती पाहताना आपल्याला ही कमतरता सदैव जाणवते. मूर्तींच्या चेहऱ्यावरील भावभावना दाखवण्यात

कलाकारांनी फारसे प्रयत्न केल्याचे जाणवत नाही. त्यामुळेच राजाराणीच्या या शिल्पामध्ये चेहऱ्यावर जाणवणारे हलके, संतृप्ततेचे व प्रसन्नतेचे भाव आणि ओठावर जाणवणारे हलकेसे स्मित चट्‌कन मनात भरते. गर्भगृहाच्या डाव्या भिंतीवर सर्वांत खालच्या ओळीतील शिल्पपटामध्ये तीन प्रतिमा आहेत. यापैकी मधली मूर्ती मंजुश्री या बोधिसत्त्वाची असावी असे वाटते. कारण त्याच्या डाव्या हातामध्ये पोथी धरलेली आहे. त्याच्या उजवीकडे पद्मपाणी अवलोकितेश्वर आहे, तर डावीकडे मैत्रेय आहे. तिघेही बसलेल्या अवस्थेत आहेत.

गाभाऱ्याबाहेरील शिल्पपट : गर्भगृहाच्या बाहेर दोन्ही बाजूस द्वारपाल मूर्ती आहेत. उजव्या हाताला असणारा द्वारपाल मैत्रेय आहे. मैत्रेयाच्या डाव्या बाजूला पुरुष सेवक उभा आहे आणि उजव्या हाताला स्त्री सेविका आहे. पुरुष सेवक बहुधा 'आयुध पुरुष' असून तो अत्यंत आशेने आपल्या मालकाकडे पाहत आहे. बलशाली पुरुषाचे हे अतिशय सुंदर शिल्प आहे. या मैत्रेयाच्या अंगावरील अलंकार बुद्धगुंफेतील सर्वोत्कृष्ट म्हणता येतील इतके सुंदर आणि कलात्मक आहेत. मैत्रेयाचा मुकुट विलक्षण सुंदर आहे. हा मुकुट बुद्ध गुंफेमधील सर्वोत्तम असा रत्नजडित मुकुट असावा. या मूर्ती घडवणाऱ्या कारागिरांच्या कल्पनाशक्तीची कमाल वाटते, ती त्यामध्ये असलेल्या अतिशय सुंदर अशा कलाकुसरीमुळे!

तत्कालीन समाजामध्ये अशी सुंदर घडण असलेले, रत्नमाणके जडवून सुवर्णाची शोभा वाढवणारे दागदागिने घडवले जात असावेत व राजघराण्यातील व्यक्ती ते वापरत असावेत. कलाकार नेहमीच आपल्या अवतीभोवती असणाऱ्या गोष्टींचे चित्रण आपल्या कलेद्वारे करीत असतो. त्यामुळेच या शिल्पाकृतींमध्ये दिसणारे सुंदर अलंकार म्हणजे केवळ कलाकाराच्या प्रतिभाशक्तीचा विलास नसून, तत्कालीन समाजातील सौंदर्यासक्त जीवनाचे प्रतिबिंब आहे असे म्हणता येईल. मैत्रेयाच्या गळ्यात असणाऱ्या सुंदर चंद्रहाराकडे पाहताना आपल्याला याच गोष्टीचा प्रत्यय येतो.

मैत्रेयाच्या दोन्ही बाजूला उडणारे बुटके लठ्ठ यक्ष आहेत. श्रमकरी लोक ज्याप्रमाणे आजही काम करताना कमरेच्या वर पोटाशी कपडा बांधतात, त्याप्रमाणेच या यक्षाने पोटाभोवती वस्त्र बांधलेले आहे. यक्षाच्या हातातील द्रोणामध्ये फुले असावीत व ती तो मैत्रेयावर टाकतो आहे, असे वाटते. डाव्या बाजूच्या यक्षाने हातात फुलांची माला धरली आहे. त्याच्या खाली आणखीन एक उडणारी मूर्ती असून ती वैशिष्ट्यपूर्ण वाटते. हे आगळेवेगळे वैशिष्ट्य या मूर्तीच्या चेहऱ्यात दडलेले आहे. या पुरुषमूर्तीच्या ओठावर बारीक पण लांब अशा मिशा आहेत. हनुवटीवर असणारी दाढीसुद्धा अशीच लांब आहे. या दाढी-मिशांमुळे त्या मूर्तीचे व्यक्तित्व चिनी असावे असेच वाटते. त्या मूर्तीच्या डोक्यावर बांधलेला केसांचा

बुचडा आपल्याला या निष्कर्षाच्या आणखीनच जवळ नेतो. कारण अशा प्रकारच्या दाढी-मिशा केवळ चिनी लोकांनाच असतात.

गाभाऱ्याच्या बाहेर डाव्या बाजूला असलेला द्वारपाल पद्मपाणी अवलोकितेश्वर आहे. त्याच्या उजव्या हाताशी चामरधारी सेवक उभा आहे; तर डाव्या हाताशी चामरधारी सेविका आहे. अवलोकितेश्वराच्या दोन्ही बाजूला उडणारे जाडे बुटके यक्ष आहेत व त्यांच्या हातात फुलांच्या माळा आहेत.

याच ओसरीच्या डाव्या भिंतीवर एक सुंदर असा मोठा शिल्पपट आहे. या शिल्पपटात मध्यभागी समभंग मुद्रेत बुद्धदेवता तारा उभी आहे. तिच्या डाव्या हातात कमलपुष्पाचा देठ धरलेला असून, मोठे सुंदर कमलपुष्प तिच्या खांद्यापर्यंत पोहोचले आहे. तिच्या केशरचनेमध्ये छोट्याशा स्तूपाची प्रतिमा आहे. तारा या बुद्धदेवतेच्या दोन्ही बाजूला उडणाऱ्या सुंदर यक्षमूर्ती आहेत. या यक्षांनी हातात धरलेल्या फुलमालाही सुंदर आहेत.

ओसरीच्या उजव्या भिंतीवर असणारा शिल्पपट 'महामयूरी' या बुद्धदेवतेचा आहे. मूर्तीच्या डाव्या हाताला मयूराचे शिल्प आहे. त्याखाली चौथऱ्यावर बसून समोर पुस्तक ठेवून अभ्यासात मग्न विद्यार्थी बालकाचे शिल्प आहे. ही स्त्रीदेवता महामयूरी म्हणजेच बौद्ध धर्मातील ज्ञानदेवता आहे. महामयूरीचे शिल्प सर्व अलंकारांनी परिपूर्ण अशा सौंदर्यवती स्त्रीचे आहे. महामयूरीच्या हातामध्ये गोल आकाराची एक वस्तू आहे. ती वस्तू म्हणजे चिंतामणी नावाचे रत्न आहे, असे डॉ. र. शं. गुप्ते म्हणतात.

सहा क्रमांकाची गुंफा कलाविष्काराच्या दृष्टिकोनातून सरस वाटते. कारण येथील शिल्पाकृतींमध्ये दिसून येणारी उत्कृष्टता आपल्याला याचे प्रमाण देते. मुख्य म्हणजे ही गुंफा बरीच नंतरची म्हणजे सहाव्या शतकाच्या उत्तरार्धात किंवा सातव्या शतकाच्या सुरुवातीस खोदली असावी. या गुंफेतील चिनी माणसासारखे दिसणारे छोटेसे शिल्प मनामध्ये हा प्रश्न निर्माण करते. सातव्या शतकातच चिनी प्रवाशी ह्युएन त्सँग भारतामध्ये येऊन गेला होता. त्याने अजिंठा आणि वेरूळ येथील गुंफांना भेट दिल्याचे वर्णन आपल्या प्रवासवर्णनामध्ये दिलेले आहेच.

गुंफा क्र. ७, ८

'गुंफा क्रमांक सहा, सात, आठ अणि नऊ या पूर्वी एकाच गुंफेचा भाग असावा. या सर्व गुंफांचे मुख्य प्रवेशद्वार असलेला भाग बहुधा काळाच्या ओघात नष्ट झालेला असावा.' या संपूर्ण गुंफेचा तळमजला म्हणजे सध्याच्या सात आणि आठ क्रमांकाच्या गुंफेचा भाग होय. वास्तविक पाहता नऊ क्रमांकाच्या गुंफेमध्ये जाण्यासाठी आपल्याला सहा क्रमांकाच्या गुंफेतूनच जावे लागते. त्यामुळेच सहा व नऊ

क्रमांकाच्या गुंफा म्हणजेच पूर्वीच्या गुंफेचा पहिला मजला असावा.

सात क्रमांकाची गुंफा म्हणजे फक्त विहार आहे. यामध्ये एकंदरीत बारा खोल्या खोदवलेल्या आहेत व फक्त डाव्या बाजूच्या एका भिंतीमध्ये शिल्प कोरण्यास सुरुवात केली असावी; परंतु ते शिल्पही अर्ध्यातून सोडले आहे. एकंदरीत पाहता या गुंफेचे खोदकाम अर्धवट सोडलेले आहे.

आठ क्रमांकाची गुंफा सात क्रमांकाच्या विहाराला लागूनच आहे. गुंफेचे आकारमान मोठे असले, तरी त्यामानाने गर्भगृह खूपच छोटे आहे. परंतु गर्भगृहाच्या भिंतीवर शिल्पाकृतींची रेलचेल आहे. गाभाऱ्यातील बुद्धप्रतिमा प्रलंबपादासनात, सिंहासनावर बसलेली आहे. बुद्धप्रतिमेच्या डाव्या बाजूला उभा चवरीधारी सेवक मैत्रेय आहे. त्याच्या डाव्या हाताला उभी स्त्री भ्रुकुटी आहे.

बुद्धप्रतिमेच्या उजव्या बाजूला बोधिसत्त्व पद्मपाणी अवलोकितेश्वर चौरीधारी सेवक म्हणून उभा आहे. हा अवलोकितेश्वर चतुर्भुज आहे. अवलोकितेश्वराच्या चार भुजांपैकी एका डाव्या हातात चवरी आहे. तर एकामध्ये कमलपुष्पाचा देठ आहे. उजव्या हातापैकी एकामध्ये रुद्राक्ष माळा धरलेली असून, तो हात अभयमुद्रेत आहे, तर दुसरा उजवा हात वरदमुद्रेत आहे. अवलोकितेश्वराची ही मूर्ती इतर सर्व प्रतिमांप्रमाणेच अलंकारविरहित आहे.

अवलोकितेश्वराच्या उजव्या बाजूला कोरलेली उभी स्त्री ही प्रतिमा एका विलक्षण सुंदर स्त्रीची आहे. अतिशय आकर्षक, कमनीय देहयष्टी असलेल्या या स्त्रीची केशरचनाही आकर्षक असून, त्यावर घातलेला रत्नजडित मुकुटही लक्षणीय आहे. तिच्या दोन्ही बाजूला दोन सेविका आहेत. चतुर्भुज अवलोकितेश्वराच्या बाजूची ही स्त्री बहुधा सदाक्षरी महाविद्या असावी आणि अवलोकितेश्वर, सदाक्षरी लोकेश्वर!

या शिल्पमूर्तींमध्ये एक पुरुष व एक स्त्री यांच्या बसलेल्या प्रतिमा आहेत. स्त्री हात जोडून बसलेली असल्यामुळे ती बुद्धाची भक्त असावी, असे साहजिकपणे वाटते. या स्त्रीची केशरचनासुद्धा अतिशय आकर्षक आहे. गंमत म्हणजे तिने कानात खालच्या पाळीवर कर्णकुंडले घातली आहेतच. पण कानाच्या वरच्या बाजूलाही बाळी घातलेली आहे. तिने आपल्या आकर्षक केशरचनेमध्ये फुले माळून केसांचे सौंदर्य द्विगुणित केलेले आहे.

एकूणच या छोट्याशा गाभाऱ्यात सौंदर्यपूर्ण शिल्पांची गर्दी झालेली आहे. गाभाऱ्याच्या बाहेर दोन्ही बाजूला द्वारपालाच्या रूपात बोधिसत्त्व उभे आहेत. उजव्या बाजूला उभा असणारा द्वारपाल मैत्रेय असून अतिशय दणकट बांध्याच्या पुरुषाची ही मूर्ती सर्वसामान्य आकारापेक्षा मोठी आहे. डाव्या बाजूचा द्वारपाल, पद्मपाणी अवलोकितेश्वर आहे. अभयमुद्रेतील उजव्या हातात रुद्राक्षमाला आहे. डोक्यावरील जटामुकुट

अत्यंत साधा असून डाव्या खांद्यांवर मृगाजिन असून, डाव्या हातात कमलपुष्पाचा देठ आहे. आकाराने भव्य असणाऱ्या या शिल्पाकृती प्रमाणबद्धतेमुळे अतिशय आकर्षक वाटतात.

अवलोकितेश्वराच्या पायाशी बसलेल्या दासीची केशरचना मनाला भावते; कारण ही केशरचना म्हणजे आजच्या घडीला रोजच्या जीवनात स्त्री नेहमी मानेवर घालते तो अंबाडा आहे. या शिल्पातील स्त्रीचे केस खरोखरच विपुल आहेत. तिने आपल्या घनदाट केसांना पीळ देऊन मानेवर अंबाडा बांधलेला आहे आणि त्या अंबाड्यावर सुंदर असा फुलांचा गजरा घातलेला आहे. स्त्रीमूर्ती फारशी चांगल्या अवस्थेत नाही. तरीही कानातील गोल कर्णकुंडले आणि लांबसडक भरघोस केसांचा मानेवर घातलेला अंबाडा आपल्याला व्यवस्थितपणे पाहता येतो.

उजव्या बाजूच्या भिंतीवर महामयूरीचे समभंग मुद्रेतील शिल्प आहे. तिच्या उजव्या बाजूला मयूराचे आणि विद्यार्थी बालक चौकोनी आसनावर बसून समोरील चौरंगावर ठेवलेल्या पोथीचे (पुस्तकाचे) पान वाचत आहे असे शिल्प आहे.

आठ क्रमाकांच्या या गुंफेत शिरताक्षणी समोर उंचावर छोटासा कोनाडा आहे. त्यामध्ये मध्यभागी गौतम बुद्धाची प्रतिमा आहे. बुद्धमूर्तीच्या उजव्या बाजूस मैत्रेय तर डाव्या बाजूस वज्रपाणी उभा आहे. वज्रपाणी आणि मैत्रेय दोघांच्या पाठीमागे प्रभामंडळ आहे. मात्र दोन्ही बोधिसत्त्व आसनाशिवाय उभे आहेत.

बुद्धमूर्तीच्या उजव्या बाजूच्या भिंतीवर अवलोकितेश्वराची कमलासनावर उभी प्रतिमा आहे. त्याच्या उजव्या बाजूला एका सुंदर स्त्रीची मूर्ती असून ही मूर्ती 'सदाक्षरी महाविद्या' आहे. सदाक्षरी महाविद्येच्या साथीने उभा असलेला हा अवलोकितेश्वर म्हणजे 'सदाक्षरी लोकेश्वर आहे. डाव्या बाजूला कोपऱ्यात उंचावर जंभालाची, चौकोनी पाटावर बसलेली मूर्ती आहे.

गुंफा क्र. ९

ही आकाराने अतिशय लहान गुंफा आहे. या गुंफेत येण्यासाठी सहा क्रमांकाच्या गुंफेतून मार्ग आहे. सहा क्रमांकाच्या गुंफेतून या गुंफेकडे जाताना वाटेत एका छोट्या कोनाड्यात एक शिल्पपट आहे. यामध्ये प्रलंबपादासनात बसलेली बुद्धमूर्ती आहे. डाव्या हाताला मैत्रेय व उजव्या हाताला अवलोकितेश्वर आहे.

नऊ क्रमांकाची ही गुंफा आठ क्रमांकाच्या गुंफेवरती आहे. दोन स्तंभ आणि दोन अर्धस्तंभ यांनी गुंफेची कक्षा बंदिस्त केली आहे. त्यापुढे थोडीशी ओसरी आहे. त्याच्या पुढील भाग बहुदा काळाच्या ओघात कोसळला असावा. गुंफेमध्ये तीन उभे कोनाडे आहेत. मधल्या कोनाड्यात भगवान बुद्धाची प्रलंबपादासनात सिंहासनावर

बसलेली मूर्ती आहे. बुद्धमूर्तीच्या उजव्या बाजूला अवलोकितेश्वर आणि डाव्या बाजूला मैत्रेय द्वारपाल आणि सेवकाच्या रूपात उभे आहेत.

अवलोकितेश्वराच्या दोन्ही बाजूंस दोन स्त्रीमूर्ती आहेत. या दोन्ही स्त्रीप्रतिमांमुळे हा अवलोकितेश्वर म्हणजे कदाचित 'रक्तलोकेश्वर' असावा. बुद्धमूर्तीच्या डाव्या बाजूची, कोनाड्यातील द्वारपाल मैत्रेयाची कमलासनातील उभी मूर्ती अतिशय आकर्षक, वैशिष्ट्यपूर्ण आणि देखणी आहे. मैत्रेयाच्या दोन्ही बाजूंस स्त्रीप्रतिमा आहेत.

मैत्रेयाच्या डोक्यावरील मुकुट अतिशय सुंदर आहे. गळ्यामध्ये रत्नजडित, नाजुक कलाकुसर असलेला सुंदर 'चंद्रहार' आहे. चंद्राहाराची घडण आणि नक्षीकाम अतिशय विलोभनीय आहे. अंगातील यज्ञोपवीतसुद्धा अतिशय कुशलतेने घडवलेले आहे. मोत्यांचे चार ते पाच सर एकत्रितपणे गुंफून यज्ञोपवीत तयार केलेले आहे. या सुवर्णजडित, मोत्यांच्या यज्ञोपवीताला असलेले सुंदरसे फुलाच्या आकाराचे पदक मैत्रेयाच्या डाव्या छातीवर शोभून दिसते आहे.

मैत्रेयाने नेसलेले अंतरीय वेगळे आहे. गुडघ्याच्या वरपर्यंत असणाऱ्या या अंतरीयाचा प्रकार घट्ट कासोटा मारून नेसलेल्या धोतराप्रमाणे आहे. (जसे शेतकरी काम करताना मारतात तसे) कमरेला कमरबंध असून, त्याचा नाडा उजव्या मांडीवर लोंबत आहे. कमरबंधाच्या खाली सुवर्णाचा रत्नजडित कमरपट्टा आहे. जरीकाठी शेला पार्श्वभागाभोवती गुंडाळून त्याची डाव्या पायावर गाठ मारलेली आहे. या गाठीवर मैत्रेयाने आपला डाव हात टेकवलेला आहे. मैत्रेयाच्या कानातील कर्णकुंडले 'बाळी'प्रमाणे आहेत.

हारिती आणि पांचिक : आठ आणि नऊ क्रमांकाची गुंफा पाहून झाल्यानंतर दहा क्रमांकाच्या गुंफेकडे जाताना वाटेवरील भिंतीवर एक शिल्पपट आहे. यामध्ये एक स्त्री व एक पुरुष अशा प्रतिमा आहेत. स्त्रीच्या मांडीवर लहान बाळ आहे. ही स्त्री हारिती असून पुरुषाची ओळख पांचिक म्हणून केली जाते.

हारिती सुरुवातीला दुष्ट स्त्री होती. ती इतरांची मुले मारून खात असे. एकदा भगवान बुद्धाने हारितीच्या मुलाला लपवून ठेवले. त्यानंतर मात्र हारिती मुलाच्या दुःखाने वेडीपिशी होऊन बुद्धाला शरण गेली. तेव्हा भगवान बुद्धाने तिला विचारले, "मुलाच्या वियोगाचे दुःख जसे तुला होते तसेच ते इतरांनाही झाले असेल ना?" यावर तिला आपली चूक कळून आली. ती गौतम बुद्धाला शरण गेली. तदनंतर मात्र हारिती लहान मुलांची संरक्षक देवता म्हणून ओळखली जाऊ लागली. हारितीच्या मांडीवर नेहमी लहान मूल दाखवले जाते.

गुंफा क्र. १० : विश्वकर्मा लेणे

ही चैत्य गुंफा आहे. ही गुंफा बौद्ध गुंफांपैकी सर्वांत अलीकडच्या काळातील

गुंफा असावी असे म्हणता येईल इतके वेगळेपण या गुंफेच्या एकूण स्थापत्यरचनेत आहे. मुख्य गुंफेच्या बाहेर खूप मोठे प्रांगण आहे आणि या प्रांगणाला वेढून असणाऱ्या दगडी भिंतीमध्ये गुंफेचे प्रवेशद्वार खोदलेले आहे. त्यामुळे गुंफेच्या मुख्य प्रवेशद्वारावरील उत्कृष्ट अशा कोरीवकामाला संरक्षण मिळालेले आहे.

गुंफेचे बाहेरील प्रवेशद्वार ओलांडून आत आल्यानंतर चौरस अशा अंगणात उभे राहून, आपण अतिशय सुंदर अशा कोरीवकामाने सजलेली या चैत्यगृहाची बाहेरील कमान पहात राहतो. गुंफेसमोरच्या प्रांगणाला जोडून तिन्ही बाजूंनी वऱ्हांडा आहे. या वऱ्हांड्याला आधार देणारे स्तंभ घटपल्लव पद्धतीच्या कारागिरीने नटलेले आहेत. वऱ्हांड्यात उत्तर-दक्षिण बाजूला खोल्या असून,पश्चिम दिशेला गर्भगृह आहे.

या चैत्यविहाराचे नजरेत भरणारे 'प्रवेशद्वार 'म्हणजे या गुंफेचा विशेष आहे. काष्ठस्थापत्य शैलीचा प्रभाव असणाऱ्या कारागिरांनी या गुंफेचे कोरीवकाम केले असावे असे वाटण्याइतपत, या शैलीचा प्रभाव आपल्याला प्रवेशद्वाराच्या उत्तम अशा कोरीवकामात पाहायला मिळतो. या चैत्यगृहाला वरचा मजला असून सुंदर असा सज्जा दगडातून कोरलेला आहे. मुख्य चैत्यगृहाची कमान आणि त्या खाली असणारी खिडकी जी प्रामुख्याने चैत्यगृहाला सूर्यप्रकाश देण्यासाठी कोरलेली आहे, ती या गुंफेचे इतर चैत्यगृहांपेक्षा असलेले वेगळेपण सिद्ध करते. या खिडकीतून किंवा छोट्या आकाराच्या प्रवेशद्वारातून आत गेल्यास आपण छोट्या चौकोनी सज्जात जातो. या सज्जाला समोर कठडा असून, तेथे उभे राहून आपण संपूर्ण चैत्यगृह पाहू शकतो. या छोट्या सज्जामधील कठड्यावर अनेक लहान शिल्पाकृती कोरलेल्या आहेत.

चैत्यगृहाच्या मुख्य कमानीवर अतिशय आकर्षक अशी तीन अर्धवलये कोरलेली आहेत. या प्रकारच्या कमानीला त्रिदली बिल्वतोरण असेही म्हणतात. या कमानीच्या दोन्ही बाजूंस गंधर्व आणि त्याच्या दोन सहचारिणी यांची शिल्पे आहेत. दोन्ही बाजूला असणाऱ्या या उडणाऱ्या गंधर्व-गांधर्वींच्या शिल्पाकृती म्हणजे कोरीवकामाचा उत्कृष्ट नमुना आहे, असे म्हटले तर वावगे ठरणार नाही. इतकी सुंदर गतिमानता या शिल्पाकृतींमध्ये आहे. अवकाशगामी गंधर्वांच्या सडपातळ देहाची कमनीयता आपल्याला त्यांच्या या शिल्पामध्ये सहजगत्या दृष्टीस पडते. मुख्य कमानीच्या मध्यभागी असलेल्या अर्धगोलात लाकडी तुळया एकमेकांमध्ये लाकडी खिळा ठोकून गुंतवल्या आहेत, असे दाखवणारी फुली आहे. काष्ठस्थापत्याचा प्रभाव या पाषाण वास्तुकलेवर असल्याची ती खूण आहे.

विश्वकर्मा लेणे म्हणून ओळखले जाणारे हे चैत्य लेणे वेरूळ येथील बौद्ध लेण्यांमधील सर्वोत्कृष्ट गुंफा आहे, असे म्हणता येईल. सुरुवातीच्या काळात खोदलेल्या इतर गुंफांपेक्षा जास्त कोरीवकाम असलेली ही गुंफा सौंदर्य आणि

आकृती २.१ - **गुंफा क्र. १० : विश्वकर्मा लेण्यांचा दर्शनी भाग**

कलात्मकता यांच्याबरोबरच स्थापत्यकलेच्या दृष्टीनेही सरस वाटते. कलाकारांनी केवळ बौद्ध धर्माच्या प्रसाराचा दृष्टिकोन नजरेसमोर न ठेवता सौंदर्याभिरुचीच्या नजरेतून या गुंफेची निर्मिती करण्याचा प्रयत्न केला असल्याचे चट्कन लक्षात येते.

'या चैत्य विहारामध्ये प्रत्यक्ष स्तूपाजवळच असलेल्या बुद्धप्रतिमेमुळे, ही गुंफा साधारणत: सातव्या शतकाच्या उत्तरार्धात खोदवली असावी असे म्हटले जाते.'

स्तूप व बुद्धमूर्ती : चैत्यगृहामध्ये पाठीमागच्या बाजूला विशाल आकाराचा स्तूप आहे. वेदिका, अंड आणि हर्मिका या स्तुपाच्या तीनही भागांना आपण याठिकाणी व्यवस्थित पाहू शकतो. मात्र स्तुपावर असणारी छत्रावली काळाच्या ओघात नष्ट झालेली आहे. विशेष म्हणजे या चैत्यगृहामध्ये स्तूपाच्या पुढील बाजूस प्रलंबपादासनात, सिंहासनावर बसलेली गौतम बुद्धाची भव्य प्रतिमा आहे. वरती बोधिवृक्ष कोरलेला आहे. दोन्ही बाजूला गंधर्व-गांधर्वी यांच्या दोन जोड्या हातामध्ये फुलमाळा, द्रोणपात्र घेऊन उडत आहेत. बुद्धमूर्तीच्या उजव्या हाताला बोधिसत्त्व पद्मपाणी अवलोकितेश्वर आणि डाव्या हाताला मैत्रेय सेवक म्हणून उभे आहेत.

गुंफा क्र. दहामध्ये शिरल्यानंतर वऱ्हांड्यात उजव्या हाताला छोटे दालन आहे. बाहेरच्या वऱ्हांड्यात दोन छोटे स्तंभ आहेत. आत छोटेसे गर्भगृह असून, मध्ये ललितासनात बसलेली अवलोकितेश्वराची भूस्पर्श मुद्रेतील मूर्ती आहे. वऱ्हांड्यात डाव्या हाताला अर्धपद्मासनात बसलेली आणखी एक मूर्ती आहे. ध्यानमुद्रेत डावा

हात डाव्या मांडीवर व उजवा हात उजव्या मांडीवर ठेवलेला आहे. मात्र डाव्या हातात कमलपुष्पाचा दांडाही धरलेला आहे. केवळ या कमलपुष्पामुळेच ही मूर्ती पद्मपाणीचीच आहे असे वाटते.

गुंफा क्र. दहाच्या पहिल्या मजल्यावर असणाऱ्या खिडकीमधून आपण जेव्हा आत येतो, तेव्हा तेथे चौकोनी सज्जामध्ये उभे राहून आपण संपूर्ण चैत्यगृह व्यवस्थितपणे पाहू शकतो. चैत्याच्या अर्धगोलाकार किंवा गजपृष्ठाकार छतामध्ये रुंद खाचा खोदलेल्या आहेत. या खाचांमध्ये पूर्वी लाकडी तुळया असाव्यात असे वाटते. या प्रत्येक खाचेच्या पडदीवर एक नागकन्या कोरलेली आहे. या सर्व स्त्रीमूर्तींचे केवळ अर्धे शरीर (बस्ट) यामध्ये कोरलेले आहे. बहुतेक सर्व स्त्रीमूर्ती नागकन्या आहेत. प्रत्येक मूर्तीच्या डोक्यापाठीमागे पाचफडी नागाचा फणा कोरलेला आहे. यातील काही नागकन्या नमस्कार मुद्रेत आहेत. काहींच्या हातात द्रोणपात्र आहे... तर काहींच्या हातात फूलमाळा आहेत. यामधील बहुतेक स्त्रियांच्या केशरचना

आकृती २.२ - **गुंफा क्र. १० : विश्वकर्मा लेणे. चैत्यगृहामधील स्तूप आणि बुद्धप्रतिमा**

आधुनिक पद्धतीच्या वाटाव्यात इतक्या नावीन्यपूर्ण आहेत.

सज्जाच्या भिंतीवर आतल्या बाजूला अनेक लहान लहान स्त्रीप्रतिमा आहेत. या स्त्रियांच्या केशरचना केवळ अप्रतिम म्हणता येतील अशाच आहेत. बरोबर मध्यभागी एका नर्तकीचे शिल्प आहे. तिच्या भोवती वादक असून, ती भरतनाट्यम् या नृत्यप्रकारातील एक अवघड नृत्यमुद्रा सादर करताना दिसत आहे. ही गोष्ट आश्चर्यकारक आहे, असे वाटते. कारण वेरूळ लेण्यातील इतर. कुठल्याही बौद्ध गुंफेमध्ये नर्तकीचे शिल्प नाही. तसेच नर्तकी आणि बरोबर वाद्याची साथ देणारे वादक ही संकल्पना वेरूळच्या बौद्ध गुंफेत प्रथमच दिसत आहे. मात्र, औरंगाबाद गुंफा किंवा राजतडाग गुंफा म्हणून ओळखल्या जाणाऱ्या गुंफांपैकी सात क्रमांकाच्या गुंफेमध्ये अतिशय सुंदर अशी नर्तकीची पदन्यास करतानाची शिल्पप्रतिमा आहे. तिला साथ देण्यासाठी महिलांचा वाद्यवृंद आहे. ही गुंफा बौद्धधर्मीय गुंफा आहे. अर्थातच अजिंठ्याच्या चित्रांतून आपल्याला राजनर्तकी नृत्य करताना चित्रित केल्याचे चित्र पाहायला मिळते. त्यामुळे असे वाटते की, हा हिंदू धर्मातील कलावंतांचा प्रभाव असावा. कदाचित त्याच काळात हिंदू गुंफांमध्ये खोदकाम चालू असावे आणि त्यातील कलाकुसर आणि मूर्तिकाम पाहून या गुंफेत काम करणाऱ्या कलावंतांनी आपल्या कारागिरीमध्ये नावीन्य आणण्याचा प्रयत्न केला असावा. इतर बौद्ध गुंफांच्या तुलनेत विश्वकर्मा लेण्यातील कोरीवकाम, सौंदर्य आणि कलात्मकता यांच्याशी जवळीक साधणारे आहे हे चट्‌कन जाणवते.

गुंफेच्या पहिल्या मजल्यावरील मुख्य सज्जामध्ये, प्रवेशद्वाराजवळ (किंवा खिडकीजवळ) दोन्ही बाजूला दोन मोठे कोनाडे आहेत. या दोन्ही कोनाड्यांत सुंदर शिल्पाकृती आहेत. उजव्या हाताच्या कोनाड्यात बोधिसत्त्व अवलोकितेश्वर द्वारपालाच्या रूपात असून, त्याच्या दोन्ही बाजूला दोन स्त्रीशिल्पे आहेत. भ्रुकुटी आणि तारा यांच्यामध्ये उभा हा रक्तलोकेश्वर आहे. डाव्या बाजूला बोधिसत्त्व वज्रपाणी असून, त्याच्याही दोन्ही बाजूला दोन स्त्रीमूर्ती आहेत. 'या दोन्ही कोनाड्यांना बाहेरून अतिशय सुंदर अशा कमानी आहेत. यामधील डाव्या कोनाड्यावरची कमान द्रविड पद्धतीची आहे, तर उजव्या बाजूच्या कमानीमध्ये आमलक पद्धतीचे गोल आहेत. इंडो-आर्यन कारागिरीचा नमुना असलेली ही कमान म्हणजे उत्तर आणि दक्षिण पद्धतींचा उत्कृष्ट मिलाफ आहे. या कमानीतील छोटे छोटे घुमट म्हणजे चालुक्य कारागिरीचा प्रभाव आहे, असे वाटते.'

तीन टप्प्यांमध्ये या कमानीची रचना आहे. खालच्या ओळीमध्ये तीन चौकोनी कप्पे आहेत. त्यामध्ये स्त्री-पुरुष युगुलांच्या शृंगारिक अवस्थेतील लहान प्रतिमा आहेत. पहिल्या चौकोनामध्ये स्त्री-पुरुष व लहान बालक आहे. ही स्त्री आपल्या बरोबरच्या पुरुषाच्या खांद्यावर हात टेकवून डौलदारपणे उभी आहे.

मधल्या चौकोनात एक पुरुष दोन स्त्रियांच्या मध्ये उभा आहे. उजव्या बाजूच्या स्त्रीजवळ बहुधा बालक बसलेले आहे. पुरुषाच्या डाव्या बाजूची स्त्री अत्यंत आकर्षक पद्धतीने उभी आहे. तिने आपले उत्तरीय (ओढणी) अंगावर न घेता हातावरून मांड्यापर्यंत लोळत सोडले आहे. उत्तरीयाचे दुसरे टोक उजव्या हातात धरलेले आहे.

तिसऱ्या चौकोनातही एक स्त्री पुरुष दम्पती व बालक असे कुटुंब (बहुधा) दाखवलेले आहे. या शिल्पांमधील स्त्रीनेसुद्धा आश्चर्यकारकरीत्या उत्तानपणे आपले उत्तरीय कमरेच्या समोर धरलेले आहे. डाव्या हातावरून घेतलेल्या या उत्तरीयाचे दुसरे टोक उजव्या हातात धरलेले आहे.

या डाव्या कोनाड्याच्या बाजूच्या भिंतीवर दोन ओळींमध्ये ब्राह्मी लिपीत लिहिलेला शिलालेख आहे.

'ये धर्म हेतु प्रभवा हेतुं, तेषां तथागतो.
ह्यवदत्तेषां च यो निरोध, एवंवादि महाश्रमण:'

याचा अर्थ पुढीलप्रमाणे आहे. 'सर्व गोष्टींना कारण असते आणि हे कारण तथागत बुद्धाने सांगितले आहे. प्रत्येक वस्तुमात्राला अंत आहे. हेच तत्त्व महाश्रमण (बुद्ध) यांनी सांगितले आहे.' हा दोन ओळींचा शिलालेख येथे ही गुंफा खोदल्यानंतर दोनशे वर्षांनी कोरला असावा असे मानले जाते.

या चैत्यगृहाच्या संदर्भातील एका विलक्षण अनुभवाचे कथन या ठिकाणी करावे असे वाटते. मार्च महिन्याच्या ९, १० आणि ११ या विशिष्ट तारखांना आपण या गुंफेला भेट दिली, तर एका विलक्षण सुंदर घटनेचे साक्षीदार होण्याचे भाग्य आपणास लाभू शकते. साधारणपणे उत्तरायण संपून दक्षिणायन सुरू होण्याच्या आधीचा काळ असल्यामुळे या काळात संध्याकाळ होण्यापूर्वी काही वेळासाठी सूर्यकिरणे गुंफेच्या वरच्या बाजूला असलेल्या गवाक्षामधून गुंफेत शिरतात. त्यामुळे अंधारलेल्या गुंफेतील बुद्धाची सुंदर प्रतिमा तेजाने उजळून निघते. बऱ्याच वेळा बुद्धप्रतिमेच्या दोन्ही बाजूला उभ्या बोधिसत्त्व प्रतिमांच्या अंगावरही तिरप्या सुवर्णकिरणांचे प्रकाशझोत पडल्यामुळे त्या मूर्तीही उजळून निघतात. एक सुंदर चमत्कार पहिल्याचे समाधान आपल्याला मिळू शकते. वास्तुकलाशास्त्र, स्थापत्यशास्त्र आणि खगोलशास्त्र या तिन्ही विद्यांमध्ये पारंगत असणाऱ्या स्थपतीने ही गुंफा खोदताना नक्कीच या तिन्ही शास्त्रांचा अभ्यास करूनच गुंफेमध्ये असणारे गवाक्ष खोदले असणार, याबद्दल कुठलीही शंका मनात उरत नाही.

या गुंफेचे दुसरे महत्त्वपूर्ण वैशिष्ट्य म्हणजे याच्या अर्धगोलाकार छतामुळे आणि छतामध्ये खोदलेल्या दगडी खाचा किंवा फासळ्यांमुळे ध्वनी-प्रतिध्वनीचा एक उत्कट अनुभव आपल्याला मिळतो. गुंफेमध्ये संपूर्ण शांतता असल्यास अगदी

साध्या, हळुवार स्वरात 'ओऽऽम'चा उच्चार केल्यास त्याचे अनेक प्रतिध्वनी ऐकू येत राहतात. एखादे सुंदर गाणे हळुवार स्वरात गायल्यास त्याचा अप्रतिम सुंदर प्रतिध्वनी ऐकायला मिळतो. यावरूनच आपल्या लक्षात येते की, या गुंफांचे खोदकाम करताना वास्तुकला शास्त्रानुसार 'ध्वनी-प्रतिध्वनी' निर्माण करण्याची कला स्थपतीला नक्कीच ज्ञात होती.

बौद्धभिक्षू जेव्हा प्रार्थनेच्या वेळी एकत्र बसून हळुवार स्वरात बौद्धमंत्र म्हणत असावेत, त्या वेळी संपूर्ण गुंफेमध्ये त्या स्वरांचे असंख्य प्रतिध्वनी निर्माण होत असतील. एकापुढे एक निर्माण होत जाणाऱ्या या ध्वनी-प्रतिध्वनीच्या सुरेख खेळातून सुंदर आविष्कार गुंफेच्या अंतरंगात तयार होत असावा.

गुंफा क्र. ११ : दोन ताल लेणे

दोन ताल म्हणून ओळखली जाणारी ही गुंफा प्रत्यक्षात तीन मजली आहे. प्रवेशद्वारासमोर प्रशस्त आयातकार प्रांगण आहे. तीन मजली गुंफेत वर जाण्यासाठी डाव्या बाजूला दगडात घडवलेल्या पायऱ्या आहेत.

या गुंफेची विशालता जरी आश्चर्यकारक असली तरी, दुसऱ्या मजल्यावरील शिल्पकाम वगळता संपूर्ण गुंफेमध्ये शिल्पकामाचा दर्जा यथातथाच आहे. गुंफेची उंची जेवढी जास्त आहे, तितकी खोली गुंफेला नाही. वास्तुशास्त्राच्या नियमानुसार ही गुंफाही वरपासून खालपर्यंत खोदलेली असणार. त्यामुळे गुंफेचा वरचा मजला आधी खोदला गेला आहे. परंतु तिसऱ्या मजल्यावरील शिल्पकामात सौंदर्यदृष्टीचा अभाव तीव्रतेने जाणवतो. एवढेच नव्हे तर एकूण कामाचा दर्जा आणि स्थापत्यसौंदर्य यांचा अभाव संपूर्ण गुंफेच्या खोदकामात आहे असे वाटत राहते. अर्थात, दुसऱ्या मजल्यावरील दोन गर्भगृहांत असणाऱ्या शिल्पमूर्ती पाहून आपली चूक लक्षात येते; पण त्यानंतर तळमजल्यावर असलेले नगण्य काम पाहिल्यानंतर वाटते की, ही गुंफा बौद्ध धर्माच्या पडत्या काळातच खोदली गेली असावी. अथवा काही कारणास्तव काम अर्धवट सोडलेले असावे. कलाकारांना आणि बौद्धभिक्षूंना मिळणारा राजाश्रय आणि मदत कमी झाली असावी.

पहिला मजला (तळ) : पहिल्या मजल्यावर विशेष दखल घेण्याजोगे काहीच शिल्पकाम नाही. मजल्याच्या मध्यभागी असणाऱ्या गर्भगृहामध्ये चौकोनी आसनावर भगवान बुद्धाची पद्मासनात योगमुद्रेत बसलेली प्रतिमा आहे. डाव्या, उजव्या बाजूला एक एक बोधिसत्त्व सेवकाच्या रूपामध्ये उभे आहेत.

दुसरा मजला : गुंफा क्र. अकराच्या दुसऱ्या मजल्यावर एकूण चार गर्भगृहे आहेत. या मजल्यावर जाण्यासाठी तळमजल्यावर डाव्या बाजूने दगडी पायऱ्या आहेत. पायऱ्या चढून वर आल्यानंतर संपूर्ण गुंफेच्या रुंदीमध्ये या टोकापासून त्या

टोकापर्यंत प्रशस्त व्हरांडा आहे. व्हरांड्याच्या दर्शनी भागात आठ चौकोनी खांब आहेत व दोन्ही बाजूच्या भिंतीमध्ये अर्धस्तंभ आहेत.

गर्भगृह क्र. १ : पायऱ्या चढून वर आल्यानंतर लगेचच डाव्या हाताला असणारे पहिले गर्भगृह प्रशस्त आहे. व्हरांड्याच्या पातळीपेक्षा थोड्या खोलात असलेल्या या गर्भगृहातील शिल्पे खरोखरच लक्ष वेधून घेणारी आहेत. प्रवेशद्वारासमोर मोठ्या चौकोनी चौथऱ्यावर पूर्ण विकसित कमलासनावर भगवान बुद्धाची पद्मासनात बसलेली मूर्ती आहे. उजवा हात भूस्पर्श मुद्रेत असून, डावा हात योगमुद्रेत मांडीवर ठेवलेला आहे. अंगामध्ये धोतराप्रमाणे वस्त्र नेसलेले असून, त्याचा सोगा डाव्या खांद्यावरून पाठीमागे नेलेला आहे. मात्र सोग्याचे शेवटचे टोक पुन्हा खांद्यावरून पुढे सोडलेले दिसते आहे. त्याच्या बारीक चुण्या बुद्धमूर्तीच्या डाव्या खांद्यावर स्पष्टपणे दिसत आहेत. डोक्यावर कुरळ्या केसांची उष्णिश आहे. मुखापाठीमागे प्रभामंडळ असून, दोन्ही बाजूंस गंधर्व दाम्पत्य फुलमाला घेऊन उडताना दिसत आहेत.

बुद्धमूर्ती बसलेल्या चौथऱ्याचा पाट दोन चतुर्भुज यक्षांनी आपल्या डोक्यावर धरलेला आहे. दोन हात मांडीवर टेकवून उरलेल्या दोन्ही हातांनी चौथऱ्याचा भार डोक्यावर सांभाळताना हे चतुर्भुज यक्ष कंटाळलेले नाहीत, हे जाणवण्याइतके हसरे भाव त्यांच्या चेहऱ्यावर दाखवण्यात कलाकार यशस्वी झालेले आहेत.

'बुद्धप्रतिमेच्या पायाशी एक स्त्री हातामध्ये कलश धरून बसलेली आहे. ही सुजाता आहे असे मानले जाते. दुसऱ्या बाजूला एका पालथ्या पडलेल्या पुरुषाच्या मानेवर पाय ठेवून उभ्या स्त्रीची प्रतिमा आहे.'

बुद्धमूर्तीच्या दोन्ही बाजूला प्रचंड आकाराच्या चामरधारी सेवकांच्या मूर्ती आहेत. बुद्धाच्या उजव्या हाताला बोधिसत्त्व अवलोकितेश्वर असून डाव्या बाजूला बोधिसत्त्व वज्रपाणी चामरधारी सेवकाच्या रूपात उभे आहेत. या बोधिसत्त्वांच्या शेजारी आणखी तीन तीन बोधिसत्त्व उभे आहेत.

'यामध्ये वज्रपाणीच्या मूर्तीला लागून उभी असणारी पुरुषमूर्ती ही बोधिसत्त्व मंजुश्रीची आहे; कारण त्याच्या हातात असलेल्या कमलपुष्पावर ठेवलेले पुस्तक आपण स्पष्टपणे ओळखू शकतो.' मंजुश्रीच्या डाव्या हाताला असलेला बोधिसत्त्व कोण आहे, याचा अंदाज करता येत नाही

'तिसऱ्या क्रमांकाचा बोधिसत्त्व बहुधा ज्ञानकेतू आहे; कारण त्याच्या डाव्या हातात ध्वज धरलेला आहे. डावा हात जरी तुटलेला असला, तरी पाठीमागील भिंतीवर ध्वजपताका फडकताना दिसत आहे.'

ज्ञानकेतूच्या बाजूच्या भिंतीवर बुद्धप्रतिमेच्या समोर आणि गर्भगृहाच्या प्रवेशद्वाराच्या डाव्या बाजूला मोठी स्त्रीमूर्ती कोरलेली आहे. ही तारा आहे. विविध अलंकारांनी परिपूर्ण अशी ही स्त्रीमूर्ती आकाराने भव्य आहे. मात्र शरीरयष्टीमध्ये नाजूकपणा अजिबात

नाही. तरीही एकंदरीत पाहता मूर्तीचे रूप आकर्षक आहे. अवलोकितेश्वराच्या उजव्या बाजूला तीन बोधिसत्त्व उभे आहेत. पहिली मूर्ती बोधिसत्त्व मैत्रेयाची आहे. कारण जटामुकुटामध्ये ठळकपणे दिसणारी स्तूप प्रतिमा आहे.

'मैत्रेयाच्या शेजारी उभा असणाऱ्या बोधिसत्त्वाचे दोन्ही हात तुटलेले आहेत. डाव्या हातात धरलेली वस्तू काय असावी, याचाही नीटसा अंदाज करता येत नाही. तरीही कमलासनावर उभी ही मूर्ती कदाचित बोधिसत्त्व स्थिरचक्राची असावी; कारण उजव्या हातात खड्ग धरलेले आहे.'

तिसरा बोधिसत्त्व कोण असावा हे लक्षात येत नाही. बोधिसत्त्वाच्या दोन्ही हातांत काहीतरी वस्तू धरलेल्या आहेत. पण काय ते ओळखणे शक्य होत नाही. बुद्धमूर्तीच्या समोर, प्रवेशद्वाराच्या उजव्या बाजूला उंच, पूर्ण विकसित कमलासनावर असलेली जंभालमूर्ती आकाराने विशाल आहे. चेहऱ्यावर प्रसन्नतेचे भाव असलेली मूर्ती आकाराने बोजडही आहे. मात्र तरीही विविध अलंकारांनी सजलेली ही मूर्ती आपले चट्कन लक्ष वेधून घेते. डोक्यावर किरीटमुकुट, कानात मोठाली कर्णकुंडले, गळ्यामध्ये ग्रैवेयक व लांब हार घातलेला आहे. पोटावर बांधलेला उदरबंध वस्त्राचा आहे. उजवा पाय खाली लोंबत असून, तो उंचावरील छोट्याशा कमलासनावर ठेवलेला आहे. डावा हात डाव्या मांडीवर ठेवलेला असून, त्यामध्ये बहुधा नकुल धरलेले आहे.

जंभालाच्या आसनाखाली रत्नमाणके व सुवर्णालंकार यांनी खचाखच भरून वाहणारा कलश दिसत आहे. उजव्या बाजूला एक सेवक नम्रपणे हात जोडून बुद्धाकडे हसऱ्या व प्रसन्न चेहऱ्याने पाहात आहे.

बुद्धप्रतिमा : गाभाऱ्यातील विशाल बुद्धप्रतिमेच्या समोर प्रवेशद्वाराच्या दोन्ही बाजूला भिंतीवर, कमलासनामध्ये पद्मासनात बसलेल्या दोन दोन बुद्धप्रतिमा आहेत. दोन्ही मूर्तींमध्ये बुद्धाचा उजवा हात भूस्पर्श मुद्रेत आहे, तर डावा हात योगमुद्रेत आहे. गर्भगृहाच्या डाव्या व उजव्या भिंतींवर वरच्या बाजूस तीन तीन बुद्धप्रतिमा पद्मासनात कमलासनामध्ये बसलेल्या आहेत. यांपैकी बाजूच्या दोन्ही बुद्धमूर्ती धम्मचक्र परिवर्तन मुद्रेत आहेत, तर मधली मूर्ती ध्यानमुद्रेत आहे.

मध्यभागी असलेले गर्भगृह : व्ऱ्हांड्यातील दुसऱ्या क्रमांकाचे गर्भगृह हे आकाराने छोटे असून, येथे मध्यभागी सिंहासनावर पद्मासनात बसलेल्या बुद्धाची प्रतिमा आहे. बुद्धमूर्तीच्या उजव्या बाजूला बोधिसत्त्व पद्मपाणी अवलोकितेश्वर असून डाव्या हाताला उभा चामरधारी सेवक बोधिसत्त्व वज्रपाणी आहे. त्याने उजव्या हातात धरलेले वज्र आपण सहजगत्या ओळखू शकतो.

तिसऱ्या क्रमांकाचे गर्भगृह : दुसऱ्या मजल्यावरील हे तिसरे दालन किंवा गर्भगृह हुबेहूब पहिल्या गर्भगृहाप्रमाणे आहे. यातील शिल्पमूर्तींची रचना व गर्भगृहाचा

एकूण आराखडा हुबेहूब पहिल्या गर्भगृहाप्रमाणेच आहे. गर्भगृहातील जमिनीची खोली वऱ्हांड्यापेक्षा खाली असल्यामुळे एक-दोन पायऱ्या उतरूनच आपण गर्भगृहात जाऊ शकतो. प्रवेशद्वारासमोर मोठ्या चौथऱ्यावर पूर्ण विकसित कमलासनामध्ये पद्मासनात बसलेली, भूस्पर्श मुद्रेतील ही बुद्धमूर्ती आतापर्यंत पाहिलेल्या सर्व बुद्धमूर्तींपेक्षा सरस आणि वेगळी वाटते. मूर्तीचा डावा हात योगमुद्रेत असून, उजव्या हाताने भगवान बुद्ध जमिनीस स्पर्श करीत आहे. बुद्धमूर्ती जरी आकाराने भव्य असली तरी अवयवांना असलेल्या गोलाईमुळे आणि प्रमाणबद्धतेमुळे ही प्रतिमा आकर्षक वाटते.

बुद्धमूर्तीच्या डाव्या-उजव्या बाजूला चामरधारी सेवकांच्या रूपामध्ये बोधिसत्त्व उभे आहेत. दोन्ही बाजूच्या या चामरधारी बोधिसत्त्वांच्या मूर्ती आकाराने प्रचंड मोठ्या आहेत. बोजड शरीरयष्टी असणाऱ्या या मूर्तींच्या अंगावरील मातीचे लेपन अद्यापही तसेच आहे; मात्र रंग काळवंडलेले आहेत. डाव्या बाजूची आणि डाव्या हातात कमलपुष्पाचे देठ धरलेली, अतिशय भव्य पुरुषमूर्ती विश्वपाणीची आहे. कारण त्याच्या डाव्या हातातील कमलपुष्पावर उभे दुहेरी वज्र अतिशय व्यवस्थित कोरलेले आहे.

या चामरधारी सेवकांच्या शेजारी तीन तीन बोधिसत्त्व मूर्ती आहेत. अवलोकितेश्वराच्या बाजूला असलेली पहिली बोधिसत्त्व मूर्ती अलंकारांनी परिपूर्ण मैत्रेयाची आहे. दुसरी बोधिसत्त्व मूर्ती कुणाची आहे हे ओळखता येत नाही. सर्वांत कडेची मूर्ती 'स्थिरचक्र' या बोधिसत्त्वाची असावी; कारण या मूर्तीच्या उजव्या हातात पुष्प धरलेले आहे. तर डाव्या हातामध्ये खड्ग उभे धरलेले आहे.

या तीनही मूर्ती पूर्ण उत्फुल्ल कमलासनावर उभ्या आहेत. विविध अलंकारांनी परिपूर्ण अशा या मूर्तींच्या अंगावरील मातीचे लिंपण काही ठिकाणी अद्यापही शिल्लक आहे. तिन्ही मूर्तींच्या पाठीमागे प्रभामंडळ आहे.

वज्रपाणीच्या लगत असलेली प्रतिमा मंजुश्री या बोधिसत्त्वाची असून, त्याच्या हातातील कमलपुष्पावर पुस्तक ठेवलेले आहे. इतर बौद्ध लेण्यातील पुरुषमूर्तीच्या पायामध्ये नूपुर घातल्याचे पाहण्यात आले नव्हते. मात्र या गुंफेतील पहिल्या गर्भगृहाप्रमाणे येथील मंजुश्रीच्या पायातही नूपुर घातलेले आहेत. मंजुश्रीच्या बाजूची बोधिसत्त्व मूर्ती कोणाची असावी, याचा अंदाज येत नाही. मात्र डोक्यावरील मुकुट करंडक पद्धतीचा आहे.

तिसरी मूर्तीसुद्धा तुटलेली आहे. हात व चेहरा तोडफोड झालेला आहे. मात्र मूर्तीच्या डाव्या हातात बहुधा ध्वज धरलेला असावा. कारण भिंतीवर पाठीमागे ध्वजपताका फडकताना दिसते आहे. त्यामुळे हा बोधिसत्त्व ज्ञानकेतू असावा असे म्हणता येईल. तेथेच वरील बाजूस तीन तीन बुद्धप्रतिमा कोरलेल्या आहेत. मुख्य

बुद्धमूर्तीच्या उजव्या बाजूच्या भिंतीवर असणाऱ्या या तीन बुद्धमूर्ती कमलासनामध्ये पद्मासनात बसलेल्या आहेत. पैकी कडेच्या दोन मूर्ती धम्मचक्र परिवर्तन मुद्रेत आहेत. मधली मूर्ती ध्यानमुद्रेत आहेत. बुद्धमूर्तीच्या डाव्या हाताला असणाऱ्या तीन बुद्धमूर्तींपैकी कडेच्या मूर्ती पद्मासनात असून उजवा हात भूमिस्पर्श मुद्रेत तर डावा हात योगमुद्रेत आहे. मधली मूर्ती धम्मचक्र परिवर्तन मुद्रेत आहे.

वऱ्हांड्यातील गर्भगृह : वऱ्हांड्याच्या दुसऱ्या टोकाला उत्तरेकडे तोंड करून असलेल्या गर्भगृहामध्ये अनेक चामरधारी सेवक बोधिसत्त्व वज्रपाणी आहे असे प्रथमदर्शनी वाटते. परंतु उजव्या हातात चामर आणि डाव्या हातात उंच दांडा असलेले काही तरी (बहुधा ध्वज) धरलेली ही मूर्ती कदाचित ज्ञानकेतूची असावी. या मूर्तीच्या डाव्या हाताला तीन पुरुषमूर्ती उभ्या आहेत. यामध्ये पहिली मूर्ती मैत्रेयाची असून, मैत्रेयाच्या बाजूची मूर्ती वज्रपाणीची असावी.

तिसरी बोधिसत्त्व मूर्ती कुणाची असावी याबद्दल शंका वाटते. त्याच्या उजव्या हातात कमलपुष्प आहे, तर डावा हात वरदमुद्रेत आहे. त्यामुळे कदाचित हा पद्मपाणी असू शकेल.

तिसरा मजला : सर्वांत वरचा मजला म्हणजे खूप मोठे प्रशस्त खण असलेला विहार आहे. यामध्ये बरेचसे काम अर्धवट सोडलेले आहे. जिना चढून वर गेल्यानंतर या टोकांपासून त्या टोकापर्यंत प्रशस्त वऱ्हांडा आहे. आठ स्तंभांनी या वऱ्हांड्याला आधार दिलेला आहे. विहारात जाण्यासाठी दोन्ही बाजूंकडून दोन लहान प्रवेशद्वारे आहेत. मध्यभागी असलेल्या प्रवेशद्वाराच्या बाजूला दोन स्तंभ आणि दोन अर्धस्तंभ आहेत.

विहाराची पाठीमागील भिंत खोलवर आत आहे. त्यामुळे विहाराला खोली आहे. एकूणच या मजल्यावरील खोदकाम अर्धवट सोडल्याची भावना होते. कामामध्ये कुठेही सफाईदारपणा नाही. विहारामध्ये ठिकठिकाणी खोदकाम सुरू केल्याच्या खुणा आहेत. परंतु ते अर्धवट अवस्थेत सोडलेले आहे. बहुधा या ठिकाणी भिक्षूंना राहण्यासाठीच्या छोट्या खोल्या खोदावयाच्या असाव्यात. पाठीमागच्या भिंतीत मध्यभागी लहानसे गर्भगृह आहे. त्यात पद्मासनात बसलेल्या बुद्धाची मोठी मूर्ती आहे. उजव्या हाताला अवलोकितेश्वर आणि डाव्या हाताला पद्मपाणी असे चामरधारी सेवक बोधिसत्त्व उभे आहेत. विशेष म्हणजे या मूर्तीच्या अंगावरील मातीचे लेपन बऱ्याच ठिकाणी उरलेले आहे. मात्र त्यावरील रंग काळवंडून गेलेले आहेत. याचाच अर्थ असा होऊ शकतो, की गुंफेचे इतर खोदकाम चालू असतानाच, पूर्ण झालेल्या शिल्पकामावर मातीचा लेप देऊन त्याचे रंगकामही केले जात असावे. बुद्धमूर्ती आणि बोधिसत्त्व मूर्ती पाहताना आपल्या लक्षात येते की, बहुतेक ठिकाणी सुमारे अर्धा इंच ते दीड इंच जाडीचा मातीचा लेप दिलेला आहे. या मातीचा

चिकटपणा वाढवण्यासाठी त्यामध्ये बरेच पदार्थ घालून त्यानंतरच चिकणमातीने पाषाणमूर्तींना लिंपले जात होते. तदनंतर चुन्यासारख्या सफेद रंगाने रंगवून मगच इतर नैसर्गिक रंगामध्ये मूर्ती रंगविल्या जात होत्या...!

गुंफा क्र. १२ : राजविहार लेणे

तीन ताल किंवा राजविहार या नावाने प्रचलित ही गुंफा तीन मजली आहे, हे नावावरूनच कळते. गुंफेच्या प्रवेशद्वाराजवळ दोन्ही बाजूला दोन सिंहप्रतिमा कोरलेल्या आहेत. आता त्या पूर्णपणे झिजलेल्या असल्या, तरी कधी काळी हे प्रवेशद्वार अतिशय सुंदर दिसत असावे. या पायऱ्यांच्या पलीकडे मोठी दगडी भिंत आहे. दोन्ही बाजूला उंच व रुंद असे भिंतीचे पडदे सोडून मध्ये येण्याजाण्यासाठी द्वार खोदलेले आहे. या द्वारातून आपण प्रत्यक्ष गुंफेसमोर असलेल्या चौकोनी, प्रशस्त अशा प्रांगणात येतो. या प्रांगणाला वेढून तिन्ही बाजूंनी तीनमजली गुंफेच्या उंची इतकीच उंच भिंत आहे. इतर सर्व गुंफांप्रमाणे ही गुंफाही पश्चिमाभिमुख आहे.

नेहमीप्रमाणे वरपासून खालपर्यंत गुंफेचे खोदकाम झालेले आहे. प्रांगणात उभे राहून जेव्हा आपण या गुंफेचे निरीक्षण करतो, तेव्हा दगडात कोरलेल्या प्रचंड आकाराच्या स्तंभांच्या, एकाखाली एक असलेल्या ओळी पाहून मन थक्क होऊन जाते. कशाच्या मदतीने त्या काळातील कारागिरांनी वास्तुशास्त्रातील इतकी अप्रतिम प्रमाणबद्धता साध्य केली असेल, असा प्रश्न मनात आल्याशिवाय राहत नाही.

प्रांगणाच्या उजव्या बाजूला एक अर्धवट खोदलेली गुंफा आहे. मुख्य गुंफेत जाण्यासाठी चार-पाच पायऱ्या आहेत. या पायऱ्या व काही स्तंभांची डागडुजी पुरातत्त्व विभागातर्फे करण्यात आली आहे. पायऱ्यांच्या दोन्ही बाजूला कधीकाळी सिंहमूर्ती असाव्यात. पायऱ्या चढून आपण वऱ्हांड्यात जातो. हा संपूर्ण वऱ्हांडा दहा स्तंभांनी आधारलेला आहे. स्तंभरचना चौकोनी आहे. फक्त पायऱ्याजवळचे दोन स्तंभ 'घटपल्लव' या प्रकारच्या कोरीवकामाने सुशोभित केलेले आहेत. तदनंतर बहुधा स्तंभांच्या सुशोभीकरणाचे काम बंद पडले असावे; कारण बाकी सर्व स्तंभ केवळ चौकोनीच आहेत.

पहिला मजला (तळ) : अतिशय विशाल अशा या गुंफेचा पहिला मजला अनेक स्तंभांनी आधारलेला आहे. एकापुढे एक अशा स्तंभांच्या रांगांनी तयार झालेल्या अनेक ओवऱ्या आणि तदनंतर भिंतीच्या पाठीमागील टोकाला मध्यभागी असलेले गर्भगृह असे या मजल्याचे स्वरूप आहे. या मजल्यावर असलेल्या खोल्यांमध्ये दगडी चौथरे व त्यावर डोके टेकण्यासाठी दगडी उशा खोदलेल्या आहे. या सर्व खोल्यांमध्ये बौद्धभिक्षू वास्तव्य करीत असावेत.

गर्भगृह : पाठीमागच्या भिंतीमध्ये मध्यभागी गर्भगृह आहे. गर्भगृहाच्या प्रवेशद्वाराच्या

उजव्या बाजूला बसलेला बोधिसत्त्व मंजुश्री आहे. त्याच्या डाव्या हातात असलेल्या कमलपुष्पावर पुस्तक ठेवलेले आहे. त्यामुळे ही मूर्ती मंजुश्रीची आहे हे लक्षात येते. डाव्या बाजूचा द्वारपाल मैत्रेय असून तो सव्य ललितासनात बसलेला आहे. गर्भगृह नेहमीप्रमाणे बाहेरील जमिनीपेक्षा खोलात आहे. त्यामुळे एक पायरी उतरूनच आपण आत प्रवेश करतो. प्रवेशद्वारासमोरच मोठ्या चौकोनी सिंहासनावर विशाल आकाराची बुद्धप्रतिमा आहे. पद्मासनात बसलेल्या त्या मूर्तीचे दोन्ही हात तुटलेले आहेत. तथापि मूर्तीचे हात धम्मचक्र परिवर्तन मुद्रेत होते हे लक्षात येते.

बुद्धमूर्तीच्या दोन्ही बाजूला असणाऱ्या बोधिसत्त्व सेवकांच्या मूर्तींची पूर्णतया नासधूस झालेली आहे. मात्र बुद्धप्रतिमेच्या पाठीमागे असणाऱ्या प्रभामंडळाच्या दोन्ही बाजूस भिंतीवर चामरधारी सेवकांच्या अर्धमूर्ती आहेत. या दोन्ही प्रतिमांच्या मस्तकामागे पाचफडी नागाचे छत्र आहे आणि उजव्या हातात चामर धरलेले आहे. हे दोन्ही सेवक म्हणजे नंद आणि उपनंद या नावाने ओळखले जाणारे नागराज आहेत. मुख्य बुद्धप्रतिमेच्या दोन्ही बाजूला तीन तीन बोधिसत्त्व चौथऱ्यावर बसलेले आहेत.

बुद्धमूर्तीच्या उजव्या बाजूला असलेल्या मूर्तींपैकी डावीकडून पहिली बोधिसत्त्व मूर्ती 'ज्ञानकेतू' या बोधिसत्त्वाची असावी; कारण त्याच्या डाव्या हातामध्ये ध्वज धरलेला आहे. डावीकडून दुसऱ्या क्रमांकाची मूर्ती बोधिसत्त्व स्थिरचक्र याची असावी; कारण त्याने डाव्या हातात धरलेल्या कमलपुष्पावर खड्ग ठेवलेले आहे. डोक्यावर किरीटमुकुट व अंगावर सर्व अलंकार आहेत. डावीकडून तिसऱ्या क्रमाकांची ही मूर्ती कोणाची असावी; याचा अंदाज येत नाही. डाव्या हातात बहुधा फूल धरले असावे असे वाटते. बुद्धप्रतिमेच्या उजव्या बाजूची बोधिसत्त्वाची मूर्ती पूर्ण उखडलेली आहे. मात्र, तेथे असलेले उत्फुल्ल कमलपुष्प पाहून त्या जागी बोधिसत्त्व पद्मपाणी अवलोकितेश्वराची मूर्ती असावी असे वाटते.

बुद्धप्रतिमेच्या डाव्या बाजूची पहिली बोधिसत्त्व प्रतिमा पूर्णपणे उखडली गेली आहे. दुसऱ्या क्रमांकाची बोधिसत्त्व प्रतिमा कुणाची आहे हे ओळखता येत नाही. या सर्व प्रतिमा अर्धपर्यंकासनात बसलेल्या आहेत. उजवा हात उजव्या मांडीवर आहे. बहुतेक मूर्तींची तोडफोड झालेली आहे. बुद्धाच्या बाजूची ही डावीकडून तिसरी प्रतिमा बोधिसत्त्व मंजुश्रीची असावी असे वाटते. कारण डाव्या हातात धरलेल्या कमलपुष्पावर ठेवलेले पुस्तक स्पष्टपणे दिसते आहे.तसेच सर्वांत शेवटची बोधिसत्त्व प्रतिमा कुणाची आहे ते लक्षात येत नही. डाव्या हातात कमलपुष्पाची कळी आहे.

'मुख्य बुद्धप्रतिमेच्या समोरच्या भिंतीवर, प्रवेशद्वाराच्या दोन्ही बाजूला दोन स्त्रीप्रतिमा आहेत. डाव्या बाजूला असणारी स्त्रीप्रतिमा चतुर्भुज कुंदा या देवतेची असून तिने आपले दोन हात पद्मासनात असलेल्या पायावर ठेवलेले आहेत. दोन्ही तळवे एकमेकांवर ठेवलेल्या तिच्या हातामध्ये द्रोणपात्र असून त्यात फुले असावीत.

पाठीमागील दोन हातांपैकी उजव्या हातामधे कमलपुष्प धरलेले आहे. तर डाव्या हातामध्ये कमंडलू किंवा कलश गळ्याजवळ धरलेले आहे.'

मूर्तीचे स्वरूप अतिशय बोजड आहे. अवयवांमध्ये नाजूकपणाचा अभाव असल्यामुळे स्त्रीप्रतिमा असूनही हे शिल्प अनाकर्षक वाटते. कमलासनामध्ये पद्मासन घालून बसलेल्या या स्त्रीमूर्तीचा विशेष म्हणजे वक्षांवर काचोळीसदृश स्तनपट्टी घातल्याचे ठळकपणे दाखवलेले आहे. उजव्या बाजूची स्त्रीमूर्ती ताराची आहे. पद्मासनात बसलेली ही स्त्री उंच चौथऱ्यावर कमलपुष्पामध्ये विराजमान झालेली आहे. डोक्यावर मुकुट, कानात कर्णकुंडले, गळ्यात चंद्रहार, हातामध्ये कंगण, दंडात बाजूबंद, पायात तोरड्या अशा अलंकारांनी तारा सजलेली आहे. ताराने आपला उजवा हात वरद मुद्रेत ठेवलेला असून, डाव्या हातात कमलपुष्प धरलेले आहे. ताराच्या अंगातही काचोळीसारखे वस्त्र म्हणजेच स्तनपट्टी घातलेली ठळकपणे दिसून येते.

या गर्भगृहामध्ये, बसलेल्या बोधिसत्त्वमूर्तींच्या वरील बाजूस, मुख्य बुद्धमूर्तीच्या दोन्ही बाजूला पाच पाच लहान आकारातील बुद्धप्रतिमा कोरलेल्या आहेत. दोन्ही बाजूच्या या मूर्ती पद्मासनात असून, पूर्ण विकसित कमलासनामध्ये बसलेल्या आहेत. सर्व बुद्धमूर्ती धम्मचक्र परिवर्तन मुद्रेत आहेत.

दुसरा मजला : पहिल्या मजल्यावरील व्हांड्याच्या उजव्या बाजूने वर जाण्यासाठी जिना आहे. वर जाताना डाव्या बाजूला भिंतीवर अनेक छोटे छोटे शिल्पपट कोरलेले आहेत. जिन्यातून उजव्या बाजूच्या एका दालनात जाता येते. आकाराने प्रशस्त असलेल्या या दालनातही बरेच शिल्पपट आहेत.

दुसऱ्या मजल्यावरील व्हांड्याला आठ स्तंभ आणि दोन अर्धस्तंभ यांचा आधार आहे. गुंफेच्या आत दोन्ही बाजूला दोन दालने असून, मध्यभागी दोन स्तंभ आणि दोन अर्धस्तंभ आहेत. मधील स्तंभाच्या पुढे पाच स्तंभ असून त्यामुळे तीन ओवऱ्या किंवा बोळ तयार झालेले आहेत. यामधील सर्वांत मधल्या ओवरीच्या शेवटी पाठीमागच्या भिंतीमध्ये गर्भगृह तयार झालेले आहे. या गर्भगृहाच्या प्रवेशद्वाराबाहेर दोन प्रचंड आकाराचे बोधिसत्त्व द्वारपाल म्हणून उभे आहेत. उजवीकडील द्वारपाल वज्रपाणी असून, डावीकडील द्वारपाल पद्मपाणी अवलोकितेश्वर आहे. या दोन्ही प्रतिमा आकाराने वास्तवापेक्षा बऱ्याच मोठ्या आहेत.

गर्भगृह : गर्भगृहामध्ये, आसनावर बसलेल्या बुद्धाची प्रतिमा आहे. त्यासमोर हातामध्ये पात्र धरलेल्या स्त्रीची प्रतिमा आहे. ही बहुधा सुजाता असून, ती बुद्धाला अन्न देत आहे. दुसऱ्या बाजूला आणखी एक सेवक असून तो एका आडव्या पडलेल्या शरीरावर उभा आहे. बुद्धप्रतिमेच्या दोन्ही बाजूला बोधिसत्त्व पद्मपाणी आणि वज्रपाणी उभे आहेत. बाजूच्या भिंतीवर चार प्रतिमा आहेत. तसेच समोरील

भिंतीवर एक दाम्पत्य दाखवलेले आहे. वरच्या बाजूला बसलेल्या सात बुद्धप्रतिमा (मानुषी) आहेत. गर्भगृहाच्या समोरील ओवरीच्या भिंतीवर दोन्ही बाजूला दोन वेगवेगळे शिल्पपट आहेत.

मधल्या ओवरीच्या डाव्या भिंतीवर असलेल्या शिल्पपटामध्ये मध्यभागी बोधिसत्त्व पद्मपाणी अवलोकितेश्वर असून त्याच्या उजव्या हाताला वाम ललितासनात बसलेली स्त्री तारा असावी. अवलोकितेश्वराच्या डाव्या बाजूला सव्य ललितासनात बसलेली स्त्री बहुधा भ्रुकुटी असावी. या स्त्रीच्या मुकुटामध्ये स्तूपाची प्रतिमा कोरलेली आहे. उजवा हात तुटलेला आहे. डावा हात डाव्या मांडीवर ठेवलेला असून, त्या हातात सुंदर कलश धरलेला आहे. बोधिसत्त्व अवलोकितेश्वर आणि तारा व भ्रुकुटी यांचा हा शिल्पपट म्हणजे रक्तलोकेश्वर आहे.'

ओवरीच्या उजव्या भिंतीवर आणखीन एक शिल्पपट आहे. व्हांड्याच्या शेवटास जेथून तिसऱ्या मजल्यावर जाण्यासाठी जिना आहे. तेथे भिंतीमधील प्रशस्त कोनाड्यात एक गर्भगृह आहे. येथे असलेल्या मोठ्या शिल्पपटामध्ये मध्यभागी बुद्ध, सिंहासनावर, प्रलंबपादासनात धम्मचक्र प्रवर्तक मुद्रेत बसलेले आहेत. सिंहासनाच्या पुढे दोन्ही बाजूला दोन हरणे असून, मध्यभागी नवधर्माचे चक्र दाखवलेले आहे. बुद्धप्रतिमेच्या दोन्ही बाजूला दोन चामरधारी बोधिसत्त्व उभे आहेत. यापैकी उजव्या बाजूचा बोधिसत्त्व मैत्रेय असून, डाव्या बाजूला बोधिसत्त्व पद्मपाणी अवलोकितेश्वर आहे. या दोन्ही बोधिसत्त्वांच्या बाजूला दोन उभ्या मूर्ती आहेत. एकंदरीत पेहरावावरून या दोन्ही मूर्ती बुद्धाच्या असाव्यात.

तिसरा मजला : या गुंफेचे राजविहार हे नाव सार्थ करेल अशी सुंदर कारागिरी आपल्याला या मजल्यावर पाहायला मिळते. गुंफेचे तोंड पश्चिम दिशेला असल्यामुळे भरपूर उजेड असलेला हा मजला त्याच्या विशालतेमुळे आणि प्रमाणबद्ध अशा वास्तुकला रचनेमुळे मनाला भावतो. दुसऱ्या मजल्यावरील व्हांड्याच्या डाव्या बाजूने तिसऱ्या मजल्यावर येण्यासाठी जिना आहे.

संपूर्ण मजल्यावर दहा स्तंभाच्या पाच ओळी आहेत. आठ स्तंभ आणि दोन अर्धस्तंभ प्रत्येक ओळीत आहेत. या पाच रांगांमध्ये पाच अतिशय प्रशस्त आणि लांब रुंद असे बोळ आहेत. या प्रत्येक ओवरीच्या दोन्ही टोकाला भिंतीमध्ये उत्तर आणि दक्षिण दिशेला तोंड करून बुद्धप्रतिमांचे शिल्पपट आहेत.

संपूर्ण मजल्यावर अनेक बुद्धमूर्ती आहेत. गुंफेच्या या मजल्यावरील पाषाणाची प्रतही चांगली असल्यामुळे बुद्धमूर्तींचे कोरीवकामही चांगले झालेले आहे. बुद्धमूर्ती आकाराने विशाल आहेत. पण देहयष्टीमध्ये प्रमाणबद्धता आहे. बोजडपणा नाही. या मजल्यावरील कारागिरी पाहिल्यानंतर आपल्या लक्षात येते की, येथे काम करणाऱ्या कलाकारांनी काम अतिशय सुचितीने केलेले आहे.

गुंफा खोदताना नेहमीच वरपासून खालपर्यंत काम केले जाते. या गुंफेचा हा वरचा मजला जो गुंफा खोदताना प्रथम खोदला गेला आहे. तो अतिशय कलात्मकरीत्या घडवलेला आहे. कलाकारांनी बुद्धप्रतिमांच्या निर्मितीबरोबरच सौंदर्यनिर्मिती आणि कलात्मकतेला प्राधान्य दिल्याचे लक्षात येते. 'अकरा क्रमांकाची गुंफा, बारा क्रमांकाच्या तीनताल गुंफेनंतर खोदवली असावी असे मानले जाते.' या दोन्ही गुंफामधील शिल्पकामाची तुलना करताना बारा क्रमांकाच्या गुंफेतील शिल्पकाम निश्चितच उच्च दर्जाचे आहे हे लक्षात येते.

या मजल्याचा व्हरांडा अतिशय प्रशस्त आहे. स्तंभ केवळ चौकोनी आकाराचे आहेत. त्यावर कुठल्याही प्रकारची नक्षी अथवा कोरीवकाम नाही. स्तंभशीर्ष आयताकार आहे. संपूर्ण गुंफा कधीकाळी मातीच्या मिश्रणाने लिंपलेली होती. कारण जागोजागी अद्यापही भिंतीवरचे लिंपण आपल्याला पाहायला मिळते. जिना चढून आल्यानंतर आपण आधी छोट्या दालनात येतो. तेथे एक सुंदर चौथरा आहे. डाव्या बाजूला एक खोली खोदलेली आहे. या सुंदर चौथऱ्यावर बसून, महानुभाव पंथाचे आद्य प्रवर्तक, सर्वज्ञ श्री चक्रधरस्वामी भक्तांना निरूपण देत असत.

या दालनाच्या अगदी समोर व्हरांड्याच्या दुसऱ्या टोकाला कोनाड्यामध्ये लहानसे गर्भगृह आहे. या गर्भगृहामध्ये मध्यभागी भूस्पर्श मुद्रेतील बुद्धप्रतिमा असून दोन्ही बाजूला गंधर्व दम्पती हातामध्ये फुलमाला व प्रसादाचे पात्र घेऊन उडताना दिसत आहेत. गंधर्व युगुलाच्या बाजूला किन्नर दम्पती आहेत. पक्ष्याचे पाय असलेल्या किन्नरांचे हे युगुल लक्षपूर्वक पाहिल्यानंतर आपण ओळखू शकतो. बुद्धप्रतिमेच्या उजव्या बाजूला पद्मपाणी अवलोकितेश्वर आणि डाव्या बाजूला बोधिसत्त्व वज्रपाणी चामरधारी सेवकांच्या रूपात उभे आहेत.

व्हरांड्यानंतर येणाऱ्या पहिल्या ओवरीमध्ये दोन्ही टोकाला गर्भगृहे आहेत. डाव्या बाजूच्या गर्भगृहामध्ये पद्मासनातील बुद्धप्रतिमा आहे. बुद्धप्रतिमेच्या उजव्या बाजूला पद्मपाणी अवलोकितेश्वर आणि डाव्या बाजूला बोधिसत्त्व वज्रपाणी, चामरधारी सेवकाच्या रूपामध्ये उभे आहेत.

वज्रपाणी तसेच पद्मपाणी अवलोकितेश्वर या दोघांच्या मूर्ती अतिशय प्रमाणबद्ध, सामान्य आकाराच्या व सडपातळ शरीरयष्टीच्या आहेत. यापूर्वीच्या गुंफांमधून असणाऱ्या बलदंड शरीरयष्टीच्या पुरुषमूर्तींच्या मानाने या पुरुषमूर्ती काहीशा वेगळ्या व वास्तवाशी जवळीक साधणाऱ्या वाटतात. देहाची आकर्षकता आणि रूपसौंदर्य शिल्पातून प्रभावीपणे प्रकट करण्याची कसोशी कलाकारांनी साधलेली आहे असे वाटते.

उजव्या बाजूच्या गर्भगृहामध्ये चौकोनी सिंहासनावर पूर्ण उमललेल्या कमलासनावर पद्मासनात व योगमुद्रेत बसलेल्या भगवान बुद्धाची प्रतिमा आहे. मोठी असली तरी मूर्ती अतिशय प्रमाणबद्ध आहे. गळा, खांदे निमुळते असल्यामुळे प्रतिमेला

नेहमी जाणवणारे बोजड स्वरूप येथे दिसत नाही. भगवान बुद्धाने अंगावर नेसलेले उत्तरीय धोतीप्रमाणे आहे. मांडी घातलेल्या पायासमोर धोतराच्या निऱ्या सुरेख रीतीने दाखवलेल्या आहेत. धोतराचा सोगा डाव्या खांद्यावर टाकलेला आहे. डोक्यावरील केस कुरळे असून, उष्णिश आहे. पाठीमागे प्रभामंडळ असून, त्यापाठीमागे बोधिवृक्ष दाखवलेला आहे. दोन्ही बाजूला गंधर्व आणि गांधर्वी हातामध्ये फूलमाला आणि प्रसादाचे पात्र धरून उडत आहेत. त्यांच्या शेजारी उडणारे किन्नर पती-पत्नी युगुल आहे. बुद्धप्रतिमेच्या उजव्या बाजूला बोधिसत्त्व पद्मपाणी उभा आहे तर डाव्या हाताला बोधिसत्त्व वज्रपाणी आहे.

दुसऱ्या ओवरीमध्येही दोन्ही टोकाला असलेल्या कोनाड्यात सुंदर शिल्पपट आहेत. डाव्या बाजूच्या कोनाड्यातील बुद्धाची प्रतिमा दक्षिणेकडे मुख करून आहे. चौकोनी सिंहासनावर प्रलंबपादासनात बसलेल्या भगवान बुद्धाच्या या मूर्तीची बरीच तोडफोड झालेली आहे. बुद्धाच्या डाव्या बाजूला असलेली गंधर्व युगुलाची मूर्ती फारच मोहक आणि आकर्षक आहे. गांधर्वी गंधर्वाबरोबर उडते आहे, पण ती पाठमोरी आहे. चेहरा वळवून आपल्या गंधर्व पतीच्या डाव्या दंडाला विळखा घालून उडणारी ही पाठमोरी गांधर्वी विलक्षण मोहक दिसते आहे. तिच्या नाजूक आणि कमनीय देहयष्टीचे पाठमोरे दर्शन अतिशय आकर्षक वाटते आहे. आकाराने अतिशय लहान असूनही त्या मूर्तीमध्ये कलाकाराने आपल्या अप्रतिम कलाप्रतिभेचे उत्कृष्ट दर्शन घडवले आहे. तिने सकच्छ पातळ नेसलेले आहे. हे तिच्या पाठमोऱ्या देहयष्टीकडे पाहून आपल्या लक्षात येते.

बुद्धाच्या उजव्या बाजूला पद्मपाणी अवलोकितेश्वर आणि डाव्या बाजूला बोधिसत्त्व वज्रपाणी चामरधारी सेवकाच्या रूपात उभा आहे. उजव्या भिंतीमध्ये असलेल्या कोनाड्यामध्ये बुद्धप्रतिमा आणि बोधिसत्त्व प्रतिमा आहेत. उत्तर दिशेला मुख असणाऱ्या या शिल्पपटातील बुद्ध, सिंहासनावर प्रलंबपादासनात बसलेला आहे. उजव्या बाजूला चामरधारी सेवकाच्या रूपामध्ये बोधिसत्त्व पद्मपाणी अवलोकितेश्वर असून, डाव्या बाजूला वज्रपाणी उभा आहे. या दोन्ही मूर्तींची बरीच झीज झालेली आहे.

तीन क्रमांकाच्या ओवरीमध्येही दोन्ही टोकाला समोरासमोर असलेल्या कोनाड्यात गर्भगृहे आहेत. डाव्या बाजूच्या कोनाड्यात असलेली बुद्धप्रतिमा चौकोनी सिंहासनावर प्रलंबपादासनात बसलेली आहे. डाव्या-उजव्या दोन्ही बाजूला गंधर्वयुगल उडताना दिसत आहेत. बुद्धप्रतिमेच्या डाव्या बाजूला उडणाऱ्या गंधर्वाने अतिशय सहजतेने आपल्या अप्सरा पत्नीला डाव्या हाताने लपेटून घेतले आहे. दोन्ही बाजूच्या गंधर्व पतिपत्नींची शरीरयष्टी सुंदर आणि सडपातळ आहे. बुद्धप्रतिमेच्या उजव्या हाताला बोधिसत्त्व पद्मपाणी अवलोकितेश्वर आणि डाव्या बाजूला वज्रपाणी कमलासनावर

चामरधारी सेवक म्हणून उभे आहेत. बुद्धप्रतिमा आणि बोधिसत्त्व यांच्या मूर्तीही प्रमाणबद्ध आणि सडपातळ वाटतात. उजव्या बाजूच्या गर्भगृहातील बुद्धप्रतिमा उत्तरेकडे मुख करून चौकोनी सिंहासनावर बसलेली आहे. सिंहासनापाठीमागे असलेल्या लोडाला टेकून बुद्ध प्रलंबपादासनात बसलेला असून, पाय कमलासनावर ठेवलेले आहेत. बुद्धप्रतिमेच्या दोन्ही बाजूला दोन बोधिसत्त्व चामरधारी सेवकांच्या रूपात उभे आहेत.

शेवटच्या ओवरीमध्ये दोन्ही टोकाला समोरासमोर दोन कोनाड्यात छोट्या गर्भगृहात बुद्धप्रतिमा आहेत. त्याशिवाय पाठीमागील भिंतीवर दोन्ही बाजूला अतिशय विशाल असे शिल्पपट आहेत. या ओवरीच्याच्या मधल्या तीन स्तंभांना जोडून मुख्य गर्भगृहासमोरील ओसरी आहे. या ओसरीमध्येही अतिशय सुंदर असे शिल्पपट आहेत.

शेवटच्या ओवरीच्या डाव्या भिंतीमधील गर्भगृहामध्ये विशाल आयताकार सिंहासनावर सुंदर पूर्ण विकसित कमलासनामध्ये पद्मासनात बसलेली बुद्धप्रतिमा आहे. बुद्धप्रतिमेचे दोन्ही हात तुटलेले आहेत. परंतु ते धम्मचक्र परिवर्तन मुद्रेत असावेत, याचा आपण अंदाज करू शकतो. आसनावर तीन सिंह आहेत. प्रतिमेची तोडफोड व झीज असली तरी प्रतिमा अतिशय सुंदर आहे, हे आपल्या लक्षात येते. कलाकारांनी प्रतिमा अतिशय कुशलतेने घडवली असल्याचे प्रथमदर्शनी जाणवते. हात, पाय व मान निमुळते आणि सडपातळ आहेत. अंगावरील वस्त्र धोतरासारखे नेसलेले आहे. त्याचा सोगा डाव्या खांद्यावर टाकलेला आहे.

मुख्य बुद्धप्रतिमेच्या दोन्ही बाजूला गोल आसनावर कमलासनामध्ये बसलेल्या बुद्धप्रतिमा आहेत. बुद्धाच्या पाठीमागे असणाऱ्या प्रभामंडळाच्या दोन्ही बाजूला, कोनाड्याच्या दोन्ही कोपऱ्यात दोन बुद्धमूर्ती आडव्या झोपलेल्या अवस्थेत आहेत. दोन्ही बाजूला दोन गंधर्व फुलमाला घेऊन उडताना दिसत आहेत. मध्ये दोन उडणाऱ्या बुद्धप्रतिमाही आहेत.

याच ओवरीमध्ये दुसऱ्या टोकाला असणाऱ्या कोनाड्यामधील बुद्धप्रतिमाही सिंहासनावर कमलासनामध्ये बसलेली आहे. सिंहासनासमोर दोन हरणे बसलेली असून या दोन हरणांच्या मध्ये धम्मचक्र कोरलेले आहे. बुद्धमूर्तीच्या दोन्ही बाजूला बोधिसत्त्व चामरधारी सेवकांच्या रूपामध्ये उभे आहेत. उजव्या बाजूला बोधिसत्त्व अवलोकितेश्वर आहे, तर डाव्या बाजूला बोधिसत्त्व वज्रपाणी उभा आहे.

या शेवटच्या ओवरीच्या पाठीमागील भिंतीमध्ये अतिशय भव्य असे शिल्पपट आहेत. दोन्ही बाजूच्या या भिंतीमध्ये सात सात बुद्धमूर्ती ओळीने एकापुढे एक बसलेल्या आहेत. अतिशय सुंदर अशा या शिल्पपटामध्ये सर्व बुद्धप्रतिमा इतक्या हुबेहूब आहेत की, पाहताना आश्चर्य वाटल्यावाचून राहत नाही. काळ्या

अखंड कातळातून या प्रतिमा घडवताना केवळ छिन्नी आणि हातोड्याच्या साह्याने कलाकाराने एकसारख्या हुबेहूब प्रतिमा कोरून काढणे हे अतिशय अवघड काम आहे; परंतु हे अत्यंत अवघड काम या कलाकारांनी अत्यंत सहजतेने केले असावे, असे वाटण्याइतके अप्रतिम साम्य प्रत्येक बुद्धप्रतिमेत आहे. या प्रतिमा सुंदर आणि प्रमाणबद्ध आहेत...! देहयष्टीची प्रमाणबद्धता आणि पुरुषदेहातून दृग्गोचर होणारी परिपूर्णता आपल्याला या मूर्ती पाहताना प्रकर्षाने जाणवते. एक ते अकरा क्रमांकाच्या गुंफांमधून असणाऱ्या इतर बुद्धप्रतिमांच्या तुलनेत या मजल्यावरील बुद्धप्रतिमा फारच वेगळ्या वाटतात; कारण एक तर या बुद्धप्रतिमा अवाढव्य, विशाल नाहीत. त्यातही विशेष म्हणजे बोजडपणा अजिबात नाही. उलटपक्षी सडपातळ शरीरयष्टीमुळे या मूर्ती वास्तवाशी जवळीक साधणाऱ्या वाटतात. चेहऱ्यावर काही प्रमाणात भावदर्शन घडवण्याचा प्रयत्न कलाकारांनी केला आहे असे जाणवते. एकंदरीत कारागिरीची शैलीसुद्धा थोडीफार वेगळी असल्याचे जाणवते.

'डॉ. आर. एस. गुप्ते यांनी आपल्या *आयकॉनॉग्राफी ऑफ बुद्धिस्ट केव्हज ऑफ एलोरा* या ग्रंथामध्ये बारा क्रमांकाच्या गुंफेचा काळ साधारणपणे आठव्या शतकाच्या उत्तरार्धाचे उरलेले पर्व असावा असे दिले आहे.' हे मत ग्राह्य वाटते. कारण या गुंफेतील तिसऱ्या मजल्यावरील कोरीवकाम पाहताना वर उल्लेख केल्याप्रमाणे शैलीमधील फरक चट्‌कन जाणवतो. या गुंफेची सुरुवात तिसऱ्या मजल्यावरील कामानेच झाली असावी. त्यामुळे गुंफेचे काम जेव्हा सुरू झाले असावे, तेव्हा नव्यानेच दख्खनवर राज्य करणाऱ्या राष्ट्रकूट राजांकडून बौद्धधर्मीय भिक्षूंना आणि कलाकारांना भरपूर प्रमाणात आर्थिक मदत मिळाली असावी.

बारा क्रमाकांच्या या विहाराच्या तिसऱ्या मजल्यावरील कारागिरीवर दुसऱ्या शैलीचा प्रभाव असल्याचे आणखी एक कारणही असू शकते. ते म्हणजे साधारणत: त्याच काळात राष्ट्रकूटांनी अत्यंत महत्त्वाकांक्षेने खोदावयास घेतलेले कैलास मंदिर होय. हिंदू धर्मीयांनी गिरिशिल्प परंपरा जरी बौद्धधर्मीयांकडून उचलली असली तरी सौंदर्य आणि कला यांना महत्त्व देऊन काळ्या कातळात जिवंतपणा निर्माण करण्याचा ध्यास घेतलेल्या कलाकारांची शिल्पाकृतींमध्ये सौंदर्य ओतण्याची उत्कटता, बौद्धधर्मीयांनीही त्या काळीच अनुभवली असावी, वाखाणली असावी आणि तिला आत्मसात करण्याच्या प्रयत्नात आपल्या कारागिरीमध्ये त्या अनुषंगाने फेरबदल करण्याचे प्रयत्न केले असावेत.

या गुंफेतील बुद्धप्रतिमांमध्ये दिसून येणारा दुसऱ्या शैलीचा प्रभाव सूक्ष्म आहे. त्यामध्ये चट्‌कन जाणवेल असा कुठल्याही प्रकारचा आमूलाग्र बदल नाही. मात्र काळजीपूर्वक अभ्यासल्यानंतरच आपल्या लक्षात येते की, शिल्पकारांनी बुद्ध आणि बोधिसत्त्व प्रतिमा घडवताना सौंदर्यनिर्मितीस महत्त्व दिलेले आहे. म्हणूनच राजविहार

गुंफेच्या तिसऱ्या मजल्याचे काम राष्ट्रकूटांच्या कारकिर्दीतच झाले असावे असे वाटते.

गुंफेचे आकारमान अतिशय विशाल आहे; पण त्यातही एक प्रकारचा रेखीवपणा आहे. काळजीपूर्वक केलेल्या आराखड्यानुसार संपूर्ण गुंफेचे शास्त्रशुद्ध आणि प्रमाणबद्ध असे खोदकाम केलेले आहे. त्यामुळेच असे वाटते की, कलाकारांना अतिशय भव्यदिव्य अशी ही गुंफा पूर्णत्वास न्यावयाची होती. परंतु बहुधा काही काळानंतर कामातील उत्साह कमी होत गेला असावा. कारण ज्या समृद्धतेने सुरुवातीच्या मजल्याचे (तिसऱ्या) खोदकाम झाले त्याच्या तुलनेत नंतरच्या दोन्ही मजल्यांचे काम झाले नाही हे चट्‌कन लक्षात येते. हे असे का घडले असावे? या प्रश्नाचे उत्तर दोन विभागात देता येईल.

पहिले म्हणजे साधारणपणे आठव्या शतकाच्या उत्तरार्धाच्या अखेरच्या पर्वात जर या गुंफेचे काम सुरू झाले असेल, तर ही पूर्ण गुंफा पूर्ण होण्यास नववे शतक उजाडले असणार हे नक्की. इतिहासाच्या खाणाखुणांवरून आपल्याला ठाऊकच आहे की, आठव्या शतकानंतर भारतामध्ये सर्वत्र बौद्ध धर्माला उतरती कळा लागली होती. जेव्हा धर्माचा ऱ्हास होत होता, तेव्हा गुंफांच्या खोदकामावर त्याचा परिणाम होणे अपरिहार्य होते. त्याचबरोबर कदाचित राष्ट्रकूटांकडून मिळणारा राजाश्रयसुद्धा कमी होत गेला असावा...

अकरा क्रमांकाच्या गुंफेबाबतीतही हेच घडले असावे. अकरा आणि बारा

आकृती २.३ - **गुंफा क्र.१२ : सात मानुषी बुद्धा**

क्रमांकाच्या या गुंफा बहुधा थोड्याफार फरकाने मागेपुढे सुरू झाल्या असाव्यात. दोन्ही गुंफांचे काम काही काळासाठी बरोबरीने चालले असावे. मात्र अकरा क्रमांकाच्या गुंफेचे स्वरूप आणि तेथील कारागिरीचा दर्जा पाहता ते काम बारा क्रमांकाच्या गुंफेआधीच बंद पडले असावे, असे वाटते. कलाकारांना काम करण्यासाठी लागणाऱ्या पोषक वातावरणाचा अभाव, आर्थिक असहायता, राजकीय अस्थिरता याचबरोबर धर्मभावनेचा व समाजातून मिळणाऱ्या धार्मिक प्रतिष्ठेचा अभाव हेसुद्धा या गुंफांच्या अपूर्णतेचे मुख्य कारण असू शकेल.

सात मानुषी बुद्धा : कॉरिडॉरच्या पाठीमागील भिंतीवर डाव्या बाजूला असणारा शिल्पपट हा सात मानुषी बुद्धांचा आहे. पाठीमागच्या भिंतीमध्ये उंच आसनावर एका पुढे एक सात बुद्धप्रतिमा कोरलेल्या आहेत. या सर्व मूर्ती पूर्ण विकसित कमलपुष्पामध्ये पद्मासनात, योगमुद्रेत बसलेल्या आहेत. हे सात मानुषी बुद्ध आहेत. डावीकडून त्यांची नावे अनुक्रमे : १. विपश्यी, २. सिखी, ३. विश्वभू, ४. क्रकूचन्दा, ५. कनकमुनी, ६. कश्यप, ७. साक्यसिंह अशी आहेत.

या सातही बुद्धप्रतिमांच्या डोक्यावर कुरळ्या केसांची उष्णिश आहे व डोक्यामागे प्रभामंडळ आहे. प्रत्येक बुद्ध हा एका विशिष्ट झाडाखाली बसलेला आहे. त्या झाडावरून या बुद्धप्रतिमांची ओळख करत येते. या वृक्षांची नावे पुढीलप्रमाणे : १. पातली, २. पुंडरिक, ३. साल, ४. शिरीष, ५. औंदुबर, ६. निग्रोथ, ७. पिंपळ इत्यादी आहेत.

सात देव बुद्धा : उजव्या बाजूच्या भिंतीवर अशाच एकापुढे एक सात हुबेहूब दिसणाऱ्या बुद्धप्रतिमा आहेत. संपूर्ण उठावात कोरलेल्या या बुद्धप्रतिमा उंच आसनावर पूर्ण विकसित कमलासनामध्ये पद्मासनात बसलेल्या असून दोन्ही हात योगमुद्रेत आहेत. डोक्यावर छत्रावली आहे. छत्रावलीजवळ गंधर्व युगुल हातात फुलमाला धरून उडताहेत. मुखापाठीमागे प्रभामंडळ असून पाठीमागे टेकण्यासाठी लोड आहेत. हुबेहूब एकसारख्याच दिसणाऱ्या या देवबुद्धांच्या प्रतिमा केवळ छिन्नी हातोड्याच्या सहाय्याने पाषाणामध्ये कोरणाऱ्या कलाकारांच्या प्रतिभेला येथे आवर्जून दाद द्यावी वाटते.

या सात देवबुद्धांची नावे डावीकडून अनुक्रमे पुढीलप्रमाणे आहेत : १. वैरोचन, २. अक्षोम्य, ३. रत्नसंभव, ४. अमिताभ, ५. अमोघसिद्धी, ६. वज्रसत्त्व, ७. वज्रराज.

शेवटच्या ओवरीच्या मध्यभागी मोठी ओसरी आहे. या ओसरीच्या पाठीमागील भिंतीमध्ये मध्यभागी मोठे गर्भगृह आहे. गर्भगृहाच्या प्रवेशद्वाराच्या दोन्ही बाजूला दोन बोधिसत्त्व द्वारपालाच्या रूपामध्ये उभे आहेत. उजव्या बाजूचा द्वारपाल बोधिसत्त्व वज्रापाणी आहे की स्थिरचक्र असा प्रश्न मनात येतो. मात्र डाव्या बाजूचा बोधिसत्त्व अवलोकितेश्वर आहे. अवलोकितेश्वराच्या मुकुटातील ध्यानी बुद्धा अमिताभची

प्रतिमा ओळखू येते. मात्र अवलोकितेश्वराच्या हातामध्ये पद्म नाही. तसेच वज्र-पाणीच्या हातामध्येही वज्र नाही. द्वारपाल अवलोकितेश्वर आपल्या हाताची घडी करून ऐटीत द्विभंगावस्थेत उभा आहे. तर द्वारपाल वज्रपाणी हातामध्ये असलेल्या खड्गावर हात टेकवून ऐटीत द्विभंगावस्थेत उभा आहे. मात्र हातातील खड्ग जे दोन्ही पायाच्या मध्ये टेकवलेले होते ते आता तुटलेले आहे. टेकवलेल्या खड्गाची मूठ आपण चट्कन ओळखू शकतो. खड्ग असल्यामुळेच हा द्वारपाल स्थिरचक्र असावा असे वाटते. दोन्ही द्वारपालांच्या मूर्ती उंच, बलदंड आणि सुंदर पुरुषांच्या आहेत. प्रमाणबद्ध आणि भरदार शरीयष्टी असलेल्या या बोधिसत्त्व प्रतिमा सर्व अलंकारांनी सजलेल्या आहेत. ओसरीमध्ये डाव्या आणि उजव्या दोन्ही बाजूला एकूण सहा सहा बसलेल्या स्त्रीमूर्ती आहेत. दोन्ही बाजूच्या या स्त्रीप्रतिमांच्या वरच्या बाजूला भिंतीमध्ये चार-चार बुद्ध प्रतिमा आहेत.

डॉ. आर. एस. गुप्ते यांनी 'आयकॉनाग्राफी ऑफ बुद्धिस्ट स्कल्पचर ऑफ एलोरा' ग्रंथांमध्ये विविध बौद्धदेवता आणि ध्यानी बुद्ध यांच्याबद्दलचे माहितीपूर्ण विवेचन वाचायला मिळते. या ग्रंथातील संदर्भानुसार बारा क्रमांकाच्या गुंफेच्या तिसऱ्या मजल्यावर, गर्भगृहाच्या पुढील ओसरीवर असणाऱ्या या बारा स्त्रीप्रतिमा म्हणजेच बारा बुद्धशक्ती किंवा बुद्धदेवता आहेत. बुद्ध धर्मामध्ये वज्रयान तत्त्वज्ञानाचे अनुसरण होऊ लागल्यानंतर काही बाबतीत धर्माच्या तत्त्वज्ञानामध्ये आमूलाग्र बदल घडत गेले. वज्रयानानुसार बुद्ध धर्मामधील विविध कुलांची निर्मिती झाली. महत्त्वाच्या अशा प्रमुख ध्यानी बुद्धांना मान्यता मिळाली. या ध्यानी बुद्धांना धर्मतत्त्वज्ञानानुसार अनन्यसाधारण महत्त्व प्राप्त झाले. हे ध्यानी बुद्ध आपल्या विशिष्ट कुलांचे 'कुलेश' मानले जाऊन त्यांना अनिवार्य असे महत्त्व आणि स्वत:ची खास ओळख मिळाली. प्रत्येक कुलाचा कुलपती ध्यानी बुद्ध हा आपल्या कुलासाठी कार्य करण्यास समर्थ बनला. त्याला या कामात मदत करण्यासाठी म्हणून विशिष्ट शक्तीची निर्मिती झाली. प्रत्येक ध्यानी बुद्धाची स्वत:ची खास ओळख त्याच्या हाती असलेल्या आयुधावरून होऊ लागली. हे 'आयुध' हेच त्यांच्या शक्तीचीही ओळख बनले.'

बौद्ध धर्मातील मूर्तिकलेमध्ये या विशिष्ट प्रतीकांना अनन्यसाधारण महत्त्व आहे. कारण एकसारख्या दिसणाऱ्या पाषाणमूर्तींना ओळख देण्याचे कार्य केवळ ही खास प्रतीकेच करू शकतात. या प्रतीकांच्या आधारे तिसऱ्या मजल्यावरील या बारा स्त्री देवतांची ओळख पुढीलप्रमाणे करून दिली आहे.

यापैकी ध्यानी बुद्ध अमिताभ हा कमलपुष्प कुळाचा अधिपती आहे. त्याची शक्तिदेवता पंडारा असून, त्याचा बोधिसत्त्व अवलोकितेश्वर आहे. पंडारा आणि अवलोकितेश्वर हे नेहमीच पद्मधारी म्हणून ओळखले जातात. कारण अमिताभची ओळख 'पद्म' आहे. ध्यानी बुद्ध अक्षोभ्य हा वज्रकुलाचा अधिपती आहे. त्याची

शक्ती 'मामकी' असून, त्याचा बोधिसत्त्व वज्रपाणी आहे. त्यामुळेच शक्ती मामकी आणि वज्रपाणी या दोघांचीही ओळख दर्शवणारे प्रतीक 'वज्र' आहे. वैरोचन या ध्यानी बुद्धाची ओळख दाखवणारे प्रतीक गोल चक्र आहे. वैरोचनाची शक्ती 'लोकना' असून, बोधिसत्त्व समंतभद्र आहे. या दोघांची प्रतीकेही 'चक्र' हेच आहे. ध्यानी बुद्धा अमोघसिद्धी याचे प्रतीक दुहेरीवज्र किंवा विश्ववज्र असून, त्याची शक्ती तारा आहे. तसेच त्याचा बोधिसत्त्व ' विश्वपाणी' आहे. रत्नसंभव या ध्यानी बुद्धाचे प्रतीक 'रत्न' असून, रत्नपाणी हा बोधिसत्त्व आहे. रत्नसंभवाची शक्ती म्हणून वज्रधातेश्वरी या देवतेला मान्यता मिळालेली आहे.

काही विद्वान संशोधकांचे ध्यानी बुद्धांच्या 'शक्तीं'बद्दल दुमत आहे. काहींच्या मते वज्रधातेश्वरी ही ध्यानी बुद्धा वैरोचनाची शक्ती आहे. अक्षोभ्यची शक्ती मामकी नसून, लोकना आहे, असे मानले जाते. तर रत्नसंभवची शक्ती मामकी ही देवता आहे, असे काहींचे मत आहे. साधारणपणे ध्यानी बुद्धांच्या स्त्रीशक्तींची मूर्त रूपातील निर्मिती फारच क्वचित झालेली आहे. बारा क्रमांकाच्या या गुंफेतील तिसऱ्या मजल्यावर एकूण बारा स्त्रीशक्तींची मूर्त रूपामध्ये निर्मिती केलेली आहे. या गुंफेची निर्मिती साधारणपणे आठव्या शतकात झाली असावी, असे मानता येते.

स्त्रीदेवता : ओसरीच्या डाव्या बाजूला असलेल्या स्त्रीप्रतिमांची ओळख पुढीलप्रमाणे देता येईल :

ओसरीच्या डाव्या बाजूला एकूण सहा स्त्रीप्रतिमा आहे. डाव्या बाजूने सुरुवात करून या स्त्रीप्रतिमांची ओळख पुढीलप्रमाणे करता येईल.

पहिली स्त्रीप्रतिमा कमलासनामध्ये सव्य ललितासनामध्ये बसलेली आहे. तिचा उजवा पाय लहानशा कमलपुष्पावर विसावलेला आहे. उजवा हात वरदमुद्रेत आहे. डावा हात डाव्या मांडीवर असून, त्यामध्ये गोल आकाराची वस्तू धरलेली आहे. ही स्त्रीशक्ती ज्या कमलासनामध्ये बसली आहे ते कमलपुष्प जलाशयात फुललेले आहे. त्याच्या देठाजवळ नाग-नागी दम्पती बसलेले आहेत. जलाशयात इतरही पाने-फुले फुललेली असून, हंस आणि इतर जलचर व गजराज पुष्करणी मध्ये दिसताहेत. 'या स्त्रीने डाव्या हातात धरलेली गोल वस्तू म्हणजे बहुधा चिंतामणी हे रत्न असावे, असे मानल्यास ही स्त्रीप्रतिमा ध्यानी बुद्ध रत्नसंभवाची शक्ती वज्रधातेश्वरी आहे, असे मानता येईल.'

दुसऱ्या क्रमांकाच्या स्त्रीची ओळख पटलेली नाही.

'तिसऱ्या क्रमांकाची स्त्री सव्य ललितासनामध्ये, पूर्ण विकसित कमलपुष्पामध्ये बसलेली असून ती 'चतुर्भुजा' कुंदा असावी. खालील उजवा हात उजव्या मांडीवर आहे, तर डावा हात ध्यानमुद्रेत असून, त्यामध्ये पात्र धरलेले आहे. पाठीमागे असणाऱ्या डाव्या हातात कमलपुष्प असून त्यावर पुस्तक ठेवलेले

आहे. उजवा हात अभयमुद्रेत असून, त्यामध्ये अक्षमाला धरलेली आहे.'

चौथ्या क्रमांकाची स्त्री खदिरावणी तारा आहे.

पाचव्या क्रमांकाची ही स्त्रीसुद्धा इतर सर्व स्त्रियांप्रमाणेच सव्य ललितासनात बसलेली आहे. अंगावर सर्व प्रकारचे अलंकार आहेत. मुकुट आणि केशरचना साधारणपणे बाजूच्या ताराप्रमाणेच आहे. उजवा हात उजव्या मांडीवर आहे तर डावा हात वर उचललेला आहे. पण हातातील वस्तू तुटलेली आहे.

सहाव्या क्रमांकाची ही, पूर्ण विकसित कमलपुष्पामध्ये सव्य ललितासनात बसलेली ही स्त्री द्वारपाल अवलोकितेश्वराच्या बाजूला आहे. या स्त्रीचा उजवा हात तुटलेला आहे. डावा हात वर उचललेला असून, त्यात धरलेल्या कमलपुष्पामध्ये 'दुहेरी वज्र' आहे. दुहेरी वज्र म्हणजे 'विश्ववज्र' असल्यामुळे बहुधा ही स्त्री तारा आहे. उजवा हात वरद मुद्रेत आणि डाव्या हातामध्ये धरलेल्या कमलपुष्पावर असणारे विश्ववज्र ही ओळख ध्यानी बुद्धा अमोघसिद्धीची शक्ती तारा हिची आहे.

'ध्यानी बुद्धा अमोघसिद्धी याचे प्रतीक विश्ववज्र आहे आणि ध्यानी शक्ती नेहमीच आपल्या ध्यानी बुद्धाचे प्रतीक स्वत:कडे बाळगतात. त्यामुळे ही स्त्री अमोघसिद्धीची शक्ती आहे,' हे आपल्याला मान्य करता येते.

ओसरीच्या उजव्या बाजूला असलेल्या स्त्रीप्रतिमांची ओळख पुढीलप्रमाणे देता येईल :

प्रवेशद्वाराच्या उजव्या बाजूने सर्वांत पहिली स्त्रीप्रतिमा जांगुली या सर्पदेवतेची आहे. ध्यानी बुद्ध अक्षोभ्याच्या कुटुंबातील आहे. या स्त्रीप्रतिमेकडे पाहताच आपली नजर तिच्या विशिष्ट प्रकारच्या मुकुटाकडे जाते. कारण तिच्या मुकुटामध्ये, केशरचनेला वेटोळे घातलेला एक सुंदर नाग आहे. एवढेच नव्हे तर या स्त्रीच्या कमरेभोवती असलेली मेखला म्हणजे एका नागसर्पाचे वेटोळे आहे. स्त्रीने कानात सर्पकुंडले आणि दंडात सर्पवलय घातलेले आहेत. उजवा पाय एका छोट्या कमलपुष्पावर टेकवलेला आहे. कमलपुष्पाच्या देठाजवळ नाग आणि नागी दम्पती बसलेले आहे. गळ्यामध्ये मोत्यांचा दोनपदरी हार आहे. त्याशिवाय यज्ञोपवीत घातलेले आहे. पायामध्ये पैंजण आणि अंगुलियक घातलेले आहे

या स्त्रीने घातलेली सर्पकुंडले, सर्पमेखला आणि सर्पमुकुट हेच दर्शवितात की ही कुणी सर्पदेवता आहे. बुद्धधर्मामधील या सर्पदेवतेला 'जांगुली' असे म्हणतात. जांगुलीच्या डाव्या बाजूला बसलेली ही स्त्री बहुधा 'महामयूरी' आहे. कारण या स्त्रीने डाव्या हातात मयूरपुच्छ धरलेले आहे.

'महामयूरीच्या शेजारी असलेली स्त्री सव्य ललितासनात बसलेली आहे. उजवा हात तुटलेला असला तरी तो वरदमुद्रेत असावा हे जाणवते. डाव्या हातात कलश धरलेला आहे. ही जंभालपत्नी वसुंधरा आहे. कारण उजवा हात वरदमुद्रेत आणि

डाव्या हातात कलश ही जंभालपत्नी वसुंधरेची खूण आहे. बऱ्याच वेळा हातातील कलशामध्ये रत्नमाणके भरलेली असतात.'

'वसुंधरेच्या बाजूला उजव्या भिंतीवर असलेल्या तीन स्त्रीप्रतिमांपैकी पहिली स्त्री चतुर्भुज आहे. सव्य ललितासनात कमलासनामध्ये बसलेली ही स्त्री बहुधा भ्रुकुटी असावी. चतुर्भुज भ्रुकुटीच्या पाठीमागील डाव्या हातात 'वक्रदांडा' धरलेला आहे. तर पुढील डावा हात डाव्या मांडीवर आहे. दोन उजव्या हातांपैकी पाठीमागचा हात अभयमुद्रेत असून, त्यामध्ये अक्षयमाला धरलेली आहे. तर पुढील उजवा हात वरदमुद्रेत आहे.'

यापुढील स्त्रीसुद्धा सव्य ललितासनामध्ये कमलपुष्पाच्या आसनामध्ये बसलेली आहे. या स्त्रीने आपला उजवा हात उजव्या मांडीवर वरदमुद्रेत ठेवलेला आहे व डाव्या हातात कमलपुष्प धरलेले आहे.

'ही स्त्री बहुधा 'पंडारा' आहे. कारण उजवा हात वरदमुद्रेत आणि डाव्या हातात कमलपुष्प असलेली स्त्री ही ध्यानी बुद्ध अभिताभची शक्ती म्हणून ओळखली जाते. या शक्तीला केवळ डाव्या हातातील कमलपुष्प हीच ओळख आहे. याशिवाय दुसरे कुठलेही प्रतीक या शक्तीसाठी उपलब्ध नाही.'

'बारा क्रमांकाची स्त्रीप्रतिमा बहुधा तारा आहे. उजवा हात वरदमुद्रेत असून, डाव्या हातात पूर्ण विकसित कमलपुष्प धरलेले आहे. ही तारा म्हणजे बोधिसत्त्व अवलोकितेश्वराची पत्नी आहे'

सर्व बारा स्त्रीप्रतिमांच्या अंगावरील अंतरीय सकच्छ पद्धतीने नेसलेले आहे. नेसलेल्या वस्त्राच्या निऱ्या कमरेजवळ खोचलेल्या आहेत आणि त्या डाव्या मांडीवर दाखवलेल्या आहेत.

गर्भगृह : तिसऱ्या मजल्यावरील पाठीमागच्या भिंतीमध्ये प्रशस्त असे गर्भगृह आहे. प्रवेशद्वाराजवळ दोन्ही बाजूला बोधिसत्त्व द्वारपाल म्हणून उभे आहेत. गर्भगृहामध्ये पाठीमागच्या भिंतीमध्ये अतिशय विशाल अशी बुद्धप्रतिमा आहे. सिंहासनावर पद्मासनात बसलेल्या बुद्धाचा उजवा हात धम्मचक्र परिर्वतन मुद्रेत आहे. दोन्ही बाजूला बोधिसत्त्व चामरधारी सेवकाच्या रूपामध्ये उभे आहेत. डाव्या बाजूचा बोधिसत्त्व वज्रपाणी असून, बुद्धाच्या उजव्या बाजूचा बोधीसत्त्व, पद्मपाणी अवलोकितेश्वर आहे.

बुद्धमूर्तीच्या दोन्ही बाजूला गंधर्वयुगुल उडत आहे. हातात फूलमाला, प्रसादाचे पात्र आहे. वज्रपाणी आणि पद्मपाणीच्या बाजूला चार-चार बोधिसत्त्व उभे आहेत. या सर्व बोधिसत्त्वांच्या उभ्या मूर्ती साधारणपणे एकसारख्या आहेत. अवलोकितेश्वराच्या बाजूला उभ्या बोधिसत्त्वांमध्ये दुसऱ्या क्रमांकाचा बोधिसत्त्व स्थिरचक्र आहे, असे म्हणता येईल; कारण त्याच्या उजव्या हातात खड्ग आहे.

बोधिसत्त्व वज्रपाणीच्या बाजूला मंजुश्री आणि मैत्रेय उभे आहेत. मंजुश्रीने आपल्या डाव्या हातात धरलेल्या कमलपुष्पावर ठेवलेले पुस्तक आपण चट्‌कन ओळखू शकतो. मैत्रेयाच्या डोक्यातील मुकुटामधील स्तूप प्रतिमा त्याची ओळख आपल्याला देते.

समारोप

या बारा बौद्ध लेण्यांमधील अत्यंत कलात्मक अशा शिल्पकलेद्वारे, सुमारे दीड हजार वर्षांपूर्वीच्या संपन्न अशा समाजजीवनाचे प्रतिबिंब पाहायला मिळत आहे. तत्कालीन पद्धतीची वस्त्रप्रावरणे, आभूषणे व केशरचना पाहायला मिळाल्या. वास्तविक पाहता बौद्ध धर्माचा, जीवनाकडे पाहण्याच्या दृष्टिकोन विचारात घेता साधेपणा आणि अलंकारविहीन शिल्पाकृतींची अपेक्षा होती. परंतु तसे न होता, अत्यंत वैविध्यपूर्ण अशा वस्त्रालंकारांचे आणि कलात्मक अशा केशभूषांचे दर्शन या गुंफातील शिल्पाकृतींमधून आपल्याला घडते आणि त्यामुळेच आश्चर्य वाटल्यावाचून राहत नाही.

आधुनिक वाटावेत असे उत्कृष्ट अलंकार आणि कलापूर्ण आणि आकर्षक अशा विविध केशभूषांनी सजलेल्या स्त्रीप्रतिमा पाहून त्या काळातील समाज जीवनामध्ये स्त्री स्वतःबद्दल अत्यंत जागरूक असावी, असे प्रकर्षाने जाणवते. वास्तविक पाहता बौद्ध धर्मामध्ये सुरुवातीच्या काळात म्हणजेच हीनयान काळात स्त्रीदेवतांचे अस्तित्व नव्हतेच. महायान काळात स्त्रीदेवतांना थोडीफार मान्यता दिली जाऊ लागली. सहजयान व वज्रयान यामुळे बौद्ध धर्माच्या तत्त्वांमध्ये बदल झाले.

सुख आणि आनंद यांचा त्याग करून, तपश्चर्या करून मोक्षप्राप्ती होते, हा बौद्ध धर्माचा नियम आमूलाग्र बदलला जाऊन मोक्षप्राप्ती योगाने नाही तर भोगानेही प्राप्त करता येते असे ह्या छोट्या पंथांचे अनुयायी मानू लागले. जीवनातील सर्व सुखांचा उपभोग घेऊन, जगण्यातील आनंदाच्या साह्यानेसुद्धा मोक्ष प्राप्त करता येतो, ही तंत्रमार्गातील महत्त्वाची तत्त्वप्रणाली बनली.

या वज्रयानामध्ये हिंदू आणि बौद्ध या दोन्ही धर्मांची तत्त्वे मिसळून योग आणि भोग या दोन्ही गोष्टींना महत्त्व देऊन नवीन तत्त्वप्रणाली सुरू झाली आणि त्यानुसार स्त्रीशक्तींना महत्त्व प्राप्त झाले. ज्याप्रमाणे हिंदू धर्मामध्ये शिव आणि शक्ती हे पुरुष आणि प्रकृतीचे प्रातिनिधिक रूप म्हणून पाहिले जाते, त्याचप्रमाणे बौद्ध वज्रयानामध्ये स्त्रीदेवतांना शक्तीच्या रूपात दाखवले जाऊ लागले.

वेरूळ लेण्यातील बौद्ध गुंफामध्ये वज्रयान तत्त्वप्रणालीला अनुसरून काही शिल्पाकृतींची निर्मिती झालेली आहे, असे मानले जाते. त्यामुळेच कुंदा, तारा, भ्रुकुटी, जांगुली या स्त्रीदेवतांच्या प्रतिमा आपल्याला या गुंफातून पाहायला मिळतात.

बौद्धधर्माच्या वज्रयान तत्त्वप्रणालीनुसार 'भोगातून अत्यानंद' मिळवून मोक्षप्राप्तीचा मार्ग दाखवला आहे.

बौद्ध गुंफांमध्ये असणाऱ्या स्त्रीदेवतांच्या प्रतिमा या केवळ भिक्षुणींच्या नसून त्या अभिसारिकांच्या रूपातील स्त्रीचे प्रातिनिधिक रूप का आहे, याचा अंदाज आपण वरील विवेचनावरून करू शकतो. त्यामुळेच या गुंफांमधील स्त्रीशिल्पांमधून अत्यंत आकर्षक, कमनीय देहाच्या सौंदर्यवती स्त्रियांचे रूप पाहायला मिळते. एवढेच नव्हे तर देहसौंदर्याला महत्त्व देऊन ते देहसौंदर्य पाहणाऱ्याच्या नजरेत भरेल अशा तऱ्हेने वस्त्रालंकार आणि केशभूषा यांचा उपयोग या स्त्रीप्रतिमांमध्ये केलेला आहे. सौंदर्यवर्धनासाठी उपयोगात येणाऱ्या सर्व बाबींचा उपयोग करून स्त्रियांनी आपले रूपसौंदर्य वृद्धिंगत केलेले आहेच. पण त्याचबरोबर पाहणाऱ्याला आकर्षित करणारे विभ्रम, मुद्रा आणि शारीरिक सौंदर्य यांचा एक कलात्मक संगम या शिल्पाकृतींमध्ये पहायला मिळतो.

वस्त्रांच्या अनेक तऱ्हा येथे आपल्याला पाहायला मिळतात, पण यांतील सर्वांत महत्त्वाची बाब म्हणजे या शिल्पाकृतींच्या अंगावर दिसणारे वस्त्र हे अतिशय तलम आणि पारदर्शी स्वरूपाचे आहे. या वस्त्राची तलमता आपल्याला काळ्या कातळातून घडवलेल्या मूर्तीमधूनही स्पष्टपणे जाणवते; कारण त्या वस्त्राच्या आतील प्रत्येक कमनीय अवयव आपल्याला स्पष्टपणे दिसून येतो.

वास्तविक पाहता बौद्ध धर्माच्या प्रसारासाठीच प्रामुख्याने या गुंफांची निर्मिती झाली होती. त्या निर्मितीमागे कुठल्याही अर्थाने सौंदर्यनिर्मिती आणि कला प्राधान्य या गोष्टीना स्थान नव्हते. बौद्धभिक्षूंना केवळ वर्षा ऋतूच्या काळातील चार महिने वास्तव्य करता यावे, यासाठीच खरेतर या 'वर्षावास' गुंफांचे खोदकाम झाले होते. पण तरीही या विहारांच्या पाठीमागील भागात ज्या गर्भगृहांची निर्मिती झाली, तेथे सौंदर्यनिर्मितीच्या संकल्पनांना कलाकारांनी आपल्या पद्धतीने जतन केले.

स्त्रीप्रतिमांची निर्मिती करताना कलाकारांनी आपल्या कलेला जणू बटीक बनवून आपल्या मनातील मुक्त भावनांना स्त्रीदेहाच्या कमनीयतेमध्ये अक्षरश: गुंतवून टाकले आहे, असे वाटते. त्या अनाम कलाकारांना देहसौंदर्याची अनुभूती काळ्या पाषाणातही अनुभवता येत असावी. कारण येथील सर्व स्त्रीप्रतिमा या केवळ सुंदर आणि सुडौल आहेत असे नाही, तर त्या वाजवीपेक्षा उन्नत आणि पुष्ट आहेत असेच वाटते. पुष्ट नितंब आणि उन्नत उरोज असलेल्या कमनीय स्त्रीदेहाला शक्य होईल तेवढे अनावृत दाखवण्याचे कौशल्यही या कलाकारांनी साध्य केलेले आहे. यासाठी अत्यंत तलम अशा वस्त्रांचा आधार घेतलेला आहे. विशेष म्हणजे या स्त्रियांनी ज्या पद्धतीने वस्त्र परिधान केलेले आहे, ते पाहता शरीर झाकण्यापेक्षा शरीराचा सुडौलपणा

अधिक खुलून कसा दिसेल याकडेच त्यांनी जास्त महत्त्व दिल्याचे आपल्याला प्रकर्षाने जाणवते.

स्त्रीशिल्पांची वस्त्रे : वेरूळ येथील स्त्रीशिल्पांच्या अंगावर आपल्याला विविध प्रकारची वस्त्रे पाहायला मिळतात. मात्र वर सांगितल्याप्रमाणे या वस्त्रांतून देहाची सुकुमारता शक्य होईल तेवढी आकर्षक कशी दिसेल, याकडेच कलाकारांनी प्रामुख्याने लक्ष दिल्याचे लक्षात येते. बौद्ध लेण्यातील स्त्रीप्रतिमांच्या अंगावर प्रामुख्याने दोन किंवा तीन प्रकारची वस्त्रे असल्याचे दिसून येते. यामध्ये कमरेपासून खालच्या भागाला झाकण्यासाठी नेसलेले वस्त्र आणि अंगाखांद्यावरून घेतलेले दुसरे वस्त्र. याशिवाय क्वचितप्रसंगी स्त्रियांनी आपल्या वक्षांवर घातलेली कंचुकी काही शिल्पांमध्ये पाहायला मिळते.

स्त्रियांनी नेसलेल्या या दोन प्रमुख वस्त्रांपैकी कमरेपासून खालच्या भागावर नेसलेल्या वस्त्रांचा उल्लेख अंतरीय म्हणून केलेला आहे. तर वरच्या भागात पांघरलेले किंवा खांद्यावरून रुळणारे दुसरे तलम वस्त्र जे आजकाल वापरात असणाऱ्या दुपट्टा किंवा ओढणीप्रमाणे आहे, त्याचा उल्लेख उत्तरीय म्हणून केलेला आहे.

अंतरीय : बौद्ध लेण्यामधील स्त्रीप्रतिमांच्या अंगावर असणारे अंतरीय हे वेगवेगळ्या प्रकारे नेसल्याचे आपल्या लक्षात येते. बहुतेक ठिकाणी तलम कपड्याचे हे वस्त्र लुंगीप्रमाणे कमरेभोवती गुंडाळलेले आहे. वस्त्र नेसताना सुरुवातीला डाव्या बाजूने पदर खोचून मग उजव्या बाजूने वस्त्र पुढे आणून त्याच्या निऱ्या कमरेजवळ खोचल्याचे दिसते. केवळ एकवेळा अंगाभोवती गुंडाळलेल्या आणि लुंगीप्रमाणे नेसलेल्या अंतरीयामुळे त्या स्त्रीप्रतिमेच्या संपूर्ण देहाची कमनीयता ठसठशीतपणे नजरेत भरते.

काही शिल्पाकृतींमध्ये अंतरीयाच्या निऱ्या दोन पायांच्या मध्ये कमरेवर नाभीच्या खाली खोचलेल्या आहेत. आज नेसल्या जाणाऱ्या गोल साडीप्रमाणे हे अंतरीय नेसलेले आहे. या दोन्ही प्रकारांत अंतरीय कमरेजवळ कमरबंधाने घट्ट बांधल्याचे लक्षात येते. याशिवाय बहुतेक स्त्रीशिल्पाच्या अंगावर सुंदर नक्षीकामाने नटलेली मेखला आहे. मेखला आणि कमरबंध यांच्या साह्याने अंतरीय आपल्या जागी घट्टपणे सांभाळले जात असावे.

वरील पद्धतीचे अंतरीय विकच्छ पद्धतीने नेसलेले आहे. मात्र कितीतरी ठिकाणी सकच्छ पद्धतीने अंतरीय नेसल्याचेही लक्षात येते. विशेषत: ज्या ठिकाणी स्त्री ललितासनात बसलेली आहे, त्या ठिकाणी अंतरीय सकच्छ पद्धतीने नेसलेले आहे. एका पायाची मांडी घालून बसलेल्या स्त्रीच्या पायाजवळ गोळा होणाऱ्या चुण्यांवरून आपल्याला तिने सकच्छ पद्धतीने वस्त्र नेसल्याचे लक्षात येते.

एक-दोन ठिकाणी लुंगीप्रमाणे नेसलेल्या अंतरीयावरून कमरेच्या खाली

पार्श्वभागाभोवती शेला गुंडाळून नेसल्याचेही दाखवले आहे. मात्र स्त्रीप्रतिमांच्या बाबतीत या पद्धतीचे वस्त्र फार क्वचित नेसल्याचे दिसते.

उत्तरीय : बहुतेक स्त्रीप्रतिमांच्या अंगावर तलम, लांब असे उत्तरीय घेतल्याचे आपल्याला दिसून येते. हे उत्तरीय म्हणजेच आजच्या जमान्यात स्त्रिया ओढणी किंवा दुपट्टा म्हणून वापरतात तसेच वस्त्र आहे. वास्तविक पाहता या वस्त्राचा उद्देश हा वक्षभाग झाकण्यासाठी असला तरी बौद्ध लेण्यात कुठे चुकूनही या उत्तरीयाने स्त्री शिल्पांमध्ये वक्ष झाकल्याचे दिसत नाही. उलटपक्षी खांद्यापाठीमागून अतिशय आकर्षकपणे हे उत्तरीय पुढे घेऊन डाव्या व उजव्या हाताभोवती लपेटून शरीराच्या दोन्ही बाजूला सोडल्याचे पाहायला मिळते. मुळातच उत्तरीयासाठीचे वस्त्र अतिशय तलम, पारदर्शी प्रकारातील असावे. त्यामुळे त्याचा उपयोग शरीर झाकण्यापेक्षा शरीरसौंदर्य वाढवण्यासाठीच जास्त करून घेतलेला आहे.

काही ठिकाणी स्त्रीशिल्पामध्ये हे उत्तरीय इतक्या आकर्षक पद्धतीने हातात धरलेले आहे की, ते केवळ पुरुषांना आकर्षित करण्याच्या उद्देशानेच वापरले आहे हे चट्‌कन लक्षात येते. त्यामुळेच एकंदरीतच उत्तरीयाच्या साह्याने वक्ष झाकणे हा प्रकार त्या काळी अस्तित्वातच नव्हता असे वाटते.

एकूणच सर्व शिल्पाकृतींच्या अभ्यासाअंती एक गोष्ट प्रकर्षाने जाणवते, ती म्हणजे वेरूळच्या कलाकारांनी स्त्रियांच्या वरच्या अंगातील वस्त्रांना महत्त्व दिलेले नाही. पुरुषशिल्पांच्या बाबतीत पुरुषांच्या वरच्या अंगावर वस्त्रे नाहीत, याबद्दल आश्चर्य वाटत नाही. कारण त्या काळी पुरुष केवळ उपरणे किंवा अंतरीय अंगावर ओढून घेत होते, अशी कल्पना सर्वसाधारणपणे रूढ होती. मात्र स्त्रीच्या बाबतीत ती आपले उरोज किंवा वक्ष न झाकता वावरत असावी का?

वर सांगितल्याप्रमाणे बऱ्याच स्त्रीशिल्पांमध्ये लांब, तलम वस्त्र उत्तरीय म्हणून स्त्रीच्या मानेवरून शरीराच्या दोन्ही बाजूला हातावरून रुळताना दाखवले आहे. पण त्याची पारदर्शकता आणि अंगावर ओढण्याची पद्धत यावरूनच त्याचा उपयोग वक्ष झाकण्यासाठी कमी असून, शरीराचे सौंदर्यवर्धन करण्यासाठीच होत असावा, हे चट्‌कन लक्षात येते.

याहीपुढे जाऊन विचारात घेण्यासारखी महत्त्वाची गोष्ट म्हणजे या शिल्पकारांनी, वेरूळच्या शिल्पामध्ये रूपबद्ध केलेल्या सर्व स्त्रिया शरीराने पुष्ट आणि कमनीय दाखवलेल्या आहेत. त्यामुळेच स्त्रीच्या शरीराचे नितंब आणि उरोज यांची पुष्टता काही ठिकाणी थोडी अतिशयोक्तीपूर्ण वाटते हे जरी खरे असले, तरी ती स्त्री अनावृत आहे असे वाटत नाही. याची दोन महत्त्वाची कारणे सांगता येतील. पहिले म्हणजे बहुतेक शिल्पांमध्ये त्या स्त्रीचे उरोज अतिशय उन्नत आणि घाटदार आणि अर्धगोलाकार दाखवलेले आहेत. स्त्रीच्या उरोजांना उन्नत करण्यासाठीच कंचुकीचा

वापर केला जातो. या उरोजांना असलेला उभार आणि बांधीवपणा हा केवळ त्या स्त्रीने उरोज बांधून ठेवले असल्यामुळेच आलेला आहे, असे वाटते.

दुसरी महत्त्वाची गोष्ट म्हणजे काही अपवाद वगळता, बहुतेक शिल्पाकृतींमध्ये वक्ष जरी उन्नत दाखवलेले असले तरी स्तनाग्रे कोरलेली नाहीत. अर्थात काही शिल्पाकृतींमध्ये अगदी ठळकपणे स्तनाग्रे कोरलेली आहेत. अशा ठिकाणी त्या स्त्रीचे वक्ष अनावृत आहेत हे आपल्या लक्षात येते. परंतु म्हणून वेरूळ लेण्यातील स्त्रियांनी वक्ष झाकण्यासाठी वस्त्रे घातलेलीच नाहीत, असे म्हणणे योग्य वाटत नाही.

अर्थातच दुसऱ्या बाजूने विचार करताना एक गोष्ट पुन्हा अनुत्तरित राहते. ती म्हणजे ज्या कलाकारांनी शिल्प घडवताना बारीकसारीक गोष्टीसुद्धा अत्यंत बारकाईने काळ्या पाषाणात शिल्पबद्ध केल्या आहेत, त्या कलाकारांना छातीवरचे वस्त्र दाखवणे अवघड झाले असावे का?

याबाबत काही संदर्भ विचारात घेण्यासारखे आहेत.भारतातील स्त्रियांच्या बहुविध प्रतिमांतून विशेषत: अजिंठा गुंफांतील भित्तिचित्रणातून स्त्रिया सामान्यत: उत्तरीय, कंचुकी, चोळी, स्तनपट्टा वापरीत नसाव्यात असे दिसून येते. वात्स्यायनाच्या कामसूत्रातही (इ.स.४-५वे शतक) एके ठिकाणी असे म्हटले आहे की, 'जेव्हा एखादा नवखा पुरुष दुरून तरुण युवतीच्या स्तनद्वयावरील नखांचे व्रण (नखक्षत) पाहत असे. तेव्हा तो आदराने दुसऱ्या बाजूने जात असे.' याचा अर्थच मुळी असा होतो की, ती विवाहित स्त्री असावी, म्हणून तो तिच्याबद्दल स्त्रीदाक्षिण्य आपल्या कृतीने व्यक्त करी. याचाच अर्थ असा होतो की, त्या काळात स्त्रिया वक्षभाग अनावृत ठेवून वावरत असाव्यात.

याउलट काही संस्कृत सहित्यामध्ये असलेले इतर उल्लेखही विचारात घेण्यासारखे आहेत. 'हला'लिखित प्राकृत 'गाथासप्तशती'मध्ये साधारणपणे पहिल्या शतकातील दख्खन संस्कृतीबद्दल उल्लेख आहेत. यामध्ये स्त्रिया आपले वक्ष कंचुकीत बांधत असत असा उल्लेख आहे. या कंचुकीचे दोन्ही बंद उरोजांच्या मध्ये घट्ट बांधले जात. अर्थातच या कंचुकी इतक्या लहान असत की त्याने पूर्ण वक्ष झाकले जात नसत. परंतु वक्ष झाकण्यासाठी कचबंध वापरले जात होते, यामध्ये कुठलाही संशय नाही. या कंचुकीला 'गात्रिकाग्रंथी 'असे म्हटले जात असे.

बौद्ध लेण्यांपैकी गुंफा क्र. बारामध्ये तळमजल्यावरील गर्भगृहामध्ये बौद्धदेवता तारा आणि कुंदा यांचे शिल्प आहे. या दोन्ही शिल्पांमध्ये दोघींच्या वक्षांवर कचबंध स्पष्टपणे कोरलेला आहे. सर्व गुंफापैकी बौद्ध लेण्यांमधील केवळ याच गुंफेमध्ये अशा तऱ्हेने स्त्रीशिल्पांमध्ये कंचुकी किंवा कचबंध दाखवलेला आहे.

महाकवी कालिदासाच्या शाकुंतल या नाट्यकाव्यात शकुंतलेच्या कंचुकीचा

उल्लेख वारंवार झालेला आहे. बाणभट्टाच्या 'हर्षचरित'मध्ये सावित्रीने दोन प्रकारची वस्त्रे परिधान केल्याचा उल्लेख आहे. यापैकी एक वरच्या अंगातील वस्त्र जे दोन्ही उरोजांच्या मध्ये घट्ट गाठ मारून बांधलेले आहे. स्वस्तिकाच्या आकाराची गाठ मारलेल्या या वस्त्रास गात्रिकाग्रंथी असे म्हटले आहे.

राजशेखर लिखित 'कर्पूरमंजिरी' या संस्कृत काव्यामधील नायिका स्नान केल्यानंतर दोन वस्त्रे परिधान करते असा उल्लेख आहे. मात्र तिने कंचुकी घातल्याचा उल्लेख नाही. तसेच याच काव्यात असाही उल्लेख आहे की, 'वसंत ऋतूचे आगमन झाल्यामुळे स्त्रियांनी आपल्या कंचुकी काढून टाकल्या आहेत.'

वरील संदर्भाचा परामर्श घेऊन इथे एवढेच सांगता येईल की, इ.स. पहिल्या शतकापासून ते सहाव्या शतकापर्यंत स्त्रिया आपल्या अंगात कंचुकी घालत होत्या हे निर्विवाद सत्य होते. तरीही वेरूळ येथील कलाकारांनी आपल्या शिल्पकलेद्वारे साकार केलेल्या स्त्रीप्रतिमांमध्ये स्त्रियांच्या वरच्या अंगात कंचुकी अथवा इतर वस्त्रांचे कुठलेही चित्रण केलेले नाही. (गुंफा क्र. बारा आणि गुंफा क्र. एकवीस यातील तीन अपवाद वगळता) हे असे का घडले असावे? असा प्रश्न जेव्हा मनाशी येतो, तेव्हा एक स्वाभाविक उत्तर नजरेसमोर येते. ते म्हणजे एकतर या कलाकारांना स्त्री सौंदर्यामध्ये आणि ते अभिव्यक्त करण्यामध्ये असलेली रुची...! किंवा दुसऱ्या बाजूने आपण असेही म्हणू शकतो की, आपण शिल्पांकित केलेल्या स्त्रीचे देहसौंदर्य पाहणाऱ्याच्या नजरेत ठसवण्यासाठीच कदाचित कलाकारांनी उरोजांना मुक्त हस्ते अनावृत रूपात घडवले असावे.

यापूर्वीच उल्लेख केल्याप्रमाणे या स्त्री शिल्पाकृती पाहताना, वरच्या अंगाचे स्वरूप अनावृत वाटत नसले तरी तेथे घातलेल्या वस्त्राचे स्वरूपही दृग्गोचर होत नाही. त्यामुळेच कदाचित स्त्रियांनी कंचुकीसमान वस्त्र परिधान केलेले आहे, असे गृहीत धरूनच कलाकारांनी या शिल्पाकृती घडवलेल्या असाव्यात की काय असा प्रश्नही मनात येतो...! 'अमृतकलश' किंवा 'अमृतकुंभ' म्हणून ज्यांचा उल्लेख केला जातो, त्या उरोजांच्या प्रति पुरुष कलाकारांना असलेले आकर्षण हेसुद्धा याला कारणीभूत झाले असावे. आपण निर्मिलेले शिल्प अधिकाधिक सुंदर दिसावे, हा हेतुसूद्धा या पाठीमागे असू शकेल.

या विवेचनाअंती येथे एक गोष्ट मात्र आवर्जून नमूद करावीशी वाटते. ती म्हणजे अजिंठ्याच्या भित्तिचित्रणामध्ये बऱ्याच ठिकाणी ज्याप्रमाणे स्त्रीचे उरोज अनावृत आहेत, तसे काही अपवाद वगळता ते वेरूळच्या शिल्पातून दिसत नाहीत. त्यामुळे या विषयाचा अन्वयार्थ अद्याप तरी प्रश्नार्थकच आहे, असे म्हणावे वाटते.

स्त्रीदेहावरील अलंकार आणि केशभूषा : बौद्ध लेण्यातील स्त्रीशिल्पां-मधून केशभूषेचा जो उत्तमोत्तम आविष्कार नजरेस पडला तो पाहता केवळ आश्चर्यच

वाटले असे नाही तर त्यामधील वैशिष्ट्यपूर्ण सौंदर्यदृष्टी पाहून थक्क व्हायला झाले. या शिल्पाकृतींमधून एकापेक्षा एक सुंदर आणि कलात्मक केशरचना अभ्यासता आल्या.

या केशरचना पाहता एक गोष्ट जाणवली ती म्हणजे स्त्रियांच्या डोक्यावर असलेला विपुल केशसंभार...! कारण विपुल आणि घनदाट केशसंभाराच्या साहाय्यानेच स्त्रियांनी अशा सहजसुंदर केशरचना डोक्यावर बांधलेल्या आहेत. केवळ केशरचनाच सुंदर आहेत असे नाही तर, त्या अतिशय सौंदर्यपूर्ण आणि कलात्मक पद्धतीने सजवलेल्या आहेत. या बहुतेक स्त्रियांच्या डोक्यावर सुंदर आणि नाजूक नक्षीकामाने नटलेले सुवर्णमुकुट आहेत. हे सुवर्णमुकुट रत्नजडित असून, त्यामध्ये मोत्यांच्या लडी आहेत. पाचू आणि माणके आहेत. काही शिल्पाकृतींमध्ये तर विविध प्रकारच्या फुलांनी केशरचना सजवलेल्या आहेत. काही केशरचनांमध्ये फुलांचे मुकुटही घातलेले आहेत.

आश्चर्याची गोष्ट म्हणजे जितके वैविध्य केसांच्या कलापूर्ण रचनांमध्ये आहे, तितकेच किंबहुना त्यापेक्षा अधिक वैविध्य आणि सौंदर्यदृष्टी त्या केशरचनांना सजवण्यामध्ये आहे. काळ्या पाषाणात शिल्पकाराने घडवलेल्या मूर्तीमध्ये इतकी कलापूर्ण केशरचना पाहायला मिळते, तर त्या काळातील स्त्रिया वास्तवात किती आणि कशा प्रकारच्या केशरचना करीत असतील, असा प्रश्न मनात आल्याशिवाय राहत नाही.

अलंकार : बौद्ध लेण्यांमधील बहुतेक सर्व स्त्रीप्रतिमा अलंकारांनी परिपूर्ण आहेत. कानातील कर्णकुंडले, गळ्यातील वैविध्यपूर्ण ग्रैवेयक आणि स्तनहार याचबरोबर दंडामधील बाजूबंद हे खास अलंकार प्रत्येकीच्या अंगावर आहेतच. त्याशिवाय पायामध्ये नूपुर, तोरड्या किंवा कडे घातलेले आहेत. प्रत्येकीच्या कमरेला अतिशय सुंदर अशा मेखला आहेत. या मेखलांमध्ये वेगवेगळ्या प्रकारचे नक्षीकाम आहे. काही मेखला या सुवर्णाच्या साखळ्यांनी बनवलेल्या आहेत. तर काही सुवर्णपट्टिकांनी बनवलेल्या आहेत. काही मेखलांमध्ये पानाफुलांची नक्षी आहे. या मेखला कमरेवर खाली घसरलेल्या आहेत. त्यांची रत्नजडित पदके नाभीच्या खाली शोभून दिसताहेत.

कंगन : स्त्रीप्रतिमांच्या हातामध्ये विविध प्रकारचे कंगन आहेत. बऱ्याच ठिकाणी एखादे रत्नजडित कंगन घातलेले आहे तर काही ठिकाणी मनगट भरून बांगड्या घातलेल्या आहेत. गुंफा क्र. सहामधील महामयूरीच्या हातामध्ये अतिशय सुंदर असे भरगच्च कंगन मनगटावर आहेत. यामध्ये तोडे, कंगन, सुवर्णाचे कंगन, वगैरे विविध प्रकार आहेत. कंगनाप्रमाणेच दंडावरील बाजूबंद किंवा केयूरसुद्धा विविध प्रकारचे आहेत. बऱ्याच स्त्रीप्रतिमांच्या दंडावर वलयांकित बाजूबंद आहेत तर काही प्रतिमांच्या दंडामध्ये नक्षीदार, पदक असलेले बाजूबंद आहेत. काही

स्त्रियांच्या दंडावर केवळ मोत्यांचे सर बाजूबंद म्हणून बांधलेले आहेत.

बौद्धलेण्यातील पुरुष प्रतिमा

वस्त्रालंकार आणि केशभूषा : बौद्ध लेण्यातील बहुतेक पुरुषप्रतिमा या आकाराने बलदंड आहेत. या देखण्या पुरुषांच्या प्रतिमा पाहून त्या काळातील पुरुष खरोखरच बलशाली आणि देखणे असावेत, याबद्दल मनात संशय राहत नाही.

या पुरुषांच्या अंगावर केवळ कमरेपासून खालच्या भागावर अंतरीय आहे. वरचा भाग पूर्णपणे उघडा आहे. पुरुषप्रतिमांच्या अंगावरील वस्त्रामध्ये बरेच वैविध्य आहे. मुख्य म्हणजे पुरुषप्रतिमांमधील मैत्रेयाची प्रतिमा ही सर्व गुंफांमधून अत्यंत आकर्षक आणि विविध अलंकारांनी सजलेल्या देखण्या पुरुषाची आहे. तसेच वज्रपाणीसुद्धा असाच अलंकारांनी नटलेला आहे. सुरुवातीच्या काळातील पद्मपाणी अवलोकितेश्वराच्या प्रतिमा या अलंकारविहीन आहेत. मात्र नंतरच्या काळातील काही गुंफांमधील अवलोकितेश्वर प्रतिमांच्या अंगावर अलंकार आहेत. विशेष म्हणजे अवलोकितेश्वराच्या प्रतिमा पाहताना सौंदर्यदृष्टीचा अभाव व चेहऱ्यामध्ये भावनाहीन बोजडपणा असल्याचे जाणवते.

वस्त्रप्रावरणे : स्वत: बुद्धमूर्तीच्या अंगावर दोन प्रकारची वस्त्रे आहेत. एक तर बुद्धप्रतिमा ही नेहमीच अलंकारविहीन असून बुद्धप्रतिमेचे अंतरीय म्हणजे तलम अशा वस्त्राचे पायघोळ पद्धतीने नेसलेले धोतर आहे. त्याच्या जोडीला दुसऱ्या लांबरुंद वस्त्राने म्हणजेच उत्तरीयाने छाती झाकून डाव्या खांद्यावरून या वस्त्राचा सोगा पाठीमागे नेऊन, पुनश्च त्या सोग्याचे टोक डाव्या हातात धरलेले आहे. बुद्धप्रतिमेच्या अंगावर बहुतेक वेळा हाच पेहराव आहे.

बौद्ध गुंफांमधील इतर पुरुषप्रतिमांमध्ये मैत्रेय, वज्रपाणी, अवलोकितेश्वर व इतर बोधिसत्त्वांच्या मूर्तींचा समावेश होतो. यामध्ये मैत्रेयाच्या प्रतिमा नेहमीच आकर्षकरीत्या सजलेल्या आहेत. या सर्व पुरुषप्रतिमांच्या अंगावर बहुतेक वेळेस केवळ अंतरीय हेच एकमेव वस्त्र घातलेले आहे. या अंतरीयाच्या वरती, प्रत्येक पुरुषमूर्तीच्या अंगावर कमरेच्या थोडे खाली पार्श्वभागाभोवती एक लांबरुंद वस्त्र गुंडाळलेले आहे. हा शेला असून, त्याची गाठ डाव्या मांडीवर बांधून उरलेल्या शेल्याचा सोगा शरीराच्या बाजूला सोडलेला आहे. बहुतेक सर्व प्रतिमांमध्ये या शेल्याचे अस्तित्व न चुकता पाहायला मिळते. मात्र काही ठिकाणी या शेल्याचे स्वरूप थोडे वेगळे आहे. पुरुषप्रतिमांची भरदार छाती बहुतेक वेळेस उघडी आहे.

पुरुषप्रतिमांचे अलंकार : सुरुवातीच्या काही गुंफांतील अवलोकितेश्वराच्या प्रतिमा सोडल्या तर बहुतेक बोधिसत्त्व प्रतिमेच्या डोक्यावर सुंदर मुकुट आहेच. त्यातही मैत्रेयप्रतिमांच्या डोक्यावर असलेले मुकुट फारच सुंदर आहेत.

बौद्ध लेण्यांमध्ये मुकुटाच्या कारागिरीमध्ये आणि रचनेमध्ये जे वैविध्य आणि कलाकुसर पाहायला मिळाली ती इतर गुंफांतून कमी प्रमाणात दिसून येते. एकापेक्षा एक अतिसुंदर मुकुट या गुंफातील पुरुषशिल्पांच्या डोक्यावर पाहायला मिळतात. करंडक, किरीट आणि जटामुकुट असे तीन प्रकारचे मुकुट आपल्याला पाहायला मिळतात. या मुकुटांतील उत्तमोत्तम प्रकारची कलाकुसर पाहिल्यानंतर मनात विचार येतो की, काळ्या पाषाणात सुवर्णमुकुट प्रतीकरूपाने कोरताना कलाकारांनी इतक्या उच्च प्रतीचे नक्षीकाम केले आहे, तर त्या काळातील सुवर्णकार किती सुंदर कारागिरी करीत असतील...?

बहुतेक सर्व पुरुषमूर्तींच्या भरदार छातीवर उठून दिसणारे रुंद ग्रैवेयक आणि खांद्यावर यज्ञोपवीत आहे. छातीवर शोभून दिसणारे ग्रैवेयक आणि त्याच्या जोडीला अतिशय सुंदर आणि कलात्मक असे मोत्यांचे किंवा सुवर्णाच्या गोफांचे, तसेच रेशमी यज्ञोपवीत प्रत्येक पुरुषाच्या अंगावर रुळताना दिसते. बहुतेक ठिकाणी चार ते पाचपदरी मोत्यांच्या माळांचे एकत्रित गुंफलेले आणि मध्यभागी डाव्या छातीवर शोभून दिसणारे सुंदर पदक असलेले यज्ञोपवीत पाहायला मिळते. या यज्ञोपवीतामुळे या पुरुषमूर्ती फारच आकर्षक दिसतात.

यक्ष, यक्षी, गंधर्व-गांधर्वी : बौद्ध गुंफांमध्ये बोधिसत्त्व, स्त्रीदेवता, सेवक-सेविका, आणि बुद्धप्रतिमा वगळता उडणारे गंधर्व-गांधर्वी आणि यक्ष-यक्षी यांच्या प्रतिमा आहेत. जाडे बुटके यक्ष नेहमीच गुडघ्याच्या वर पोहोचेल अशा पद्धतीने नेसलेल्या घट्ट धोतरामध्ये दाखवलेले आहेत. काही ठिकाणी यक्षमूर्तींच्या अंगावर लंगोटीसारखे वस्त्र आहे. यक्षप्रतिमांचे केस घनदाट आणि कुरळे असून, मधोमध भांग पाडून या घनदाट केसांच्या लडी चेहऱ्याच्या दोन्ही बाजूला रुळताना दिसतात. कानात मोठी गोल कर्णकुंडले, गळ्यात जाडसर मोत्यांची किंवा मण्यांची माळ असते. हातामध्ये जाडसर कडे किंवा कंगन असते. बहुतेक वेळा उडणाऱ्या यक्षप्रतिमांच्या हातात फुलमाळा असून, पोटावर रुमालासारख्या वस्त्रांनी बांधलेले असते.

गुंफा क्र. सहामध्ये मैत्रेयाच्या दोन्ही बाजूला ढगामधून उडणाऱ्या यक्षाच्या अतिशय सुंदर प्रतिमा आहेत. याच गुंफेमध्ये बौद्धदेवता ताराच्या दोन्ही बाजूलाही उडणाऱ्या यक्षमूर्ती आहेत. त्याही फार सुंदर असून त्यांच्या हातामध्ये नाजूक आणि सुंदर फुलांच्या माळा आहेत.

गंधर्व आणि गांधर्वी : या प्रतिमा प्रत्येक गुंफेमध्ये प्रत्येक गर्भगृहामध्ये आहेत. उडणाऱ्या गंधर्वाच्या पायावर बसून, स्वच्छंदपणे विहरणाऱ्या गंधर्व स्त्रिया अत्यंत नाजूक बांध्याच्या आहेत. बहुतेक ठिकाणी या गंधर्व स्त्रियांनी चापून चोपून काष्ट्याचे पातळ नेसलेले आहे असे वाटते. गुंफा क्र. बारा मध्ये दुसऱ्या क्रमांकाच्या ओवरीमध्ये डाव्या बाजूच्या गर्भगृहातील बुद्धप्रतिमेच्या डाव्या बाजूला

असलेली गंधर्वयुगुलाची मूर्ती फारच मोहक आणि आकर्षक आहे. या शिल्पातील गांधर्वी आपल्या गंधर्वाबरोबर उडते आहे. मात्र ती पाठमोरी आहे. चेहरा वळवून आपल्या पतीच्या दंडाला विळखा घालून उडणारी ही पाठमोरी स्त्री विलक्षण मोहक आहे. तिच्या पाठमोऱ्या नाजूक, कमनीय शरीराकडे पाहून आपल्या लक्षात येते की, तिने अंगावर घट्ट काष्ट्याचे पातळ नेसलेले आहे.

त्या काळातील सर्वसामान्य जनता विशेषत: स्त्रिया आणि राजघराण्यातील पुरुष कशा प्रकारचे वस्त्रालंकार घालत असावेत, याची कल्पना आपण यावरून करू शकतो. ज्या तऱ्हेने सर्व स्त्री-पुरुषप्रतिमा अलंकारांनी परिपूर्ण आहेत आणि अत्यंत उत्कृष्ट प्रतीच्या सुवर्णलंकारांनी सुशोभित आहेत; हे पाहता समाजामध्ये आत्यंतिक सुबत्ता होती हे लक्षात येते. एवढेच नव्हे तर समाजजीवन अत्यंत संपन्न आणि कलाप्रेमी असावे असे वाटते. कारण ज्या प्रकारचे सुवर्णालंकार आणि केशरचना काळ्या पाषाणातील प्रतिमांमध्ये पाहायला मिळतात, त्याच प्रकारच्या अलंकारांनी स्त्री-पुरुष स्वत:ला सजवीत असणार, हे सत्य आपण नजरेआड करू शकत नाही.

स्त्रियांच्या अंगावरील वस्त्रांची तलमता आणि त्याची पारदर्शकता पाहून अतिशय उच्च कोटीच्या तलम वस्त्रांची निर्मिती त्या काळात होत असावी हे सिद्ध होते.

बौद्ध लेण्यांच्या स्त्री-पुरुषप्रतिमांचा अभ्यास केल्यानंतर एक गोष्ट प्रामुख्याने लक्षात येते, ती म्हणजे बोधिसत्त्व स्थिरचक्राचे शिल्प वगळता, इतर कुठल्याही पुरुषमूर्तींच्या हातामध्ये कुठल्याही प्रकारचे आयुध नाही. काही ठिकाणी फक्त स्थिरचक्राच्या हातामध्ये खड्ग धरलेले आहे. या शिवाय गुंफा क्र. बारामध्ये तिसऱ्या मजल्यावरील प्रशस्त सभागृहामध्ये, गर्भगृहाबाहेर उभा वज्रपाणी आपले दोन्ही हात, हातातील उभ्या खड्गावर टेकवून ऐटीत उभा आहे असे दाखवलेले आहे. हातातील खड्ग जे दोन्ही पायांच्या मध्ये टेकवले होते, ते आता तुटलेले आहे.

यावरून एकच निष्कर्ष काढता येतो, तो म्हणजे बौद्ध धर्माची अहिंसेविषयी असलेली निष्ठा वज्रयानातील तत्त्वप्रणालीमध्येही अबाधित होती.

तीन

वेरूळ येथील ब्राह्मणी (हिंदू) गुंफांची माहिती

वेरूळ येथील ब्राह्मणी (हिंदू) गुंफांची माहिती करून घेण्यापूर्वी काही गोष्टींचे विवेचन करणे अपरिहार्य आहे; कारण हिंदू गुंफांमध्ये निर्मिलेल्या कलाकृतींची माहिती घेण्याआधी आपणास त्या कलाकृतीला ओळखणे आणि त्या कलाकृती पाठीमागील पार्श्वभूमी जाणून घेणेही तितकेच आवश्यक आहे.

मुळातच हिंदू देवदेवतांचा अत्यंत विशाल असा समूह असल्यामुळे प्रत्येक देवतेची मूर्ती आणि तिच्या अंगावरील वस्त्रालंकार यांमध्ये वैविध्य आहे. प्रत्येक देवतेचे वेगळे वैशिष्ट्य आहे. हिंदू धर्मातील प्रत्येक देवतेचे वस्त्र, अलंकार, हातातील प्रतीके आणि आयुधे यांमध्ये वैविध्य आहे. त्यामुळेच कलाकारांनी कातळामध्ये साकारलेली देवता कोण आहे, हे उमगल्याशिवाय आपण त्या मूर्तीविषयी काहीच भाष्य करू शकत नाही. उदाहरण द्यावयाचे झाल्यास शिवाच्या हातामध्ये नेहमीच डमरू, त्रिशूल असते. तसेच गळ्यात सर्पमाला किंवा नरमुंडमाला असते. विष्णूच्या बाबतीत बोलायचे तर त्याच्या हातात शंख आणि चक्र असतेच व गळ्यात वैजयंतीमाला असते, त्यामध्ये कौस्तुभ हे रत्न असते. त्याशिवाय गळ्यात वनमालाही असते. विष्णूचा मुकुट नेहमी किरीट प्रकारचा असतो; तर शिवाच्या डोक्यावर बहुतांशी जटामुकुट असतो.

त्यामुळेच समोर असणारी मूर्ती ही कुठल्या देवतेची आहे, हे ठरवल्यानंतरच आपण तिच्याविषयी इतर गोष्टींबाबत आग्रहाने प्रतिपादन करू शकतो. वेरूळ येथील हिंदू लेण्यांमध्ये मुख्यत्वेकरून ब्रह्मा, विष्णू, महेश तसेच लक्ष्मी, दुर्गा, गणपती आणि इतर देवदेवतांना मूर्तरूपात साकारलेले आहे. हिंदू धर्माचे मूळ अधिष्ठान वेदशास्त्रांवर आधारलेले आहे. आज ब्राह्मण धर्मात (हिंदू धर्मात)

ब्रह्मा, विष्णू आणि महेश यांचे स्थान बरेच वरचे मानले जाते. रज, तम आणि सत्त्व या तीन गुणांचे प्रतिनिधित्त्व करणारे हे हिंदू देव या जगताच्या उत्पत्तीशी निगडित आहेत. या सृष्टीची निर्मिती करणारा म्हणून ब्रह्मदेव, तर पालनकर्ता म्हणून विष्णूचे महत्त्व अनन्यसाधारण आहे. त्याचबरोबर जन्माला आलेल्या प्रत्येक गोष्टीचा शेवट अथवा अंत हा शंकराच्या हातात आहे. म्हणजेच या सृष्टीचा सगळा पसारा या तिघांशीच संबंधित आहे. त्यामुळे हे तीन देव म्हणजे हिंदू धर्माचे तीन स्तंभ आहेत, असे म्हटले तर वावगे ठरणार नाही.

खरे पाहता पूर्वी ब्रह्मदेवाचे पूजन रूढ होते; पण कालांतराने तो अपूज्य मानला जाऊ लागला. त्याचे उच्च स्थान स्वीकारूनही त्याला पूजनीय देवदेवतांच्या यादीतून वगळण्यात आले. पण त्याचबरोबर सूर्य, गणपती व देवी यांची मान्यता वृद्धिंगत होऊ लागली. हळूहळू विष्णू, शिव, सूर्य, गणपती व देवी यांची उपासना पंचदेवोपासना या नावाने समाजात रूढ झाली. आजपर्यंत तिची पाळेमुळे बरीच खोल गेली आहेत.

हिंदू धर्मामध्ये या पाच देवतांचे महत्त्व वाढत गेले. तसेच या देवतांचे पूजन करणाऱ्या समुदायांना त्या त्या नावाने ओळखले जाऊ लागले. शिवभक्ती करणारे शैव, विष्णूला देव मानणारे वैष्णव, सूर्याची पूजा करणारे सौर, गणपतीला प्रमुख देवता म्हणून पूजणारे गाणपत्य आणि देवीची पूजा करणारे 'शाक्त' असे पाच वेगवेगळे संप्रदाय निर्माण झाले. या पाच संप्रदायांमध्ये पोटभेदही आहेत. मात्र या पाच संप्रदायानी निर्मिलेल्या, 'आपलेच दैवत कसे श्रेष्ठ आहे आणि इतर दैवतांवर त्याने कसे श्रेष्ठत्व मिळवले होते', याच्या अनेक कथा इतिहासात वाचायला मिळतात. परस्परविरोध टाळून या सर्व देवतांचे एकत्र पूजन केले जाते. यालाच पंचायतन पूजा म्हटले जाते. याला आद्य शंकराचार्यांमुळे मान्यता मिळाली होती.

यामध्ये एक सवलत दिलेली असे. ती म्हणजे त्या त्या संप्रदायाला आपल्या इष्ट देवतेची मूर्ती मध्यभागी ठेवता येत असे व इतर देवतांच्या मूर्ती दोन्ही बाजूला ठेवल्या जात असत. याच तत्त्वावर मंदिराची बांधणी करतानाही मधोमध मोठे मंदिर बांधून त्यात इष्ट देवतेची प्रतिष्ठापना करण्यात येत असे व इतर देवतांसाठी चार दिशांना चार देवळे बांधून त्यांचीही पूजा केली जाई. या पलीकडे जाऊन या सर्व देवतांना समान स्थानी मानणारे स्वतःला 'स्मार्त' म्हणवतात. या सर्व सांप्रदायांची, पंचदेवतांच्या उपासनेशी संबंधित आणि इष्ट देवतांच्या मूर्तीविषयी माहिती देणारे बरेच साहित्य उपलब्ध आहे. पुराणे, दार्शनिक ग्रंथ, लीळा कथा साहित्य, स्तुतिपाठ साहित्य वगैरे. यावर आधारितच हिंदू देवदेवतांच्या मूर्तीची निर्मिती केली जाते.

'हिंदू देवदेवतांची निर्मिती ही मूर्तिशास्त्रातील अनेक महत्त्वपूर्ण तत्त्वांच्या आधारावर केली जाते. मूर्ती कशी असावी, किती लहान किती मोठी असावी याचेही

स्वतंत्र नियम आहेत. ही प्रतिमा घरात पूजेसाठी हवी की मंदिरात पूजेसाठी ठेवली जाणार आहे. यावरही मूर्ती कशी असावी, केवढी मोठी असावी, हे ठरवले जाते. यासाठी तालमानावरून मूर्तीची उंची ठरवली जाते. यासाठी उंची मोजण्याचा मुख्य आधार म्हणून अंगुलाला एकक मानून त्यावरून प्रतिमांची उंची ठरवली जाते.

घरात नित्यपूजेकरिता जर प्रतिमा हवी असेल तर मत्स्यपुराणाप्रमाणे ती अंगुष्ठप्रमाण किंवा जास्तीत जास्त बारा अंगुले उंच असावी. मात्र, मंदिरात संस्थापित होणाऱ्या प्रतिमेस हा नियम लागू नाही. विकल्पाने तिची उंची निरनिराळ्या प्रकारे ठरवली जाते. एका मताप्रमाणे गर्भगृहाच्या दाराच्या उंचीच्या प्रमाणात तिची उंची असावी. दाराच्या उंचीला आठ भागात विभक्त करून त्यातील सात भागांचे बरोबर असे तीन भाग करावयाचे. यापैकी एका भागाइतकी प्रतिमेच्या पीठाची उंची असावी व उरलेल्या दोन भागाएवढी प्रत्यक्ष मूर्तीची उंची असावी.'

कुठल्याही देवतेला मूर्त रूपात घडवणे हे अतिशय अवघड असे काम आहे. कारण 'देव' ही एक निराकार अशी संकल्पना आहे; तसेच देव निर्गुण आणि निर्विकल्प आहे. अशा परमश्वराला सगुण आणि साकार रूपात निर्माण करणे हे कलाकाराच्या दृष्टीने आव्हानच असते. त्यामुळेच देवतेला मानवरूपामध्ये साकार करतानाच तिचा मोठेपणा, अमानवीय स्वरूप किंवा दैवत्त्व, मूर्तीमध्ये दाखवण्यासाठी अनेक गोष्टींचा आधार घेतला जातो.

देवाच्या प्रचंड शक्तीची कल्पना मूर्तिमंत रूपात साकारताना त्या देवतेला दोनापेक्षा अधिक हात असल्याचे दाखवले जाते. कारण अशा अनेक हातांमध्ये या देवतांच्या शक्तीचे प्रतीक असणारी विविध आयुधे दाखवली जातात. काही देवतांना एकापेक्षा अधिक शीर असल्याचे दाखवले जाते. हाही त्या देवतेचा मोठेपणा, तिची बुद्धिमत्ता दाखवण्याचाच एक प्रकार आहे. देवतांना नेहमीच कमळाच्या फुलांमध्ये बसलेले अथवा उभे दाखवले जाते. वास्तविक पाहता नाजूकशा कमलपुष्पामध्ये कुणी उभे राहणे शक्यच नाही. पण देवतांच्या बाबतीत या साऱ्या कल्पना हे देवतेचे थोरपण, अमानवीयत्व दाखवण्याचा प्रयत्न असतो. या ठिकाणी कमलपुष्प हे पवित्रतेचे प्रतीक आहे. कारण कमळ हे जलाशयात उमलते. ते अत्यंत पवित्र असते. कमलपुष्पाला हिंदू धर्मातच नव्हे तर बौद्ध, जैन या धर्मातही पवित्रतेचे प्रतीक मानले गेले आहे. त्यामुळेच देवतांच्या मूर्ती निर्मितीमध्ये कमळाला अनन्यसाधारण महत्त्व आहे.

देवदेवतांना सगुण आणि साकार रूपात साकारणे हे अत्यंत अवघड आणि कठीण कार्य आहे हे वर सांगितलेच आहे. त्यामुळे प्रत्येक देवतेला तिची स्वतःची ओळख असणे आवश्यक आहे. म्हणूनच प्रत्येक देवतेची प्रतिमा ही तिच्या स्वतःच्या प्रतीकांसहित साकारली जाते. या देवतांची ओळख, वैशिष्ट्य हे

त्यांच्या हातातील आयुधांवरून, त्यांच्या मुद्रावरून, त्यांच्या वस्त्र, अलंकारावरून पटवली जाते. प्रत्येक देवतेचे वैशिष्ट्य हे तिच्या हातातील वस्तूवरून तसेच आयुधांवरून मुख्यत्वेकरून ओळखता येते. त्या देवतेची बसण्याची, उभे राहण्याची पद्धत, वस्त्रालंकार याचबरोबर तिचे वाहन, तिच्यासह असणाऱ्या इतर अन्य देवता यावरून तिची ओळख पटवता येते. किंवा या गोष्टी त्या देवतेला तिची ओळख देतात असेही आपणास म्हणता येईल. हिंदू देवदेवतांचा आवाका इतका प्रचंड आहे की, तसेही या देवतांना ओळखणे हे अत्यंत अवघड कार्य आहे.

यासाठी मुख्यत्वेकरून देवदेवतांच्या हस्तमुद्रा, बैठकी, उभे राहण्याच्या आणि बसण्याच्या मुद्रा, आयुधे त्याचबरोबर हातामध्ये असणाऱ्या इतर सूचक वस्तू यांची ओळख करून घेणे येथे अनिवार्य बनते. हिंदू धर्मामधील असंख्य देवतांच्या वर्णनाशी संबंधित हस्तमुद्रा आणि त्या देवतांची खास प्रतीके याचा मूर्तिकारांना सर्वांत आधी विचार करावा लागतो. त्यामुळेच मूर्तिकारांना आपल्या हिंदू धर्मातील असंख्य देवतांची पार्श्वभूमी, त्यांच्याशी निगडित पौराणिक कथा, आख्यायिका यांची सर्वांगीण माहिती करून घेणे तेवढेच आवश्यक होते. कारण मूर्तीची निर्मिती करण्यापूर्वी त्या मूर्तीचे धार्मिकदृष्ट्या असलेले महत्त्व, त्या देवतेशी निगडित असणाऱ्या इतर देवता आणि त्यांचे या देवतेशी असलेले नाते, त्याचबरोबर कोण श्रेष्ठ, कोण कनिष्ठ, कुणाचे महत्त्व अधिक, कुणाचे कमी याचा साकल्याने विचार करूनच शिल्पपटातील त्या देवतेचे स्थान निश्चित करणे प्रत्येक मूर्तिकाराला बंधनकारक असणेही अपरिहार्य होते.

त्यामुळेच इथे मूर्तिकाराच्या कलाप्रावीण्याइतकाच त्याच्या बुद्धिमत्तेचाही कस लागत होता. कारण पौराणिक मिथकांबरोबरच देवतांशी निगडित कथावस्तूचे ज्ञान असणेही फार आवश्यक होते. कारण शिल्पातून ही कथावस्तू आणि त्या त्या देवतांची महती व्यक्त करण्याची कसोशी साधतानाच कलाकाराला आपल्या अभिव्यक्तीमध्ये कुठल्याही प्रकारची चूक राहू नये याची दक्षता घेणे अत्यंत जरुरीचे होते. पौराणिक कथेला काळ्या पाषाणात सादर करतानाच, देवदेवतांना मनुष्यरूपामध्ये दाखवताना, भावभावना आणि मनुष्य स्वभावातील मनोव्यापार यांचा आविष्कारही मूर्तीच्या रूपातून अभिव्यक्त करणेही तितकेच महत्त्वाचे होते. उदाहरणच द्यावयाचे झाल्यास शिवाचे संहारक रूप दाखवायचे झाल्यास त्याला रौद्ररूपात सादर करणे आवश्यक होते. त्याचबरोबर जेव्हा शिव योगमुद्रेत ध्यानस्थ बसलेला असेल तेव्हा सर्व भावभावनांच्या पलीकडे जाऊन जीवन कोलाहलापासून दूर असणाऱ्या योगीराज शिवाचे धीरगंभीर, शांत रूप मूर्तीमधून अभिव्यक्त करणे हे कलाकाराचे कर्तव्य बनून जाते.

नृत्यमुद्रेतील शिव घडवताना तो ललितम् नृत्य सादर करतो आहे की तो

चराचराला दोलायमान करून सोडणारे तांडवनृत्य सादर करतो आहे, याचे भान ठेवूनच कलाकाराने शिवाची ती नृत्यमूर्ती घडवली पाहिजे. या सर्व गोष्टींचा साकल्यपूर्वक विचार केल्यानंतरच परिपूर्णतेचे उद्दिष्ट गाठून उत्तमोत्तम आणि कथावस्तूशी प्रामाणिक असणाऱ्या कलाकृतींची निर्मिती होणे शक्य होते. शिल्पकाराने घडवलेली मूर्ती कुठल्या देवतेची आहे, हे ओळखण्यासाठी आपल्याला अनेक गोष्टींचा विचार करावा लागतो. अनेक गोष्टी लक्षात घ्याव्या लागतात...डॉ. आर. एस. गुप्ते. यांनी आपल्या 'आयकॉनॉग्राफी ऑफ दी हिंदूज, बुद्धिस्ट्स ॲण्ड जैन्स' या ग्रंथामध्ये हिंदू प्रतिमांच्या निर्मितीदरम्यान वापरली जाणारी विविध आसने, शस्त्रे, अलंकार,वाहन, इत्यादी गोष्टींची सविस्तर माहिती दिली आहे. या माहितीचा परामर्श घेऊनच हिंदू लेण्यातील शिल्पकलेचा अभ्यास केला आहे.

वेरूळ येथे चौदा क्रमांकाच्या गुंफेपासून हिंदू कलानिर्मितीची सुरुवात झालेली आहे. चौदा ते एकोणतीस क्रमांकाच्या गुंफांमधून असंख्य शिल्पाकृती काळ्या पाषाणातून सजीव झालेल्या आहेत. या मूर्तींच्या खाणाखुणा शोधण्यासाठी पुढील प्रमुख गोष्टी लक्षात घेतल्या आहेत. १. आसने २. हस्तमुद्रा, ३. हातातील वस्तू, ४. हातामधील आयुधे, ५. अलंकार, ६. मुकुट ७. वाहन वगैरे.

आसने : देवदेवतांना दाखवताना त्या कधी बसलेल्या स्थितीत असतात, तर कधी उभ्या..! कधी झोपलेल्या तर कधी अलिधासनात, रागाने एक पाय पुढे काढलेल्या अवस्थेत असतात. कधी योगमुद्रेत पद्मासनात बसलेल्या असतात तर कधी ललितासनात... किंवा सुखासनात असतात. कधी अर्धपर्यांकासनात तर कधी प्रलंबपादासनात ...! अशा विविध अवस्थेत असणाऱ्या देवताना त्यांच्या विशिष्ट आसनांवरून ओळखणे सोपे असते. उमा महेश्वर नेहमी ललितासनात, आलिंगनबद्ध अवस्थेत असतात तर शेषशायी विष्णू आपल्या सर्पासनावर शांतपणे डोळे मिटून पहुडलेला असतो. योगिराज शिव हा पद्मासनात योगमुद्रेत बसलेला असतो. गंगा नदी नेहमीच मकरासनावर,तर यमुना नेहमी कूर्मासनावर उभी असते.

याशिवाय देवदेवता ज्या आसनावर बसलेल्या, उभ्या अथवा झोपलेल्या असतात त्या आसनांचाही उल्लेख विविध प्रकारे केला जातो. उदा. कमलासनामध्ये बसलेली मूर्ती, सिंहासनावर बसलेली अथवा उभी मूर्ती, शेषशायी नागाच्या वेटोळ्याचे आसन, मकरासन, कूर्मासन, अर्धपर्यांकासन, अलिधासन, उत्कटिकासन, पर्यांकासन, प्रलंबपादासन, प्रत्यालिधासन, भद्रासन, महाराजलीलासन, ललितासन, स्वस्तिकासन, सुखासन, वज्रासन, सिंहासन हे प्रकारही यामध्ये येतात.

वर उल्लेख केल्याप्रमाणे हिंदू देवदेवता विविध प्रकारची आयुधे आपल्या हातामध्ये बाळगतात. मुळातच बहुतेक देवदेवतांना दोनापेक्षा अधिक हात असतात. याचे कारण या देवताना जरी मनुष्यरूपात दाखवले जात असले, तरी त्यांचे

अमानवीय मोठेपण दाखवणे क्रमप्राप्त असते. म्हणूनच बहुतेक देवतांना कधी चतुर्भुज, कधी अष्टभुज तर कधी दशभुज रूपात दाखवले जाते. देवतांचे श्रेष्ठत्व दाखवण्याचा आणखी एक साधा व सोपा मार्ग म्हणजे त्यांच्या डोक्यामागे असणारे प्रभामंडळ किंवा तेजोवलय होय. हिंदू देवदेवता या आपल्या श्रेष्ठत्वामुळे आणि प्रखर तेजामुळे सदैव वलंयाकित असतात. त्यांच्या देवत्वाचे तेज आणि श्रेष्ठत्व दाखवण्यासाठी मूर्तीच्या पाठीमागे गोलाकार प्रभामंडळ दाखवले जाते.

देवदेवतांच्या हातामध्ये असणारी विविध प्रकारची शस्त्रास्त्रे हेसुद्धा त्याच्या देवत्वाचे प्रतीकच असते. याशिवाय शस्त्रांइतकेच महत्त्व या देवतांच्या हातात असणाऱ्या वस्तूंनासुद्धा असते. कारण या वस्तू प्रातिनिधिक स्वरूपाच्या असतातच. शिवाय त्यामुळे देवतेचे व्यक्तिमत्त्व सगुणरूपात साकारताना या वस्तूंमुळे देवतेला तिची ओळख मिळते.

शस्त्रास्त्रे : प्रमुख हिंदू देवदेवतांच्या हातात बहुतेक वेळ पुढील अस्त्रे आणि आयुधे असतात. शंख, चक्र, गदा, पद्म, अंकुश, फास, धनुष्य, बाण, ढाल (खेटक) वज्र, त्रिशूल, खड्ग, भाला, हल (नांगर), मुसळ, छिन्नी, हाडांपासून बनवलेले खट्वांग, शूळ, अग्नी, वगैरे.

हातामध्ये असणाऱ्या इतर वस्तू पुढीलप्रमाणे असतात. अक्षयमाला किंवा रुद्राक्षमाला, दांडा, पात्र, कपाल, पुस्तक, मोदकपात्र, कौमुदी, पद्म, कलश, श्रीफळ, सीताफळ, जलकुंभ, गजचर्म, व्याघ्रचर्म, सर्प इत्यादी.

मुद्रा : देवतांच्या हस्तमुद्रांनाही शिल्पाकृतींमध्ये फार महत्त्व आहे. काही महत्त्वपूर्ण मुद्रा पुढीलप्रमाणे आहेत. अभयमुद्रा, अंजलीमुद्रा, नमस्कारमुद्रा, दंडहस्तमुद्रा, किंवा गजहस्तमुद्रा, ध्यानमुद्रा किंवा समाधीमुद्रा, हरीणमुद्रा, ज्ञानमुद्रा, कर्तरीमुद्रा, वितर्कमुद्रा, विस्मयमुद्रा वगैरे.

या सर्व गोष्टींचा विचार करूनच वेरूळ येथील ब्राह्मणी गुंफांमधील देवदेवतांची माहिती आपण घेणार आहोत.

गुंफा क्र. १४

आकाराने लहान म्हणता येईल अशी ही गुंफा आहे. पायऱ्या चढून आपण वऱ्हांड्यात येतो. वऱ्हांड्याच्या दर्शनी भागात एकूण चार स्तंभ आणि दोन अर्धस्तंभ आहेत. वऱ्हांड्याच्या पुढे सभागृह आहे. सभागृहाला एकूण बारा स्तंभ आहेत. सभागृहाच्या सभोवती वऱ्हांड्याला जोडूनच ओसरी आहे. या ओसरीच्या भिंतीमध्ये सहा-सहा अर्धस्तंभ आहे. या प्रत्येक दोन अर्धस्तंभामध्ये असलेल्या कोनाड्यात एक एक शिल्पपट कोरलेला आहे. अर्धस्तंभ आणि स्तंभ यावरही सुंदर कोरीवकाम केलेले आहे.

गुंफेच्या पाठीमागील बाजूस छोटेसे गर्भगृह आहे. गर्भगृहाच्या सभोवती प्रदक्षिणापथ सोडलेला आहे. प्रदक्षिणापथाच्या उजव्या बाजूच्या भिंतीवरही खूप मोठा शिल्पपट कोरलेला आहे. गर्भगृहाच्या भिंतीवर समोरच्या बाजूला, प्रवेशद्वाराच्या दोन्ही बाजूला मोठे शिल्पपट कोरलेले आहेत. सभागृहाच्या दोन्ही बाजूंना ओसरीच्या भिंतीवर एकूण दहा शिल्पपट आहेत. डाव्या बाजूच्या भिंतीवरील शिल्पपटांचे स्वरूप साधारणपणे पुढीलप्रमाणे आहे.

पहिला शिल्पपट महिषासुरमर्दिनीचा आहे. ही प्रतिमा चतुर्भुज असून, पाठीमागील उजव्या हातात त्रिशूल धरलेला आहे. देवीने उजवा पाय महिषासुराच्या मानेवर ठेवलेला आहे. दुसरा शिल्पपट देवी गजलक्ष्मीचा आहे. कमलासनामध्ये लक्ष्मी सव्य ललितासनात बसलेली आहे. हे कमलपुष्प एका अतिरमणीय अशा पुष्करिणीमध्ये फुलले आहे. पुष्करिणीमध्ये हंस, नाग-नागी,कमळाची पानेफुले, कळ्या इत्यादी दाखवले आहे. संपूर्ण शिल्पपट अतिशय सुंदर आहे. देवीच्या डोक्यावर जलवर्षाव करण्यासाठी दोन्ही बाजूला दोन गजराज सोंडेमध्ये जलकुंभ धरून उभे आहेत. जलाशयात नाग-नागी दम्पतींच्या तीन जोड्या आहेत.

तीन क्रमांकाचा हा शिल्पपट विष्णूचा वराह अवतार दर्शविणारा आहे. वराहरूपी विष्णूने सागरातून भूदेवीला आपल्या दोन्ही सुळ्यांच्या मदतीने वर उचलून घेतले आहे. मनुष्यदेह असणारा वराहरूपी विष्णू चतुर्भुज आहे. डाव्या हातात शंख असून, उजव्या हातातील चक्र व्यवस्थित दिसत आहे. या शिल्पपटाची बरीच झीज झालेली आहे. एका डाव्या हातावर भूदेवी उभी आहे. तिने आधारासाठी सुळ्यांना धरलेले आहे.

चवथ्या शिल्पपटामध्ये मध्यभागी भगवान श्रीविष्णू आसनावर अर्धपर्यंकासनात बसलेले आहेत. विष्णू चतुर्भुज आहे. विष्णूच्या डाव्या व उजव्या बाजूला अर्धपर्यंकासनात बसलेल्या दोन स्त्रिया असून, त्यातील एक श्रीदेवी व दुसरी भूदेवी आहे. विष्णू आपल्या उजव्या हाताने श्रीदेवीच्या हनुवटीला स्पर्श करतो आहे.

शिव-पार्वती आलिंगन मूर्ती हा ओसरीच्या डाव्या बाजूचा सर्वांत शेवटचा शिल्पपट आहे. या शिल्पपटामध्ये मकर तोरणाखाली शिव आणि पार्वती सुखासनात आलिंगनबद्ध अवस्थेत बसलेले आहेत. यामधील शिव चतुर्भुज असून, त्याचा वरील डावा हात वितर्क मुद्रेत आहे. खालील डाव्या हाताने शिवाने आपल्या प्रिय पत्नीस, पार्वतीस कमरेभोवती आलिंगन दिलेले आहे. पार्वती आपल्या पतीला रेलून सुखासनात बसलेली आहे. पार्वतीची केशरचना सुंदर आहे व ती रत्नजडित मुकुटाने सुशोभित केलेली आहे.

शिव-पार्वती बसलेल्या आसनाच्या खाली सात बुटक्या पुरुषमूर्ती बसलेल्या आहेत. हे सर्व वादक आहेत. उजवीकडून पाहता सारंगीवादक, टाळवादक, बासुरीवादक, मृदंगवादक आणि चिपळ्यावादक आदी आपल्याला ओळखता येतात. उजव्या

बाजूच्या ओसरीतील पहिला शिल्पपट महिषासुरमर्दिनीचा आहे. या शिल्पात देवी चतुर्भुज असून, महिषासुराच्या अंगावर उजवा पाय देऊन रौद्ररूपात उभी आहे. खालील उजव्या हातात खड्ग आहे. तर वरील उजव्या हातात त्रिशूल आहे.

उजव्या बाजूचे दोन क्रमांकाचे शिल्प शिव-पार्वतीचे आहे. शिव-पार्वती सुखासनात चौसरचा खेळ खेळण्यासाठी बसलेले आहेत. शिव चतुर्भुज असून, एका डाव्या हाताने त्याने रागावलेल्या पार्वतीचा उजवा हात पकडलेला आहे. दुसऱ्या डाव्या हाताचा तळवा जमिनीवर टेकवलेला आहे. शिव-पार्वतीच्या मध्ये बहुधा स्कंद कार्तिकेय उभा आहे; तर शिवाच्या पाठीमागे गणपती उभा आहे. गणेशाची मूर्ती चतुर्भुज आहे. गणेशाच्या खालील डाव्या हातात मोदकाने भरलेले पात्र आहे, तर वरील डाव्या हातात परशू आहे. एका उजव्या हातात कमलपुष्पाची कळी आहे, तर वरील उजव्या हातात अंकुश आहे. शिव-पार्वतीच्या आसनाखाली नंदी उभा असून, त्याच्याभोवती गणांचा गराडा पडलेला आहे. कोणी नंदीची शेपूट पिरगाळत आहे, तर कोणी पाय धरून उभा आहे.

हा तिसरा शिल्पपट नटराज शिवाचा आहे. ललितम् नृत्य करणाऱ्या शिवाचा सुंदर पदन्यास अंकित करणाऱ्या शिल्पकाराने संपूर्ण शिल्प एका लयबद्धतेने कोरलेले आहे असे वाटते. डोक्यावर जटामुकुट, कानात कर्णकुंडले, पोटावर सुंदर नक्षीदार उदरबंध, गळ्यात नरमुंडमाळा, कमरेभोवती सर्पबंध आहेच, त्याशिवाय रुंद अशी मेखला बांधलेली आहे. शिव अष्टभुज आहे. डाव्या बाजूचे हात नृत्यमुद्रांमध्ये आहेत. पहिला डावा हात कटक हस्तमुद्रेत आहे. दुसरा त्रिपताका मुद्रेत असून तिसरा पताकमुद्रेत आहे. सर्वांत वरच्या डाव्या हातात अग्नी धरलेला आहे. उजव्या हातापैकी वरील पहिला गजहस्त मुद्रेत असून दुसऱ्या हातात परशू धरलेले आहे. तिसऱ्या हातात डमरू धरलेले आहे. बाकी एक हात तुटलेला आहे. उजव्या पायाच्या पाठीमागे 'काळ' दाखवलेला आहे. तर डाव्या बाजूस भृंगीची लहानशी मूर्ती आहे.

शिवाच्या उजव्या बाजूला तीन वादक वाद्ये वाजवताना दिसत आहे. एक जण बासुरी वाजवत आहे, तर दुसरा टाळवादक आहे. तिसरा एकाचवेळी मृदंग आणि ढोलक वाजवत आहे. डाव्या बाजूला अतिशय सुंदर मुद्रेमध्ये खांबाला टेकून पार्वती पाय दुमडून उभी आहे. रावणानुग्रह मूर्ती नावाने ओळखल्या जाणाऱ्या या शिल्पपटात शिव-पार्वती आपल्या निवासस्थानी, कैलास पर्वतावर बसले असताना रावणाने आपल्या वीस भुजांनी त्याचे आसन हलवण्यास प्रारंभ केला आहे. तेव्हा भयभीत पार्वती शिवाला बिलगली आहे.

उजव्या बाजूच्या ओसरीतील शेवटचा शिल्पपट भैरवरूपातील शिवमूर्तीचा आहे. भगवान शिवाची ही अष्टभुजा मूर्ती भव्य असून अत्यंत रौद्ररूपात आहे.

शिवाने आपल्या सर्वांत वरील दोन्ही हातांमध्ये गजचर्म धरून ते पांघरलेले आहे. त्याखालील दोन्ही हातांनी मिळून त्रिशूल धरलेले आहे. सर्वांत खालच्या उजव्या हातात खड्ग धरलेले आहे. त्यावरील दुसऱ्या हातात उलटा पुरुषदेह धरलेला असून चराचराला भयकंपित करणारा क्रोध शिवाच्या देहबोलीतून जणू ओसंडतो आहे.

सर्वांत वरच्या डाव्या हातामध्ये अंधकासुराच्या रक्ताचे थेंब धरण्यासाठी कपाल धरलेले आहे. तर खालील डाव्या हातात नागसर्प धरलेला आहे. सर्व दंडामध्ये सर्पाकृती वलय घातलेली असून गळ्यामध्ये नरमुंड माला शोभते आहे. कमरेभोवती सर्पबंध आहे. शंकराने अत्यंत त्वेषाने आपला डावा पाय गजासुराच्या मस्तकी ठेवलेला आहे. दोन्ही पायांच्यामध्ये गणेशाची मूर्ती आहे. डाव्या बाजूला पार्वती बसलेली आहे.

गर्भगृहाच्या सभोवती प्रदशिक्षणापथ आहे. गर्भगृहाच्या उजव्या बाजूला संपूर्ण भिंतीवर वीरभद्र आणि सप्तमातृकांचा विशाल असा शिल्पपट आहे. या शिल्पपटातील मूर्तीची ओळख उजवीकडून डावीकडे अनुक्रमे पुढीलप्रमाणे आहे.

सप्तमातृका व इतर : शिल्पपटाच्या सुरवातीलाच काल आणि काली यांचे अस्थिपंजर शरीर कोरलेले आहे. काळाच्या डाव्या बाजूला गणेशाची मूर्ती आहे. गणेश चतुर्भुज आहे. गणेशाच्या एका डाव्या हातात लाडवाचे पात्र आहे. तर दुसऱ्या डाव्या हातात परशू आहे. उजव्या हातात कमळाची कळी आणि अंकुश आहे.

मातृका : या गुंफेतील या सात स्त्रीप्रतिमा सप्तमातृका म्हणून ओळखल्या जातात. या सर्व प्रतिमा सव्य ललितासनामध्ये बसलेल्या आहेत.

चामुंडा : जिचे वाहन घुबड आहे अशी ही चामुंडा सव्य ललितासनात बसलेली आहे. चामुंडा चतुर्भुज आहे. पुढील दोन्ही हातांनी डाव्या मांडीवर असलेल्या बालकाला धरले आहे.

इंद्राणी : सव्य ललितासनात बसलेली ही चतुर्भुज स्त्री इंद्राणी आहे. डाव्या हातात वज्र धरलेली इंद्राणी इंद्रदेवाची शक्ती असून, हिचे वाहन ऐरावत आहे.

वाराही : सव्य ललितासनात बसलेली चतुर्भुज स्त्री. डाव्या मांडीवर बसलेल्या बालकाला दोन्ही हातानी धरलेले आहे. या मातृकाचे वाहन वराह आहे. त्यामुळे ही वाराही आहे.

वैष्णवी : सव्य ललितासनात बसलेली ही स्त्री वैष्णवी आहे. कारण तिचे वाहन गरुड आहे. म्हणजेच ती भगवान विष्णूची शक्ती आहे. उजवा पाय आसनावर ठेवलेला आहे.

कौमारी : डाव्या मांडीवर बालक घेऊन सव्य ललितासनात बसलेली ही स्त्रीप्रतिमा कौमारीची आहे. डाव्या हातामध्ये बहुधा पुस्तक धरलेले आहे. तिचे वाहन मयूर आहे.

महेश्वरी : ही सव्य ललितासनात बसलेली चतुर्भुज स्त्री आहे. उजव्या मांडीवर बालक उभे असून त्याला उजव्या हाताने धरलेले आहे. एक डावा हात वरदमुद्रेत तर दुसऱ्या डाव्या हातात डमरू धरलेले आहे. नंदी वाहन असलेली ही मातृका म्हणजे महेशपत्नी महेश्वरी आहे.

ब्रह्माणी : सव्य ललितासनात बसलेली ही चतुर्भुज स्त्री ब्रह्मदेवाची शक्ती आहे. डाव्या मांडीजवळ डावा हात धरून बालक उभे आहे. पायात नूपुर आहेत. खांद्यावर मृगाजिन पांघरलेले आहे. डोक्यावर जटामुकुट आहे. वरील उजवा हात अभयमुद्रेत असून, त्यामध्ये अक्षमाला धरलेली आहे. या मातृकाचे वाहन हंस आहे.

वीरभद्र : वीरभद्र वाम ललितासनात बसलेला आहे. डाव्या हातात परशू, उजव्या हातात डमरू आहे.

गर्भगृह : गुंफेच्या पाठीमागील भिंतीमध्ये पश्चिमेकडे तोंड करून गर्भगृह आहे. गर्भगृहामध्ये चौकोनी चौथरा आहे. परंतु मूर्ती अथवा लिंग नाही. मात्र, चौथऱ्याची ठेवण पाहून तेथे बहुधा शिवलिंग असावे असे वाटते. गर्भगृहाच्या प्रवेशद्वाराला पाच द्वारशाखा आहेत. त्यावर कोरीवकाम केलेले नाही. प्रवेशद्वाराच्या दोन्ही बाजूला उंच चौथऱ्यावर दोन स्त्रीप्रतिमा द्वारपालिकांच्या रूपात उभ्या आहेत. दोन्ही बाजूला दोन मोठाले शिल्पपट आहेत.

गर्भगृहाच्या उजव्या बाजूचा संपूर्ण शिल्पपट : प्रवेशद्वाराच्या उजव्या बाजूला असणाऱ्या द्वारपालिकेच्या डाव्या हाताशी बुटकी दासी उभी आहे. बेढब शरीराच्या या कुब्जेने काष्ट्याचे पातळ नेसलेले आहे. या दासीने डाव्या हातामध्ये चौकोनी पेटी धरलेली आहे. या बुटक्या दासीच्या बाजूलाच यक्षाचे किंवा बुटक्या सेवकाचे अर्धवट नष्ट झालेले शिल्प आहे. उजव्या बाजूच्या शिल्पपटामध्ये मध्यभागी विशाल अशी द्वारपालाची मूर्ती आहे. या द्वारपालांकडे पाहताच बौद्धधर्मीय बोधिसत्त्वांशी त्याचे साम्य असल्याचे तीव्रतेने जाणवते.

द्वारपालाच्या डाव्या पायाजवळ एक बुटका सेवक (यक्ष?) उभा आहे. अर्धवट तुटलेल्या अवस्थेतील हे शिल्प मोठे गमतीशीर वाटते. त्या सेवकाची मोठी गडबड उडाली आहे असे त्याच्याकडे पाहून वाटते. एकतर तो अतिशय आशेने आपल्या मालकाकडे पाहात आहे. गडबडीमध्ये त्याचे अंतरीय, जे धोतरासारखे आहे ते सुटलेले आहे. त्याने ते आपल्या डाव्या हाताने गोळा करून धरलेले आहे. त्याच्या उजव्या हातामध्ये सुंदर झाकण असलेला गोल डबा किंवा पेटी धरलेली आहे.

द्वारपालाच्या डाव्या बाजूला कमलासनामध्ये उभ्या स्त्रीची प्रतिमा आहे. ही यमुना नदीची मूर्ती आहे. यमुना कूर्मासनावर द्विभंगावस्थेत उभी आहे.तिच्या डाव्या हाताशी उभ्या दासीने तिच्या डोक्यावर छत्रावली धरलेली आहे. यमुनेने उजव्या हातात

कलश धरलेला आहे. तिच्या उजव्या बाजूला छोटीशी बुटकी दासी उभी आहे. द्वारपालाच्या दोन्ही बाजूला उडणाऱ्या यक्षमूर्ती आहेत.

गर्भगृहाच्या डाव्या बाजूचा संपूर्ण शिल्पपट : प्रवेशद्वाराच्या डाव्या बाजूला उंच चौथऱ्यावर द्वारपालिका उभी आहे. द्वारपालिकेच्या उजव्या बाजूला चामरधारी सेविका व एक बुटकी दासी उभी आहे; तिच्या पलीकडे विशाल अशी द्वारपालाची मूर्ती उभी आहे. त्याच्या डाव्या पायाजवळ बुटकी दासी उभी आहे. तर उजव्या बाजूला एक बुटका सेवक उभा आहे. या सेवकाकडे पाहिल्यानंतर असे लक्षात येते की, त्याचा उजवा पाय व उजवा हात अधू आहे. (पोलिओ झालेल्या व्यक्तीसारखा तो अपंग दिसतो) त्याने आपल्या डाव्या हातात आधारासाठी काठी धरलेली आहे. छातीशी धरलेला उजवा हात वेडावाकडा आहे. त्याच्या अंगावर श्रमकरी घालतात तसे धोतर आहे. या धोतराचा सोगा पाठीमागे खोचलेला स्पष्ट दिसत आहे. तो द्वारपालाकडे अतिशय आशेने पाहत आहे. त्याच्या गळ्यात मण्यांचा एकसर आणि धातूचे कड्यासारखे ग्रैवेयक घातलेले आहे.

द्वारपालाच्या उजव्या बाजूला गंगा नदीची मूर्ती आहे. मकरासनावरील कमलपुष्पामध्ये गंगा छत्राखाली उभी आहे. उजव्या हाताला उभ्या दासीने छत्रावलीचा दांडा खांद्यावर धरलेला आहे. या दासीच्या शेजारी उंचशी दुसरी सेविका उभी आहे. तिनेही आपल्या डाव्या हातात पेटीसदृश वस्तू धरलेली आहे. वरच्या बाजूला यक्ष हातामध्ये फूलमाला घेऊन उडत आहेत.

स्तंभ आणि अर्धस्तंभ : सभागृहाच्या दोन्ही बाजूला असणाऱ्या ओसरीमध्ये दोन्ही भिंतींवर पाच पाच अर्धस्तंभ आहेत. या प्रत्येक अर्धस्तंभावरील कोरीव काम साधारणपणे सारखेच आहे. स्तंभशीर्षावर अतिशय सुंदर नक्षी कोरलेली आहे. बाजूला व्याल, मिथुन, अशा आकृती कोरलेल्या आहेत. स्तंभशीर्षाच्या खालच्या चौकोनी पाटावर अतिशय सुंदर तोरणमाळ कोरलेली आहे. त्याखाली स्तंभाचा वरचा भाग उभ्या रेषांनी कोरलेला आहे. समांतर रेषांची नक्षी स्तंभाच्या वरच्या अर्ध्या भागापर्यंत कोरलेली आहे. त्याखाली तीन बुटके यक्ष नाचताना दाखवले आहेत. नाजूक असे तोरण इथेही कोरलेले आहे. त्याखाली द्रविड शैलीतील कोरीवकाम असणारी कमान आहे. या कमानीखाली पाच लहान लहान कोनाड्यात समोर तीन व दोन्ही बाजूला एक एक अशा सुंदर मूर्ती कोरलेल्या आहेत.

समोरील या तीन मूर्तींमध्ये मधली मूर्ती भंजिकेची आहे, तर दोन्ही बाजूला दोन पुरुष उभे आहेत. स्तंभाच्या बाजूंवर असणाऱ्या मूर्ती स्त्री किंवा पुरुष यांच्या आहेत. भंजिकांच्या मूर्ती अतिशय आकर्षक आहेत. कमनीय देहयष्टी असणाऱ्या या स्त्रीप्रतिमा वेगवेगळे अंगविक्षेप करत, आकर्षक पद्धतीने उभ्या आहेत. त्यांच्या केशरचनाही आकर्षक आहेत.

सभागृहातील सर्वच्या सर्व म्हणजे बारा स्तंभांचा वरचा भाग 'घटपल्लव' प्रकारात कोरलेला आहे. अर्ध्यापर्यंत स्तंभ चौकोनी आहे. त्यावर घटपल्लव प्रकारचे शीर्ष आहे. स्तंभाच्या चारी कोपऱ्यावर छोट्या छोट्या यक्षमूर्ती आहेत. स्तंभाच्या प्रत्येक बाजूवर मध्यभागी लहानशा कोनाड्यात विविध मुद्रातील मिथुनमूर्ती आहेत.

हिंदू गुंफेतील या शिल्पाकृतींचा अभ्यास करताना जाणवलेली महत्त्वाची बाब म्हणजे या कलाकारांनी आपल्या कलेला मुक्तपणे आणि स्वच्छंदपणे निर्मिले आहे. बौद्ध शिल्पाकृती पाहताना एक गोष्ट लक्षात येते की, ती म्हणजे केवळ चाकोरीबद्ध प्रतिमाच कलाकारांनी घडवलेल्या आहेत. सौंदर्यालंकार, आभूषणे, केशरचना आदींमध्ये विविधता होती. परंतु प्रतिमा केवळ ठरलेले व्यक्तिचित्रण करणाऱ्याच होत्या. या पाठीमागील कारण अर्थातच धर्मप्रसाराचे उद्दिष्ट हेच असणार. मात्र चौदा क्रमांकाच्या गुंफेतील कलाकृती पाहताना वाटते की, तत्कालीन जीवनशैली आणि पद्धती याचे चित्रण आपल्या कलेतून करण्याचा मोह या कलाकारांना आवरता आलेला नाही. किंबहुना तत्कालीन जीवनशैलीचे प्रतिबिंबच आपण या कलाकृती पाहताना बघितल्याचे समाधान मिळते. हिंदू गुंफांमधून काम करणाऱ्या कलाकारांनी चाकोरीच्या बाहेर जाऊन कलाकृती घडवल्या आहेत असे वाटते. याचे उत्तम उदाहरण म्हणजे गर्भगृहाच्या डाव्या भिंतीवरील अपंग व्यक्तीचे शिल्प आणि उजव्या भिंतीवरील 'ज्याचे धोतर सुटलेले आहे, अशा बुटक्या दासाचे शिल्प होय...!'

गुंफा क्र. १५ : दशावतार लेणे

पंधरा क्रमांकाच्या गुंफेमध्ये जायला आपल्याला जवळजवळ साठ पायऱ्या चढाव्या लागतात. मुख्य प्रवेशद्वारातून आत आल्यानंतर आपल्याला समोर चौकोनी आकाराचा एक बंदिस्त मंडप दिसतो. मुख्य प्रवेशद्वारासमोरच या मंडपाच्या पायऱ्या आहेत. या पायऱ्यांच्या दोन्ही बाजूला पूर्वी गजमूर्ती असाव्यात. या पायऱ्या चढून आपण ओसरी किंवा वऱ्हांडासदृश चौकोनी छताखाली येते. मात्र ही ओसरी मंडपाची पाठीमागील बाजू आहे. मंडपाचे प्रवेशद्वार पूर्वेकडे आहे. या छोट्या ओसरीमध्येच मंडपाच्या पाठीमागील भिंतीवर कोरलेला एक शिलालेख आढळतो. हा चौदा ओळींचा आणि साडेएकोणतीस श्लोक असलेला लेख राष्ट्रकूट राजा दंतिदुर्ग याने लिहिला आहे. हा लेख आठव्या शतकाच्या पूर्वार्धात कोरला असावा. या लेखात निरनिराळ्या छंदांतील श्लोक असून, त्यात राष्ट्रकूट घराण्यातील राजांची वंशावळ दिली आहे. शेवटच्या भागात दंतिदुर्ग राजा आपल्या सैन्यासह या लेण्यामध्ये आला असा उल्लेख आहे. यावरूनच आपल्याला लक्षात येते की, पंधरा क्रमांकाचे हे लेणे कैलास लेण्याच्या आधी खोदले गेले असावे.

सभामंडपाच्या चार कोपऱ्यावर स्तंभाच्या दोन्ही बाजूंना दोन प्रकारच्या मूर्ती कोरलेल्या आहेत. एका बाजूचे शिल्प आलिंगनबद्ध स्त्री-पुरुषाचे आहे. तर दुसऱ्या बाजूला फक्त स्त्रीची मूर्ती आहे. त्यामुळे चार वेगवेगळ्या रूपात आलिंगनबद्ध असलेल्या चार युगुलमूर्ती चारी कोपऱ्यावरील स्तंभांवर आहेत. शिवाय स्तंभाच्या दुसऱ्या बाजूला अतिशय कमनीय देहयष्टी असलेल्या स्त्रीमूर्ती आहेत. पश्चिम भिंतीवरील उजव्या कोपऱ्यावरील स्त्रीजवळ बालक उभे आहे.

या सर्व शिल्पाकृती आकाराने मध्यम आहेत; पण अतिशय प्रमाणबद्ध आणि कमनीय आहेत. त्यातल्यात्यात स्त्रियांच्या शरीराची कमनीयता नजरेत भरणारी आहे. सर्व मूर्ती झिजलेल्या आहेत. परंतु सडपातळ आकाराच्या या मूर्ती पाहून वेगळ्या कलाशैलीचा प्रभाव चट्‌कन जाणवतो. अत्यंत नाजूक असे हे कोरीवकाम आहे. लहान आकाराच्या असल्या तरी कलात्मकता आणि सौंदर्यपूर्ण प्रमाणबद्धता या प्रतिमांमध्ये दिसून येते.

सभामंडपाच्या पूर्वेकडील प्रवेशद्वाराच्या दोन्ही बाजूंस दोन गजराज बसलेले आहेत. प्रवेशद्वाराच्या दोन्ही बाजूला असणारे स्तंभ गंगा आणि यमुना यांच्या प्रतिमांनी सुशोभित झालेले आहेत. प्रवेशद्वाराच्या डाव्या बाजूच्या स्तंभावर कूर्मासनावर उभी यमुना आहे. तर उजव्या बाजूच्या स्तंभावर मकरासनावर उभी गंगा आहे. दोन्ही स्त्रीमूर्तींची कमालीची झीज झालेली आहे. परंतु त्यांच्याकडे पाहताच प्रमाणबद्ध आणि कमनीय देहसौंदर्याची आपल्याला कल्पना करता येते.

सभामंडपात मध्यभागी चौथरा आहे. कुठलीही प्रतिमा अथवा मूर्ती आतमध्ये नाही. परंतु हा सभामंडप बहुधा नंदीसाठी कोरलेला असावा. नंदीची मूर्ती येथे नाही. हे जरी खरे असले तरी मुख्य गुंफेच्या वरच्या मजल्यावर विशाल आकाराची अतिशय सुंदर अशी नंदीची मूर्ती आहे. ती तेथे का व कशी नेली असावी हे प्रश्नचिन्ह असले तरी ती त्या ठिकाणी कोरलेली नाही हे लक्षात येते. ती जमिनीपासून अलग आहे.

नंदीमंडपाच्या छतावर चार कोपऱ्यात चार पूर्णाकृती सिंहप्रतिमा खोदलेल्या आहेत. त्यांनी आपला पुढचा पंजा उचललेला आहे. अशाच प्रकारचे सिंह आपल्याला कैलास लेण्याच्या छतावरही पाहायला मिळतात. यावरून हेही सिद्ध होते की या गुंफेतील शिल्पकामाचा प्रभाव कैलास लेण्यातील शिल्पकलेवर झालेला होता.

नंदीमंडपासमोर दुमजली गुंफा आहे. पायऱ्यांच्या दोन्ही बाजूला दोन गजराज द्वारपालाची भूमिका निभावताना दिसत आहेत. संपूर्ण गुंफा मोकळी आहे. पाठीमागच्या भिंतीमध्ये एकूण चार खोल्या खोदलेल्या आहेत. डाव्या बाजूने वरच्या मजल्यावर जाण्यासाठी दगडी जिना कोरलेला आहे. गुंफेचे एकंदरीत स्वरूप पाहता ही गुंफा बुद्धधर्मीय गुंफांशी साधर्म्य सांगते. तीन ताल आणि दोन ताल या गुंफांशी या गुंफेची वास्तुरचना जवळीक सांगते.

पहिला मजला : तळमजल्यावर डाव्या बाजूला असलेला जिना चढून आपण पहिल्या मजल्यावरील विशाल सभागृहात येतो. सभागृहाच्या तीनही भिंतीमध्ये विविध शिल्पपट कोरलेले आहेत. खोलवर खोदलेल्या कोनाड्यात पूर्ण उठावात कोरलेले हे शिल्पपट शिवलीलांवर तसेच विष्णू अवतारावर आधारित आहेत.

गुंफेच्या दर्शनी बाजूचे स्तंभ उत्कृष्टपणे सुशोभित कोरलेले आहेत.या स्तंभांचा पाया इतर स्तंभांप्रमाणेच आहे. घटपल्लव पद्धतीचे हे कोरीवकाम अतिशय नाजूक आणि विविध प्रकारच्या कलाकुसरीने नटलेले आहे. घटाच्या भोवती स्तंभाच्या चारी कोपऱ्यांवर यक्ष बसलेले आहेत. या यक्षमूर्ती विविध अलंकारांनी नटलेल्या आहेत. घटांचे किंवा कुंभांचे आकारही अतिशय सुंदर आहेत. पल्लवांचे कोरीवकाम तर अप्रतिम म्हणता येईल असे आहे. विशेष म्हणजे काही घटांवर चार नागांचे एकमेकांत गुंतलेले वेटोळे अत्यंत सुंदरपणे कोरलेले आहेत. हे घट उलट्या कमलपुष्पावर ठेवलेले आहेत. घटाच्या खाली नागराज किंवा नागदेव हातात फुलमाळा घेऊन उभे आहेत. त्याच्या दोन्ही बाजूला नागफणा दाखवलेला आहे. सर्व घटामध्ये विविध प्रकारची फुलेपाने आहेत. कमलपुष्प, आम्रपल्लव, कळ्या इत्यादी आहेत.

काही घटपल्लवामध्ये इतकी नाजूक आणि सुंदर कलाकुसर आहे की आपण थक्क होऊन पाहत राहतो. एका स्तंभावरील घटावर वरच्या भागात कमलपुष्पामध्ये पद्मासनात बसलेली स्त्रीप्रतिमा आहे. तिच्या दोन्ही बाजूला सुंदर अशी कमळाची फुले आहेत आणि त्या फुलांच्या दोन्ही बाजूला चार चार अतिशय लहान पुरुषप्रतिमा फूलमाळा हातात धरून नृत्य करताना दाखवलेल्या आहेत. खालच्या बाजूला दोन गंधर्व किंवा किन्नर उडत आहेत. त्यांच्या हातामध्ये वेणू (बासुरी) आहे. घटांच्या दोन्ही बाजूला सुंदर अशा किन्नरांच्या मूर्ती कोरलेल्या आहेत. त्याचे वरचे अर्धे शरीर मानवाचे आहे तर खालचे शरीर मयूर पिसाऱ्याप्रमाणे आहे. कुंभाच्या खाली एक नर्तिका अतिशय अवघड अशी नृत्यमुद्रा करताना दाखवलेली आहे. तिच्या बाजूला स्त्री-पुरुष युगुलमूर्ती आहेत. हा घट उपड्या कमलपुष्पावर ठेवलेला आहे. घटाच्या दोन्ही बाजूला असणारे सिंहसुद्धा कलाकुसरीने परिपूर्ण आहेत. अशा तऱ्हेचे सुंदर कोरीवकाम असलेले स्तंभ वेरूळ अथवा अजिंठा येथील दुसऱ्या कुठल्याही गुंफेत पाहायला मिळत नाही.

या सर्व स्तंभांच्या शीर्षावर बाहेरच्या बाजूने सुंदर कलाकुसर केलेली आहे. महत्त्वाचे म्हणजे या प्रत्येक खांबांच्या वरच्या पट्टीमध्ये योगमुद्रेत बसलेल्या बुद्धाची प्रतिमा आहे. या बुद्धप्रतिमांची स्तंभांवरील उपस्थिती पाहून असे वाटते की, कदाचित ही गुंफा, बौद्ध गुंफा म्हणूनच खोदायला सुरुवात झाली असावी. काही कारणास्तव या गुंफेचे काम अर्ध्यातून सोडून देणे बौद्धधर्मीयांना भाग पडले असावे. आणि तयार असलेल्या गुंफेचा उपयोग हिंदू धर्मप्रसाराचे कार्य करणाऱ्यांनी आपल्या धर्मासाठी करून घेतलेला असावा. अनेक विद्वानांनी हेच मत व्यक्त केले आहे

भिंतीवरील शिल्पपट : सभागृहाच्या तीन बाजूच्या भिंतीमध्ये वेगवेगळे शिल्पपट कोरलेले आहेत. या शिल्पपटांची ओळख डाव्या बाजूने सुरुवात करता पुढीलप्रमाणे देता येईल.

अंधकासुरवधमूर्ती : या शिल्पपटात भगवान श्रीशंकराची अष्टभुज मूर्ती आहे. पुढील दोन्ही हातात त्रिशूल धरून त्यावर अंधकासुराला लटकवून सूर्याच्या जवळ नेण्याच्या प्रयत्नात असलेला शिव येथे आपल्याला दिसतो. शिवाने आपल्या सर्वांत वरच्या दोन्ही हातांनी गजासुराचे गजचर्म पांघरलेले आहे. एका डाव्या हातात अंधकासुराचे रक्त गोळा करण्यासाठी वाडगे धरलेले आहे. एका उजव्या हातात डमरू तर दुसऱ्यात खड्ग आहे. हे संपूर्ण शिल्प एका विशिष्ट लयीत कोरले आहे असे वाटते. बलशाली शंकराची ही मूर्ती वीररसपूर्ण आहे.

नटराज शिव : दुसऱ्या कोनाड्यातील शिल्पपट नटराज शिवाचा आहे. ललितम् नृत्य करणारी ही शिवप्रतिमा अष्टभुज आहे. वरील पहिला डावा हात कर्णमुद्रेत, दुसरा हात गजहस्त मुद्रेत छातीवर आहे. त्या खालील डाव्या हातात सर्प धरलेला आहे. तर चौथ्या डाव्या हातात चंद्रकोर धरलेली आहे. पहिला उजवा हात वितर्क मुद्रेत आहे. त्या खालील उजव्या हातात डमरू धरलेले असून तिसऱ्या हातात त्रिशूल आहे. चवथा हात नृत्याच्या पताका मुद्रेत आहे. डाव्याबाजूच्या कोपऱ्यात किन्नर दम्पती वाद्य वाजवताना दिसताहेत. दोन्ही बाजूला द्वारपाल चामर धरून उभे आहेत. उजव्या बाजूला बासरी आणि झांजवादक शिवाला साथ करताहेत. डाव्या बाजूला मृदंगवादक असून शिवाच्या पायाशी टाळवादक टाळ वाजवत आहे.

तीन क्रमांकाचा कोनाडा रिकामा आहे.

उमा-महश्वर मूर्ती : चौथ्या कोनाड्यात उमा-महेश्वर चौसर खेळताना दिसत आहेत. शिवाने पार्वतीचा उजवा हात डाव्या हातात धरलेला आहे. शिव चतुर्भुज आहे. दुसरा डावा हात जमिनीवर टेकवलेला आहे. एका उजव्या हातात सर्प आहे. दुसरा उजवा हात मांडीवर आहे. शिव सव्य ललितासनात बसला आहे. खाली नंदी असून आजूबाजूला गण आहेत. दोन्ही बाजूला गंधर्व-गांधर्वी फूलमाळा घेऊन उडताहेत.

पाणिग्रहण मूर्ती किंवा कल्याणसुंदरम् मूर्ती : शिव-पार्वती विवाहाचे दृश्य दाखवणारे हे शिल्प आहे. शिवाच्या उजव्या हातात पार्वतीने आपले दोन्ही हात दिलेले आहेत. दोन्ही बाजूला दोन गदाधारी द्वारपाल उभे आहेत. मध्यभागी ब्रह्मा पौरोहित्य करण्यासाठी उभा आहे.

रावणानुग्रहमूर्ती : रावण आपल्या वीस भुजांनी भगवान शंकराचे निवासस्थान असलेला कैलास पर्वत हलवीत आहे हे दाखवणारा हा शिल्पपट आहे. शक्तिशाली रावण पाठमोरा दाखवलेला आहे.

मार्कंडेय अनुग्रह मूर्ती : या ठिकाणी ब्राह्मणपुत्र मार्कंडेयाचे प्राण घेण्यासाठी आलेल्या यमराजाला रोखण्यासाठी साक्षात शिव लिंगामधून अवतरला आहे. शक्तिशाली यमराजाची पाठमोरी मूर्ती पाहताना कलाकाराच्या कौशल्याची दाद द्यावी वाटते. काळ्या कातळात कोरलेल्या त्या पाठमोऱ्या देहाचे अत्यंत परिणामकारक पीळदार रूप कलाकाराने अगदी हुबेहूब अंकित केलेले आहे. लहानशा मार्कंडेयाचे बटुरूप पाहताना अगदी हुबेहूब आजच्या काळातील बटू पाहतोय असा भास होतो.

गंगावतरण : या कोनाड्यात गंगावतरणाचा प्रसंग कोरलेला आहे. मध्यभागी शिव-पार्वती उभे आहेत. पार्वतीने दोन्ही हात कमरेवर ठेवलेले आहेत. शिवाने उजव्या हाताने जटांमधून कोसळणाऱ्या गंगेला सावरले आहे. तर आपला डावा हात पार्वतीच्या भोवती लपेटलेला आहे. शंकराच्या पायाजवळ मृत सगरपुत्रांची फक्त पाच डोकी दिसताहेत. बाजूलाच राजा भगीरथ एका पायावर उभे राहून तप करीत आहे. बाजूच्या कोपऱ्यात कदाचित ऐरावतासह इंद्र उपस्थित आहे.

लिंगोद्‌भव मूर्ती : या शिल्पपटामध्ये ब्रह्मा, विष्णू आणि महेश या तिन्ही देवतांची उपस्थिती आहे. 'लिंगोद्‌भव मूर्ती' म्हणून हे शिल्प ओळखले जाते. लिंगामधून शिव उद्‌भवतो, त्यामुळे मध्यभागी असलेल्या लिंगामध्ये शिवमूर्ती दाखवलेली आहे. डाव्या बाजूला चतुर्भुज विष्णू आहे, तर उजव्या बाजूला चतुर्भुज ब्रह्मा आहे. विष्णूच्या पाठीमागील डाव्या हातात शंख आहे व उजव्या हातात चक्र आहे. पुढील दोन हात नमस्कार मुद्रेत आहेत. विष्णूच्या डोक्यावर किरीट मुकुट आहे. त्यावर सुंदर नक्षीकाम केलेले आहे. मध्यभागी कीर्तिमुख कोरलेले आहे.

ब्रह्माच्या तीनही शिरांवर मुकुट आहे. या संपूर्ण मुकुटावरील मातीचे लिंपण अद्याप जागेवर आहे. त्यावर बारीक नक्षी कोरलेली आहे. ब्रह्माच्या डोक्यावरील हा मातीच्या प्लॅस्टरमध्ये नाजूकपणे कोरलेला मुकुट पाहिल्यानंतर आपल्या लक्षात येते की, वेरूळ येथील कलाकारांनी दगडामध्ये मूर्ती कोरल्याच; पण त्याचबरोबर या सर्व मूर्तींवर माती व इतर मिश्रणांचे लिंपण केल्यानंतरही अत्यंत बारकाईने नाजूक कलाकुसर करून नंतरच त्यामध्ये रंग भरलेले होते. त्यामुळे ज्या मूर्ती कातळामध्ये घडवल्यानंतर ओबडधोबड वाटत, त्या मूर्ती प्लॅस्टरमध्ये सुंदर आकारात, सफाईदार रूपात बदलून टाकल्या जात असाव्यात...! आज केवळ काळ्या कातळात घडवलेले मूर्तीचे स्वरूप आपण पाहू शकतो. ते पाहून कलाकाराने केवळ छिन्नी आणि हातोड्याच्या मदतीने आणि बोटांमधील कलेच्या साह्याने निर्मिलेले मूर्तरूप आपण थक्क होऊन जातो. मात्र ज्या वेळी मातीने लिंपलेल्या या सफाईदार मूर्ती, वेगवेगळ्या रंगांनी रंगवल्या गेल्या असतील त्या वेळी त्या किती सुंदर दिसत असतील याची आपण कल्पनाच करू शकतो. मातीने लिंपलेल्या दगडी भिंती आणि विविध

रंगामध्ये रंगलेली ही जिवंत वाटणारी शिल्पकला म्हणजे कल्पनातीत असे प्रेक्षणीय ठिकाण असणार याबद्दल मनात थोडासुद्धा संशय उरत नाही.

त्रिपुरान्तक मूर्ती : अंधकासुराचे तीन राक्षसपुत्र विद्युन्माली, तारकाक्ष आणि कमलाक्ष यांनी स्वर्ग, आकाश आणि पृथ्वी येथे बांधलेल्या तीन महालांचा विनाश करणाऱ्या शिवाची पुराणकथा सांगणारा हा शिल्पपट आहे. चार घोड्यांच्या रथामध्ये शिव बसलेला आहे. एका डाव्या हाताने त्याने पिनाक धरलेले आहे. दुसऱ्या उजव्या हातात खड्ग, दुसऱ्या उजव्या हाताने तो भात्यातून बाण काढीत आहे. एक पाय पुढे टाकून शिव अलिधासनात उभा आहे.

गोवर्धनधारी श्रीकृष्ण अवतार : भगवान श्री विष्णूने श्रीकृष्णरूपात असताना, गोकुळातील गाईगुरे आणि गोपाळांना इंद्राच्या कोपामुळे होणाऱ्या तुफान पावसापासून वाचवण्यासाठी गोवर्धन पर्वत आपल्या करंगळीवर उचलून धरला होता. ही पुराणकथा सांगणारे शिल्प आहे. येथे विष्णू (कृष्णावतार) अष्टभुज रूपात आहे. विष्णूने आपल्या सर्वांत वरच्या दोन्ही हातांनी पर्वत उचलून धरला आहे. एका डाव्या हातात शंख तर दुसऱ्या हातामध्ये पद्म धरलेले आहे. एका उजव्या हातात चक्र धरलेले असून, दुसरा उजवा हात कमरेवर ठेवलेला आहे. शिल्पपटात एका कोपऱ्यात गायी-वासरे आहेत.

क्षीरसागरातील शेषशायी विष्णू : आपल्या शेषशय्येवर निद्रिस्त विष्णूचे हे शिल्प आहे. विष्णूच्या पायाशी देवी लक्ष्मी बसलेली आहे. नाभिकमलामध्ये ब्रह्मा आहे. विष्णूची प्रतिमा चतुर्भुज आहे. उशाशी असलेल्या लोडावर उजव्या हाताची घडी ठेऊन त्यावर श्री विष्णूने डोके ठेवलेले आहे. दुसरा उजवा हात पोटाशी विसावलेला आहे. पायथ्याशी मानवदेहधारी गरुड आहे. उशाजवळ पाच फड्यांचा सर्पफणा डोक्यावर असलेल्या बलरामाची मूर्ती लक्ष वेधून घेते.

गरुडारूढ विष्णू : या शिल्पपटामध्ये विष्णूचे वाहन असलेला गरुड मनुष्यरूपामध्ये दाखवलेला आहे. दोन पंख असलेल्या मनुष्यरूपातील गरुडाच्या खांद्यावर विष्णू बसलेला आहे. विष्णू चतुर्भुज आहे. उजव्या हातात खड्ग आणि चक्र आहे. डाव्या हातात शंख आणि पद्म आहे.

वराह अवतार : या शिल्पपटामध्ये विष्णू आपल्या वराह अवतारात आहे. मनुष्य देह आणि वराहाचे शिर असलेल्या विष्णूने आपल्या सुळ्यांवर भूदेवीला उचलून धरलेले आहे. एका डाव्या हाताने भूदेवीला धरलेले आहे तर दुसऱ्या हातात शंख आहे. एका उजव्या हातात चक्र आहे, तर दुसरा उजवा हात कमरेवर ठेवलेला आहे. उजव्या पायामागे नागदेवता हात जोडून बसलेली आहे. या नागदेवतेचे वरचे शरीर स्त्रीचे असून, खालचा देह सर्पाचा आहे. वराह मूर्तीचा उजवा पाय शेषनागाच्या हातावर टेकवला आहे. शेषनागाच्या डोक्यापाठीमागे पाच फड्यांचा फणा असून, देह पुरुषाचा व खालचे धड सर्पाचे आहे.

वामनावतार : वामनाची मूर्ती अष्टभुज आहे. चार उजव्या हातापैकी एका हातात गदा, दुसऱ्या हातात चक्र, तिसऱ्या हातात खड्ग आणि चौथ्या हातात कमलपुष्प धरलेले आहे. डाव्या हाततही विविध आयुधे आहेत. एका हातात शंख, दुसऱ्या हातातमध्ये धनुष्य, तिसऱ्यामध्ये ढाल व चौथ्यामध्ये काहीतरी आहे.

वामनाने त्रिविक्रमावतार धारण केलेला असून डावा पाय अलिधासनात वर उचललेला आहे. डाव्या बाजूला गरुड मनुष्यरूपात दाखवलेला असून, त्याने एका पुरुषाचे केस हातामध्ये घट्ट धरलेले आहेत व त्यास हात उगारून तो मारत आहे. हा पुरुष म्हणजे असुरांचे गुरू शुक्राचार्य आहेत. उजव्या बाजूला राजा बळी आणि त्याचे सेवक दिसत आहेत.

नरसिंह अवतार : या शिल्पपटामध्ये विष्णू नृसिंह अवतारामध्ये कोरलेला आहे. नृसिंह अष्टभुज आहे. एक उजवा हात पताकमुद्रेत आहे. दुसऱ्या हातात चक्र, तिसऱ्यामध्ये खड्ग आहे. एका डाव्या हातात शंख आहेत. तर दोन डाव्या हातांनी हिरण्यकश्यपूला धरून ठेवलेले आहे. बाकी मूर्तीची तोडफोड झालेली आहे.

गर्भगृह : गुंफेच्या पाठीमागील भिंतीमध्ये मध्यभागी गर्भगृह कोरलेले आहे. गर्भगृहाच्या प्रवेशद्वारावर पाच पाच द्वारशाखा आहेत. मात्र द्वारशाखांवर कलाकुसर नाही. केवळ पायथ्याशी लहान लहान स्त्रीप्रतिमा कोरलेल्या आहेत. प्रवेशद्वाराच्या दोन्ही बाजूला पूर्ण उंचीच्या पुरुषप्रतिमा द्वारपालाच्या रूपात उभ्या आहेत.

गर्भगृहासमोर छोटी ओसरी किंवा अंतराळ आहे. दोन स्तंभ आणि दोन अर्धस्तंभ यांनी ओसरीला आधार दिलेला आहे. ओसरीच्या डाव्या भिंतीवर गणेशप्रतिमा कोरलेली आहे. तसेच उजव्या भिंतीवर कार्तिकेयाची प्रतिमा कोरलेली आहे. गणेशप्रतिमा चतुर्भुज आहे. समोरील उजवा हात वरदमुद्रेत आहे तर डाव्या हातात लाडवाचे पात्र आहे. पाठीमागील उजव्या हातात कमलपुष्प आहे. तर डाव्या हातात परशू आहे. कार्तिकेय चतुर्भुज आहे. एका डाव्या हातात कमलपुष्प असून दुसऱ्या डाव्या हातात गोल वस्तू आहे. एका उजव्या हातात त्रिशूल असून दूसऱ्या हातात द्रोण आहे. बाजूलाच कार्तिकेयाचे वाहन मयूर दिसत आहे. मयूराने उजव्या हातातील द्रोणामध्ये आपली चोच घातली आहे.

गर्भगृहाच्या भिंतीवर दोन्ही बाजूला दोन शिल्पपट आहेत. डाव्या भिंतीवर तीन स्त्रीप्रतिमा आहेत. मध्यभागी कमलासनामध्ये सव्य ललितासनात बसलेल्या स्त्रीच्या उजव्या हातात रुद्राक्षमाला धरलेली आहे तर डाव्यामध्ये पुस्तक आहे. ही स्त्री म्हणजे शिवप्राप्तीसाठी तपस्या करणारी पार्वती आहे. दोन्ही बाजूला कमलासनामध्ये अर्धपर्यंकासनात बसलेल्या स्त्रियांच्या हातांमध्ये वाद्ये आहेत. उजव्या बाजूच्या स्त्रीच्या हातामध्ये वीणा आहे. तर डाव्या बाजूच्या स्त्रीने आपल्या हातामध्ये एकतारीसारखे वाद्य धरले आहे.

ओसरीच्या उजव्या भिंतीवर गजलक्ष्मीची प्रतिमा आहे. गजलक्ष्मी कमलासनामध्ये सव्य ललितासनात बसलेली आहे. हे कमलपुष्प रम्य अशा जलाशयात उमललेले आहे. जलाशयात पाने, फुले, नाग-नागी आणि जलचर प्राणी आहेत. कमलपुष्पाचा देठ धरून नाग-नागी दाम्पत्य उभे आहे. हंस पक्षी आहेत. लक्ष्मी चतुर्भुज आहे, तिने उजव्या हातात कमलपुष्प आणि शंख, तसेच डाव्या हातात चक्र धरलेले आहे. एक डावा हात मांडीवर असून, त्यात सीताफळसदृश फळ धरलेले आहे. दंडामध्ये वलय आहे. पायात नूपुर घातलेले आहे. गजलक्ष्मीच्या दोन्ही बाजूला सेवक उभे आहेत. त्यांच्या हातात भरलेले जलकुंभ आहेत. वरच्या बाजूला दोन गजराज आहेत. सोंडेत धरलेल्या जलकुंभातून देवी लक्ष्मीच्या डोक्यावर ते जलवर्षाव करीत आहेत.

'हत्तींकडून लक्ष्मीचे स्नान हे काहींच्या मते एक रूपक आहे. लक्ष्मी ही पृथ्वीचे प्रतीक असून, हत्ती हे मेघ आहेत. याप्रमाणे मेघांनी पृथ्वीला घातलेले स्नान हे पावसाचे सूचक आहे. तसेच अन्न, धनधान्य आणि इतर सर्व प्रकारच्या समृद्धीचे पर्यायवाची आहे.'

'ऐश्वर्य, वैभव आणि सगळ्या तऱ्हेच्या संपत्तीची देवी असे लक्ष्मीचे किंवा गजलक्ष्मीचे स्वरूप असते. राज्यलक्ष्मी, कैवल्यलक्ष्मी, विजयलक्ष्मी, गजलक्ष्मी या रूपात तिची आराधना सर्वत्र होते.'

ओसरीवर (अंतराळ) असणाऱ्या दोन्ही स्तंभांवर दोन्ही बाजूला स्तंभशीर्ष आणि छत यांना जोडून मदळसेच्या रूपात आलिंगनबद्ध युगुलमूर्ती आहेत. तसेच भिंतीमध्ये असणाऱ्या अर्धस्तंभावरही दोन्ही बाजूला एक एक मिथुन मूर्ती आहे.

या चारही मिथुन मूर्ती अतिशय आकर्षक असून शृंगारमुद्रेत आहेत. आम्रवृक्षाखाली उभी मिथुनमूर्ती अधिक शृंगारिक आहे. युगुलामधील स्त्रीच्या हातामध्ये वीणेसारखे वाद्य आहे. या युगुलमूर्ती अतिशय प्रमाणबद्ध असून, पुष्ट शरीरयष्टी असलेल्या आहेत. स्त्री-पुरुषांच्या अंगावर विविध अलंकार आहेत. पंधरा क्रमांकाच्या या गुंफेच्या वऱ्हांड्याच्या बाहेर दोन्ही बाजूला भिंतीमध्ये उठावात शिवप्रतिमा कोरलेल्या आहेत. या शिवप्रतिमा आकाराने विशाल आहेत. अर्धवट तुटलेल्या अवस्थेत आहेत.

गुंफा क्र. १६ : कैलास लेणे

राष्ट्रकूट राजा 'पहिला कृष्णा' (७५७-७७२) याने त्याच्या कारकिर्दीत कैलास लेण्यांच्या निर्मितीस सुरुवात केली असे मानले जाते. संपूर्णपणे द्रविड शैलीतील ही वास्तू खोदण्यास आठव्या शतकाच्या उत्तरार्धात सुरुवात केली होती. ते काम पुढे नवव्या शतकातही चालू राहिले.

कैलास मंदिर म्हणजे एकपाषाणातून घडवलेल्या शैल मंदिराचा अप्रतिम अनमोल, अतुलनीय असा आविष्कारच म्हणावा लागेल. केवळ भारतातच नव्हे तर जगभर प्रसिद्ध पावलेले हे शैल शिल्प म्हणजे शिल्पकलेचा 'पूर्णविराम' आहे असे म्हटले तर वावगे ठरणार नाही. कलाकारांना अभिप्रेत असणाऱ्या कल्पनेचा येथे पूर्ण विकास झालेला असल्यामुळे या मंदिराची प्रसिद्धी साहजिकच इतर गिरिशिल्पांच्या मानाने खूप जास्त झालेली आहे. म. श्री. माटे यांनी आपल्या 'प्राचीन भारतीय कला' या ग्रंथामध्ये कैलास मंदिराचे अगदी समर्पक वर्णन केलेले आहे.

संपूर्ण मंदिर शिखरांपासून पायथ्यापर्यंत, वरपासून खालपर्यंत एका प्रचंड मोठ्या डोंगरात कोरून तयार केलेले आहे. मंदिराचा आकार ज्यातून कोरला आहे तो प्रचंड आकाराचा कातळ हा मूळ डोंगरापासून चारही बाजूस काटकोनात वरपासून खालपर्यंत प्रचंड चर खोदून वेगळा केलेला आहे.

६३ मीटर लांब, ४५ मीटर रुंद आणि ३२ मीटर उंच किंवा खोल असा आयताकार चर डोंगराच्यामध्ये तयार झाला व त्याच्या मध्यभागी एकूण ५० मीटर लांब (पूर्व-पश्चिम) ३३ मीटर रुंद आणि २९ मीटर उंच असा जो शिलाखंड शिल्लक राहिला त्यातून मंदिर घडवण्यात आले. मंदिराच्या समोरच आठ मीटर चौरस अशा शिलाखंडातून नंदीमंडप कोरलेला आहे. नंदीमंडप आणि मुख्य मंदिर एकमेकांना जोडलेले आहेत.

गोपूर, नंदीमंडप, व मुख्य मंदिर यांचे तळमजले भरीव दगडाचे असल्यामुळे

आकृती ३.१ - **गुंफा क्र. १६ : कैलास लेणे, ध्वजस्तंभ.**

ती खालच्या मजल्याच्या आकाराची पिठे (पाया अथवा प्लिंथ) आहेत असेच म्हणावे लागते. अगदी साध्या पद्धतीची वास्तुरचना असलेले मंदिर चौरस गाभारा, अंतराळ व चौरस मंडप अशा मुख्य प्रकारात विभागलेले आहे. मुख्य चौरस मंडपाला तीन बाजूंनी अर्धमंडप आहेत. गाभाऱ्याच्या भोवती प्रदक्षिणा मार्गावर पाच उपमंदिरे घडवण्यात आलेली आहेत. उत्तर, पूर्व आणि दक्षिणेकडील मंदिरे आकाराने लहान असून, ईशान्य व आग्नेयेकडे असणारी मंदिरे त्यातल्या त्यात मोठी आहेत. मुख्य मंदिराच्या सभामंडपात चार खांबाचा एक गट असे चार बाजूला चार गट आहेत. (एकूण सोळा स्तंभ आहेत) या स्तंभांना अनुसरून भिंतीमध्ये अर्धस्तंभ आहेत. मात्र गाभाऱ्याला खांब नाही.

मंदिराचा तळमजला हा खरोखरच प्रेक्षणीय आहे. जमिनीला लागून असणाऱ्या नेहमीच्या कुंभ, पट्ट इत्यादी थरांच्या वर एक चांगला रुंद पट्टा आहे. येथे वस्तुतः तळमजल्याची भिंत येते. त्यावर हत्ती व सिंह यांच्या जवळजवळ पूर्णाकार मूर्ती पूर्ण उठावात कोरलेल्या आहेत. त्यावर पुन्हा पट्ट, कुंभ, कपोत यांसारखे थर येतात व त्यावर दुसऱ्या मजल्याची म्हणजे मुख्य मंदिराची भिंत येते. भिंतीवर अर्धस्तंभाची मालिका व देव कोष्ठ आहेत. माथ्यावर कुटशालाहार असून, द्रविड पद्धतीचे विमान व सर्वांत वर अष्टकोनी शिखर येते. विमानावर गोलाकार छत म्हणजेच शुकनास आहे. मंडपासमोर असणाऱ्या भद्रांवर (पोर्च किंवा वऱ्हांडा) शाला पद्धतीची आच्छादने आहेत. या छताच्या व सर्वच वास्तूच्या सजावटीत चैत्य तोरण या रूपकाचा वापर मुक्तहस्ताने केलेला आहे.

नंदीमंडपाच्या दोन्ही बाजूस भरपूर मोकळी जागा असून, या प्रांगणात प्रचंड आकाराचे ऐरावत उभे आहेत. त्यांच्या शेजारी अत्यंत प्रमाणबद्ध आकाराचे, प्रचंड उंचीचे व कोरीव कलाकुसरीने सजलेले दोन ध्वजस्तंभ उभे आहेत. दर्शनी भागात मंदिराला वेढणारी भिंत असून, या भिंतीमधील प्रवेशद्वारावर या भागात सहसा न आढळणारी गोपुराची वास्तू दिसते.

संपूर्णपणे द्रविड शैलीतील हे काम पूर्ण होण्यास शंभर वर्षांपेक्षा जास्त काळ लागला असावा. कांची येथील सुप्रसिद्ध कैलासनाथ मंदिर आणि वेरूळचे हे एकपाषाणी मंदिर यातील साम्य सहज ध्यानात येण्यासारखे आहे. त्या काळात महाराष्ट्रात द्रविड शैली प्रचलित नव्हती. तेव्हा वेरूळ येथील हे मंदिर खोदण्याची स्फूर्ती व कदाचित कौशल्यही कांचीपुरम येथूनच मिळाले असले पाहिजे. याविषयी शंका वाटत नाही.

चालुक्य, पल्लव व राष्ट्रकूट यांचे सांस्कृतिक आदानप्रदान

कांची येथील मंदिर आणि वेरूळ येथील सोळा क्रमांकाचे कैलास लेणे यामधील साम्य जाणवण्यातके ठळक आहे. त्यामुळे कैलास लेणे खोदण्याची स्फूर्ती आणि

कौशल्य कांची येथून मिळाले असावे. असे म्हणतात की, कर्नाटकातील चालुक्यांचा आणि पल्लवांचा संघर्ष सतत चालू असे. ज्या वेळी चालुक्य राजांनी पल्लवांचा पराभव करून तेथील सर्व मालमत्ता आपल्याबरोबर बदामी येथे आणली, तेव्हाच कांचीपुरम येथील कैलास मंदिराच्या सौंदर्याने प्रभावित झालेल्या चालुक्यांनी पल्लवांकडून तेथील कारागिरांनाही आपल्यासोबत आपल्या राज्यात आणले. हुबेहूब कैलास मंदिरासारखेच अत्यंत सुंदर असे विरूपाक्ष मंदिर बदामीजवळ पट्टदकल येथे उभे केले.

पट्टदकल येथे संगमेश्वर मंदिराच्या निमित्ताने द्रविड शैलीचा आरंभ झाला. तरी तमिळ देशात विशेषत: कांची येथे प्रचलित असणाऱ्या द्रविड शैलीचा ठसा स्पष्टपणे उमटलेला दिसतो तो विरूपाक्ष मंदिरावरच. येथील शिलालेखातही तसा संबंध दर्शवणारे स्पष्ट उल्लेख आहेत.

राष्टकूट राज्यकर्त्यांनी बदामीच्या चालुक्यांना अंकित करून त्यांचा पराभव केला. त्या वेळेस पट्टदकल येथील विरूपाक्ष मंदिराने राष्ट्रकूटांचे मन जिंकले. अशा तऱ्हेचे सुंदर कोरीवकाम असलेले मंदिर आपल्याही राज्यात असावे, या प्रबळ इच्छेपोटी निर्माण झालेल्या कैलास लेण्यातील शिल्पकलेवर जागोजागी पल्लव आणि चालुक्य धाटणीच्या शिल्पकलेचा प्रभाव प्रकर्षाने जाणवतो. म्हणूनच वेरूळ येथील कैलास लेण्यावर पट्टदकल येथील विरूपाक्ष मंदिराचा प्रभाव असल्याचे प्रकर्षाने जाणवते. संपूर्ण कैलास मंदिराचे हे अखंड शैलशिल्प एका रथाच्या आकाराचे असून, चाकविरहित असा हा रथ ओढण्याचे काम जणू हत्ती आणि सिंह करताहेत, असा भास होतो.

कांचीपुरम येथील कैलास मंदिरात असणारे अनेक शिल्पपट हुबेहूब जसेच्या तसे आपल्याला वेरूळच्या कैलास लेण्यात कोरलेले पाहायला मिळतात. मुख्यत्वेकरून कांची येथील कैलास मंदिरामध्ये असलेली महिषासुरमर्दिनी दुर्गेची प्रतिमा आणि हिरण्यकश्यपू व नरसिंह अवतार यांचे शिल्पपट वेरूळ येथे हुबेहूब कोरलेले आहेत, असे प्रकर्षाने जाणवते.

विशालता, प्रमाणबद्धता, विपुलता आणि कारागिरीतील उत्कृष्टता आपल्याला कैलास लेण्यांत पाहायला मिळते. संपूर्ण काळ्या कातळातून कोरलेले हे लेणे अप्रतिम तर आहेच. पण वास्तुशास्त्राचा एक अजोड नमुनाही आहे. येथील प्रत्येक मूर्ती, प्रत्येक शिल्प म्हणजे कातळातून सजीव झालेले रेखीव, प्रमाणबद्ध आणि संपन्न असे सौंदर्य आहे. राग, लोभ, मोह, मद, मत्सर, कारुण्य, भय हे सारे विकार या निर्जीव शिल्पांच्या मुखावर अशा उत्कृष्ट रीतीने रेखांकित झालेले आहेत की पाहताना आपण कातळात कोरलेले शिल्प पाहतो आहे याचाही आपल्याला विसर पडतो.

संपूर्ण लेण्यांची, म्हणजेच मंदिराची प्रमाणबद्धता आणि त्यातील अनेक शिल्पे ही इतक्या श्रेष्ठ दर्जाची आहेत की ते निर्माण करणाऱ्या वास्तुशास्त्रज्ञाला यापेक्षा अधिक उच्चतम, अभूतपूर्व, योजकतापूर्ण असे आणखी काहीतरी निर्माण करावयाचे होते असे आपणास वाटत राहते. एकापेक्षा एक अशी अत्यंत महत्त्वपूर्ण आणि शिल्पकलेला उत्तुंगतेच्या शिखरावर पोहोचविणारी शिल्पे आपल्याला येथे पाहायला मिळतात. आपला हजारो वर्षांचा सांस्कृतिक ठेवा जतन करणारी, त्याचे महत्त्व सांगणारी आणि पुराणातील मिथके उद्‌धृत करणारी ही शिल्पकला आपल्याला गतकाळातील वैभवाची जाणीव देतेच पण त्याचबरोबर सांस्कृतिक संदेशही देते.

आपल्या पुराणातील तसेच, वेद, उपनिषदांमधील देवदेवतांच्या कल्पना आणि त्यांचे महत्त्व, त्यांचे अलौकिकत्त्व विषद करण्यासाठी जेथे हजारो शब्द अपुरे पडतील, तेथे ही निर्जीव शिल्पे केवळ मूकपणे संवाद साधत असतात. आपल्या धार्मिक कथा-कल्पनांना साकार करणारी कला येथे आहेच. पण ज्या काळात या शिल्पकलेची निर्मिती झाली त्या हजार-दीड हजार वर्षांपूर्वीच्या काळातील सामाजिक, सांस्कृतिक आणि राजकीय परिस्थितीशी या मूर्ती जवळीक साधतात आणि आपल्याशी संवाद साधताना कळत नकळत त्या काळात घेऊन जातात. पाषाणातून साधल्या जाणाऱ्या संवादाचे बोट पकडून आपण कलावैभवाच्या या अद्‌भुत नगरीत स्वत:ला नकळत हरवून जातो.

कैलास लेण्याचे भव्यदिव्य आणि रमणीय असे शिल्प आपल्याला संमोहित करते. काळाचे पडदे दूर होताहेत असे वाटते आणि सुंदर वेषभूषा, केशभूषा आणि अत्यंत सुंदर अशा अलंकारांनी परिपूर्ण असे स्त्री-पुरुष आपल्याला त्या वास्तूमध्ये वावरताना दिसू लागतात. त्यांच्या प्रतिमा जणू काळ्या कातळातील मूर्ती बनून स्तब्ध झाल्यात असे वाटायला लागते. निर्जीवतेतून सजीव झालेली ही शिल्पकला आपल्याला संमोहित करते. त्यामुळेच असे म्हणावेसे वाटते, अप्रतिम असे हे कैलास लेणे भारतीय शिल्पकलेच्या इतिहासातील एक अजोड काव्य आहे.

हिंदू शिल्पकलेचा उत्कृष्ट आविष्कार : हिंदू शिल्पकलेचा उत्कृष्ट आविष्कार असे या लेण्याचे वर्णन केले तर ते वावगे ठरू नये. वेरूळचे कैलास लेणे हे पूर्णपणे शिवलीलांवर आधारित आहे. शिवभक्ती, शिवचरित्र आणि शिवमहिमा या तत्त्वांवर आधारित, पुराणातील अनेक कथा कल्पना आणि आख्यायिका येथे मूर्त स्वरूपात साकारलेल्या आहेत. उमा-महेश्वर, आणि त्यांच्या संबंधात पुराणात वर्णिलेल्या अनेक कथा-कल्पना येथे पाषाणात कोरलेल्या असून, कातळातील या शिल्पाकृती आपल्यासमोर केवळ पुराणातील आख्यायिका उद्‌धृत करतात असे नव्हे, तर त्यायोगे जीवनातील अनेक महत्त्वाच्या सिद्धान्तांकडे पाहण्याचा दृष्टिकोन बदलून टाकतात. म्हणूनच असे म्हणता येते की, या अतिसुंदर अशा शिल्पकलेचा आपल्या मनावर होणारा परिणाम

इतका खोलवर आणि अद्भुत आहे की जणू त्या निर्जीव कलाकृती आपल्याशी मूकपणे संवाद साधतात, आपल्याशी बोलतात, असेच वाटत राहते.

पल्लव, चालुक्य आणि राष्ट्रकूट अशा तीन राज्यकर्त्यांचे प्रतिनिधित्व करणारे कैलास लेणे हे 'शिल्प' आज जगत्‌विख्यात आहे. तीनही प्रांतातील कलाकारांच्या प्रतिभेचा वारसा या मंदिराच्या शैलशिल्पांमध्ये आपल्याला आजही पाहायला मिळतो. पल्लव आणि चालुक्य पद्धतीची शिल्पकला आपल्याला कैलास लेण्यातील अनेक शिल्पकृतींमध्ये आढळते.

केवळ एका अखंड पाषाणातून कोरलेल्या या मंदिराच्या भिंतीवर शिवमहिमा सांगणारी तसेच आपल्या पुराणातील इतरही देवदेवतांचे माहात्म्य सांगणारी अनेक भित्तिशिल्पे या लेण्यामध्ये कोरलेली आहेत. काही शिल्पपट भगवान विष्णूशी संबंधित आहेत. तर काही रामायण व महाभारत या संस्कृत महाकाव्यांचे प्रतिनिधित्व करणारी आहेत. इतरही अनेक लहानमोठ्या शिल्पकृतींचा खजिना या लेण्यात सामावलेला आहे.

कैलास लेणे : कैलास मंदिर ज्या अखंड पाषाणातून कोरले आहे, त्याच पाषाणातून कोरलेली अखंड भिंत या मंदिराच्या दर्शनी भागात आहे. या भिंतीच्या मध्यभागी प्रवेशद्वार असून, त्यावर द्रविड पद्धतीचे गोपुरम आहे.

या गोपुरामध्ये वादकांना बसण्यासाठी जागा आहे. या संपूर्ण भिंतीवर या टोकापासून त्या टोकापर्यंत विविध प्रकारच्या शिल्पाकृती कोरलेल्या आहेत. यात प्रामुख्याने आठ दिशांचे स्वामी अष्टदिक्‌पाल अंकित केलेले आहेत. हे सर्व जण आपापल्या वाहनांवर आरूढ झालेले आहेत. याशिवाय इतरही अनेक देवदेवतांच्या शिल्पाकृती या भिंतीवर कोरलेल्या आहेत. यामध्ये विष्णू अवतार, शिवप्रतिमा, गंगा-यमुना, नागराज-नागी, शिव-पार्वती, दुर्गा वगैरे देवतांच्या प्रतिमा आहेत. परंतु बहुतेक सर्व शिल्पांची तोडफोड व झीज झालेली आहे. प्रवेशद्वाराच्या उजव्या बाजूला कोपऱ्यात असलेली, डोक्यावर सातफणी नागाचे छत्र असलेल्या नागराजाची प्रतिमा फारच सुंदर आहे.

गुंफेच्या प्रवेशद्वारातून आत येताच आपण चौकोनी दालनामध्ये येतो. येथे चार स्तंभ आहेत. दोन्ही बाजूला दोन लहान खोल्या आणि उंच ओसऱ्या आहेत. मुख्य प्रवेशद्वाराच्या दोन्ही बाजूला दोन तुंदिलतनू पुरुषप्रतिमा आहेत. अर्थातच हे दोघे कुबेराचे प्रतिनिधी शंखनिधी आणि पद्मनिधी आहेत. मंदिराच्या प्रवेशद्वाराशी या तुंदिलतनू प्रतिनिधींचे काम काय, असा प्रश्न मनात आल्याशिवाय राहत नाही. या भव्य मंदिराच्या निर्मात्यांनी कार्यपूर्तीनंतर मंदिराच्या प्रवेशद्वारापाशी कुबेर प्रतिनिधी शंखनिधी आणि पद्मनिधी यांना मानाचे स्थान देऊन त्यांच्या ठायी कृतज्ञता व्यक्त केली आहे.

या ओसरीच्या प्रवेशद्वारातून आपण दुसऱ्या अरुंद बोळीवजा ओसरीमध्ये येतो. या बोळीच्या दोन्ही भिंतीवर दोन वेगवेगळे शिल्पपट आहेत. उजव्या बाजूला अतिशय सुंदर असा महिषासुरमर्दिनीचा शिल्पपट आहे. तर डाव्या बाजूला गणेश प्रतिमा आहे. अष्टभुजा महिषासुरमर्दिनीची ही प्रतिमा लहान पण अतिशय प्रमाणबद्ध आहे. सडपातळ शरीरयष्टीची ही दुर्गा मनुष्यरूपातील महिषासुराच्या डोक्यावर पाय देऊन उभी आहे. उजव्या पायाशी महिषासुराचे शिर तर डाव्या पायाजवळ त्याचे धड पडलेले आहे. दुर्गेच्या आठ हातांमध्ये विविध आयुधे आहेत. डाव्या बाजूची गणेशप्रतिमा चतुर्भुज आहे.

या बोळीतून आपण एका चौकोनी मंडपात येतो. समोरच्या भिंतीवर अतिशय सुंदर आणि भव्य असा शिल्पपट आहे. या मंडपात चारी बाजूंच्या चार कोपऱ्यांत प्रचंड आकाराचे अर्धस्तंभ आहेत. या प्रत्येक अर्धस्तंभांवर एक गदाधारी द्वारपाल असून, त्यांच्या कपाळावर तिसरा नेत्र कोरलेला आहे. प्रत्येक द्वारपालाची उभे राहण्याची पद्धत वेगळी आहे.

गजलक्ष्मी : मंडपाच्या दर्शनी भिंतीवर अतिशय भव्य असा गजलक्ष्मीचा शिल्पपट आहे. गजलक्ष्मी म्हणजे धनसंपत्तीची आणि समृद्धीची देवता. भगवान श्री विष्णूची पत्नी...! भगवान श्री विष्णूबरोबर बऱ्याच वेळा लक्ष्मीची मूर्ती असते. त्याचप्रमाणे कितीतरी वेळा एकट्या लक्ष्मीची मूर्तीही घडवली जाते. लक्ष्मीचे जेथे वास्तव्य असते, तेथे कशाचीही कमतरता भासत नाही. यश, भरभराट, सुबत्ता

आकृती ३.२ - **गुंफा क्र. १६ : कैलास लेणे- गजलक्ष्मी**

यांच्यासाठी देवी लक्ष्मीची उपासना केली जाते. ज्यांच्यावर लक्ष्मीचा वरदहस्त असतो त्यांच्याकडे कधीही संपत्तीची कमतरता नसते.

कैलास लेण्यांच्या अगदी सुरुवातीसच देवी लक्ष्मीची प्रतिष्ठापना करून या मंदिराचे निर्माण कार्य हाती घेणाऱ्यांनी हेच दर्शविले आहे की, या मंदिराच्या उभारणीच्या कार्यासाठी मदत करणाऱ्या राष्ट्रकूट राजांवर लक्ष्मीचा वरदहस्त होता. या राज्यकर्त्यांनी तो पैसा पुरवला तेव्हाच या मंदिराचे कार्य पार पडले असणार. त्यामुळेच प्रवेशद्वारातून आत येताच अगदी समोरील भिंतीवर असणारा गजलक्ष्मीचा भव्य शिल्पपट आपल्याला मंदिराच्या निर्मितीसाठी खूप खर्च झाल्याची जाणीव करून देतो. कमळाच्या पानाफुलांनी बहरलेल्या, पाणपक्षी, जलचर, स्वैर विहार करीत असलेल्या सुंदर, रमणीय जलाशयातील एका पूर्ण विकसित कमलपुष्पावर विराजमान झालेली लक्ष्मी आणि तिच्या दोन्ही बाजूला असलेले दोन गजराज असा हा शिल्पपट आहे. हे दोन्ही गजराज आपल्या सोंडेने भरलेले कलश वरच्या बाजूला असणाऱ्या गजराजाकडे देत आहेत आणि हे गजराज त्या कलशामधून देवी लक्ष्मीवर अखंड जलवर्षाव किंवा जलाभिषेक करीत आहेत. अशा अर्थाचे हे शिल्प कैलास मंदिराच्या प्रांगणात येताच आपल्या दृष्टीस पडते.

द्वारपाल : गजलक्ष्मीच्या उजव्या बाजूला उभा द्वारपाल चतुर्भुज असून, त्याच्या पाठीमागील डाव्या हातात सर्प धरलेला आहे. पुढील डावा हात गदेवर टेकवलेला आहे. एक उजवा हात उजव्या मांडीवर ठेवलेला आहे. गजलक्ष्मीच्या डाव्या बाजूला उभा द्वारपाल पुढील उजवा हात गदेवर टेकवून एक पाय दुमडून द्विभंगावस्थेत उभा आहे. गजलक्ष्मीच्या समोर असलेल्या दोन्ही द्वारपालांची उभे राहण्याची पद्धत वेगवेगळी आहे.

गजलक्ष्मीच्या समोरील डाव्या बाजूचा द्वारपाल, आपला डावा पाय सर्पाच्या डोक्यावर टेकवून अतिशय आकर्षकपणे, ऐटीत, द्विभंगावस्थेत उभा आहे. उजवा हात कमरेवर, तर डावा हात गदेवर टेकवलेला आहे. पाठीमागील उजव्या हातात त्रिशूल तर डाव्या हातात सर्प धरलेला आहे. उजव्या बाजूचा द्वारपाल अपस्मार पुरुषाच्या डोक्यावर डावा पाय टेकवून उभा आहे. उजवा हात गदेवर टेकवलेला असून उजवा पाय गदेच्या भोवती वेटाळून पुढे घेतलेला आहे. भव्य आणि बलदंड पुरुषाच्या या मूर्ती आकाराने मोठ्या असल्या, तरी आकर्षक आणि प्रमाणबद्ध आहेत.

गजलक्ष्मीचा शिल्पपट असलेल्या छोट्या मंडपाच्या डाव्या बाजूने जेव्हा आपण मोकळ्या प्रांगणात येतो, तेव्हा डाव्या बाजूने भिंतीवर पुढीलप्रमाणे शिल्पपट आहे.

महिषासुरमर्दिनी : महिषासुरमर्दिनीचा हा शिल्पपट अतिशय सुंदर आहे. अष्टभुजा, सिंहारूढ दुर्गा या शिल्पामध्ये दाखवलेली असून, तिच्या सर्व हातांमध्ये

वेगवेगळी आयुधे आहेत. दुर्गेशी युद्ध करणारा महिषासुर मानवदेहधारी असून डोक्यावर शिंग दाखवलेले आहे. डावा पाय उचलून उजव्या हाताने गदा उगारून देवीवर वार करणाऱ्या या असुराचे शिल्प पाठमोरे आहे. पण ते अतिशय प्रत्ययकारी आहे. त्याने काचा मारून नेसलेल्या वस्त्राची पूर्ण कल्पना आपल्याला येते. महिषासुराची ही मूर्ती अतिशय सुंदर आणि प्रमाणबद्ध आहे.

सोळा क्रमांकाच्या या कैलास लेण्यामध्ये प्रवेशद्वारानंतर येणाऱ्या बोळीतील महिषासुरमर्दिनीचा शिल्पपट, तसेच डाव्या प्रांगणाच्या भिंतीवरील वर वर्णन केलेला महिषासुरमर्दिनीचा शिल्पपट आणि त्यापुढे असणारे काही शिल्पपट यांच्याबरोबर त्रिवेणी मंदिरातील नदीदेवताच्या मूर्ती हे सर्व कोरीव काम गुंफेतील इतर शिल्पकामापेक्षा वेगळे आहे. या मूर्तिकामाचे पंधरा क्रमांकाच्या गुंफेतील नंदीमंडपाच्या भिंतीवरील शिल्पकामाशी विलक्षण साम्य आहे. तसेच महिषासुर वधाचे दोन्ही शिल्पपट कांचीच्या कैलासनाथ मंदिरामधील शिल्पपटांशी विलक्षण साम्य दर्शवितात. लहान आकारातील अतिशय प्रमाणबद्ध आणि सडपातळ प्रतिमा असलेले हे शिल्पपट इतर भव्य शिल्पाकृतींपेक्षा वेगळेपणामुळे नजरेत भरतात. दक्षिणेकडील पल्लव कारागिरीचा प्रभाव असलेले हे गुंफेतील सुरुवातीचे काही शिल्पपट असावेत असे वाटते.

गोवर्धनधारी श्रीकृष्णावतार : उजव्या हाताच्या करांगुलीने गोवर्धनपर्वत उचलणाऱ्या श्रीकृष्णाचे शिल्प येथे आहे.

शिव-पार्वती किंवा राम-सीता : समभंगमुद्रेत उभ्या स्त्री-पुरुष दम्पतीचे हे शिल्प बहुधा शिव-पार्वती किंवा राम-सीता यांचे असावे असे वाटते.

रती-मदन किंवा कामदेव-रती मूर्ती : रती आणि कामदेव यांचे हे शिल्प ओळखण्यास फारसे परिश्रम घ्यावे लागत नाही. कारण दोन्ही प्रतिमांच्या मध्ये उंच असा 'इक्षुदंड' उभा दाखवलेला आहे. रती आणि मदन म्हणजे प्रेमदेवता. प्रेमाचे प्रतीक म्हणजे ऊस किंवा इक्षुदंड...इक्षुदंडाच्या वर मदनाचे प्रतीक असलेला मकरध्वज आहे.

गरुडारूढ विष्णू : येथे मानवदेहधारी गरुडाच्या पाठीवर विष्णू बसलेला आहे.

त्रिवेणी मंदिर : गंगा, यमुना आणि सरस्वती या तीन नद्यांचा त्रिवेणी संगम असलेले सरितामंदिर मुख्य मंदिराच्या आवारात प्रवेश केल्यानंतर डाव्या बाजूच्या कोपऱ्यात आहे. गंगा, यमुना आणि सरस्वती या तीन नद्या येथे मूर्तरूपात उभ्या आहेत. डॉ. गुप्ते आपल्या ग्रंथामध्ये या तीन नद्यांचे महत्त्व अत्यंत सुंदररीत्या विषद करून सांगतात.

सरस्वती- सगळ्यात डाव्या हाताला पूर्ण उमललेल्या कमलपुष्पावर द्विभंगावस्थेत

उभी असणारी ही सुंदर मूर्ती देवी सरस्वतीची आहे. तिच्या सभोवती कलाकुसर आणि बारीक कोरीव काम केलेले तोरण आहे.

गंगा- मध्यभागी समभंग अवस्थेत उभी असलेली सुंदर मूर्ती गंगा नदीची आहे. मकरावर उभी ही मूर्ती अत्यंत प्रमाणबद्ध असून, मस्तकावर मुकुट, गळ्यामध्ये हार, दंडामध्ये बाजूबंद व कमरेत कमरपट्टा अशा अलंकारांनी सजलेली आहे. सुंदर आणि नाजूक पायातील सुंदर नूपुर आपल्याला पाहता येतात. पार्श्वभूमीवर असलेली वेल पानाफुलांनी सजलेली आहे व मूर्तीच्या दोन्ही बाजूला असलेल्या मकरांच्या तोंडातून मोत्यांच्या माळा बाहेर पडताहेत व त्यांचे तोरण तयार झाले आहे. अतिशय सुंदर कोरीवकाम केलेल्या या तोरणालाच मकर तोरण म्हणतात.

यमुना : तिसरी मूर्ती जी सर्वांत उजव्या बाजूला असून, त्रिभंगावस्थेत आहे. ती यमुना नदीची आहे. कासवावर उभी असणारी यमुना नदीची मूर्ती म्हणजे भक्तिभावनेचे प्रतीक समजले जाते. सरिता मंदिरातील या तीन नद्यांचे मूर्तरूपातील अस्तित्व म्हणजे केवळ सौंदर्यनिर्मितीचा प्रयत्न नसून त्या पाठीमागे शिल्पकारांची काही वैशिष्ट्यपूर्ण मनोभूमिका आहे.

भारतामध्ये नदीला मातेसमान व जीवनदायिनी तर मानले जातेच, पण देवतेचा दर्जा देऊन तिची पूजाही केली जाते. उत्तर भारतातील गंगा आणि यमुना या प्रमुख नद्यांच्या खोऱ्यातच प्राचीन भारताची संस्कृती जोपासली गेली होती. त्यामुळे अगदी वेद, उपनिषदे, पुराण यामधूनही या नद्यांचा उल्लेख देवतेसमान केलेला आहे. गंगा आणि यमुना यांना पवित्र मानले जातेच. मुळात गंगा नदी ही स्वर्गातून धरतीवर आलेली आहे, असे मानल्यामुळे तिचे स्थान इतर नद्यांच्या तुलनेत फारच वरचे आहे. तिच्या पवित्र प्रवाहात स्नान केल्यानंतर मानवाच्या पूर्वायुष्यातील व या जन्मातील सर्व पापे धुतली जातात, अशी प्रत्येक हिंदू श्रद्धाळूंची भावना असते. एकूणच गंगा, यमुना आणि सरस्वती या तीन प्रमुख नद्यांना प्राचीन काळापासून पावित्र्य, भक्ती आणि ज्ञान यांचे प्रतीक मानले जाते. त्यांना मूर्त स्वरूपात निर्माण करून त्यांची पूजा करण्याची सुरुवात मात्र साधारणपणे चौथ्या ते सातव्या शतकाच्या सुमारास गुप्ता साम्राज्यात झाली. त्यामागे गंगेचे पावित्र्य, यमुनेची भक्ती आणि सरस्वतीचे ज्ञानवैभव याला विशेष महत्त्व दिलेले आहे. जीवनातील ही तीन मूल्ये भारतीय माणसाला बौद्धिक अधिष्ठान देणारी आहेत. तशीच ती राष्ट्रीय एकात्मतेचे प्रतीकही ठरलेली आहेत.

कैलास लेण्यांतील या त्रिवेणी मंदिरातील यमुना नदीची मूर्ती हा भारतीय शिल्पकलेचा एक अत्यंत विलोभनीय आविष्कार समजला जातो. अतिशय नाजूक आणि कमनीय देहयष्टी असलेल्या तिच्या सिंहकटीचा बाक व तिच्या मानेची मांडणी यांनी तिच्या बांध्याला असा काही डौल प्राप्त करून दिला आहे की, या पाषाण

सुंदरीची मूर्ती मनातून सहजगत्या पुसली जात नाही. तसे पाहता सरितामंदिरातील या तीनही नदी देवतांच्या प्रतिमा अजोड कारागिरीचा नमुना आहेत असेच म्हणता येईल. समभंग मुद्रेतील गंगासुद्धा तितकीच कमनीय आहे. द्विभंग मुद्रेतील सरस्वतीचे शिल्पही तेवढेच सुंदर आहे. परंतु जी मोहकता आणि देहसौंदर्याचा उत्कृष्ट आविष्कार आपल्याला यमुनेच्या शिल्पामध्ये अनुभवता येतो, त्यास संपूर्ण कैलास लेण्यात तोड नाही. हिंदू शिल्पकारांनी नेहमीच स्त्रीप्रतिमा द्विभंग अथवा त्रिभंग मुद्रेमध्येच शिल्पांकित केलेल्या आहेत. कमरेला बाक देऊन आणि किंचितशी मान वळवून उभे राहणाऱ्या स्त्रीप्रतिमेत एक सहजसुंदर, विलोभनीय डौल अनुभवता येतो. समभंग मुद्रेतील मूर्तीमध्ये तो अनुभवता येतोच असे नाही.

यमुना आणि सरस्वती यांच्या मूर्तींच्या पाठीमागे असलेले तोरण अतिशय सुंदर आहे. अर्धस्तंभावर असलेल्या मकरांच्या मुखातून निघालेल्या तोरणाकार मौक्तिकमालांनी हे तोरण तयार झालेले आहे. वेरूळ येथील लेण्यांमध्ये मकर तोरणाचे हे रूपक आपल्याला प्रामुख्याने हिंदू गुंफांमध्येच पाहायला मिळते. त्यातही कैलास गुंफेमध्ये या मकरतोरणाचा उपयोग शिल्पकारांनी अनेक ठिकाणी केलेला आहे. कांचीपुरम येथील कैलास मंदिरातही अतिशय सुंदररीत्या कोरलेले मकरतोरण अनेक ठिकाणी पाहायला मिळते. त्रिवेणी मंदिरातील या नदी देवतांच्या प्रतिमासुद्धा इतर शिल्पाकृतींपेक्षा वेगळ्या वाटतात. अतिशय नाजूक आणि प्रमाणबद्ध देहयष्टी असणाऱ्या या प्रतिमा पल्लव शिल्पशैलीतील आहेत असे खात्रीपूर्वक वाटते.

मंदिराच्या पवित्र गाभाऱ्यात प्रवेश करण्यापूर्वी भक्ताने शुचिर्भूत असणे आवश्यक असते. आपल्या हिंदू धर्माची ही परंपरा आहे. या भावनेमुळेच मंदिरांच्या आवरामध्ये तसेच प्रवेशद्वाराजवळ प्रातिनिधिक स्वरूपात गंगा, यमुना या पवित्र नद्यांचे अस्तित्व मूर्तरूपाने दिसू लागले. मंदिरात प्रवेश करणाऱ्या भक्ताच्या ठायी निदान आत्मिक शुचिता असावी, हीच या सरितामंदिराच्या निर्मितीमागची भूमिका असावी.

ध्वजस्तंभ : कैलास लेण्यातील मुख्य मंदिराच्या सभोवती खूप मोठे प्रांगण आहे. उत्तर आणि दक्षिण बाजूला असणाऱ्या मोकळ्या प्रांगणामध्ये पूर्णाकृती गजराजांच्या मूर्ती असून त्याच्या शेजारी, उंच ध्वजस्तंभ आहेत. हे दोन्ही स्तंभ अतिशय उत्कृष्ट अशा कोरीवकामाने परिपूर्ण आहेत. तळापासून स्तंभशीर्षपर्यंत विविध कलाकुसर असलेले पट्ट या स्तंभांच्या चारही बाजूंवरती कोरलेले आहेत.

या ध्वजस्तंभांचा पाया चौकोनी आहे. दोन्हीही ध्वजस्तंभ वरपर्यंत चौकोनी आकारात कोरलेले आहेत. साधारणपणे मध्यावर ध्वजस्तंभाच्या चारही बाजूंवर अतिशय सुंदर आणि नाजूक कलाकुसर असलेले, मध्यम आकाराचे देवकोष्ठ आहेत. या देवकोष्ठांना मकर तोरण आणि व्याल तोरण यांनी सुशोभित केलेले आहे. या तोरणाखाली वेगवेगळ्या प्रतिमांचे शिल्पांकन केलेले आहेत. देवकोष्ठांच्या

वरच्या बाजूस एकावर एक असे अनेक पट्ट कोरलेले आहे. एका पट्टावरती लहान लहान कीर्तिमुखातून गोंड्याच्या फुलांच्या माळांची तोरणे लोंबताना दाखवली आहेत. एका पट्टावरती लहान लहान आकाराच्या यक्षप्रतिमा आहेत. तीन-तीन यक्षमूर्ती असलेल्या या पट्टावरील हसतमुख, निरागस चेहऱ्याच्या यक्षांना पाहून मन प्रसन्न होते. काही यक्षांच्या हातामध्ये बहुधा 'वीणा' आहे.

दक्षिण दिशेच्या प्रांगणातील ध्वजस्तंभावरील देवकोष्ठांमध्ये विविध प्रतिमा आहेत. पैकी पूर्व दिशेकडील बाजूच्या देवकोष्ठामध्ये सूर्यदेवतेची अतिशय सुंदर प्रतिमा आहे. द्विभुज सूर्यदेव समभंग मुद्रेत असून, अंगामध्ये पायघोळ वस्त्र आहे. दोन्ही हात अर्ध्यापर्यंत वरती उचललेले असून त्यामध्ये सुंदर कमळफुले धरलेली आहेत. बहुधा सूर्यदेवतेच्या पायामध्ये जोडे असावेत असे वाटते. स्तंभाच्या पश्चिम बाजूंवरील देवकोष्ठामध्ये शंख, चक्र, गदा आणि पद्मधारी चतुर्भुज विष्णूची, समभंग मुद्रेतील प्रतिमा आहे.

याच स्तंभाच्या उत्तर बाजूवरील देवकोष्ठामध्ये महिषासुरमर्दिनीचा थोडा झिजलेला शिल्पपट आहे. दक्षिणेकडील देवकोष्ठामधील प्रतिमा नष्ट झालेली आहे.

उत्तर प्रांगणात उभ्या ध्वजस्तंभावर सुद्धा अगदी हुबेहूब कलाकुसर आहे. देवकोष्ठांच्या वरती असणाऱ्या विविध पट्टांमध्ये खूपच सुंदर कलाकुसर आहे. मधल्या पट्टावर तीन-तीन यक्षमूर्ती शिल्पांकित केल्या आहेत. मात्र, या यक्षमूर्ती नग्न असून काही ठिकाणी शृंगारिक, मैथुनमुद्रा आहेत. या मैथुनमुद्रांमध्ये वैचित्र्य आहे. एका यक्षाचा चेहरा अश्वासारखा आहे, तर दुसऱ्याचा वराहाप्रमाणे आहे. एका ठिकाणी एक यक्ष छानशा चारपाईवर बसून वीणावादन करीत आहे. तर एका ठिकाणी एक यक्ष लहान चौरंगावर बसलेला आहे. याच पट्टावरील पूर्व बाजूवरील शिल्पपट वेगळ्या धर्तीचे आहेत. येथे तीन यक्ष किंवा गण आनंदमग्न होऊन नग्नावस्थेत नाचताहेत. बाजूच्या पट्टावर मध्यभागी गणेशप्रतिमा असून त्याच्या दोन्ही बाजूला सेवक आहेत. या पट्टावर मध्यभागी

आकृती ३.३ - **गुंफा क्र. १६ : कैलास लेणे- ध्वजस्तंभावरील सूर्यदेवता**

आकृती ३.४ - **गुंफा क्र. १६ : कैलास लेणे- ध्वजस्तंभावरील पट्टिका यक्षप्रतिमा आणि इतर नक्षीकाम**

अतिशय सुंदर महिषासुरमर्दिनीचा शिल्पपट आहे. त्याच्यावरती चैत्य कमानीत पार्वतीपुत्र गणेशाची सुंदर प्रतिमा आहे.

या उत्तर ध्वजस्तंभावरील चारी बाजूंवर असणाऱ्या देवकोष्ठापैकी केवळ दोन कोष्ठांमधील शिल्पांची ओळख पटते. पैकी दक्षिण बाजूवरील कोष्ठामध्ये बहुधा कमळामध्ये बसलेल्या लक्ष्मीचे शिल्प आहे. या शिल्पाखाली कमळामध्ये बसलेला नग्न यक्ष असून त्याने उजव्या हाताने लक्ष्मीच्या कमलासनाला आधार दिलेला आहे. पूर्व बाजूच्या देवकोष्ठामध्ये देवी पार्वतीची समभंग मुद्रेतील उभी प्रतिमा आहे. प्रतिमा झिजलेली आहे. तिच्या डाव्या हाताशी बहुतेक छोटा 'गणेश' आहे.

मुख्य मंदिराचा भाग वगळून कैलास लेण्याच्या आतील आवारात सभोवती तीन बाजूंनी असलेल्या ओसरीच्या भिंतीमध्ये अनेक शिल्पपट खोदवण्यात आलेले आहेत. डाव्या बाजूचे सरिता मंदिर सोडून पुढे आल्यानंतर लंकेश्वर लेण्याकडे जाण्यासाठी पायऱ्या आहेत. तेथून थोडे पुढे आल्यानंतर चार पायऱ्या चढून वरच्या ओट्यावर येता येते. या ओवरीच्या आतील भिंतीवर एकापुढे एक असे अनेक शिल्पपट आहेत. शिवलीलांवर आधारित पुराणकथांवर आणि विविध प्रसंगावर आधारित शिल्पपट भिंतीमध्ये कोरलेले आहेत.

१. रावणाची शिवभक्ती : शिवभक्त रावण आपले दहावे शिर शिवलिंगावर अर्पण करीत आहे. त्याने आपली नऊ शिरकमले शिवचरणी आधीच वाहिलेला आहेत.

२. उमा-महेश्वर मूर्ती : शिव-पार्वती सुखासनात अर्धालिंगन पद्धतीने बसली आहेत.

३. शिव-पार्वती लिंगासहित : शंकर आणि पार्वती दोघांनी ज्योतिर्मय लिंग हाती धरले आहे. परब्रह्मापासून पुरुष आणि प्रकृती जन्माला आली असून त्यांच्यापासूनच या विश्वाची निर्मिती झाली आहे; हेच या शिल्पातून प्रतीत होते.

४. शिव-पार्वती : शिव सव्य ललितासनात बसले आहेत. तर पार्वती अर्धपरियांकासनात बसलेली आहे. खाली नंदीही दिसत आहे.

५. शिव केवलमूर्ती : एकट्या शिवाचे हे शिल्प आहे.

६. शिव-पार्वती चौसर खेळताना : या शिल्पाची बरीच झीज झालेली आहे. तरीही या शिल्पपटामध्ये पार्वती अतिशय रागावलेली आहे हे तिच्या देहबोलीवरून चटकन लक्षात येते. तिने आपल्या भरघोस केसांचा घातलेला अंबाडा तिच्या मानेवर रुळतो आहे.

७. थैली घेतलेला पुरुष : ही अनामिक पुरुषमूर्ती राजाची किंवा राजघराण्यातील पुरुषाची नसावी. या मूर्तीचे महत्त्वाचे वैशिष्ट्य म्हणजे तिने डाव्या हातात धरलेली आणि डाव्या खांद्यावर लटकवलेली थैली हे होय.

८. रावणानुग्रह मूर्ती : रावण कैलास पर्वत हलवतानाचे ह शिल्प अर्धवट आहे.

९. शिव-पार्वती आलिंगनमूर्ती : शिव-पार्वती चौरंगावर सुखासनात आलिंगनबद्ध रूपात बसलेले आहेत. खाली नंदी आहे. शिव वीणावादनात दंग आहे.

१०. शिव-पार्वती चौसर खेळताना : पार्वती रागावलेली आहे. जमिनीवर हात टेकवून उठण्याचा प्रयत्न करीत आहे. पार्वतीने अंबाडा घातलेला आहे. हातामध्ये चौसर खेळण्यासाठी सोंगट्या धरलेल्या आहेत. डाव्या हाताने शिवाने उठणाऱ्या पार्वतीचा उजवा हात पकडलेला आहे. या सर्व भावना केवळ देहबोलीतून दर्शविणारे हे शिल्प तसे ओबडधोबड आहे.

११. शिव आणि राम-लक्ष्मण मूर्ती : भव्य आकाराच्या शिवमूर्तीसमोर सर्वसामान्य आकारातील राम-लक्ष्मण नतमस्तक झालेले आहेत.

१२. कालारी शिवमूर्ती : शिवलिंगाची आराधना करणाऱ्या मार्कंडेयाचे प्राण घेण्यासाठी आलेल्या यमराजाच्या छातीमध्ये लाथ मारणाऱ्या शिवाचे हे शिल्प असून यमाच्या चेहऱ्यावरील आश्चर्याचे भाव आणि हातातील मृत्यूचा फास दाखवण्यात कलाकार यशस्वी झालेला आहे.

१३. पाणिग्रहण मूर्ती किंवा कल्याणसुंदरम् मूर्ती : या शिल्पामध्ये शिव-पार्वती एकमेकांसमोर उभे आहेत. ते दोघेही अतिशय मनमोहक दिसताहेत. कारण त्यांचे चेहरे एकमेकांबद्दलच्या उत्कट प्रेमामुळे उजळून निघालेले आहेत. पार्वतीच्या मूर्तीमध्ये असणारा सुडौलपणा खरोखरच पाहत राहण्यासारखा आहे. देहाची सुशोभनीय कमनीयता मुग्ध करणारी आहे. एका बाजूला झुकलेल्या अवस्थेत

आकृती ३.५ - **गुंफा क्र. १६ : कैलास लेणे- शिव-पार्वती विवाह- कल्याणसुंदरम् मूर्ती**

उभी असणारी पार्वती म्हणजे नववधूच्या वेशभूषेतील एक मनोहारी चित्र वाटते. अबोल, संकोचाने कावरीबावरी झालेली आणि नजर खाली झुकवून उभी असलेली पार्वती फार सुंदर वाटते. तिच्या व्यक्तिमत्त्वाला एक प्रकारचा गोडवा प्राप्त झालेला दिसतो. तिचा विवाह प्रसंग असल्यामुळे नववधू असणाऱ्या पार्वतीचे स्त्रीसुलभ लज्जित होणे अगदी स्वाभाविक आहे. वेरूळच्या कलाकाराने अत्यंत कुशलतेने व तितक्याच सहजतेने पाषाणातून एका स्वरूपसुंदर, कमनीय सलज्ज नयना नववधूचे, जिवंत भासणारे शिल्प कोरले आहे यात शंकाच नाही.

शिवमूर्ती चतुर्भुज असून, एका डाव्या हातात कमलपुष्प आहे तर दुसरा हात पार्वतीच्या स्कंधावर विसावलेला आहे. तथापि एका उजव्या हातात त्याने काहीतरी

वस्तू धरलेली असून, दुसरा उजवा हात नववधू प्रिय पार्वतीच्या हातात दिलेला आहे. शिव आपल्या प्रिय पार्वतीला अशा तऱ्हेने दोन्ही हातांनी स्पर्श करीत असल्यामुळे पार्वती लज्जित झालेली आहे.

अनेक संशोधक आणि विचारवंत यांनी विवाहप्रसंगाचे वर्णन करणाऱ्या या शिल्पाचे अतिशय मनमोहक आणि संपन्न कलाकृती असेच वर्णन केले आहे. यामध्ये सलज्ज वदना, सालंकृत, शिव हस्तस्पर्शाने भावविभोर झालेली नवयौवना, नववधू पार्वती आपल्याला केवळ दिसतेच असे नाही तर भेटतेसुद्धा. सलज्ज भावनेने संकोचलेली तिची काया रोमांचित झालेली आहे. हे दाखवण्यासाठी शिल्पकाराने, पार्वतीने आपल्या डाव्या पायाचा अंगठा उजव्या पायावर ठेवल्याचे दाखवले आहे. पार्वतीच्या पायातील पैंजणाकडे पाहिले तर लक्षात येते की, डाव्या पायातील पैंजण घालायला ती विसरलेली आहे. विवाहघटिका समीप येत असताना भावी जीवनाच्या उत्कट भावनांनी गांगरून गेलेली ही नववधू आपल्या लगबगीमध्ये एका पायातील पैंजण घालायला विसरलीय जणू...! तुमच्या आमच्यासारख्या सर्वसाधारण माणसांच्या आयुष्यातही हे असंच घडत असते नाही? जीवनातील अगदी महत्त्वाच्या क्षणी गडबड गोंधळ करून काहीतरी चूक करणे हा मानवी स्वभाव, यालाच आपण जीवन म्हणतो. त्यामुळे ऐन लग्नाच्या क्षणी देवी पार्वती एक पैंजण घालायला विसरली, यात आश्चर्य ते कसले? येथे शिव-पार्वती या केवळ पाषाणमूर्ती न वाटता पुराणातील नायक आणि नायिका पाषाणात सजीव होऊन उठल्या आहेत, असे वाटते ते यामुळेच.

स्त्री म्हणून केवळ पार्वतीचीच गडबड उडालीय असे नव्हे तर देवाधिदेव शिवसुद्धा तारुण्यसुलभ भावनांनी गोंधळलेला आहे. लग्नबंधनात अडकण्याची जणू त्यालाही घाई झाली आहे असे वाटते. कारण लग्नसमयी वधूने वराच्या हातात हात देण्याची रीत असताना या शिल्पात शंकराचा हात पार्वतीच्या हातात दिलेला आढळतो.

अर्थातच ही त्या शिल्पकाराची नजरचूक होती की त्यांनी मुद्दाम अशी चूक घडवली? देवदेवतांना मानवी भावभावनांच्या पातळीवर समरस होऊन ते क्षण जगताना दाखवण्याचे कलाकाराचे हे कसब होते असेही आपल्याला म्हणता येईल. किंवा त्या शिल्पकाराच्या कलेमध्ये नजरचुकीने राहिलेली ती एक त्रुटी आहे असेही मानता येईल. या शिल्पमूर्ती घडवणाऱ्या कलाकारांच्या मनामध्ये त्या वेळी काय असावे, याचे विचार आपल्या मनात या शिल्पाकृती पाहताना येतात, हेच या कलेचे वैशिष्ट्य म्हणता येईल.

शिव-पार्वतीच्या या विवाहप्रसंगी पौराहित्य करण्यासाठी ब्रह्मदेवाची उपस्थिती आहे. चार हात व तीन शिरकमले असणाऱ्या ब्रह्मदेवाशिवाय हे पवित्र कार्य दुसरे कोण बरे व्यवस्थित पार पाडू शकेल? ब्राह्मण आणि अग्नी यांच्या साक्षीने विवाहबंधनाचा

सोहळा पार पाडण्याइतके पवित्र कार्य दुसरे कुठले बरे असू शकेल? हजारो वर्षांपूर्वी आपल्या वेदपुराणात वर्णिलेले विवाह सोहळ्यांचे महत्त्व आणि चालीरीती आज इतक्या वर्षांनंतरही हिंदू धर्मात काटेकोरपणे पाळल्या जातात. अग्नी आणि ब्राह्मण यांच्यासमोर काया, वाचा, मनाने स्त्री आणि पुरुष एकमेकांचा पती-पत्नी म्हणून स्वीकार करतात. पवित्र बंधनात जीवनभरासाठी बांधून जातात. आज हजारो वर्षांनंतरही अग्नी आणि ब्राह्मण यांच्या साक्षीने झालेला विवाह पवित्र मानला जातो. हे चिरंतन सत्य आपल्याला 'कल्याणसुंदरम्' या अत्यंत अप्रतिम शिल्पाद्वारे पटते.

'कायेन वाचेन मनस' । अग्निः साक्षीम नातिचरामी!

या वचनाची शपथ घेणारे शिवपार्वती म्हणजेच पुरुष आणि प्रकृतीचे दुसरे रूप. या विश्वाचे मातापिता. आपल्याला कल्याणसुंदरम् या शिल्पाचे निरीक्षण करताना या सर्व भावना उमजतात.

या शिल्पपटातील पार्वती म्हणजे स्त्रीसौंदर्याचा पाषाणात साकारलेला अनुपम आविष्कार आहे असेच म्हणावे लागेल. तिच्या विपुल केसांचा मोठा अंबाडा मानेवर आहे. दंडात सर्पाकृती बाजूबंद, गळ्यात दोन हार आहेत. एक सुंदर नक्षीकाम असलेला चंद्रहार व एक स्तनहार असून तो दोन उरोजांच्या मधून पोटापर्यंत आलेला आहे. पार्वतीच्या डाव्या पायाच्या अंगठ्यात व शिवाच्या दोन्ही अंगठ्यांमध्ये अंगुलियक घातलेले आहे.

१४. अंधकासुरवधमूर्ती : अंधकासुराचा वध करणाऱ्या शिवाचे हे शिल्प आहे.

१५. त्रिपुरान्तक शिवमूर्ती : अंधकासुराचे तीन राक्षसपुत्र विद्युन्माली, तारकाक्ष आणि कमलाक्ष यांच्या स्वर्ग, आकाश आणि पृथ्वी येथे उभारलेल्या तीन पुरांचा नाश करणारा शिव.

१६. शिव-पार्वती : शिव-पार्वती ललितासनात आलिंगनबद्ध मुद्रेत बसलेले आहेत. शिवाच्या डोक्यावर जटामुकुट आहे. पार्वतीने आपल्या भरघोस केसांचा अंबाडा घातला आहे.

१७. केवलमूर्ती : येथे चतुर्भुज शिवप्रतिमा आहे.

१८. लिंगोद्भव मूर्ती : या शिल्पपटामध्ये ब्रह्मा, विष्णू आणि महेश या तिन्ही देवतांची उपस्थिती आहे. लिंगामधून शिव उद्भवतो म्हणून यास लिंगोद्भव मूर्ती असे म्हणतात.

१९. गंगावतरण मूर्ती : राजा भगीरथाच्या घोर तपश्चर्येनंतर स्वर्गरोहिणी गंगा स्वर्गातून धरतीवर उतरताना शंकराने तिला आपल्या जटांमध्ये झेलून घेतले. बाजूलाच पार्वती उभी आहे. ती नाराज असल्याचे भाव तिच्या चेहऱ्यावर दाखवले आहेत. शंकराचा मुकुट सुंदर आहे.

२०. हरिहर मूर्ती : या शिल्पामध्ये एका बाजूला नंदी व दुसऱ्या बाजूला गरुड आहे. हरिहर मूर्तीचा एक डावा हात कात्यावलंबित मुद्रेत आहेत. दुसऱ्या डाव्या हातात चक्र धरलेले आहे. एका उजव्या हातात त्रिशूल धरलेला आहे.

२१. नमस्कार मुद्रेतील विष्णू : विष्णूची ही मूर्ती चतुर्भुज आहे. एका डाव्या हातात शंख व उजव्या हातात चक्र असून, पुढील दोन्ही हात नमस्कार मुद्रेत आहेत.

२२. शिव केवलमूर्ती :

२३. ब्रह्मदेव : ब्रह्माच्या उजव्या हातात अक्षयमाला डाव्या हातात कमडंलू आहे. हंस हे वाहन उजव्या बाजूला दाखवलेले आहे.

२४. शिव केवलमूर्ती :

२५. त्रिनेत्री शिव :

२६. भिक्षाटन शिवमूर्ती : पार्वतीची परीक्षा घेण्यासाठी नग्न भिक्षूच्या रूपातील शिव पार्वतीसमोर भिक्षा मागताना येथे दाखवलेला आहे. खांद्यावर झोळी, डाव्या हातात भिक्षेचा कटोरा अशा रूपात शिव आहे.

२७. नटराज शिव : तांडवनृत्य करणारा शिव.

२८. नटराज शिव : तांडवनृत्य करणारा शिव.

२९. शिव पार्वतीची परीक्षा घेताना :

३०. शिव : सरोवरातील मगरीने उजवा पाय तोंडात धरला आहे, असे सांगून पार्वतीचा उजवा हात मागणारा शिव.

३१. शिव-पार्वती :

३२. अर्धनारीश्वर शिव : प्रकृती आणि पुरुष यांच्या मिलनातूनच या विश्वाची निर्मिती झालेली आहे. स्त्रीशिवाय पुरुष आणि पुरुषाशिवाय स्त्री अपूर्ण आहे. शिवाच्या जटांमधील गंगेच्या अस्तित्वामुळे दुःखी झालेल्या पार्वतीला हे समजावून सांगताना शंकराने स्वतःला अर्धनारीश्वर रूपात सादर केले. आणि अर्धांगी असलेली पार्वती म्हणजे स्वतःचे अर्धे शरीर आहे हे दाखवून दिले.

३३. शिव केवलमूर्ती :

३४. रावण आत्मलिंग उचलण्याचा प्रयत्न करताना : रावणाने शंकरांची घोर तपश्चर्या करून त्याच्याकडून लंकेत स्थापना करण्यासाठी शिवलिंग मिळवले. मात्र लंकेत पोहोचेपर्यंत शिवलिंग खाली ठेवू नको, असे शंकराने त्यास बजावले. शिवआज्ञेवरून गणेश रावणाच्या पाठोपाठ जात असताना लघुशंकेसाठी जाण्याची आवश्यकता भासल्यामुळे रावणाने शिवलिंग गणेशाच्या हाती सोपवले. रावण वेळेत न परतल्यामुळे गणेशाने शिवलिंग खाली ठेवून तो तेथून अदृश्य झाला. रावणाने प्रचंड ताकद लावून पुन्हा शिवलिंग उचलण्याचा प्रयत्न केला. परंतु ते

शक्य झाले नाही. त्यामुळे रावणाला शिवालिंग न घेताच लंकेत परत जावे लागले. देवांचा हेतू साध्य झाला. ज्या ठिकाणी शिवलिंग ठेवले गेले, त्या जागेला गोकर्ण महाबळेश्वर म्हणून मान्यता मिळाली.

३५. विष्णू नृसिंह अवतार : नरसिंह रूपातील विष्णूने हिरण्यकश्यपूला मांडीवर आडवा धरून त्याचा वध केला हे दर्शवणारा हा शिल्पपट आहे.

३६. शेषशायी विष्णू : शेषशय्येवर निजलेल्या विष्णूची प्रतिमा या ठिकाणी कोरलेली आहे.

३७. गोवर्धन गिरिधारी : श्रीकृष्णावतार दाखवणारे हे शिल्प आहे.

३८. विष्णू- वामनावतार किंवा त्रिविक्रमावतार :

३९. गरुडारूढ विष्णू : गरुडारूढ विष्णूचे हे शिल्प असून गरुड मानवदेहधारी आहे. त्याचे पंख दाखवलेले आहेत.

४०. वराहावतार :

४१. कालियामर्दन : यमुनेच्या डोहातल्या भयंकर सर्पाला मारणाऱ्या कृष्णाचे शिल्प. या शिल्पामध्ये कालिया मनुष्यरूपामध्ये दाखविला आहे.

४२. विष्णू केवलमूर्ती : विष्णू द्विभुज असून, डाव्या हातात चक्र व उजव्या हातात गदा आहे. बाजूलाच गरुड उभा असल्याचे दिसते.

४३. अन्नपूर्णा : या स्त्रीमूर्तीच्या एका उजव्या हातात रुद्राक्षमाला आहे व डाव्या हातात कमंडलू आहे. पुढील उजवा हात अभयमुद्रेत तर डाव्या हातात धान्याचे कणीस आहे. म्हणून ही स्त्रीमूर्ती अन्नपूर्णा आहे असे मानले जाते.

मुख्य मंदिराच्या उजव्या बाजूला तीन मजली गुंफा आहे. तळमजल्यावर काहीच नाही. वरती जाण्यासाठी (नव्याने बांधलेल्या) असलेल्या जिन्यावरून आपण पहिल्या मजल्याच्या ओबडधोबड ओसरीवर येतो. या ओसरीच्या आतील बाजूला मोठे दालन किंवा सभागृह आहे. या दालनाच्या प्रवेशद्वाराशी दोन तुंदिलतनू पुरुषांच्या बसलेल्या मूर्ती आहेत. या बहुधा शंखनिधी आणि पद्मनिधी यांच्या मूर्ती असाव्यात, असे त्यांच्या एकूण अवतारावरून वाटते. दोघांच्या अंगावर सुंदर अलंकार आहेत.

यज्ञशाला : यज्ञ मंडप गुंफेतील सप्तमातृका आणि इतर मूर्ती

प्रांगणाच्या दक्षिण बाजूला असलेल्या एका उंच जिन्यावरून आपण यज्ञमंडपाच्या ठिकाणी जातो. या यज्ञशालेत जाण्यासाठी असणाऱ्या जिन्यालगत दोन स्त्रीमूर्ती आहेत. अतिशय प्रमाणबद्ध आणि कमनीय असे हे स्त्रीशिल्प पाहताक्षणीच बघणाऱ्याचे मन वेधून घेते. या शिल्पाकृतींमधील स्त्रियांनी अत्यंत मनोवेधक प्रकारची केशरचना केलेली आहे. दोन्ही स्त्रियांनी आपल्या कपाळावर सुंदर ललाटिका घातलेल्या

आहेत. दोन्ही स्त्रीमूर्तींच्या बाजूला बुटके, दास, दासी आहेत. समोरून अथवा बाजूने पाहिले तरी या स्त्रीप्रतिमा तितक्याच सुंदर दिसतात. त्रिमिती युक्त कारागिरीचा हा एक उत्कृष्ट आविष्कार आपल्याला येथे पाहायला मिळतो.

आतल्या बाजूला असणाऱ्या प्रशस्त मंडपाच्या तिन्ही बाजूला अनेक मूर्ती घडवलेल्या आहेत. विशेष म्हणजे या सर्व शिल्पमूर्ती पूर्ण उठावात असून त्रिमितीयुक्त शिल्पकलेचा नमुना आहेत. अतिशय सुंदर आणि परिपूर्ण कलाकृती असणारी ही शिल्पे आज अत्यंत वाईट अवस्थेत आहेत. अर्ध्याअधिक अवयवयांची तोडफोड झालेली आहे. विध्वंस करणाऱ्या हातांनी जेवढे शक्य होईल तेवढी तोडफोड केलेली आहे. हे पाहून आपले मन विदीर्ण झाल्याशिवाय राहत नाही. त्यातूनही उरलेसुरले जे शिल्प आपल्याला पाहायला मिळते त्यावरूनसुद्धा कलाकारांच्या उच्चकोटीच्या प्रतिभेची पूर्ण कल्पना देते.

येथे वीरभद्र आणि सप्तमातृकांच्या मूर्ती ओळीने घडवलेल्या असून, प्रत्येक मूर्तीच्या पायाशी तिचे स्वत:चे वाहन आहे. या मातृकांची शिरे धडापासून तोडलेली आहेत. त्यामुळे त्यांच्याबद्दलची माहिती केवळ त्यांच्या वाहनावरूनच येते. प्रत्येक मातृकाच्या मांडीवर लहान बालक असून, त्यांच्या वाहनावरून त्यांची ओळख पुढीलप्रमाणे केली आहे.

सुरुवातीला वीरभद्र प्रतिमा आहे. त्याच्या बाजूला ब्रह्माणी, महेश्वरी, कौमारी, वैष्णवी, चामुंडा, इंद्राणी आणि वाराही या सप्तमातृकांच्या प्रतिमा आहेत. यांच्याबरोबर गणेशाची मूर्ती आहे. त्याशिवाय काल आणि काली यांच्या शिल्पमूर्ती पाहणाऱ्याच्या मनात भीती उत्पन्न करतील अशाच आहेत. काल किंवा मृत्यूच्या हिडीस रूपात आपल्यापुढे दिसते एक उत्कृष्ट शिल्प. छातीच्या संपूर्ण बरगड्या आणि इतर हाडे स्पष्टपणे दिसतील अशी ही काळाची मूर्ती असून, त्याचे खपाटीला गेलेले पोट पाहणाऱ्याला जाणीव करून देते की, हजारो वर्षांपासून हा मृत्यू प्रत्येक सजीवाला आपल्या जबड्यात गिळंकृत करतो आहे. परंतु त्याची भूक अद्याप मिटत नाहीय. त्याचे पोट अद्याप रिकामेच आहे. म्हणजेच या विश्वात जन्माला येणारा प्रत्येक सजीव हा अखेरीस संपणार आहे, हेच काळ आणि काली यांच्या शिल्पातून स्पष्ट होते. भगवान शिव हा मृत्यूचा देव आहे, असे मानले जाते. जन्म, जीवन तसेच मृत्यू या तीनही गोष्टींवर ज्याचे आधिपत्य आहे, तो या जगाचा स्वामी शिवशंकर जेथे, तेथेच काळही असतो.

काळाच्या पायथ्याशी दोन मानवी मृत देह दाखवलेले असून, काळाच्या कानात, गळ्यात, कमरेला मानवी सांगाडे लटकलेले दिसतात. एकूणच काळ्या कातळात कोरलेले ते काळाचे शिल्पही मृत्यूची भयानकता मनावर समर्थपणे बिंबवते. हेच येथील कलेचे सामर्थ्य आहे. काळाच्या बाजूला कमलासनात सव्य

ललितासनामध्ये बसलेल्या चतुर्भुज स्त्रीची प्रतिमा आहे. या स्त्रीच्या उजव्या हातामध्ये पळी आहे. डाव्या हातामध्ये लाडवाने भरलेले वाडगे आहे. ती अन्नपूर्णा देवीची मूर्ती आहे. अन्नपूर्णेच्या बाजूला 'सिंहारूढ' देवी योगश्वरीची सुंदर प्रतिमा आहे. वामललितासनात बसलेली योगश्वरी चतुर्भुज असून तिच्या वरील उजव्या हातामध्ये त्रिशूल आहे. बाकीचे हात तुटलेले आहेत.

मंडपाच्या पूर्व भिंतीवर उजव्या बाजूला आणखी चार शिल्पाकृती आहेत. मध्यभागी अनामिका राजस्त्रीचे, विविध अलंकारांनी सजलेले शिल्प आहे. दुर्दैवाने या स्त्रीच्या देहावरील शिर तोडल्यामुळे तिच्या सौंदर्याची आपल्याला पूर्णपणे कल्पना करता येत नाही. या शिल्पाच्या दोन्ही बाजूला कमळामध्ये बसलेल्या दोन चामरधारिणी स्त्रियांची शिल्पे आहेत. चवरी धरलेल्या या स्त्रियासुद्धा अलंकारांनी सजलेल्या आहेत. बाजूलाच एका जाड, कुरळ्या केसांच्या सेवकाची प्रतिमा आहे.

सप्तमातृकांची पौराणिक कथाही फारच सुरस आहे आणि तितकीच महत्वपूर्ण आहे. डॉ. गुप्ते यांनी आपल्या ग्रंथामध्ये या कथेचे अत्यंत सुरस असे विश्लेषण दिलेले आहे. या कथेतून आजच्या जीवनामध्ये उपयुक्त अशा संदर्भांसहित केलेले विवेचन फारच संयुक्तिक व मनाला पटण्यासारखे आहे.

सप्तमातृकांच्या या कथेद्वारे दुष्ट आणि सुष्ट शक्ती यांच्यामध्ये चालू असलेल्या परंपरागत युद्धाचे तत्त्वनिष्ठ वर्णन आहे. या जगात सदैव ज्ञान आणि अज्ञान यांचे आपसात वैर चालू असते. एकमेकांवर मात करण्यासाठी अज्ञान आणि बुद्धी सदैव धडपड करीत असतात. त्यानुसार या कथेमध्ये अंधकासुर हा राक्षस अज्ञानरूपी काळोखाचे प्रतिनिधित्व करतो. तर शिव हा प्रकाश म्हणजे ज्ञानरूपी तेजोनिधीचे मूर्तिमंत रूप. अंधकारासुराचा विनाश करून या जगामधील अज्ञानाचे म्हणजेच दुष्ट प्रवृत्तीचे समूळ उच्चाटन करणे हे भगवान शिवाचे महत्त्वाचे कार्य. अज्ञानरूपी काळोखाचा नाश म्हणजे ज्ञानाच्या प्रकाशाने सर्व चराचराचे जीवन उजळून निघणे होय.

'अंधकासुर हा हिरण्यकश्यपूचा नातू. ब्रह्मदेवाला प्रसन्न करून त्याने स्वत:साठी अनेक वर मिळवले होते. या वरप्राप्तीमुळे तो बलवान, उन्मत्त झाला होता. आपल्या शक्तिसामर्थ्यामुळे गर्विष्ठ आणि उन्मत्त झालेल्या या अंधकासुराने सर्व देवदेवतांना सळो की पळो करून सोडले होते. त्यामुळे सर्व देवगण भगवान शिवाकडे या त्रासातून मुक्ती मिळवण्याचा मार्ग काढण्यासाठी पोहोचले. मदांध अंधकासुराने खुद्द शंकरालाही सोडले नाही. त्याची नजर देवी पार्वतीवर पडली आणि तो तिला पळवून नेण्यासाठी कैलास पर्वतावर पोहोचला.

शिव आणि अंधकासुर यांचे युद्ध सुरू झाले. या युद्धामध्ये अंधकासुराच्या बाजूने नील नावाच्या असुराने हत्तीचे रूप घेतले आणि भगवान शंकराला ठार

करण्यासाठी चालून आला. पण शंकराचे प्रतिरूप 'वीरभद्र' याने सिंहाचे रूप घेऊन या गजासुराला ठार मारले व गजासुराचे कातडे शंकराला अर्पण केले. शिव आणि अंधकासुर यांच्यामधील घनघोर युद्धात देवगणही सामील झाले. पण काही काळाने त्यांनी घाबरून पलायन केले. शंकराने आपल्या बाणांनी अंधकासुराचा वध केला. पण त्याच्या शरीरातून गळणाऱ्या रक्ताच्या प्रत्येक थेंबाचा जमिनीला स्पर्श होताच नवीन अंधकासुर प्रकट होऊ लागला.

या घनघोर युद्धात शिवाने आपल्या त्रिशुळाने प्रमुख अंधकासुराला ठार मारले आणि भगवान विष्णूने आपल्या सुदर्शन चक्राच्या साह्याने इतर अनेक अंधकासुरांचा वध करून टाकला. अंधकासुराच्या रक्ताचे थेंब जमिनीवर पडण्यापूर्वीच ते पिऊन टाकण्यासाठीच शिवाने शक्तीची निर्मिती केली. या देवी योगेश्वरीने अंधकासुराचे रक्त जमिनीवर सांडण्यापूर्वीच त्याचे प्राशन करण्यास सुरुवात केली. हे पाहून विष्णू, ब्रह्मा, इंद्र, यम, कुमार या देवतांनीसुद्धा आपल्या पत्नींना शक्तिरूपात युद्धभूमीवर प्रकट केले. या सप्तमातृका म्हणजेच वैष्णवी, माहेश्वरी, ब्रह्माणी, इंद्राणी, वाराही, कौमारी आणि चामुंडा होय.

या सर्व देवता आपल्या पतींच्या वाहनावर आरूढ होतात व त्यांची शस्त्रास्त्रे सुद्धा स्वत:साठी वापरतात. या सप्तमातृकांच्या मदतीने अंधकासुराचे, त्याच्या शरीरातील रक्ताच्या थेंबागणीक पुनर्निर्मिती होणे थांबले. अखेरीस ज्या क्षणी अंधकासुर त्रिशुळाने मारला जाणार होता त्या क्षणीच त्याने स्वत:ला शिवाच्या पायावर अर्पण केले आणि झाल्या गोष्टीची माफी मागितली. शिवभक्तीच्या रूपाने तो शिवाला शरण गेला आणि त्याने स्वत:साठी जीवदान मिळवले. अंधकासुराचा विनाश झाला. त्यानंतर शिवाने सप्तमातृकांच्या अंगी असणाऱ्या विनाशक वृत्ती परत घेऊन त्यांना सोज्वळ आणि देवतास्वरूप बनवले. त्यानंतर या देवता पूजनीय मानल्या जाऊ लागल्या.

वराह पुराणात अष्टमातृकांची नावे दिली आहेत. या अष्टमातृका म्हणजे माणसाच्या मनातील आठ विकार आहेत. जे माणसाला वाईट वागण्यास प्रवृत्त करतात.

योगेश्वरी : कामेच्छा, लालसा
माहेश्वरी : राग, क्रोध
वैष्णवी : लोभ
ब्रह्माणी : मद किंवा गर्व
कौमारी : मोह किंवा अभिलाषा
इंद्राणी : मत्सर किंवा दुष्टभाव
चामुंडा : पैशुन्य

वाराही : असूया अथवा द्वेष.

या संपूर्ण कथेचा परामर्ष आपल्याला सांकेतिकदृष्ट्या घेता येतो. ज्ञान अथवा आत्मिक तेज जे भगवान रूपात प्रकटले जाते ते म्हणजेच शिव होय. अंधकासुर आणि शिव यांच्यामधील युद्ध म्हणजेच दुष्ट आणि सुष्ट या प्रवृत्तींचा संघर्ष...! अंधकासुराच्या रूपाने मानवी मनातील दुष्ट प्रवृत्ती काम, क्रोध, मद, मोह, मत्सर आणि इतर विकार थैमान घालत असतात. माणसाला दुष्ट वागणुकीस प्रवृत्त करतात.

या दुष्ट प्रवृत्तींचा जोपर्यंत माणसाच्या मनातून विनाश होत नाही, तोपर्यंत त्याच्या हातून सत्कृत्य घडणार नाही. जोपर्यंत मोह, माया या विकारांपासून माणूस परावृत्त होत नाही, तोपर्यंत त्याला आत्मशक्ती प्राप्त होणार नाही. दुष्ट शक्तींचा बीमोड करणाऱ्या सुष्ट शक्ती आपल्या ठायी प्राप्त करण्यासाठी जे आत्मबल हवे असते ते आपल्याला शिवभक्तीने प्राप्त करता येते. या अज्ञानरूपी काळोखाकडून सज्ञानरूपी तेजोनिधीकडे नेणारा प्रकाश पथ म्हणजेच शिवशंकराची मनापासून केलेली भक्ती होय. तो अंतिम सत्याकडे नेणारा भक्तीचा मार्ग आहे.

यज्ञशालेच्या खाली असलेले लहान दालन : यज्ञशालेच्या खाली एक अतिशय लहान असे दालन खोदलेले आहे. दालनाचे काम अर्धवट सोडलेले आहे. आतमध्ये दोन अतिशय सुंदर कोरीवकाम असलेले स्तंभ आहेत. या स्तंभांचा विशेष म्हणजे स्तंभाच्या पायाजवळ (बुडाशी) घटपल्लव प्रकारची नक्षी आहे. दोन्ही स्तंभांना जोडणारी कमान मकराच्या तोंडातून बाहेर पडलेल्या मौक्तिकमालांनी जोडलेली आहे. या मकरतोरणात मध्यभागी गोलामध्ये पद्मासनात बसलेल्या स्त्रीची छोटी प्रतिमा आहे.

दोन्ही स्तंभांच्या बाजूला गंगा आणि यमुना नद्यांच्या मूर्ती आहेत. गंगा नदीने आपल्या डाव्या हातात अतिशय सुंदर गोल व नक्षीदार कलश धरलेला आहे. या कलशामध्ये आम्रपल्लव आणि श्रीफळही आहे असे वाटते. अशाच तऱ्हेचा कलश यमुनाने आपल्या उजव्या हातात धरलेला आहे. गंगा व यमुनाची मेखला सुंदर आहे. अतिशय छोटेसे असे हे दालन तसे दुर्लक्षितच आहे. परंतु तेथील मोजके शिल्पकामही अत्यंत उत्कृष्ट दर्जाचे आहे. येथील छोटे छोटे स्तंभ आणि मकरतोरण हे कांचीपुरम येथील शिल्पकामाशी जवळीक सांगतात.

नंदीमंडपाच्या व रंगमहालाच्या बाहेरील भिंतीवर असणारे शिल्पपट : नंदीमंडपाच्या तळमजल्याच्या चार कोपऱ्यांवर चार सुरेख खांब आहेत. या प्रत्येक स्तंभावरील शीर्षावर एक एक यक्षमूर्ती आहेत. या द्विभुज यक्षांनी नंदीमंडपाचा भार डोक्यावर उचलून धरला आहे, असे दाखवलेले आहे. नंदीमंडपाचा तळमजला भरीव असून, त्याच्या दोन्ही बाजूंच्या भिंतीवर वेगवेगळी शिल्पे कोरलेली आहेत. उत्तर

बाजूच्या भिंतीवर मध्यभागी ललितम् नृत्य करणाऱ्या शिवाचे एक शिल्प आहे. अष्टभुज शिवाची ही एक मोहक पदन्यास मुद्रा आहे. बाजूलाच पार्वती बसलेली आहे.

नंदीमंडपाच्या दक्षिण भिंतीवर मध्यभागी हिरण्यकश्यपूचा वध करणाऱ्या नृसिंह अवताराची मूर्ती आहे. या मूर्तीच्या दोन्ही बाजूला दोन मिथुनमूर्ती आहेत. एका मूर्तीमध्ये स्त्री आपल्या प्रियकराच्या गळ्यात डावा हात घालून अतिशय आकर्षक मुद्रेमध्ये उभी आहे. पुरुषानेही आपल्या उजव्या हाताने स्त्रीला लपेटून घेतलेले आहे. दुसऱ्या मिथुन मूर्तीमध्ये आलिंगनबद्ध स्त्री-पुरुष असून, अतिशय आकर्षकपणे स्त्री पुरुषाला चुंबन देत आहे. मूर्तीची झीज झालेली आहे, तरीही मूर्तीची प्रमाणबद्धता मनात भरते.

पहिल्या मजल्यावरील रत्नमहाल मंदिराकडे जाण्यासाठी डाव्या व उजव्या दोन्ही बाजूला दगडामध्ये कोरलेले दगडी प्रवेशद्वार व पायऱ्या आहेत. या प्रवेशद्वाराजवळ दोन्ही बाजूला कधीकाळी गजमूर्ती असाव्यात. सध्या यातील केवळ एकच गजमूर्ती शिल्लक आहे. डाव्या बाजूच्या प्रवेशद्वाराजवळ या गजशिल्पाच्या पाठीमागे उजव्या भिंतीवर रावणानुग्रह हा शिल्पपट आहे व दोन्ही बाजूला दोन द्वारपालाच्या मूर्ती आहेत. दोन्ही द्वारपाल वेगवेगळ्या प्रकारे ऐटीत उभे आहेत.

रावणानुग्रह मूर्ती किंवा कैलास पर्वत हलवणारा रावण : रंगमहालाच्या तळमजल्यावरील दक्षिण भिंतीवर कोरलेले प्रचंड मोठ्या आकाराचे हे शिल्प म्हणजे 'रावणानुग्रह' मूर्ती किंवा कैलास पर्वत हलवणारा रावण होय. या शिल्पपटामध्ये, आपल्या आसनावर भगवान श्री शंकर पार्वतीसह बसलेले आहेत. शिवमूर्तीला फक्त दोनच हात असून, उजवा हात विस्मयमुद्रेत आहे. कारण शंकर आश्चर्य व्यक्त करीत आहे. डाव्या हातात परशू हे अस्त्र धरलेले आहे. शंकराच्या डाव्या बाजूला पार्वती बसलेली आहे. ती अतिशय घाबरलेल्या अवस्थेत असून, शिवाच्या डाव्या हाताला घट्ट बिलगली आहे. तिच्या चेहऱ्यावरील आविर्भावावरून चट्‌कन समजते की, ती खूप घाबरलेली आहे. तिच्या अंत:करणात असलेल्या भीतीचे सावट तिच्या संपूर्ण शरीरावर पडले आहे असे वाटते. सर्व अलंकारांनी पार्वती सजलेली आहे. तिच्या डाव्या हाताला असलेली तिची दासी घाबरून पळताना दिसत आहे. तिची उडालेली धांदल, तिचे अचानकपणे पळायला लागणे, अर्धपाठमोऱ्या अवस्थेतील तिच्या कमनीय देहाचे अवघडलेपण सर्व काही आपल्या नजरेत भरते. तिच्या शरीराची चपळ हालचाल आपल्या मनात ठसते. त्यामुळेच या दासीचे शिल्प वेरूळ येथील शिल्पकलेचा परमोच्च बिंदू आहे, असे मानले जाते.

भयाची लाट पार्वती अथवा दासी यांच्या पुरतीच सीमित राहिलेली नसून तेथे हजर असलेली प्रत्येक व्यक्ती घाबरून गेलेली आहे. फक्त स्वत: शिव व द्वारपाल मात्र या भयापासून अलिप्त आहेत. शिव-पार्वती या दैवी दाम्पत्याचे मनोरंजन करणाऱ्या वादकांची उडालेली घाबरगुंडी पाहून आपल्याला हसूच येते. आपली वाद्ये

डोक्यावर आणि हातात घेऊन ही मंडळी पळताना दिसत आहे. फक्त शिव आणि द्वारपाल एकदम शांत आहेत. शिवशंकराने आपल्या उजव्या पायाच्या अंगठ्याने आपले आसन जागच्या जागी दाबून ठेवले आहे. त्यामुळे कैलास पर्वताच्या पायथ्याशी असणारा रावण तेथेच बंदिस्त झाला आहे. शिवाच्या चेहऱ्यावर भयाची यत्किंचितशी छटासुद्धा दिसत नाही. चेहऱ्यावर आहे फक्त शांत भाव आणि आत्मिक सात्त्विकता...! कैलासाचे द्वारपालही आपल्या आसनापासून किंचितही हललेले नाहीत. कारण त्यांचा आपल्या मालकाच्या शक्तिसामर्थ्यावर पुरेपूर विश्वास आहे.

'हा संपूर्ण शिल्पपटच सजीव असल्याचा भास होतो. या शिल्पामध्ये चैतन्य जणू ओसंडून वाहते आहे, असे वाटते. जीवनाचे विविध रंग या शिल्पामध्ये पूर्णपणे उतरलेले आहेत असे वाटते. हिंदू गुंफामध्ये काम करणाऱ्या कलाकारांच्या हातातील छिन्नी आणि हातोडा यांनी आश्चर्यकारक शिल्पांची निर्मिती केलेली आहे. या कलाकारांनी स्त्री, पुरुष, पशू, पक्षी, लता, वेली, वृक्ष तितक्याच कलात्मकतेने कोरलेले आहेत. प्रत्येक शिल्पाकृतीचे एकूण स्वरूप आणि त्या कलाकृतीतील आशयानुसार कलाकृतीची रचना अथवा ठेवण ही बहुतेक वेळा अगदी हवी तशी तंतोतंत जमलेली असते. त्यामुळेच हिंदू शिल्पकारांची कला अप्रतिम तर होतीच, पण एकमेवाद्वितीय मानली जाते.'

वेरूळ लेण्यातील शिल्पाकृतींचा एकूण अभ्यास केल्यानंतर लक्षात येते की, येथील कुठलेही शिल्प हे कला आणि कल्पना या दृष्टिकोनातून पाहिल्यास चुकीचे, अनाठायी अथवा कृत्रिम वाटत नाही. पूर्ण शिल्पाकृतींमध्ये प्रत्येक लहानमोठी कलाकृतीही उरलेल्या इतर कलाकृतींमध्ये बेमालूपणे मिसळून जाते, एकजीव होऊन जाते. त्याचबरोबर प्रत्येक लहानसहान शिल्प हे बरोबरीच्या इतर सर्व शिल्पांना उठाव देणारे असतेच. त्याशिवाय स्वत:चे असे वेगळे अस्तित्वही त्या छोट्यातल्या छोट्या शिल्पाकृतीला असते. एवढेच नव्हे तर ते विवक्षित शिल्प त्या त्या जागी नसेल, तर पूर्ण शिल्पाकृतीच्या कलायोजनेमध्ये उणीव असल्याची जाणीव पाहणाऱ्याला होते. हेच वेरूळ येथील लेण्यामधून अजरामर झालेल्या शिल्पांचे व त्यातही प्रामुख्याने कैलास लेण्यातील अनेक शिल्पपटांचे वैशिष्ट्य आहे व भारतीय शिल्पकलेचे वैभव आहे.

'रावणानुग्रह मूर्ती 'या शिल्पामध्ये रावण कैलास पर्वताला मुळापासून उखडण्याचा प्रयत्न करीत आहे. या शिल्पाची पार्श्वभूमी म्हणजे अर्थातच पुराणात दिलेली कथा पुढीलप्रमाणे आहे. 'एकदा लंकेचा स्वामी राक्षसराजा रावण, संपत्तीचा देव कुबेर याच्याशी युद्ध करून विजयी होऊन आकाशमार्गे परतत होता. त्याने हिमालयाच्या परिसरात अत्यंत सुंदर रमणीय असा बगीचा पाहिला आणि आपले पुष्पक विमान

तिकडे वळवले. आश्चर्य म्हणजे त्याचे विमान काही केल्या पुढे सरकेना, तेव्हा ही काय भानगड आहे याचा शोध घेताना रावणाची भेट भगवान शिवशंकराच्या भक्तगणांचा प्रमुख नंदीकेश्वर याच्याशी झाली. नंदीकेश्वराने त्याला अटकाव करीत सांगितले की, आपल्या पुष्पक विमानातून तो कैलास पर्वत आणि आजूबाजूच्या परिसरावरून जाऊ शकत नाही; कारण त्याचा स्वामी स्वत: शिव आपली प्रिय पत्नी पार्वतीसह तेथे विहार करीत आहे.

यावर रागाने बेभान झालेल्या रावणाने अद्वातद्वा शब्दात श्री शंकराचा पाणउतारा केला आणि नंदीकेश्वराला 'ए माकडा' असे उद्देशून अपमानित केले. यावर क्रोधित झालेल्या नंदीकेश्वराने रावणाला शाप दिला, 'हे उद्धट रावणा, तुझ्या विनाशाला माझ्यासारख्या माकडांचीच मदत होईल. माकड जातीमुळेच तुझा सर्वनाश होईल.'

आकृती ३.६ - **गुंफा क्र. १६ : कैलास लेणे- रावणानुग्रह मूर्ती रावण कैलास पर्वत हलवताना**

या सर्व प्रकारामुळे अतिशय उत्तेजित झालेल्या व संताप अनावर झालेल्या रावणाने आपल्या शक्तिसामर्थ्याच्या बळावर कैलास पर्वतच मुळातून उखडण्याचे ठरविले. त्याने आपल्या वीस बाहूंनी कैलासास हलवण्यास सुरुवात केली. कैलास पर्वत म्हणजेच शिव-पार्वतीचे निवासस्थान. ते अशा तऱ्हेने हलण्यास सुरुवात झालेली पाहून सर्व जण घाबरून गेले. पार्वती घाबरून आपल्या पतीस बिलगली. परंतु स्वत: भगवान शिव मात्र शांत हेते. कारण हे कुणाचे कारस्थान आहे, हे त्यांनी ओळखले होते. त्याने फक्त आपल्या उजव्या पायाच्या अंगठ्याने स्वत:च्या आसनावर थोडासा दबाव आणला आणि कैलास पर्वत जागच्या जागी स्थिर झाला. मात्र कैलासाखाली बंदिस्त झालेल्या रावणाला शंकराच्या श्रेष्ठत्वाची प्रचिती आली.

भगवान शिवाच्या शक्तीपुढे आपले सामर्थ्य किती खुजे आहे याचीही त्याला जाणीव झाली. नंतर मात्र त्याने मनोमन शंकराचा धावा सुरू केला. हजार वर्षे त्याने शंकराची उपासना केली, असे मानले जाते. त्यानंतर त्याच्यावर प्रसन्न झालेल्या शंकराने त्याला तलवार भेट देऊन मुक्त केले आणि रावण स्वगृही परतला.

रामायण आणि महाभारत : रंगमहालाच्या उत्तर आणि दक्षिण भिंतीवर दोन अतिशय महत्त्वपूर्ण असे शिल्पपट आहेत. डाव्या भिंतीवर महाभारताची कथा सांगणारा विस्तृत शिल्पपट आहे. तर उजव्या भिंतीवर रामायणातील काही महत्त्वपूर्ण प्रसंग शिल्पबद्ध केलेले आहेत.

महाभारत : रत्नमहाल मंदिराच्या तळमजल्याच्या डाव्या भिंतीवर म्हणजेच उत्तर भिंतीवर महाभारताची कथा कोरलेली आहे. या मोठ्या आकाराच्या शिल्पपटातील खालच्या दोन ओळींमध्ये कृष्णजन्माशी संबंधित कथा आहेत. कंसाच्या तुरुंगातील कृष्णजन्म, त्यानंतर पूतना मावशीचा वध, पुढे गोकुळातील श्रीकृष्णाच्या लीला, बकासुराचा वध, दही चोरणाऱ्या कृष्णाला उखळीला बांधून ठेवल्याचे दृश्य इत्यादी गोष्टी दाखवल्या आहेत.

वरच्या पाच ओळींमध्ये महाभारतातील कथा आहेत. सुरुवात सर्वांत वरच्या ओळीतील डाव्या बाजूच्या कोपऱ्यातून होते. एका पायावर उभा तपश्चर्या करणारा अर्जुन, किरातार्जुन युद्ध, शिवाकडून अर्जुनाला मिळालेले पाशुपतास्त्र, त्यानंतर कौरव-पांडव युद्धाचा प्रसंग, इत्यादी कोरलेले आहेत.तिसऱ्या ओळीत अनेक रथ, हत्ती व पायदळ यांच्यातील घनघोर युद्ध, व अभिमन्यूचा युद्धातील पराक्रम दाखविला आहे. चौथ्या ओळीत हत्ती, रथ यांच्यासह झालेल्या युद्धप्रसंगानंतर उजव्या बाजूस अर्जुन व त्याचा सारथी श्रीकृष्ण यांचे शिल्पांकन आहे. शेवटच्या ओळीत श्रीकृष्ण पांडवांसह उभा आहे. बाजूला युद्धप्रसंग कोरलेला आहे.

रामायण : रत्नमहाल मंदिराच्या तळमजल्यावरील दक्षिण भिंतीवर रामायणाचा मोठा शिल्पपट कोरलेला आहे. सर्वांत वरच्या ओळीमध्ये उजव्या बाजूने शिल्पपटाची

सुरुवात होते. आई-वडिलांना नमस्कार करून श्रीरामचंद्र वनवासाला निघाले आहेत. त्यांना परत नेण्यासाठी भरत आल्याचेही दिसत आहे. शेवटी केवट गुह्यक, राम, लक्ष्मण आणि सीता यांना शरयू नदी पार करीत आहे. दुसऱ्या ओळीमध्ये उजवीकडून राक्षसांचा नायनाट करून राम, लक्ष्मण आणि सीता वृक्षाखाली बसली आहेत. रामावर भाळलेल्या शूर्पणखेचे नाक लक्ष्मणाने कापल्याचे दाखवले आहे.

तिसऱ्या ओळीत राम, लक्ष्मण आणि सीता बसलेले असताना रावणाने पाठवलेले सोन्याचे मायावी हरीण दाखवले आहे. त्यापुढे राम-लक्ष्मण नसताना, ऋषींच्या वेषात आलेल्या रावणाने सीतेला पळवून नेल्याचे दृश्य दाखवले आहे. दुःखी सीता रथाच्या दोन्ही खांबांना हात टेकून उभी असलेली दाखवली आहे. चौथ्या ओळीत राम- हनुमान भेट, वाली-सुग्रीव युद्ध व सुग्रीवाचे राज्यारोहण दाखवले आहे. पाचव्या ओळीत हनुमान समुद्र ओलांडून लंकेस जात आहे. सिंहिका नावाच्या राक्षसीच्या तोंडातून जाऊन तिचे पोट फाडून जात असलेला हनुमान येथे दिसतो. लंकेतील अशोकवनातील सीतेला हनुमान अंगठी देऊन आपली ओळख सीतेला पटवतो असे दृश्य आहे.

सहाव्या ओळीत हनुमानास पकडून रावणाच्या दरबारात आणल्याचे दृश्य आहे. हनुमान आपल्या शेपटीच्या उंच आसनावर बसला आहे. सातव्या ओळीत हनुमान आणि वानरसैन्य सेतु बांधीत आहेत. शेवटच्या ओळीत राम-रावण युद्धातील काही प्रसंग दाखवले आहेत.

आकृती ३.७ - **गुंफा क्र. १६ : कैलास लेणे- रामायण**

रंगमहालाकडे वरच्या मजल्यावर जाण्यासाठी उजव्या बाजूला असलेल्या प्रवेशद्वाराच्या बाजूच्या भिंतीवर सुंदर कोरीवकाम असलेले शिल्पपट आहेत. मध्यभागी असलेल्या शिल्पपटात कमलासनामध्ये बसलेल्या ब्रह्मदेवाची चतुर्भुज मूर्ती आहे. नंदीमंडप आणि रत्नमंदिराचा महामंडप यांना जोडणाऱ्या छोट्या सभामंडपाच्या खाली अतिशय सुंदर असे शिल्पपट आहेत. यामध्ये भगवान शिवाची दोन वेगवेगळी रूपे दाखवलेली आहेत. शांत आणि अशांत! यातील पूर्व बाजूला शंकराचे शांत रूप शिल्पबद्ध झालेले आहे; ते 'महायोगी' या नावाने ओळखले जाते. त्याच्यासमोर तांडवनृत्य करणाऱ्या शिवाचे अशांत रूप आहे; ते 'भैरव' रूप म्हणून ओळखले जाते.

महायोगी किंवा योगेश्वर शिव : या अतिशय भव्य अशा शिल्पपटामध्ये भगवान शिवशंकर हे 'महायोगी' स्वरूपात आपल्याला दिसतात. ध्यानमुद्रेत बसलेल्या शिवाचे मन कशानेही विचलित होत नाही. शिवाच्या दोन्ही बाजूला वादक मंडळी आपापली वाद्ये उच्च आवाजात वाजवत आहेत. शिवमूर्तीच्या दोन्ही बाजूला असलेले साधू ध्यानस्थ राहण्यासाठी आटोकाट प्रयत्न करीत आहेत. त्यांनी स्वत:ला योगबंधात बांधून घेतले आहे. पण तरीही काहीच उपयोग होत नाही. कारण आजूबाजूच्या गोंधळामुळे त्यांना परमेश्वराच्या चरणी ध्यानमग्न होणे अवघड जात आहे. हे सर्व विपरीतच वाटते. कारण स्वत: भगवान शिव मात्र एकाग्रपणे ध्यानस्थ बसले असून, कशानेही त्यांचे चित्त विचलित होत नाही.

आकृती ३.८ - **गुंफा क्र. १६ : कैलास लेणे-रत्नमंदिर आणि नंदीमंडप यांना जोडणाऱ्या सभामंडपातील महायोगी किंवा योगेश्वर शिव**

‘खुद्द देवाधिदेव शिव, स्वत: अशा तऱ्हेने जगाचे भान विसरून ध्यानमग्न झालेले पाहून देवदेवता घाबरून गेल्या आहेत. आठ दिशांचे स्वामी अष्टदिक्पाल, आपापल्या वाहनांवर बसून ध्यानमग्न शिवाचे दर्शन घेण्यासाठी तेथे उपस्थित झाले आहेत. या विश्वाचा स्वामी, साक्षात परमेश्वर शिव ध्यानमग्न होऊन बसलेला आहे. त्यामुळे सर्व जण चिंतित आहेत. कारण भगवान शिव म्हणजे या विश्वाचा निर्माता, रक्षणकर्ता आणि विनाशकर्ता आहे. या जगताची निर्मिती, स्थिती आणि लय या कालचक्राच्या घटना ठप्प होऊन जातील अशी भीती या सर्वांना वाटत आहे.’

‘त्यामुळेच देवदेवता, अष्टदिक्पाल, ही सर्व मंडळी शिवाच्या निवासस्थानी म्हणजे कैलास पर्वताकडे धावत आले आहेत. आपले ध्यान बंद करून शंकराने पूर्ववत आपल्या कालचक्राच्या कार्यामध्ये लक्ष घालावे अशी विनंती करायला हे सर्व जण तेथे उपस्थित झाले आहेत.’

योगमुद्रेमध्ये ध्यानस्थ शिव, पद्मासन घालून बसला आहे. अतिशय सुंदर असा रत्नजडित मुकुट शिवशंकराच्या डोक्यावर आहे. शिव अष्टभुज आहे. कानात कर्णकुंडले, गळ्यात अतिशय सुंदर सुवर्णाचे रत्नजडित ग्रैवेयक आहे व खांद्यावर मोत्यांचे जाड यज्ञोपवीत आहे. पोटावर नक्षीदार उदरबंध, दंडामध्ये सुंदर बाजूबंद अशा विविध अलंकारांनी शिव सजलेला आहे. त्याच्या अष्टभुजांपैकी एका उजव्या हातात सर्प आहे, तर दुसऱ्या अक्षयमाला आहे. दोन हात मांडीवर योगमुद्रेत आहेत तर एका हातात कमलपुष्प आहे. इतर हात तुटलेले आहेत.

वरच्या बाजूला अष्टदिक्पाल आपापल्या वाहनांवर बसून आलेले दिसताहेत. उजव्या बाजूला मकरावर बसलेला वरुण, हरणावर बसलेला वायू, मेंढ्यावर बसवलेला अग्नी, तर नंदीवर बसलेला इशान आहे. डाव्या बाजूला इंद्र, यम, निरुती आणि कुबेर हे अनुक्रमे ऐरावत, रेडा, मेंढा व माणूस या आपापल्या नियोजित वाहनांवर बसून आलेले आहेत.

शिवाच्या उजव्या बाजूस एक यक्ष मृदंगम् वाजवीत आहे, तर डाव्या बाजूचा यक्ष वीणा वाजवत आहे. योगीराज शिवमूर्तीच्या उजव्या बाजूस तीन मूर्ती कोरलेल्या आहेत. त्यांची केशरचना त्यांची बसण्याची पद्धत आणि एकूण अवतार पाहता हे पुरुष साधूलोक असावेत, कारण डोक्यावर भरपूर जटा आहेत. दाढी-मिशा वाढलेल्या आहेत. एका व्यक्तीच्या दंडावर रुद्राक्षाची दुपदरी माळ बांधलेली आहे. शिवमूर्तीच्या डाव्या बाजूला सुद्धा अशाच दोन बसलेल्या पुरुषमूर्ती आहेत. त्यातील एका साधूच्या डोक्यावर जटांचा बुचडा बांधलेला आहे.

ही शिवमूर्ती पाहताना आपल्याला एका वेगळ्याच जाणिवेचा स्पर्श होतो. शांत, सुंदर पवित्र इत्यादी भावनांना मूर्तरूपात पाहत असल्याचा भास होतो. योग

आणि तप या दोन साधनांना भारतीयांच्या दृष्टीने अनन्यसाधारण महत्त्व आहे. या विश्वातील राग, लोभ, मोह, माया या विकारांना दूर ठेवून आपल्या मनावर ताबा ठेवून समाधिस्थ होणे ही साधी गोष्ट नाही. मनाचे पावित्र्य, चित्तवृत्तींची साधना या गोष्टींवर अंकुश ठेवूनच योगसाधना करता येते. अर्थातच भगवान शिवशंकराने साधलेली योगसमाधी इतर कुणालाही जमणे शक्य नाही. त्यामुळे अशा महायोगी शिवाची पूजा करणे हीच आपली योगसाधना होऊ शकते.

हे शिल्प पाहताना शिवमूर्तीच्या चेहऱ्यावर विलसणारे अत्यंत शांत भाव पाहूनच आपल्याला शिल्पकाराच्या कौशल्याची कल्पना येते. शांत आणि अशांत या दोन्ही भावना म्हणजे दोन टोके. भगवान शिवाच्या शांत समाधिस्थ योगीश्वर मूर्तीसमोरच त्याची अशांत, रौद्र, संहारक, क्रोधित मूर्ती आहे.

संहारक शिव किंवा गजासुर वध मूर्ती किंवा भैरवमूर्ती : भगवान शिवशंकराचे अशांत रूप या शिल्पाकृतीमध्ये दाखवण्यात आले आहे. या विश्वातील दृष्टप्रवृत्तींचा नाश करण्यासाठी शिव 'भैरव' रूपात प्रकट झाला होता. 'गजासुर वध' या पौराणिक शिवकथेशी संबंधित हे शिल्प आहे. जेव्हा जेव्हा दुष्ट प्रवृत्तींचा नाश करण्यासाठी शिव आपल्या सर्व शक्तीनिशी, सर्व सामर्थ्यानिशी आपल्या प्रतिस्पर्ध्यासमोर उभा ठाकतो, तेव्हा तो अत्यंत रौद्ररूपात असतो. त्याचे हे संहारक रूप पाहून भल्याभल्यांना भीती वाटते.

भगवान शिवाची ही भैरवमूर्ती म्हणजे रौद्राचे भयंकर रूप आहे. गजासुराला म्हणजेच एका दुष्ट प्रवृत्तीला या जगातून कायमचे घालवून टाकण्यासाठी शिवाचे हे रूप प्रकटले होते. भैरवाची ही रौद्रता संपूर्ण चराचरासाठी नाही. त्याचा राग, क्रोध या विश्वात जागृत असणाऱ्या दुष्ट प्रवृत्तीविरुद्ध आहे. या क्षणी शिवाची विनाशक शक्ती उद्युक्त झाली आहे. पण ती जगातील जीवन नष्ट करणारी नसून, गजासुराच्या रूपात जी दुष्ट प्रवृत्ती मानवजातीच्या नाशासाठी निर्माण झालीय, तिचा नाश करण्यासाठी आहे. त्याचे हे रूप केवळ दुष्टांसाठीच भयानक आहे. इतरांसाठी तो तसाच प्रेमळ आहे. कारण या अशा आक्रस्ताळी, रौद्र अवस्थेतही त्याने आपल्या पत्नीला, पार्वतीला प्रेमाने स्पर्श केला आहे. येथे शिल्पकाराच्या मनोभूमिकेचे आपल्याला कौतुक करावेसे वाटते. कारण येथे पार्वतीला शिव स्पर्श करतो आहे हे दाखवून त्याने भगवान भोलेनाथाचे हे संहारक रूप केवळ दुष्ट प्रवृत्तींसाठी आहे; हे कार्य करताना तो एखाद्या स्थितप्रज्ञाच्या सात्त्विक अलिप्ततेने हे विनाशाचे किंवा संहाराचे कार्य करतो आहे, असे दाखवले आहे.

ही मूर्ती अथवा शिल्प घडवताना शिल्पकाराला आपल्या कलेचे प्रदर्शन करण्यासाठी खूपच वाव मिळाला आहे. त्याची प्रतिभा अगदी तेजाळून गेल्यासारखी वाटते. कारण शिवमूर्तीच्या संहारक रूपाला जिवंत करताना त्याच्या कलेच्या

आकृती क्र. ३.९ - **गुंफा क्र. १६ : कैलास लेणे- संहारक शिव. रत्नमंदिर आणि नंदीमंडप यांना जोडणाऱ्या सभामंडपातील भैरवमूर्ती**

कसोटीची वेळ आली असावी. काळ्या पाषाणात कोरलेल्या मूर्तीच्या अंगप्रत्यंगामधून आणि त्वेषाने भरलेल्या हालचालीतून त्याची भीषण संहारकता, त्याची रौद्रता स्पष्टपणे उद्धृत करणे हे सोपे काम नाही. या संहारक शिवमूर्तीला दहा हात आहेत. हे इतके हात दाखवण्यापाठीमागचे मुख्य कारण म्हणजे शिवाची प्रचंड शक्ती प्रकट करणे हेच होय. त्याने सर्वांत पाठीमागील दोन हातांनी गजचर्म धरले असून ते स्वत:भोवती पांघरले आहे.

पुढील मुख्य हातांपैकी उजव्या हातामध्ये फणाधारी सर्प धरलेला असून डाव्या हाताने तो आपली प्रिय पत्नी पार्वतीला प्रेमाने स्पर्श करीत आहे. उरलेल्या सहा हातांपैकी पहिल्या उजव्या हातात डमरू आहे, तर दुसऱ्या उजव्या हातात त्रिशूल. तिसऱ्या उजव्या हातात गजासुर राक्षसाचा हस्तिदंत धरलेला आहे. पहिल्या डाव्या हातात अग्नी धरलेला असून दुसऱ्या हातात कवटी (कपाल) आहे. तिसऱ्या डाव्या हातातही बहुधा हस्तिदंत धरलेला आहे. त्याच्या डोक्याभोवती अनेक सर्प वेटाळून बसले आहेत. डोक्यावर जटामुकुट आहे. शिवशंकराचा हा जटाभार अस्ताव्यस्त झालेला आहे. गळ्यातील, कानातील नरमुंडमाळा त्याच्या या रौद्र रूपाला आणखीनच भयावह करताहेत. उजव्या पायाखाली गजासुराचे शिर चिरडून टाकीत, जमिनीवर आपला डावा शक्तिशाली पाय रोऊन शिव पहाडासारखा उभा आहे. त्याच्या पायामध्ये भृंगी व शृंगी नाचताना दाखवले असून, डाव्या बाजूला

सप्तमातृका दाखवल्या आहेत. (या सातही स्त्रीमूर्तींचे अर्ध्यातून विच्छेदन झालेले आहे), तर उजव्या बाजूला पार्वती बसलेली असून, आपल्या पतीचे हे संहारक रूप पाहून ती धास्तावलेली आहे. परंतु आपल्या पराक्रमी पतीचे हे रूप डोळ्यांत साठवताना तिला कौतुकही वाटत आहे.

कुठलाही पराक्रमी पुरुष हा त्याच्या स्त्रीच्या कौतुकाचा विषय असतोच. येथे तर साक्षात शिव, या तिन्ही लोकांचा परमेश्वर, पती असणाऱ्या पार्वतीचे अप्रूप तर आभाळाएवढे दांडगे असायला काहीच हरकत नाही. त्यामुळेच पार्वतीच्या चेहऱ्यावर असणाऱ्या भावना म्हणजे कलाकाराने शिव-पार्वती या दैवी दाम्पत्याला मानवी भावना व्यक्त करताना दाखवून पुराणातील कथा म्हणजे मानवी जीवनाचे प्रतिबिंबच आहे, याची प्रचिती दिली आहे.

रंगमहाल : पहिल्या मजल्यावरील रंगमहालाकडे जाण्यासाठी दोन्ही बाजूला दगडात कोरलेल्या पायऱ्या आहेत. पायऱ्या चढून वर जाताच आपण रंगमहालाच्या समोरील प्रशस्त चौकोनी मंडपामध्ये पोहोचतो. दोन बाजूंनी जिना, एका बाजूला नंदीमंडपाकडे जाणारे द्वार व चवथ्या बाजूला रंगमहालाचे प्रवेशद्वार असे या मंडपाचे स्वरूप आहे.

रंगमहालाच्या प्रवेशद्वारातच दोन्ही बाजूला बलशाली पुरुष द्वारपालांच्या भव्य आकारातील शिल्पाकृती आहेत. प्रवेशद्वार आकाराने भव्य असून, पाच द्वारशाखा आहेत. रत्नमहालासमोरील हा चौकोनी मंडप अतिशय सुंदर आहे. द्वाराच्या दोन्ही बाजूस दोन स्त्रीप्रतिमा असून, त्याच्या दोन्ही बाजूला छोट्या दासदासींच्या मूर्ती आहेत. या प्रतिमा गंगा आणि यमुना या नदी देवतांच्या आहेत. डाव्या बाजूची गंगा मकरासनावर उभी असल्याचे दिसते. मात्र उजव्या बाजूच्या यमुनेचे कूर्मासन दाखवलेले नाही.

प्रवेशद्वाराच्या दोन्ही बाजूला उभे द्वारपाल अत्यंत बलशाली आणि उंच आहेत. या प्रतिमांचे आकार जीवनमानापेक्षा थोडे मोठे असले, तरी मूर्ती अतिशय प्रमाणबद्ध आहेत. डाव्या बाजूच्या मूर्तीची बरीच तोडफोड झालेली आहे. परंतु उजव्या बाजूच्या मूर्तीवरून त्याच्या अंगावरील अत्यंत कलात्मक सौंदर्यालंकाराची पूर्ण कल्पना करता येते. हा द्वारपाल चतुर्भुज आहे. एका उजव्या हातात परशू धरलेले असून, दुसरा उजवा हात तुटलेला आहे. एका डाव्या हातात सर्प आहे. तसेच दुसऱ्या डाव्या हातात दोन सर्पांचे वेटोळे धरलेले आहे.

डोक्यावर करंडक पद्धतीचा सुंदर, नक्षीदार मुकुट आहे, मुकुटातून बाहेर पडलेले कुरळे केस दोन्ही खांद्यांवर रुळताहेत. कानात कर्णकुंडले, गळ्यात मोत्यांचा कंठा आणि नक्षीदार रत्नजडित ग्रैवेयक आहे. दोन्ही खांद्यावर अतिशय सुंदर असे दोन-तीन रेशमी गोंडे रुळताहेत ते बहुधा गळ्यातील चंद्रहाराचे रेशमी गोंडे

असावेत. गळ्यात मोत्यांचे यज्ञोपवीत आहे. या चार पदरी यज्ञोपवीताला मध्ये मध्ये रत्नजडित पदके आहेत. यज्ञोपवीताव्यतिरिक्त अंगामध्ये खांद्यापासून पायापर्यंत लांब रेशमी पट्टा आहे. यावर छोट्या छोट्या घंट्टा लावून तो पट्टा सुशोभित केलेला आहे. द्वारपालाच्या रूपातील या शिवमूर्तींच्या अंगावर रुळणारा हा पट्टा म्हणजे पल्लव कारागिरीचे, कैलाश लेण्यातील शिल्पकलेवरील प्रभावाचे प्रतीक आहे, असे खात्रीपूर्वक म्हणता येते. कारण कांचीपुरम येथील शिवमंदिरात, काही शिल्पपटातील शिवमूर्तींच्या अंगावर अशा तऱ्हेचे वस्त्र अथवा उपरणे पाहण्यात आले. वेरूळ येथे सुद्धा फक्त काही मूर्तींच्या अंगावरच अशा तऱ्हेचे वस्त्र घातलेले दिसून येते. त्यातही प्रामुख्याने द्वारपालांच्या रुपातील काही शिवमूर्तींच्या वेशभूषेमध्ये याचा समावेश आहे.

द्वारपालाच्या पोटावर बांधलेला उदरबंधही नक्षीदार आहे. हातातील कंगन रत्नजडित आहे. पायामध्ये छोट्या छोट्या घंट्या (घुंगरवाळा) लावलेले नूपुर आहेत. उजवा हात जरी तुटलेला असला तरी त्या हाताने गदा धरलेली असावी हे ध्यानात येते. उजवा पाय गदेवर टेकवून हा द्वारपाल द्विभंगावस्थेत अतिशय रुबाबात उभा आहे. डाव्या द्वारपाल प्रतिमेच्या बाजूला जिन्याकडे जाताना एका ठिकाणी कठड्यावर कानडी भाषेतील मजकूर कोरलेला आहे.

प्रवेशद्वार : रत्नमहालाचे प्रवेशद्वार भव्य आहे. त्याला पाच द्वारशाखा असून, त्यापैकी एका द्वारशाखेवर लहान आकारातील मिथुनमूर्ती आहेत. यापैकी काही मूर्ती आलिंगनबद्ध आहेत, तर काही आलिंगनबद्ध असून चुंबन घेताहेत.

मंडपाच्या छतावर अतिशय सुंदर असे पाकळ्यांच्या तीन ओळी असलेले पूर्ण विकसित कमळ कोरलेले आहेत. मंडपाच्या चार कोपऱ्यात चार अर्धस्तंभ आहेत. प्रवेशद्वारासमोर असणाऱ्या दोन्ही अर्धस्तंभांच्या वरील बाजूंवर चैत्यकमानी कोरलेल्या आहेत. रत्नमहालात येण्यासाठी जेव्हा आपण डाव्या बाजूने पायऱ्या चढून वर येतो, तेव्हा डाव्या भिंतीवर 'गंगावतरण' हा शिल्पपट पाहता येतो. उजव्या बाजूने असणाऱ्या पायऱ्या चढून वर येतो, तेव्हा उजव्या बाजूला भिंतीवर 'लिंगोद्भव शिव'हे शिल्प पाहायला मिळते.

रंगमहालाच्या उजव्या बाजूची ओसरी : रंगमहालाच्या मुख्य सभागृहाला जोडून दोन्ही बाजूला लहान गॅलरी आहेत. यापैकी उजव्या बाजूला म्हणजेच दक्षिणेस असलेल्या गॅलरीच्या प्रवेशद्वारातून आत गेल्यावर आधी लक्ष जाते ते प्रवेशद्वाराच्या दोन्ही बाजूला उभ्या असलेल्या द्वारपालांच्याकडे. इतर सर्व मूर्तींप्रमाणे या द्वारपाल मूर्तीही सुंदर आभूषणांनी सजलेल्या आहेत. डाव्या बाजूच्या द्वारपालाच्या गळ्यातही मोत्यांचे सुंदर ग्रैवेयक आणि भरदार छातीवर अतिशय सुंदर चंद्रहार आहे. गळ्यातील यज्ञोपवीत वेगळे आहे. त्याने खांद्यावरून घेतलेल्या रेशमी

पट्टीच्या उपरण्यावर नाजूक आकाराच्या नक्षीदार घंट्या लावलेल्या आहेत. या ओसरीला असणारे दोन्ही स्तंभ अतिशय सुंदररीत्या कोरलेले आहेत. उजव्या बाजूचा द्वारपालही सर्व आभूषणांनी नटलेला आहे. त्याच्या गळ्यात असलेल्या रेशमी पट्टीला लहान आकाराच्या पुतळ्यांनी सजवलेले आहे.

या चौकोनी ओसरीच्या बाहेर मंदिराच्या बाह्य भिंतीवर दोन्ही बाजूला दोन महत्त्वपूर्ण शिल्पपट आहेत. उजव्या बाजूला असलेला शिल्पपट रामायणातील असून वाली आणि सुग्रीव यांच्यातील युद्धानंतरचा प्रसंग दर्शवतो. युद्धात मारला गेलेल्या वालीचे कलेवर मांडीवर घेऊन सुग्रीव दु:ख करीत असून त्याच्या समोर वालीची पत्नी तारा आक्रोश करीत आहे. बाजूला राम आणि लक्ष्मण उभे आहेत. अतिशय सुस्पष्ट असे हे शिल्प आपल्याला दक्षिणेकडील प्रांगणातून पाहता येते.

ओसरीच्या डाव्या बाजूला बाहेरील भिंतीवर असणारा शिल्पपटसुद्धा रामायणातील आहे. सीतेचे हरण करून रावण सीतेला घेऊन पुष्पक विमानातून आकाशमार्गे जात असताना जटायूने त्यास अडविले आणि रावणाशी युद्ध करून सीतेला सोडविण्याचा प्रयत्न केला. हा प्रसंग या शिल्पपटात कोरलेला आहे. शिल्पपटाची तोडफोड झालेली असल्यामुळे सीतेची प्रतिमा तुटली आहे. आता केवळ पुष्पक विमानाचा काही भाग आणि रावणाच्या मांडीवर टोची मारून त्याला विरोध करणारा जटायू एवढेच शिल्प पाहायला मिळते. या शिल्पाच्या पलीकडे एका चौकोनी कोष्ठात ऊर्ध्वलिंगी लकुलिशाची उभी प्रतिमा आहे. त्याच्या डाव्या हातात लाकडी सोटा धरलेला आहे.

रंगमहालाच्या डाव्या बाजूची ओसरी : रंगमहालाच्या डाव्या बाजूला, म्हणजेच उत्तरेस असणाऱ्या चौकोनी ओसरीमध्ये जाण्यासाठी प्रशस्त असे प्रवेशद्वार आहे. या ओसरीमध्ये प्रवेशद्वाराच्या दोन्ही बाजूला दोन द्वारपाल उभे आहेत. डाव्या बाजूच्या द्वारपालाची मूर्ती अतिशय सुंदर आहे. त्रिभंगमुद्रेत उभा हा द्वारपाल अतिशय देखणा वाटतो. कारण त्याची शरीरयष्टी अतिशय प्रमाणबद्ध आहे. तो चतुर्भुज असून केवळ लंगोटी किंवा तत्सम आंतरवस्त्र नेसलेले असून, त्याची सरगाठ कमरेजवळ बांधलेली आहे. कमरबंधाची दोन्ही टोके मांड्यांवर लोंबताना दिसत आहेत. कमरबंधाखाली त्याने गुंडाळलेल्या रेशमी शेल्याच्या पट्ट्या दिसत आहेत. या शेल्याची गाठ डाव्या मांडीवर बांधलेली आहे. त्याचे फूल (बो) अतिशय उत्कृष्टपणे पाषाणात कोरलेले आहे. कमरेभोवती नक्षीदार मेखलाही आहे.

या मूर्तीमध्ये आपल्याला शिल्पकाराच्या कारागिरीचा उत्कृष्ट नमुना बघायला मिळतो. काळ्या कातळातून ही अचेतन मूर्ती घडवतानाही त्या अनाम कलाकारांनी किती बारीकसारीक गोष्टींचा विचार करून मूर्ती घडवलेली आहे; हे आपल्या लक्षात येते. पोटाच्या खाली कमरेवर घट्ट बांधलेल्या कमरबंधामुळे नकळत थोडेसे पुढे

आलेले पोट व कमरेचा भागही त्याने इतक्या उत्कृष्टपणे दाखवला आहे की, थक्क व्हायला होते. दुसरे विशेष म्हणजे त्यात लहान लहान नाजूक अशा घंटा रेशमी गोफात गुंफून कमरबंधातून कमरेभोवती शोभिवंतपणे बांधल्या आहेत. दोन्ही पाय पूर्णपणे अनावृत आहेत हे आपल्या लक्षात येते. या ओसरीतील स्तंभांचे कामही अत्यंत सुंदर अशा कलाकुसरीने नटलेले आहे. प्रवेशद्वाराच्या दोन्ही बाजूला गंगा आणि यमुनेच्या प्रतिमाही कोरलेल्या आहेत.

या द्वारपालाच्या बाजूलाच मंडपाच्या बाहेरील भिंतीवर शिवाची अंधकासुर वध मूर्ती असलेला शिल्पपट आहे. त्याच्या बाजूला पार्वती उजव्या पायावर डावा पाय ठेवून सव्य ललितासनात बसली आहे. उजव्या बाजूची द्वारपाल प्रतिमाही सुंदर आहे. उजव्या बाजूला मंडपाच्या बाहेरील भिंतीवर महिषासुरमर्दिनीची मूर्ती आहे. ही दुर्गा अष्टभुजा आहे.

रंगमहालाच्या गर्भगृहापाठीमागील अर्धवर्तुळाकार सज्जा : यामध्ये येण्यासाठी गर्भगृहाच्या दोन्ही बाजूला प्रवेशद्वार आहेत. डाव्या बाजूला असलेल्या प्रवेशद्वारातून गॅलरीत येताच डाव्या बाजूच्या भिंतीमध्ये कोनाड्यात पूर्वेकडे मुख असलेल्या गणेशाची प्रतिमा नजरेस पडते. चतुर्भुज अशा या गणेशमूर्तीच्या एका उजव्या हातात अक्षयमाला धरलेली असून, तो हात अभयमुद्रेत आहे. तर दूसऱ्या उजव्या हातात परशू आहे. एका डाव्या हातात कमळ तर दुसऱ्यामध्ये भरलेले लाडवाचे पात्र आहे. पोटावर सर्पबंध आहे. गळ्यात यज्ञोपवीत आहे.

गणेशमूर्ती असलेल्या छोट्या कोनाड्याच्या वरील भिंतीवर एक पाठमोरा अवकाशगामी गंधर्व आहे. त्याच्या पाठीवर सुंदर नक्षीदार यज्ञोपवीत रुळताना दिसत आहे. तेथेच बाजूच्या भिंतीवर डावा पाय दुमडलेला व उजवा पाय लांब करून अवकाशात विहरणारा एक गंधर्व आहे.

गर्भगृहाभोवती असलेल्या अर्धवर्तुळाकार प्रदक्षिणा पथावर एकूण पाच लहान लहान मंदिरे कोरलेली आहेत. यातील प्रत्येक मंदिराचे कोरीवकाम साधारणपणे सारखेच आहे. मात्र कुठल्याही मंदिराच्या आतमध्ये शिवमूर्ती अथवा लिंग काहीच नाही.

मिथुनमूर्ती

डाव्या बाजूच्या पहिल्या मंदिराच्या प्रवेशद्वारावर दोन्ही बाजूला दोन लहान स्त्रीप्रतिमा आहेत. या गंगा आणि यमुना नद्यांच्या प्रतिमा आहेत. डाव्या व उजव्या दोन्ही बाजूला दोन कोनाड्यात अतिशय सुंदर अशा आलिंगनबद्ध मिथुन मूर्ती आहेत.

डाव्या बाजूची मिथुनमूर्ती : ही प्रतिमा अतिशय सुंदर आणि प्रमाणबद्ध आहे. या आलिंगनबद्ध मिथुनमूर्तीमध्ये स्त्री समोरून दाखवलेली आहे. पुरुष मात्र थोडासा तिरका उभा असून, स्त्रीने आपले मुख तिरपे करून त्यास चुंबन दिलेले

आहे. पुरुषाने आपला उजवा हात स्त्रीच्या डोक्याजवळ तिच्या विपुल केशसंभाराखाली धरलेला आहे. स्त्रीची केशरचना अंबाड्यासारखी आहे. या सौंदर्यवती स्त्रीचे उन्नत वक्ष, नाजूक सिंहकटी आणि सडपातळ देहयष्टी इतकी आकर्षक आहे की, पहातच रहावे असे वाटते. जणू काळ्या पाषाणातून ती यौवना सजीव होऊन खरोखरच आपल्या प्रियकराला चुंबन देते आहे, असा भास होत राहतो. विशेष म्हणजे पुरुषानेही आपले खांद्यापर्यंत लांब असलले केस मानेवर बांधलेले आहेत.

उजव्या बाजूची मिथुनमूर्ती : यामध्ये स्त्री आणि पुरुष दोघेही पूर्णपणे आलिंगनबद्ध आहेत. पुरुष सामोरा असून, त्याला बिलगलेली स्त्री संपूर्णपणे पाठमोरी आहे. पाठमोरी असूनही तिचा बांधा अतिशय कमनीय आहे हे चट्कन जाणवते. स्त्रीने आपले कमनीय हात पुरुषाच्या गळ्याभोवती वेढले आहेत आणि ती एखादी लतावेली वृक्षाला बिलगावी त्याप्रमाणे आपल्या प्रियकराला बिलगलेली आहे. त्याने आपल्या डाव्या हाताने तिच्या मानेजवळ तिच्या भरघोस केशसंभाराला आधार दिला आहे. त्याचा दुसरा हात प्रियतमेच्या उरोजाशी हळुवारपणे विसावलेला आहे. ही शिल्पप्रतिमा अत्यंत

आकृती क्र. ३.१० - **गुंफा क्र. १६ : कैलास लेणे- मिथुनमूर्ती रंगमहालाच्या अर्धवर्तुळाकार गॅलरीमधील पहिल्या मंदिराच्या प्रवेशद्वारावरील प्रतिमा**

उन्मादक स्वरूपाची आहे. या स्त्रीने आपल्या लांब केसांचा अंबाडा मानेवर घातलेला आहे. पुरुषानेही आपले केस मानेवर बांधले आहेत.

मंदिरासारख्या पवित्र वास्तूमध्ये स्त्रीपुरुषांमधील चुंबन, आलिंगन यांसारख्या मिथुनशिल्पांचे शिल्पांकन का व्हावे... हा प्रश्न प्रत्येक हिंदूच्या मनात येणे स्वाभाविक आहे. मात्र या प्रश्नाचं उत्तर मिळविणे सहजसाध्य नाही; कारण विविध दृष्टिकोनातून याचा विचार करणे गरजेचे आहे.

डॉ. सु. र. देशपांडे यांनी 'भारतीय कामशिल्प' या आपल्या ग्रंथामध्ये या विषयावर तर्कशुद्ध विवेचनाद्वारे काही मुद्दे मांडले आहेत. त्यांच्या मते, 'मंदिरांसारख्या पवित्र वास्तूंवर ही स्त्री-पुरुष समागमाची एवढी सुस्पष्ट, खुलासा करणारी शिल्पे रेखाटण्यात शिल्पकाराचा किंवा त्या शिल्पकाराला प्रवृत्त करणाऱ्या राजाचा किंवा मंदिर बांधण्यास प्रोत्साहन देणाऱ्या धनिकाचा कोणता उद्देश अथवा हेतू असावा, तसेच ती बहुतेक सार्वजनिक स्थळीच का, याविषयी अद्यपि समाधानकारक स्पष्टीकरण आढळत नाही. या शिल्पांबाबत अनेक प्रकारची स्पष्टीकरणे तज्ज्ञांकडून दिली गेली किंवा देण्यात येतात. त्यापैकी काही तर्कशुद्ध सिद्धान्तांवर आधारित आहेत, तर काही शक्यतादर्शक व काल्पनिक आहेत. कोणतेही कारण स्वतंत्ररीत्या या शिल्पांच्या निर्मितीविषयी उलगडा करण्यास समर्थ नाही, तसेच या शिल्पांविषयी कोणत्याही कोरीव लेखात किंवा तत्कालीन वास्तुशिल्पावरील ग्रंथात सुस्पष्ट असा खुलासा केलेला आढळत नाही. तथापि जी काही त्याच्या अस्तित्वाच्या पुष्ट्यर्थ थोडीबहुत अनुमाने काढली आहेत. त्यांचा साकल्याने विचार केला असता, आपणाला या शिल्पांच्या निर्मितीचे रहस्य समजेल.'

'अपवादादाखल वास्तुशिल्पावरील काही ग्रंथांतून आणि काही कोरीव लेखांतून सुरसुंदरी, अप्सरा, यक्षी, पुतलिका, नायिका अशा सुंदर युवतींच्या मूर्ती मंदिराच्या सुशोभनासाठी खोदाव्यात, असे उल्लेख मिळतात. त्याचप्रमाणे काही ग्रंथांमधून मिथुनशिल्पांची कल्पना मांडली असून तंत्रधर्मावरील ग्रंथात लतासाधनेचे महत्त्व प्रतिपादन केले आहे. त्यामुळे सुरसुंदरीप्रमाणेच मिथुनशिल्पांची रेलचेल मंदिरावरील भिंतीवर तसेच द्वारशाखांवर पाहावयास मिळते. त्यात सामान्य दम्पतीशिल्पांपासून एकमेकांना बिलगलेल्या प्रणयी स्त्री-पुरुषांची शिल्पे आहेत. आणि पुरुष-प्रकृतीच्या या संयुक्त दांपत्य प्रतीकाला 'मिथुन' ही संज्ञा रूढ झाली आहे.'

'अनेक विचारवंतानी व संशोधकांनी या विषयावर वेगवेगळी मते मांडली आहेत. तरीही या शिल्पांचे अर्थ स्पष्ट करणारे ठाम व निश्चित असे कोणतेही अनुमान साधार मांडणे सद्य:स्थितीत अशक्यप्राय आहे. अशा वेळी काल्पनिक अनुमानांवर विसंबून राहणे क्रमप्राप्त ठरते. तत्कालीन समाजाच्या जीवनमूल्यांच्या निकषांवर घासून पाहता, यापैकी कोणताच तर्क स्वतंत्रपणे 'का व कसे' या प्रश्नाचा उलगडा करू शकलेला नाही. शिवाय अशी कामशिल्पे भारतातील सर्वच मंदिरावर

का खोदण्यात आली नाहीत, हाही एक प्रश्न उभा राहतो. तथापि, यातील काही स्पष्टीकरणांच्या तपशिलात गेल्यानंतर असे आढळून येते की, ही सर्व स्पष्टीकरणे भारतीय संस्कृतीचा एकूण परिपाक आहेत. शिवाय काही सांस्कृतिक प्रतीकांतून प्रजनन आणि वंशवेलीची वृद्धी हा प्रमुख उद्देश आढळतो.'

'भारतीय तत्त्वज्ञानाने मान्य केलेल्या पुरुष आणि प्रकृती किंवा शिव आणि शक्ती या दोन तत्त्वांचे मिलन मूर्तरूपात दाखवण्याचा प्रयत्न मंदिर शिल्पाद्वारे केलेला आहे, असेही आपल्याला म्हणता येईल. कामशास्त्रातील लैंगिक गोष्टींचे शिक्षण समाजाला देणे हाही एक प्रमुख उद्देश मंदिरातील मिथुनशिल्प निर्मितीमागे असू शकेल. तेव्हा या कामशिल्पांच्या संदर्भात भारतीय संस्कृतीतील विविध घटकांचा विशेषतः तंत्रधर्म आणि तांत्रिक मार्ग, तत्त्वज्ञान, वाङ्मय, सांस्कृतिक प्रतीके इत्यादींचा भारतीय समाजावरील प्रभाव तपशिलाने विचारात घेतला असता, या शिल्पांच्या निर्मितीमागील हेतू स्पष्ट होण्यास मदत होते. या शिल्पांच्या लैंगिक प्रेरणेमागे भारतीय समाजाची सांस्कृतिक - तात्त्विक व धार्मिक परंपरा आणि संस्कृतीची एकूण जडणघडण दडलेली असून तिच्या सर्वांगीण विकासाचे हे फलित आहे.'

शिवप्रतिमा : रत्नमहालातील गर्भगृहाच्या बाहेरील भिंतीवर अनेक सुंदर सुंदर शिल्पपट कोरलेले आहेत. या तीनही भिंतीवरील शिल्पकामामध्ये एकसारखेपणा आहे. साधारणपणे तिन्ही भिंतींवर सहा अर्धस्तंभ आहेत. या अर्धस्तंभाच्या तीन तीन जोड्या केलेल्या असून त्यांना सुंदर शिल्पकामाने सुशोभित केलेले आहे. अर्धस्तंभाच्या अर्ध्या भागापर्यंत अत्यंत सुंदर नक्षीकाम असलेल्या मयूरांच्या जोडीने अथवा हंसद्वयाने अथवा अर्धे शरीर मनुष्याचे असलेल्या पिसाराधारी किन्नरांनी सुशोभित केलेले आहे. त्यामुळे तयार झालेल्या तोरणात बसलेली पुरुष किंवा स्त्री प्रतिमा आहे. आणि खाली सुंदर देवकोष्ठ कोरलेले आहेत. या सुंदर देवकोष्ठांमध्ये बहुतेक सर्व प्रतिमा शिवाच्या नटराज मूर्ती आहेत.

अर्धस्तंभांच्या मधील जागेत मोठ्या आकाराची स्वतंत्र देवकोष्ठे आहेत. त्यामध्ये विविध प्रतिमा कोरलेल्या आहेत. बहुतेक प्रतिमा नटराज मूर्ती असल्या तरी पाठीमागील भिंतीमधील एका देवकोष्ठामध्ये उभी स्त्रीप्रतिमा आहे जी बहुधा देवी पार्वतीची असावी. या देवकोष्ठांच्या वरती सुंदर चैत्य कमानी आहेत. डाव्या बाजूच्या भिंतीवर कोपऱ्यातील अर्धस्तंभांवरील सुंदर हंसद्वयांनी शिल्पांकित झालेल्या आसनावर गजलक्ष्मीची सुंदर प्रतिमा आहे. लक्ष्मी उमललेल्या कमलासनात बसलेली असून तिच्या दोन्ही बाजूला सोंडेमध्ये कलश धरलेले गजराज आहेत. आकाराने लहान पण कोरीवकामाने परिपूर्ण असा सुंदर चित्रपट आहे. या गजलक्ष्मीच्या बरोबर खाली अर्धनारीनटेश्वराची सुंदर प्रतिमा आहे. यातील पार्वतीने डाव्या हातामध्ये

आरसा धरलेला आहे. याच भिंतीवर मधील दोन अर्धस्तंभामध्ये पिसाराधारी किन्नरांच्या वरती आणखी एक किन्नरयुगुल आहे. त्यांचे धड मनुष्याचे तर पाय पक्ष्याचे आहेत.

उजव्या बाजूच्या भिंतीवर मधल्या दोन अर्धस्तंभांना पिसाराधारी किन्नरांनी सुशोभित केले असून त्या तोरणामध्ये एक पुरुष सुखासनात बसलेला आहे. त्या अर्धस्तंभाच्या मध्यभागी असणाऱ्या देवकोष्ठामध्ये चतुर्भुज विष्णूची सुंदर प्रतिमा आहे. विष्णूच्या एका उजव्या हातात शंख व डाव्या हातात चक्र आहे. तर पुढचे दोन्ही हात कमरेवर ठेवलेले आहेत. याच भिंतीच्या कोपऱ्यातील दोन अर्धस्तंभांच्या मध्ये सुंदर पिसारा असलेल्या मयूराच्या आकृती कोरलेल्या आहेत व मध्यभागी पूर्ण उमललेल्या कमळावर अर्ध पर्यांकासनात बसलेल्या पार्वतीची प्रतिमा आहे. या मयूरपिसाऱ्याखाली असलेल्या देवकोष्ठामध्ये ललितम् नृत्य करणाऱ्या नटराजाची अत्यंत अवघड पदन्यास मुद्रा कोरलेली आहे. या ठिकाणी शिव अपस्मार पुरुषाच्या अंगावर पाय देऊन नृत्य करीत असून अतिशय गतिमान पदन्यास करतानाचे हे शिल्प केवळ अप्रतिमच आहे. नटराजाच्या डाव्या हातातील फणाधारी सर्प, शिवाची वस्त्रे, गळ्यातील यज्ञोपवीत या सर्व गोष्टींची शिल्पातून प्रकट होणारी गतिमानता शिवाच्या नृत्याचा वेग दर्शविते. हे सर्व काळ्या पाषाणात इतक्या उत्कृष्टपणे शिल्पांकित करणाऱ्या कलाकाराला येथे दाद द्यावीशी वाटते.

या भिंतीवर प्रवेशद्वाराच्या जवळ असलेल्या देवकोष्ठामध्ये 'ललाट तिलकम' नृत्यमुद्रा करणाऱ्या नटराजाचे मनोहारी शिल्प आहे त्याच्यावरती सुंदर मयूरपिसाऱ्याच्या वर कमलासनात पार्वती बसलेली आहे.या लालित्यपूर्ण परंतु अवघड नृत्यमुद्रा असलेल्या सर्व शिल्पाकृती नटराज शिवाची विविध रूपे दाखवतात. या नृत्यमुद्रा पाषाणात इतक्या सुंदर रीतीने कोरलेल्या आहेत की, मन थक्क होऊन जाते. काही अर्धस्तंभांवर सुंदर पिसारा असलेले किन्नर आहेत. यामध्ये किन्नरांच्या शरीराचा वरील भाग मानवी रूपात असून, खालचे धड मोराच्या सुंदर पिसाऱ्यासारखे आहे.

पाठीमागील भिंतीमध्येही अशाच प्रकारची स्तंभरचना असून मधल्या दोन अर्धस्तंभांवर अतिशय कलापूर्ण कारागिरी असलेल्या मकरांचे शिल्प आहे. या मकरांच्या तोंडून निघणाऱ्या मौक्तिक मालांनी तयार केलेल्या तोरणाखाली एक अतिशय नाजूक नर्तकी अवघड नृत्यमुद्रेत उभी आहे. त्याखालील देवकोष्ठामध्ये नटराज शिव आहे. या स्तंभांचे आणि देवकोष्ठांचे कोरीवकाम कांचीपुरम येथील कैलासनाथ मंदिरातील स्तंभांशी अतिशय मिळतेजुळते आहे.

नटराज अथवा शिवाच्या नृत्यमूर्ती : वेरूळ येथील हिंदू गुंफांमध्ये अनेक ठिकाणी शिवाची नृत्यमुद्रा असलेल्या नटराज प्रतिमा पाहायला मिळतात. शिव हा नृत्यनिपुण असून चौसष्ट कलांचा अधिपती आहे. शिवाची नटराज मूर्ती हा शिल्पप्रकार म्हणजे दक्षिण भारतीय कलेने जागतिक कलेला दिलेले महत्त्वाचे देणे होय. जगाचा

केंद्रबिंदू म्हणून प्रसिद्ध असलेल्या चिदंबरम् या स्थानावर शिवाने पहिल्यांदा नृत्य केले असे मानले जाते. विशेष म्हणजे चिदंबरम्च्या नटराज मंदिराच्या गोपुरांवर शिवनृत्याचे एकशेआठ प्रकार प्रतिमारूपाने व भरत नाट्यशास्त्राच्या आधारे लिहिलेल्या अभिलेखांच्या रूपाने अंकित केलेले आहेत. शिवपुराणात जरी एकशे आठ नृत्यप्रकार सांगितले असले, तरी वास्तवात फक्त नऊ प्रकारचे वर्णन वाचायला मिळते.

भगवान शंकर हा सर्व प्रकारच्या नृत्यांमध्ये पारंगत आहे. परंतु त्याचे सर्वांत प्रिय नृत्य म्हणजे तांडवनृत्य. तांडव नृत्याचे विविध प्रकार आहेत. आनंद, संहार, त्रिपूर, संध्या, गौरी वगैरे. शिवाच्या तांडवनृत्यामध्ये दोन्ही प्रकारचे सामर्थ्य आहे. संजीवक आणि संहारक. ही उभयविध सामर्थ्ये लक्षात घेऊनच ऋषिमुनींनी त्याला नटराज ही उपाधी समर्पित केली आहे. आणि शिवाने त्या उपाधीस भूषण मानले. तो नृत्यनाट्याचा मूलस्तंभ मानला जाऊ लागला. शिवाच्या सात्त्विक आणि सुमंगल नृत्यप्रकारात संध्यानृत्याप्रमाणे नांदतनृत्याचीही गणना होते. भगवान शंकराने हे नृत्य मर्त्यलोकात प्रथम केले ते तिलईच्या रंगभूमीवर. ही तिलई म्हणजेच चिदंबरम्. या भूमीवर शिव नटराजरूपात राहिला आहे असे मानले जाते.

चिदंबरम् येथे शिवाचे पहिले नृत्य झाले त्याची पूर्वकथा पुढीलप्रमाणे आहे- 'तारकवनात राहणाऱ्या अनुगामी ऋषींना वादात पराभूत करण्याकरता म्हणून शंकर स्त्रीरूपात, विष्णू आणि आदिशेष यांना बरोबर घेऊन तेथे पोहोचला. ऋषींनी प्रथमदर्शनी क्रुद्ध होऊन त्याला पळवून लावण्याचा प्रयत्न केला. यज्ञकुंडातून एक वाघ निर्माण करून त्याला शिवावर सोडला. शिवाने त्याला पकडले आणि नखांनी सोलून त्याचे कातडे काढले आणि स्वत:भोवती गुंडाळले. ऋषींनी सोडलेल्या सर्पालाही त्याने आभूषण करून टाकले. ऋषींनी चिडून एक दैत्य निर्माण करून त्याच्यावर सोडला तेव्हा शंकराने त्यालाही आपल्या पायाखाली दडपून त्याच्यावर नाचायला सुरवात केली. अशा तऱ्हेने शिवाचे चिरंतन नृत्य सुरू झाले.'

नटराजाचे हे नांदतनृत्य विश्वातल्या पाच महान क्रियांचे निदर्शक आहे असे आनंद कुमारस्वामींसारखे कला समीक्षक सांगतात, 'सृष्टी, स्थिती, प्रलय, तिरोभाव, आणि अनुग्रह हे ते पाच भाव होत. विश्वातल्या अणुरेणूत शिवतत्त्व भरून राहिले आहे.त्याचे त्रैलोक्यमंगल नृत्य त्रिभुवनात अखंड चालले आहे. या नृत्याला कधीही विराम नाही. विश्वातल्या अनंत ब्रह्मांडाचे केंद्र म्हणजे हे चिदंबरम् क्षेत्र आहे, आणि तिथली 'कनक सभा' हे नटराजाचे नृत्यस्थळ. पिंड ब्रह्मांड न्यायाने आपल्याही हृदयात चिदंबरम् आहे. तेथेही नटराज सदैव नाचत आहे. हे नृत्य जीवात्म्याला दिसत नाही. जेव्हा नटराज आपल्या अंतर्विश्वात झळाळून उठेल तेव्हाच त्याचे हे नृत्य मनुष्याला आतल्या आत अनुभवता येईल.'

शिवनृत्याच्या पाठीमागे असणारी तात्त्विक बैठक तीन मुद्द्यांवर आधारित आहे.

आकृती ३.११ - **गुंफा क्र. १६ : कैलास लेणे- गर्भगृहाच्या बाह्य भिंतीवरील शिवप्रतिमा. पार्वती आणि तांडवनृत्य करणारा शिव**

पहिला दृष्टिकोन म्हणजे शंकराचे नृत्य संपूर्ण विश्वाच्या गतिमान क्रियाशीलतेचे प्रतीक आहे. दुसरा दृष्टिकोन म्हणजे शिवनृत्य हे असंख्य जीवांना अज्ञानाच्या तमातून मुक्त करण्यासाठी आहे. तिसरे म्हणजे नटराजाचे हे नृत्य फक्त चिदंबरम् मध्येच होत नसून मानवमात्राच्या हृदयातही होत असते.

सृष्टी, स्थिती आणि लय या गोष्टींशीही शिवनृत्याचा संबंध दाखवतात. डमरू हे

निर्मिती, अभयहस्त हे संरक्षण आणि स्थिती व अग्नी हे लयाचे किंवा विनाशाचे द्योतक होय. शंकराचा उचलेला पाय हे मुक्ती किंवा अनुग्रहाचे प्रतीक आहे. तसेच पायाखाली चिरडलेला राक्षस हा तम, अंधार किंवा अज्ञानाचे रूप समजला जातो. शिवनृत्यांच्या विविध वेळांवरून त्यांची विविध नावे परिचित आहेत. असुर शक्तींच्या विनाशानंतर शिव चराचराला दोलायमान करून सोडणारे तांडवनृत्य करतो. मात्र, प्रसन्न मुद्रेने व मंगलप्रसंगी केलेली विविध ललितम् नृत्येही लास्य, नांदत्य, तिल्लाना या नावाने प्रसिद्ध आहेत. मत्स्यपुराणात शंकराच्या नृत्यमूर्तीचे वर्णन आहे. त्यात तो दशभुज असावा असे वर्णन केलेले आहे. पण दक्षिण भारतीय कलेप्रमाणे बहुतेक करून तो चतुर्भुज असतो.

मान्य परंपरेनुसार तांडवनृत्य करताना चर्तुभुज रूपात शंकराचा पुढचा डावा हात गजहस्त किंवा दंडहस्त मुद्रेत असून मागच्या डाव्या हातात अग्नी असावा. त्याचप्रमाणे समोरचा उजवा हात अभयमुद्रेत असून मागच्या उजव्या हातात डमरू असावे. शंकराचा डावा पाय वर उचललेला असून दंडहस्ताचा त्याकडे संकेत होत असावा. किंचित वाकलेला उजवा पाय खाली ओणव्या पडलेल्या राक्षसाच्या म्हणजेच अपस्मार पुरुषाच्या पाठीवर असावा. सर्वसाधारणपणे नटराज मूर्तीचे रूप हे असे असावे, असे मानले जाते. शंकराचा पुष्पखचित जटामुकुट, जटांमधील गंगा, नृत्याच्या गतीप्रमाणे वाऱ्यात उडणाऱ्या जटा, मागची प्रभावळ या वैशिष्ट्यांचा विचार मूर्ती घडवताना केला जातो.

यक्ष आणि गंधर्व प्रतिमा : सर्वांत गंमत वाटते ती अतिशय स्वच्छंदपण अंतराळात विहरणाऱ्या सुंदर गंधर्वमूर्तींची...! गाभाऱ्याच्या बाहेरील तिन्ही भिंतींवर आणि रत्नमहाल मंदिराच्या बाह्य भिंतीवर, उंच भागी अनेक सुंदर गंधर्व आणि गंधर्वस्त्रिया कोरलेल्या आहेत. वेगवेगळ्या केशवेशभूषांनी नटलेले आणि विविध मुद्रांमध्ये विहरणारे हे गंधर्व खरोखरच स्वच्छंदी जीव असल्याचा भास होतो. प्रत्येक गंधर्वमूर्ती वेगवेगळ्या मुद्रांमध्ये आहे. गर्भगृहाच्या उजव्या बाजूला असणाऱ्या दरवाजाच्या बाहेर, वरच्या कोपऱ्यात असणारी गंधर्वमूर्ती अतिशय सुरेख आहे. या उडणाऱ्या गंधर्वाने आपल्या डाव्या काखेत मोठ्या आकाराचे डमरू धरलेले आहे. आणि अवकाशगामी असतानाच तो उजव्या हाताने ते वाद्य वाजवत आहे. त्याची केशरचना आकर्षक आहे. त्याने डोक्यावर सुंदर नक्षीदार शिरेटोप घातलेला आहे. या शिरेटोपाला मोत्यांचा घोस तुरा म्हणून लावलेला आहे. शिरेटोपातून बाहेर पडलेले कुरळे केस त्याच्या खांद्याभोवती रुळत आहेत.

काही गंधर्वांनी आपल्या उजव्या हातात द्रोणपात्र धरलेले आहे. रत्नमहालाच्या बाह्य भिंतीवर अनेक यक्षमूर्ती आहेत. जाडे, बुटके, कुरळ्या केसांचे, हसणारे, नाचणारे असे अनेक यक्ष आपण येथे पाहतो.

आकृती क्र ३.१२ - **गुंफा क्र.१६ : कैलास लेणे-गर्भगृहाच्या बाहेरील भिंतीवरील उडणाऱ्या गंधर्वप्रतिमा.**

बहुतेक सर्व पुरुषमूर्तींचे वरचे अंग (वक्षभाग) उघडे आहे. पोटावर उदरबंध आणि कमरेशी कमरबंध आहे. कमरबंधाखाली सैलसर अशी मेखला घातलेली आहे. पार्श्वभागाभोवती गुंडाळलेले वस्त्र अथवा शेला लांब रुंद असून, त्यांची गाठ दोन्ही मांड्यावर बांधलेली असते.या शेल्याच्या आत अंतरीय म्हणून धोतरासारखे दुसरे वस्त्र क्वचितच नेसल्याचे दिसते. मात्र आंतरवस्त्र म्हणून लंगोटी किंवा जांघेत घट्ट काचा मारून नेसले जाईल असे लहानसे अंतरीय नेसले जात असावे. पुरुषांच्या मांड्या, पोटऱ्या बहुतेक वेळा अनावृत असल्याचे दिसून येते. काही शिल्पांमध्ये पायाच्या घोट्यापर्यंत तलम वस्त्र नेसल्याचेही पाहायला मिळते. अशा ठिकाणी दोन पायांच्या मध्ये निऱ्या दाखवून दिलेल्या आहेत.

भिंतीवर काही ठिकाणी अतिशय सुडौल अशा गंधर्व स्त्रियांच्या मूर्ती आहेत. या स्त्रियांनी अंतराळात स्वच्छंदपणे विहरताना आपल्या कमनीय देहांच्या अतिशय कलात्मक अशा मुद्रा घेतल्याचे लक्षात येते. काही ठिकाणी तर गंधर्वमूर्ती पाठमोऱ्या आहेत. त्या पाहताना एक गोष्ट लक्षात येते की, त्यांनी आपले अंतरीय काचा मारून (सकच्छ) पद्धतीने नेसलेले आहे.

या ठिकाणी उजव्या प्रवेशद्वाराच्या वरच्या बाजूला पुढे आलेल्या एका सज्जावर हातामध्ये घट घेतलेली एक पुरुषप्रतिमा आहे. बहुधा ही सागराची प्रतीकात्मक मूर्ती आहे असे वाटते. या प्रतिमेला 'सप्तसिंधू' असेही म्हणतात.

रंगमहाल किंवा रत्नमहाल : रंगमहालाच्या मुख्य प्रवेशद्वारातून आपण प्रशस्त सभागृहात किंवा रंगमहालात येतो. हा चौकोनी सभामंडप शिल्पकलेच्या दृष्टीने विचार करता रत्नमाणकांनी खचाखच भरलेले रत्नभांडार आहे, असे म्हणावेसे वाटते. या सभागृहाच्या पुढे छोटेसे अंतराळ असून त्यापुढे गर्भगृह आहे.

गर्भगृहाच्या प्रवेशद्वाराच्या दोन्ही बाजूला अतिशय सुंदर स्त्रीप्रतिमा आहेत. डाव्या बाजूची उंच, कमनीय, सुंदर स्त्री मकरासनावर उभी असून, ती गंगा आहे, तर उजव्या बाजूची स्त्री कूर्मासनावर उभी असून, ती यमुना आहे. या दोन्ही स्त्रीप्रतिमांचे शिर फुटलेले आहे. त्यामुळे स्त्रीसौंदर्याचा उत्कृष्ट नमुना असलेल्या या दोन्ही शिल्पाकृतींना गालबोट लागल्यासारखे झाले आहे. तरीही त्यांची कमनीय देहयष्टी आणि उंचापुरा बांधा पाहणाऱ्यांचे लक्ष वेधून घेतो. कात्यावलंबित मुद्रेत असणाऱ्या या स्त्रीप्रतिमा त्रिभंगावस्थेत उभ्या आहेत. गळ्यात सुंदर ग्रैवेयक, स्तनहार, त्याच्या जोडीला यज्ञोपवीत, दंडामध्ये सर्पाकृती वलय, हातामध्ये कंगन,

आकृती ३.१३ - **गुंफा क्र. १६ : कैलास लेणे- रत्नमंदिरातील गर्भगृह प्रवेशद्वाराच्या बाजूला असणाऱ्या गंगा-यमुना यांच्या प्रतिमा.**

कानात कर्णकुंडलं, कमरेशी सुंदर नक्षीदार मेखला, कमरबंध अशा सर्व अलंकारांनी या स्त्रीप्रतिमा सजलेल्या आहेत.

अंतराळामध्ये दोन्ही बाजूच्या भिंतीवर दोन वेगवेगळे शिल्पपट आहेत. उजव्या बाजूच्या भिंतीवर शिव-पार्वतीची सोमस्कंद मूर्ती आहे. शिव नंदीवर बसलेला असून, त्याच्या डाव्या मांडीवर पार्वती सव्य ललितासनात बसलेली आहे. शंकराच्या उजव्या मांडीवर छोटे बालक बसलेले आहे. हा कार्तिकेय आहे. शिव-पार्वती कार्तिकेयासह नंदीवर बसलेले आहेत आणि नंदी एका चौकोनी आसनावर बसलेला आहे. या आसनाखाली गण खेळताना दिसत आहेत. डाव्या बाजूचे शिल्प तुटलेले

आहे. अंतराळाच्या छतावर अन्नपूर्णादेवीचे शिल्प आहे.

नटराज शिव : सभामंडपाच्या मध्यभागी छतावर अतिशय वेगळे आणि सुंदर असे नटराजाचे शिल्प आहे. शिव तांडवनृत्य करतानाचे हे शिल्प म्हणजे शिल्पकाराच्या कलाकौशल्याची कमाल आहे. या शिल्पामध्ये नटराज शिव अष्टभुज आहे. एक उजवा हात पताकमुद्रेत आहे. दुसऱ्या उजव्या हाताने त्याने बाजूलाच उभ्या असलेल्या आपल्या प्रिय पत्नीला, पार्वतीला स्पर्श केलेला आहे. एक उजवा हात कर्तरीमुद्रेत असून, चौथा हात कमरेवर ठेवलेला आहे. एका डाव्या हातात सर्प धरलेला आहे. दुसरा डावा हात गजहस्त मुद्रेत आहे. एक डावा हात वरदमुद्रेत असून, चौथा हात कमरेवर ठेवलेला आहे. कमरेला सर्पबंध आहे.

शिव अपस्मार पुरुषाच्या देहावर नृत्य करीत आहे. त्याच्या चेहऱ्यावरील भाव प्रसन्नतेचे आहेत. शिवाच्या उजव्या बाजूला पार्वती असून, डाव्या बाजूला भृंगी वेडेवाकडे अंगविक्षेप करून शंकराच्या नृत्यपदन्यासाची नक्कल करण्याचा प्रयत्न करीत आहेत. शंकराच्या चेहऱ्याकडे पाहताना असे वाटते की, शिव प्रसन्न मुद्रेने आपल्याकडेच पाहत आहेत. अतिशय अवघड असे हे शिल्प म्हणजे अनाम कलाकारांच्या कलाकौशल्याची पावतीच आहे.

गर्भगृह : गर्भगृहामध्ये प्रचंड मोठ्या आकाराचे शिवलिंग असून, छतावर प्रचंड मोठ्या आकाराचे पूर्ण उमललेले कमलपुष्प कोरलेले आहे. हे शिवलिंग कधी काळी तोडून टाकलेले होते. सध्या अस्तित्वात असलेले शिवलिंग हे पुरातत्त्व विभागातर्फे प्रतिष्ठापित आहे. सध्या या शिवमंदिरात पूजाअर्चा होत नाही. कधी काळी ती होत होती, असा उल्लेख 'लीळाचरित्र' या ग्रंथामध्ये आहे. संपूर्ण कैलास लेणे अद्भुत अशा कारागिरीने नटलेले आहे. मात्र गाभाऱ्यात कोरीवकामाचा लवलेशही नाही. गाभाऱ्याच्या भिंती ओबडधोबड आहेत. वेरूळ येथील बहुतेक हिंदू गुंफांमधील गर्भगृहांमध्ये हीच परिस्थिती आहे. ज्या देवतेचे मंदिर उभारण्यासाठी आकाशपाताळ एक करून कलानिर्मितीचा खटाटोप करावयाचा, त्या देवतेचे गर्भगृह मात्र कलानिर्मितीपासून वंचित ठेवायचे हा कसला न्याय, हा प्रश्न मनात आल्यावाचून राहत नाही.

रत्नमहालाचा सभामंडप : या सभामंडपामध्ये एकूण सोळा स्तंभ आहेत. सर्व स्तंभ अतिशय उत्कृष्ट रीतीने कोरलेले आहेत. या सर्व स्तंभांवरील शिल्पकामातील वैविध्य थक्क करून सोडणारे आहे. चार स्तंभांचा एक समूह, असे चार समूह सभागृहाच्या चारही कोपऱ्यात आहेत. यापैकी बरोबर मधल्या चार स्तंभांचे स्तंभशीर्ष केवळ चौकोनी आहे. स्तंभांच्या मधल्या भागावर चारी बाजूंनी चैत्यकमानी आहेत. या चैत्यकमानीमध्ये वेगवेगळे आकृतिबंध आहेत. मात्र त्याखाली स्तंभांच्या चारी बाजूंवर विविध प्रकारचे शिल्पपट कोरलेले आहेत. या छोट्या छोट्या शिल्पपटांमध्ये

पुराणातील मिथके सांगितली आहेत. चारी स्तंभांवर मिळून असे सोळा शिल्पपट कोरलेले आहेत.

इतर बारा स्तंभ म्हणजे उत्कृष्ट शिल्पकलेचा नमुनाच आहे. या प्रत्येक खांबाचे शीर्ष हे 'पूर्णकलश किंवा घटपल्लव 'या प्रकारातील आहे. प्रत्येक घटपल्लव अतिशय सुंदररीत्या कोरलेला आहे. उभ्या रेषा असलेले सुंदर घट किंवा कलश, त्यामधून बाहेर पडणारी नक्षीदार आम्रपाने आणि इतरही पानेफुले हे सर्व इतक्या सुंदर प्रकारे कोरलेले आहेत की, पाहत राहावे असे वाटते. घटपल्लवाच्या खाली समांतर उभ्या रेषा असलेला स्तंभांचा उर्वरित भाग असून, त्याच्या चारी कोपऱ्यावर लहान लहान यक्षमूर्ती कोरलेल्या आहेत. त्याखाली वेगवेगळ्या प्रकारची सुंदर तोरणे, (फुलांच्या माळांची, मोत्यांची, मण्यांची वगैरे) आहेत. त्याखाली स्तंभांच्या प्रत्येक बाजूवर कीर्तिमुख कोरलेले असून, त्यात पाने, फुले, मयूर पिसारा व इतर नक्षी कोरलेली आहे. कीर्तिमुखाच्या कलाकुसरीमध्ये इतके वैविध्य आहे की, आपण थक्क होऊन जातो. सभागृहाच्या भिंतीमध्ये एकूण वीस अर्धस्तंभ आहेत. या अर्धस्तंभावरही मधल्या पट्ट्यामध्ये काही शिल्पपट कोरलेले आहेत. या शिल्पपटांमधूनही पुराणकथांमधील मिथके सांगण्याचा प्रयत्न केलेला आहे. या भिंतीमधील अर्धस्तंभांवरही खालच्या बाजूला कीर्तिमुखाची कलाकुसर कोरलेली आहे.

या सभामंडपामध्ये अगणित लहानमोठ्या कलात्मक शिल्परचना आहेत. संपूर्ण रत्नमहाल कधी काळी मातीच्या लिंपणाने लिंपलेला होता व त्यावर रंगकाम केलेले होते. या लिंपणाचे व त्यावरील रंगकामाचे काळवंडलेले अवशेष आपण जागोजागी पाहतो. काही ठिकाणी गतकाळातील चित्रकलेचे अवशेष आजही ठळकपणे पाहायला मिळतात. या ठिकाणी एका विशेष गोष्टीचा आवर्जून उल्लेख करावासा वाटतो, तो म्हणजे प्रत्येक स्तंभाच्या मध्यावर असलेल्या चैत्य कमानीमध्ये लहानसे ओबडधोबड शिल्प आहे. यामध्ये शिल्पकलेचे कौशल्य म्हणून उल्लेख करण्यासारखे काही नाही. मात्र यामधील बहुतांशी शिल्पे ही स्त्री-पुरुष शरीरसंबंधांवर आधारित मिथुनशिल्पे आहेत. अत्यंत मादक व उत्तान शैलीतील काही मिथुनमुद्रा आपल्याला येथे पाहायला मिळतात. सर्वसाधारणपणे नजर टाकल्यानंतर लक्षातही येणार नाहीत इतक्या ओबडधोबड रूपातील ही मिथुन शिल्पे आहेत.

लंकेश्वर : कैलास लेण्यामधील डाव्या बाजूच्या मोकळ्या प्रांगणाला ओलांडून आपण डाव्या बाजूच्या (उत्तरेकडील) भिंतीमध्ये असलेल्या पायऱ्या चढून लंकेश्वर मंदिरात प्रवेश करतो. रत्नमहालाप्रमाणेच ऐसपैस असलेले आणि भगवान शिवाला समर्पित असलेले हे मंदिर 'लंकेश्वर' म्हणून का संबोधले जात असावे, हा प्रश्न मनात आल्यावाचून राहत नाही. मंदिरात प्रवेश करण्यापूर्वी, समोरच्या भिंतीवरील गजलक्ष्मीचा शिल्पपट आपले लक्ष वेधून घेतो. हा शिल्पपट हुबेहूब कैलास

लेण्यांच्या प्रवेशद्वारासमोरील शिल्पपटाप्रमाणे आहे.

पायऱ्या चढून वर येताच डाव्या हाताला नंदीमंडप आहे. ऐसपैस अशा चौरस नंदीमंडपामध्ये नंदीची विशाल आणि सुंदर मूर्ती आहे. पाय दुमडून चौथऱ्यावर बसलेल्या नंदीचे हे शिल्प केवळ उत्कृष्ट म्हणता येईल असेच आहे. नंदीच्या गळ्यातील घुंगरवाळ्यांचा हार आपले लक्ष वेधून घेतो. नंदीमंडपाच्या प्रवेशद्वाराजवळ दोन्ही बाजूला दोन द्वारपालांच्या मूर्ती आहेत. या दोन्ही प्रतिमा म्हणजे द्वारपालांच्या रूपातील शिवमूर्ती आहेत. द्वारपालांच्या या प्रतिमाही अतिशय प्रमाणबद्ध असून विविध अलंकारांनी परिपूर्ण आहेत. डावीकडील चतुर्भुज द्वारपालाच्या डाव्या हातात त्रिशूल असून, दुसरा डावा हात अतिशय रुबाबात गदेच्या मुठीवर टेकवून हा द्वारपाल डावीकडे झुकून त्रिभंगावस्थेत, पाय दुमडून उभा आहे. कपाळावर तिसरा नेत्र आहे.

आकृती ३.१४ - **गुंफा क्र. १६ : कैलास लेणे, लंकेश्वर मंदिरातील नंदी**

उजवीकडील द्वारपालाची प्रतिमासुद्धा चतुर्भुज आहे. एका उजव्या हातात त्रिशूल धरलेला असून, दुसरा उजवा हात गदेच्या मुठीवर टेकलेला आहे. येथे विशेष म्हणजे द्वारपालाने आपला हात गदेच्या मुठीवर टेकण्यापूर्वी गदेच्या मुठीला असलेल्या साखळीमध्ये अडकवला आहे. हे पाहून मनोमन कलाकारांच्या कल्पनाशक्तीची आणि बारकाईने केलेल्या कोरीवकामाची दाद द्यावीशी वाटते. कातळातून शिल्प घडवताना या अनाम कलाकारांनी लहानसहान गोष्टींचा विचारही इतक्या बारकाईने केलेला आहे की मन थक्क होऊन जाते. गदेच्या मुठीवर उजवा हात टेकवून हा द्वारपाल उजवीकडे रेलून त्रिभंगावस्थेत अतिशय मजेत उभा आहे.

नंदीमंडपाच्या समोरच अतिशय प्रशस्त असे चौरस सभागृह आहे. तेथे जाण्यासाठी नंदीच्या मूर्तीसमोर पायऱ्या असून, दोन्ही बाजूला अर्धवट उंचीचा कठडा आणि सहा स्तंभ आहेत. त्यापलीकडे सभागृह आहे. या सभागृहाच्या बरोबर दुसऱ्या

टोकाला गर्भगृह आहे. गर्भगृह अतिशय अंधारलेले असून, आतमध्ये शिल्पकाम यथातथाच आहे. शिल्पकाम पूर्ण केलेले नाही असे वाटते. शिवलिंगसुद्धा अर्ध्यातून सोडलेले आहे. पाठीमागील भिंतीवर महेशमूर्ती अर्ध उठावात कोरण्याचा प्रयत्न केला आहे. परंतु त्यामध्ये सुंदरतेचा व कलात्मकतेचा पूर्णतया अभाव जाणवतो. शिवाची तीन रूपे महेशमूर्तीमध्ये दृग्गोचर होतात. या विश्वाचा निर्माता म्हणून शिवाला वामदेव या नावाने ओळखले जाते. डाव्या बाजूचा हा चेहरा उमेचा असून तिच्या हातात आरसा धरलेला आहे. महेशमूर्तीमधील हे स्त्रीरूप विश्वनिर्मितीचे प्रतिनिधित्व करते. मधला चेहरा रक्षणकर्त्या शिवाचा आहे. तत्पुरुष म्हणून ओळखले जाणारे शिवाचे हे रूप हसतमुख आहे. उजव्या बाजूचा चेहरा लयकर्त्या शिवाचा असून त्याचे हे रूप अघोर म्हणून ओळखले जाते. त्याच्या एका हातात इडलिंबू हे फळ असून दुसऱ्या हातात मांस धरलेले आहे. शिवाचे हे अघोररूप भयावह वाटते.

येथे एका गोष्टीचे राहून राहून आश्चर्य वाटते ते म्हणजे ज्या प्रतिभावान कलाकारांनी या संपूर्ण मंदिराची निर्मिती इतक्या कुशलतेने आणि बारकाईने केली आहे तथापि, त्यांनी प्रत्यक्ष गाभाऱ्यातील शिल्पकामाबाबत असे दुर्लक्ष का केले असावे? या मंदिरातील सभागृहात असलेले, सुंदर शिल्पकामाने अक्षरश: नटलेले स्तंभ, द्वारपाल व इतर अनेक शिल्पाकृती पाहिल्यानंतर या कलावंतांच्या प्रतिभेचे श्रेष्ठत्व आपल्याला क्षणार्धात जाणवते. अखंड पाषाणातून कोरलेले हे मंदिर वास्तुकलेच्या दृष्टिकोनातून विचार करताही इतके तंतोतंत आहे की त्या काळी मोजमापाची जी साधने या शिल्पकारांकडे अवगत असतील तीसुद्धा अतिशय प्रगत असावीत, असेच म्हणावे लागते.

नंदीची मूर्तीसुद्धा उत्कृष्ट म्हणता येईल अशी आहे. सर्व खांबांवर दृष्ट लागेल असे नक्षीकाम आहे. गर्भगृहाच्या प्रवेशद्वाराबाहेर उभ्या गंगा-यमुनांच्या मूर्तीही सुंदर आहेत. एवढेच नव्हे तर प्रवेशद्वाराच्या द्वारशाखांचे कोरीवकामही सुंदर आहे. हे सर्व पाहिल्यानंतर जेव्हा आपण गर्भगृहात डोकावतो तेव्हा मात्र तेथे असणाऱ्या अंधाराप्रमाणेच घोर निराशाच अनुभवावी लागते. कारण ज्या दैवताच्या मंदिरनिर्माणापायी या कलाकारांनी आपली अवघी प्रतिभा पणाला लावली आणि कलेच्या साह्याने जणू काळ्या पाषाणात चैतन्य निर्माण केले, त्या कलाकारांनी गर्भगृहातील दैवतांची निर्मिती करताना इतके दुर्लक्ष का बरे केले असावे? 'लंकेश्वर' मंदिराच्या गर्भगृहातील काम केवळ दुर्लक्षितच नाही तर अर्धवट सोडल्याचे जाणवते. असे का झाले असावे? गर्भगृहातील मागील भिंतीवर त्रिमूर्तीचे शिल्प पाहतानाही आश्चर्य वाटते. कारण ते इतके ओबडधोबड आणि सौंदर्यहीन अभिरुचीचे आहे की, मनात प्रश्न येतो. हे असे का? जेव्हा संपूर्ण मंदिर आणि सभागृह इतक्या कलात्मकतेने आणि

कलेच्या उत्कृष्टतेची परिसीमा वाटेल अशा तऱ्हेने घडवले जाते तेव्हा गर्भगृहातील शिल्पकाम मात्र अशा निकृष्ट दर्जाचे का घडले असावे?

या प्रश्नाचे उत्तर शोधणे अवघड आहे. फक्त एकच म्हणू शकतो की, ते म्हणजे पूर्ण मंदिर कोरून झाल्यानंतर अखेरीस गर्भगृहातील शिल्पकाम करण्याचे प्रयोजन असावे. पण तत्पूर्वीच काम बंद पडले असावे. पण हे उत्तरही संयुक्तिक वाटत नाही. कारण प्रवेशद्वाराच्या द्वारशाखांपर्यंतचे काम पूर्णपणे पार पडले आणि गर्भगृहातील शिल्पकाम मात्र अर्धवट सोडले असे म्हणणे आश्चर्याचे नव्हे काय?

रत्नमहालाच्या बाबतही हेच म्हणता येईल. संपूर्ण रत्नमहाल आतून बाहेरून शिल्पकामाने परिपूर्ण आहे. मात्र गर्भगृहातील भिंती ओबडधोबड आहेत. प्रदक्षिणा पथावरील पाच मंदिरांचेही तेच घडले आहे. या पाचही मंदिरांची निर्मिती अगदी परिपूर्ण आहे. मात्र आतील देवतांची निर्मिती केलेली नाही किंवा इतरही कोरीवकाम नाही. मंदिरे कुठल्या देवदेवतांसाठी घडवली असावीत, याचा अंदाजही करता येत नाही. हे असे का घडले असावे? गंमत म्हणजे हे अनाकलनीय दुर्लक्ष फक्त हिंदू लेण्यांच्या बाबतीतच घडलेले आहे. कारण बौद्ध आणि जैन गुंफांमध्ये गर्भगृहे पूर्णतया कोरलेली आहेत.

गर्भगृहाच्या दोन्ही बाजूला दोन स्त्रीप्रतिमा आहेत. त्या गंगा आणि यमुना यांच्या प्रतिमा आहेत. सभामंडपाच्या डाव्या भिंतीवरील कोनाड्यांमध्ये वेगवेगळे शिल्पपट कोरलेले आहेत. उजव्या बाजूला अर्ध्या उंचीचा कठडा असून, मध्ये सहा स्तंभ आहेत. या प्रत्येक स्तंभासमोर एक एक शिल्प आहे. या शिल्पांची आता तोडफोड झालेली असली तरी कधीकाळी या शिल्पमूर्ती अतिशय सुंदर असाव्यात हे पाहताक्षणी लक्षात येते. सभागृहाच्या उजव्या बाजूला ओवरी असून, त्याला अर्ध्यापर्यंत दगडी भिंत आणि सहा अर्धस्तंभ आहेत. पाच अर्धस्तंभांवर पाच वेगवेगळ्या शिल्पमूर्ती कोरलेल्या आहेत. या पाचही शिल्पांची बरीच तोडफोड झालेली असल्यामळे त्यातील काही शिल्परचना ओळखता येत नाही. यामध्ये सगळ्यात शेवटची मूर्ती महिषासुरमर्दिनी दुर्गेची आहे. त्याच्या अलीकडील मूर्ती अर्धनारी नटेश्वराची असून, इतर तीन शिल्पांमध्ये शिवप्रतिमा आहे हे लक्षात येते. या ठिकाणी एका शिल्पामध्ये शिवमूर्तीच्या पायाशी बसलेल्या एका पुरुषमूर्तीच्या उजव्या हातामध्ये म्यान केलेला खंजीर आहे. हे पाहून आश्चर्य वाटल्यावाचून राहत नाही.

ओवरीच्या पूर्वेकडील भिंतीवर नटराज शिवाचे ललितम् नृत्य करतानाचे एक अतिशय सुंदर शिल्प आहे. या शिल्पांची बरीच तोडफोड झालेली आहे. परंतु शिवमूर्तीच्या चेहऱ्यावरचे प्रसन्न भाव पाहूनच आपल्या लक्षात येते की शिव ललितम् नृत्यामध्ये दंग आहे. बाजूला पार्वती उभी असून, वादक मंडळी वाद्ये वाजवून शिवाला नृत्यासाठी साथ करताहेत. ही शिवमूर्ती अष्टभुज असावी. एका

उजव्या हातात त्रिशूल आहे. दुसरा नृत्यमुद्रेत आहे. या हाताच्या तीन बोटांमध्ये अंगुलीयक घातल्याचे स्पष्ट दिसते आहे. एका डाव्या हातात डमरू धरलेले असून, दुसऱ्या डाव्या हातात फणाधारी सर्प धरलेला आहे. इतर सर्व हात तुटलेले आहेत. शिवमूर्तीचा जटामुकुट अतिशय सुंदर आहे. शिवमूर्तीच्या डाव्या बाजूला एक बसलेली पुरुषमूर्ती आहे. त्याने आपल्या पोटाशी घडा धरलेला आहे. त्याचे प्रयोजन काय असावे, असा प्रश्न मनात येतो. हा वादक असून मटक्यावर बोटे वाजवून घटम्‌ची साथ करीत असावा असे वाटते.

सभामंडपामध्ये एकूण वीस स्तंभ आहेत. प्रत्येक स्तंभ हा कोरीवकामाने परिपूर्ण आहे असे म्हणता येईल इतके सुंदर नक्षीकाम येथे पाहायला मिळते. या वीस स्तंभांपैकी चार कोपऱ्यावरचे चार स्तंभ हे घटपल्लव किंवा पूर्णकलश या प्रकारचे आहेत. यातील कलाकुसर अतिशय सुंदर आहे. गर्भगृहासमोरील सहा स्तंभांच्या मध्ये चौथरा आहे. हा चौथरा तिन्ही बाजूंनी अतिशय प्रमाणबद्धरीत्या पाषाणातून कोरलेला आहे. एकूणच सभागृहाचे छत, जमीन, स्तंभ आणि स्तंभावरील कोरीवकाम पाहताना अतिशय कुशल कारागिरांनी या मंदिराचे काम केलेले आहे हे जाणवते. काही स्तंभावरील नक्षीकामात मकर तोरणाचे नाजूक कोरीवकाम असून, त्यामध्ये छोट्या छोट्या शिल्पाकृती कोरलेल्या आहेत. यामध्ये काही ठिकाणी गणेश प्रतिमा, श्रीलक्ष्मी, गजलक्ष्मी, नटराज शिव, विष्णू आदींच्या अतिशय छोट्या प्रतिमा आहेत.

गर्भगृहाच्या उजव्या बाजूला भिंतीमध्ये रावणानुगृह हे शिल्प आहे. ज्यामध्ये कैलासावर स्थित शंकर-पार्वती असून, कैलास पर्वताला दशमुखी रावण आपल्या सर्व शक्तिनिशी हलवताना दाखवलेला आहे. डाव्या बाजूला भिंतीमध्ये शिव-पार्वती चौसर खेळतानाचे दृश्य दाखवणारा शिल्पपट आहे.

सभागृहाच्या डाव्या भिंतीवरील शिल्पपट : सभागृहाच्या डाव्या भिंतीमध्ये असलेल्या कोनाड्यामध्ये काही शिल्पाकृती आहेत. सर्वांत पहिली प्रतिमा गणेशाची आहे. ही गणेशमूर्ती चतुर्भुज असून अर्धपर्यंकासनात बसलेली आहे. गणेशाच्या एका उजव्या हातात परशू आहे तर दुसऱ्या हातामध्ये लाडवाने भरलेले पात्र आहे. दुसऱ्या कोनाड्यातील शिल्पपट विष्णूच्या नृसिंहावताराचा असून, त्याने मांडीवर हिरण्यकश्यपूला घेऊन त्याचे पोट फाडले आहे. हिरण्यकश्यपूच्या चेहऱ्यावरील दु:ख, वेदना आणि उद्वेग दाखवण्यात कलाकार यशस्वी झालेला आहे. जवळच नारद आणि प्रल्हाद उभे आहेत. नारदाच्या चेहऱ्यावर खोडकर भाव आहेत, तर प्रल्हादाच्या चेहऱ्यावर दु:खाचे भाव आहेत. तिसरा शिल्पपट, ब्रह्मदेव, विष्णू आणि महेश यांच्या तीन वेगवेगळ्या मूर्तींनी बनलेला आहे.

ब्रह्मदेवाला तीन तोंडे असून पाठीमागे प्रभाभंडळ आहे. त्याच्या एका बाजूला

सरस्वती आहे, तर दुसऱ्या बाजूला सावित्री आहे. मध्ये शिवाची मूर्ती असून ती चतुर्भुज आहे. शिवाच्या डाव्या हाताला नंदी उभा आहे. तिसरी प्रतिमा विष्णूची असून ती चतुर्भुज आहे. त्याच्या एका डाव्या हातात चक्र असून उजव्या हातात गदा आहे. त्याच्या डाव्या बाजूला मानवदेहधारी गरुड उभा आहे. तो अंजलीमुद्रेत आहे. विष्णुप्रतिमेच्या पलीकडे पंचाग्नी साधना करणारी उमा आहे. तिच्या उजव्या हातामध्ये कमलपुष्पामध्ये शिवलिंग असून, डाव्या हातामध्ये कमळ धरलेले आहे त्यामध्ये तिचा पुत्र गणेश बसलेला आहे. पायाशी फक्त दोन अग्निकुंडे दाखवलेली आहेत. उमा अलंकारांनी सजलेली आहे. त्या नंतरच्या कोनाड्यात विष्णूची वराहअवतार मूर्ती आहे. ही वराहप्रतिमा चतुर्भुज असून त्याने आपल्या एका डाव्या हाताने भूदेवीला धरले आहे. खाली नाग-नागी यांच्या प्रतिमा आहेत.

सर्वांत शेवटच्या कोनाड्यात सूर्यदेवाची चतुर्भुज प्रतिमा आहे. दोन्ही हातांमध्ये पूर्ण उमलेले कमलपुष्प धरलेले आहे. त्याच्या दोन्ही बाजूला स्त्री-पुरुषप्रतिमा आहेत. स्त्रीच्या हातात कमळ कळा असून पुरुषाच्या हातात कलश आणि भाला धरलेला आहे. सूर्यदेवाच्या हातामध्ये नेहमीच कमळफुले असतात. सूर्यदेवाच्या पायामध्ये रोमन योद्धे वापरतात तसे जोडे आहेत.

संपूर्ण कैलास लेणे पाहून झाल्यावर आपली अवस्था भान हरपल्यासारखी होते. एखादे दैवी कलादालन पाहिल्याप्रमाणे मनाची अवस्था कृतकृत्य होऊन जाते. पण एवढ्यावर समाधान न मानता कैलास लेणे वरच्या बाजूने पाहण्यासाठी मंदिराच्या उजव्या बाजूने असलेल्या पायऱ्या चढून जाता येते. वर गेल्यानंतर मंदिराच्या छतावरील कोरीवकाम पाहून मन थक्क होऊन जाते.

सभामंडपाच्या वर शालशिखरे कोरलेली आहेत. चारही कोपऱ्यात कोष्ठे असून मध्यावर पुन्हा शालशिखरे आहेत. सभामंडपावर विस्तृत आकाराची कमलदले कोरलेली आहेत आणि त्याच्या मध्यभागी लहानसे शिखर आहे. या कमलदलाच्या सभोवती चार बाजूस चार सिंह कोरलेले आहेत. या सिंहांनी आपला पुढील एक पंजा उगारलेला आहे. या सिंहाकृती अतिशय उत्कृष्टरीत्या कोरल्या आहेत. मुख्य शिखराच्या समोरील बाजूस असलेल्या मोठ्या देवकोष्ठामध्ये ध्यानमुद्रेतील योगेश्वर शिवाची अत्यंत सुंदर प्रतिमा आहे. त्याच्या वरच्या बाजूला आणखीन सिंहमूर्ती असून सिंहाने पंजा मारून हत्तीला लोळवल्याचे दाखवले आहे. वितानावरच्या शेवटच्या तलावर चारही कोपऱ्यात चार नंदी कोरलेले आहेत. नंदीमंडपावर कुबेराच्या मूर्ती असून गोपुरावर कलशयुक्त शालशिखर एकमेकांस छेदल्याप्रमाणे कोरले आहे. चारही बाजूस असलेल्या चैत्याकार कोनाड्यात शिल्पपट कोरले आहेत.

संपूर्ण कैलास लेणे कधीकाळी पूर्णतया लिंपलेले होते. या लिंपणासाठी माती आणि इतर अनेक पदार्थ यांचे मिश्रण वापरले जात असे. मातीमध्ये, भाताचा कोंडा,

अंडे, गोंद, शेण, गुळ व इतरही अनेक गोष्टी मिसळल्या जात. या लिंपणाने सर्व शिल्पकाम अगदी गुळगुळीत होइतो लिंपले जात असे. नंतर त्याला चुन्याची सफेदी देऊन, तदनंतर नैसर्गिक रंगांनी रंगकाम केले जात असे. यासाठी माती, पानेफुले, हळद, कोळसा, चुना यांसारखे पदार्थ उपयोगात आणीत...!

खरे पाहता संपूर्ण कैलासलेणं 'अद्‌भुतरम्य' अशा कलाविष्काराने नटलेले आहे. अगदी सुरुवातीला उल्लेख केल्याप्रमाणे 'कैलास लेणं' म्हणजे शिल्पकलेचा खजिना आहे रत्नमाणकांनी ठासून भरलेला. येथे अगणित लहानमोठ्या पण अतिशय सुंदर अशा शिल्पाकृती आहेत ज्यांचे संपूर्ण वर्णन करता येणे शक्य नाही. पण ज्याचे मूल्य कलाविष्काराच्या दृष्टिकोनातून पाहता शब्दातीत आहे.

लहान आकाराची आणि विविध विषयावर आधारित अगणित शिल्पे येथे आहेत. कधी कुठले शिल्प नजरेत भरेल ते कळतच नाही. मोठ्या शिल्पपटांचे आणि त्यातील शिल्पाकृतींचे वर्णन करताना शब्द अपुरे पडतात. पण अशी अनेक लहान लहान शिल्पे आहेत, ज्यांचे वर्णन केले जात नाही. पण करायला गेलो तर शब्द अपुरे पडतील. संपूर्ण मंदिराच्या बाह्य भिंतीवर जे अनेक 'पट्ट' कोरलेले आहेत, त्यामधील नक्षीकाम केवळ अजोड असेच आहे. या मंदिरात गजमूर्तींचे शिल्पांकन इतके अधिक आहे, की नवल वाटत राहते. भिंतींच्या वर, खाली, मध्ये अशा अनेक पट्टांवर लहानमोठ्या गजप्रतिमा आहेत. ज्यांचे शिल्पांकन केवळ उत्कृष्ट असेच आहे. नंदीमंडपाच्या शालशिखराच्या चोहीबाजूंनी जी पट्टिका आहे त्यावर गज, सिंह, घोडे, मेंढा यांच्या जोड्या कोरलेल्या आहेत.

आकृती ३.१५ - **गुंफा क्र. १६ : कैलास लेणे- चार धड आणि एक शिर असलेल्या हरणाची प्रतिमा**

या ठिकाणी समोरासमोर उभ्या बैलांच्या जोडीचे एक अतिशय सुंदर शिल्प आहे. ही जोडी खिल्लारी बैलांची आहे. याच ओळीत आणखीन वैशिष्ट्यपूर्ण असे एक लहानसे शिल्प आहे. चार देह व एकच शीर असलेले हे हरणाचे शिल्प लहानसे असले तरी अत्यंत सुंदर आहे. असेच शिल्प आपल्याला अजिंठा येथील एक क्रमांकाच्या गुंफेतील दोन स्तंभशीर्षावर पाहायला मिळते. तर नंदीमंडप आणि

आकृती ३.१६ - **गुंफा क्र. १६ : कैलास लेणे- बैलांची जोडी**

रत्नमहाल यांना जोडणाऱ्या वऱ्हांड्याच्या खाली असणाऱ्या पीठामध्ये जो सभामंडप आहे, त्याच्या छताला उत्तर दक्षिण बाजूस असणाऱ्या पट्टिकांवर अतिशय सुंदर मिथुन शिल्पप्रतिमा आहेत. या शिल्पाकृती लहान लहान असल्यातरी उच्चकोटीचे शिल्पकाम या ठिकाणी पाहायला मिळते.

एका अखंड पाषाणातून हे सर्व खोदून काढताना कलाकारांनी जी कसोशी साधलेली आहे ती केवळ अजोड आहे. कारण या कलेला घडवताना कलाकारांच्या अतीव श्रेष्ठत्वाचीसुद्धा येथे कसोटी लागली असणार हे निर्विवाद सत्य आहे. कारण एखादी लहानशी चूकसुद्धा येथे फार महाग पडली असती. जे विशुद्ध परिपूर्णत्व येथील कारागिरीमध्ये पाहायला मिळते आहे ते क्वचितच इतर ठिकाणी पाहायला मिळेल. त्यामुळेच वेरूळचे कैलास लेणे म्हणजे शिल्पकलेतील पूर्णविराम आहे; असे म्हटले तर वावगे ठरणार नाही.

गुंफा क्र. १७

गुंफा क्र. सतरा ही कालान्वये कैलास लेण्याच्या बरीच आधीची असावी. कारण या गुंफेमध्ये असलेले शिल्पकाम एकवीस आणि चौदा क्रमांकाच्या लेण्यातील शिल्पकामाशी जवळीक साधणारे आहे. गुंफा आकाराने मध्यम आहे. फारसे शिल्पकाम नाही.

बाहेरून आपण गुंफेच्या प्रांगणात प्रवेश करतो तेव्हा समोर पायऱ्या आहेत. या पायऱ्या चढून आपण गुंफेसमोर येतो. उजव्या व डाव्या बाजूच्या भिंतीवर जे शिल्पपट दिसतात ते अर्धवट असावेत किंवा काळाच्या ओघात झिजून गेले असावेत. उजव्या बाजूला असणाऱ्या शिल्पपटात ब्रह्मदेवाची मूर्ती आहे.

गुंफेच्या प्रवेशद्वारातून आत येताच डावीकडे गणेशाची सुंदर प्रतिमा आहे. चतुर्भुज गणेशाचे कान खरे वाटावेत इतके सुंदररीत्या कोरले आहेत. शिवाय डोक्यावर फुलांचा मुकुट कोरलेला आहे. गणेशाच्या एका उजव्या हातात कमळ तर दुसऱ्या हातात रुद्राक्षमाला आहे. तर डाव्या हातात अंकुश आणि लाडवाचे पात्र धरलेले आहे.

गणेशप्रतिमेच्या बरोबर समोर प्रवेशद्वाराच्या उजव्या बाजूला महिषासुरमर्दिनीचा शिल्पपट आहे. महिषासुराच्या अंगावर पाय रोवून उभी दुर्गा त्वेषपूर्ण वाटते. दुर्गेची प्रतिमा चतुर्भुज आहे. एका उजव्या हातात भला मोठा त्रिशूल धरलेला आहे. तर दुसऱ्या हातात खड्ग धरलेले आहे. एका डाव्या हातात ढाल धरलेली असून, दुसऱ्या डाव्या हाताने महिषाचे तोंड दाबून दुर्गा त्वेषाने उभी आहे.

मंदिराच्या सभागृहात आठ स्तंभ आहेत. मधोमध जे चार स्तंभ आहेत. त्यावरील शिल्पकाम एकवीस क्रमांकाच्या गुंफेतील स्तंभाप्रमाणे आहे. स्तंभशीर्ष खूपच वेगळे आहेत. मोठ्या गोल आकाराच्या स्तंभशीर्षावर चारी बाजूंनी सुंदर स्त्रीप्रतिमा कोरलेल्या आहेत. प्रत्येक स्त्रीमूर्तीच्या पायाशी दास व दासी आहेत. शिवाय दोन्ही बाजूला यक्ष फुलमाला घेऊन उडत आहेत. चारी स्तंभांवर मिळून अशा सोळा स्त्रीप्रतिमा आहेत. बरीच तोडफोड झालेली आहे. परंतु तरीही या स्त्रीप्रतिमांच्या शिल्पकामातील वैविध्य आपल्याला अनुभवता येते. या चार स्तंभांपैकी प्रवेशद्वाराच्या बाजूकडील दोन्ही स्तंभांच्या खालच्या भागाचे शिल्पकाम पूर्ण झालेले नाही. मात्र स्तंभांच्या मध्यावर चारी कोपऱ्यात चार बुटके यक्ष बसलेले आहेत.

गर्भगृहाजवळच असलेल्या दोन स्तंभांच्या खालच्या भागावर अतिशय सुंदर कोरीवकाम आहे. हे कोरीवकाम चौदा क्रमांकाच्या गुंफेतील, स्तंभावरील कोरीवकामाशी खूपच साम्य दाखवते. स्तंभांच्या चारी बाजूंवर लहान लहान कोनाड्यात वेगवेगळ्या स्त्री-पुरुषप्रतिमा कोरल्या आहेत. या सर्व कोनाड्यांची कमान व एकूणच संपूर्ण स्तंभांवरील कोरीवकाम द्रविड शैलीतील असावे असे वाटते.

प्रवेशद्वाराच्या बरोबर समोर गर्भगृह आहे. प्रवेशद्वाराला पाच द्वारशाखा आहेत. प्रवेशद्वाराची वरची चौकट हुबेहूब द्राविडियन पद्धतीची आहे. प्रवेशद्वाराच्या दोन्ही बाजूला द्वारपाल आहेत. या दोन्ही द्वारपालांच्या प्रतिमा आकाराने भव्य आहेत. डाव्या व उजव्या बाजूला यक्षमूर्ती हातात फूलमाळा धरून उडताहेत. विशेष लक्ष वेधून घेणारी गोष्ट म्हणजे या दोन्ही द्वारपालांच्या उजव्या पायाजवळ बुटके सेवक उभे आहेत.

डाव्या बाजूच्या द्वारपालाचा हा सेवक त्याच्या शिरस्त्राणामुळे किंवा शिरवस्त्रामुळे जे पगडीसदृश आहे, लक्ष वेधून घेतो. त्याच्या हातात काठी अथवा तत्सम काही तरी धरलेले आहे. जणू तो त्या काठीचा आधार घेऊन उभा आहे. उजव्या बाजूच्या द्वारपालाचा हा बुटका जाडा सेवक कुरळे केस, जाडेभरडे ओठ यामुळे परकीय वाटतो. त्याने उजव्या हातात धरलेली वस्तू कोणती हे लक्षात येत नाही. मात्र डाव्या खांद्यावर थैली असून, त्याचा बंद त्याने डाव्या हातात घट्ट धरलेला आहे.

गर्भगृहामध्ये शिवलिंग कोरण्यास सुरुवात करून ते काम अर्धवट सोडल्याचे लक्षात येते. गर्भगृहाभोवती प्रदक्षिणा पथ आहे. गर्भगृहाच्या समोरील सहा स्तंभाच्या स्तंभशीर्षावर शालभंजिका कोरलेल्या आहेत. या स्त्रीप्रतिमांपैकी आम्रवृक्षाखाली उभ्या आहेत तर काही शालवृक्षाखाली आहेत. त्यांच्या बाजूला कधी बुटके यक्ष, सेवकांच्या रूपात उभे आहेत, तर कधी तरुण स्त्रिया दासी म्हणून उभ्या आहेत. दोन वृद्धा बाजूला बसल्याचेही दाखवले आहे. हातातील काठीवर हात टेकवून त्यावर हनुवटी टेकवून एका ठिकाणी एक वृद्धा जणू त्या सुंदर तरुणीची राखण करीत आहे. तर दुसऱ्या एका ठिकाणी एक वृद्ध असाच हनुवटी काठीवर टेकवून बसलेला आहे. काही ठिकाणी या स्त्रियांच्या सोबत छोटी बालकेही दिसत आहेत.

एकूण पाहता ही गुंफा चौदा व एकवीस क्रमांकाच्या गुंफांपूर्वी खोदायला घेतली असावी, असे वाटते. तसेच या गुंफेमध्ये गुप्तकालीन शिल्पकामांचा ठसा म्हणून ओळखले जाणारे, स्तंभांवरील नक्षीकाम, घटपल्लव किंवा पूर्णकलश येथे अजिबात पाहायला मिळत नाही. त्याशिवाय कैलास गुंफेमध्ये दिसणारे मकरतोरण हे रूपकही चौदा आणि सतरा क्रमांकाच्या या गुंफांमध्ये अजिबात पाहायला मिळत नाही. मात्र पूर्णकलश किंवा घटपल्लव पद्धतीची स्तंभशीर्षावरील नक्षी काही प्रमाणात गुंफा क्र. एकवीसमध्ये पाहायला मिळते. त्यामुळे सतरा क्रमांकाची ही गुंफा चौदा क्रमांकाच्या व एकवीस क्रमांकाच्या आधीची असावी, असे वाटते. ही गुंफा चालुक्यपूर्वकालीन असावी का, असे प्रश्नचिन्हही मनात येते.

गुंफा क्र. २०

अतिशय छोटी गुंफा आहे. लहानसे गर्भगृह आहे. आतमध्ये कुठलीही देवता किंवा शिवलिंग नाही. प्रवेशद्वाराला तीन द्वारशाखा आहेत. या द्वारशाखांवर सुंदर कलाकुसर आहे. प्रवेशद्वाराच्या दोन्ही बाजूला दोन स्त्रीप्रतिमा आहेत.

प्रवेशद्वाराच्या दोन्ही बाजूला दोन द्वारपाल उभे आहेत. द्वारपालांच्या डाव्या बाजूला बुटके सेवक उभे आहेत. डाव्या बाजूचा सेवक अगदी मजेत छातीवर हाताची घडी करून उभा आहे. कमरेला सर्पबंध आहे. अंगावर काचा मारलेले व गुडघ्याच्या वर नेसलेले धोतर नेसलेले आहे. उजव्या बाजूच्या द्वारपालाच्या सेवकाने जो शिरेटोप डोक्यावर घातलेला आहे तो अतिशय साध्या पद्धतीचा असून शिरेटोपामधून बाहेर पडलेले त्याचे केस दोन्ही बाजूला खांद्यांवर दिसताहेत. विशेष म्हणजे अशा प्रकारचे टोप आपल्याला महाबलीपुरम येथील मंदिरामध्ये असलेल्या शिल्पाकृतींमध्ये पाहायला मिळतात.

गुंफा क्र. २१ : रामश्वर लेणे

वेरूळ येथे असलेल्या हिंदू गुंफांपैकी कैलास लेण्यांनंतरची ही एक उत्कृष्ट गुंफा आहे. आकाराने अतिशय लहान असलेली ही गुंफा शिल्पकलेच्या दृष्टीने विचार करता फार महत्त्वाची आहे, असे म्हणावेसे वाटते. एकतर या गुंफेतील शिल्पकलेची फारशी तोडफोड झालेली नाही. त्यामुळे जी काही शिल्पकला व कलाकुसर येथील शिल्पपटांतून पाहायला मिळते, ती प्रेक्षणीय आहे हे आपल्या लक्षात येते.

गुंफेचे प्रवेशद्वार इतर सर्व गुंफांप्रमाणेच पश्चिमेकडे मुख करून आहे. पूर्वी या गुंफेचे स्वरूप वेगळे असावे की काय, अशी शंका येते. कारण प्रवेशद्वारासमोर मोठे प्रांगण आहे. तेथील बराचसा भाग काळाच्या ओघात नाहीसा झाल्याच्या खाणाखुणा आपल्या नजरेस पडतात. गुंफेच्या समोरील प्रांगणात मोठ्या चौकोनी चौथऱ्यावर नंदीची मूर्ती आहे.

या चौथऱ्याच्या चारी भिंतीवर काही शिल्पाकृती कोरलेल्या दिसताहेत. त्याची ओळख पटण्यापलीकडे झीज झालेली आहे. तरीही समोरील बाजूंवर असणारी स्त्रीप्रतिमा थोडे लक्ष वेधून घेतेच. या मूर्तीच्या एकंदरीत स्वरूपावरून ही मातृकादेवीची मूर्ती असावी असे वाटते. ज्यामध्ये स्त्रीच्या योनी भागाला दर्शनीय रूपात दाखवले जाते.

गुंफेत प्रवेश करण्यापूर्वीच बाहेरच्या बाजूला दोन्ही कोपऱ्यात असणाऱ्या गंगा आणि यमुना यांच्या प्रतिमा आपले लक्ष वेधून घेतात. यमुनेची मूर्ती बरीचशी झिजलेली आहे.

गंगा : गंगेची प्रतिमा अतिशय सुंदर आहे. आकाराने ही मूर्ती सर्वसामान्य जीवनमानापेक्षा भव्य आहे. तरीही ही मूर्ती पाहत राहावी अशीच आहे. मूर्तीची थोडीफार झीज व तोडफोड झालेली आहे. परंतु तरीही या मूर्तीचे सौंदर्य आणि अतिशय कमीनय देहयष्टी पाहताना कलाकाराच्या उत्कृष्ट कलाविष्काराची साक्ष पटते.

या स्त्रीने आपल्या भरघोस केसांची सुंदर केशरचना केलेली आहे. त्यावर रत्नजडित सुवर्णमुकुट शोभतो आहेच, शिवाय मण्यांच्या किंवा मोत्यांच्या माळाही केशरचनेमध्ये गुंफलेल्या आहेत. कानात मोठाली कर्णकुंडले आहेत. गळ्यामध्ये दोन हार आहेत. स्तनहार दोन्ही उरोजांच्या वर आकर्षकपणे विराजला आहे व त्याचे पदक वक्षांच्या खालीपर्यंत पोहोचले आहे. कमरेशी सुंदर मेखला आहे. अंगावर नेसलेले अंतरीय लुंगीप्रमाणे आहे. तलम अशा या अंतरीयाच्या पारदर्शीपणामुळे तिची सुकुमार देहयष्टी जणू ठाशीवपणे नजरेत भरते. दोन्ही दंडांवर नक्षीदार केयूर आहेत. गंगेने अंगावर उत्तरीय घेतलेले आहे हे लक्षात येते. कारण त्याचा एक पदर पाठीवरून डाव्या हातापर्यंत घेतलेला दिसत आहे. गळ्यातील हाराचे गोंडे डाव्या व उजव्या खांद्यावरून पुढे घेतले दाखवलेले आहेत.

गंगेचा चेहराही हसतमुख आणि सुंदर आहे. डाव्या बाजूला बुटका सेवक छातीवर हाताची घडी घालून उभा आहे. त्याच्या डोक्यावर आपला डावा हात ठेवून डावा पाय किंचित दुमडून गंगा त्रिभंगावस्थेत अतिशय आकर्षकपणे मकरासनावर उभी आहे. तिच्या दोन्ही बाजूला फूलमाळा घेऊन उडणारे यक्ष दिसत आहेत. गंगेच्या डाव्या हाताशी जाडा बुटका सेवक उभा आहे.

गुंफेचे प्रवेशद्वार ज्या भिंतीमध्ये आहे ती अर्ध्या उंचीची असून, या भिंतीमध्ये सहा स्तंभ आहेत. या सहा स्तंभांवर घटपल्लव किंवा पूर्णकलश या प्रकारचे कोरीवकाम असून, स्तंभांच्या दोन्ही बाजूला स्तंभशीर्षाखाली सुंदर स्त्रीप्रतिमा कोरलेल्या आहेत. या स्त्रीप्रतिमा म्हणजे शालभंजिका आहेत. यापैकी काही स्त्रीप्रतिमा आम्रवृक्षाखाली तर काही शाल वृक्षाखाली व काही सीताफळाच्या वृक्षाखाली उभ्या असलेल्या दाखवलेल्या आहेत. छत आणि हे स्तंभ यांना जोडणाऱ्या पट्टीवर वेलबुट्टीची नक्षी कोरलेली असून त्यात अनेक लहान लहान मूर्ती कोरलेल्या आहेत. यांतील बऱ्याच प्रतिमा यक्ष किंवा गण यांच्या असून त्यांतील बहुतांशी यक्ष नग्न आहेत.

याच पट्टीमध्ये प्रवेशद्वाराच्या बरोबर मध्यभागी, आसनावर बसलेल्या ऊर्ध्वलिंगी लकूलीशाची प्रतिमा आहे. त्याच्या उजव्या अभयमुद्रेतील हातामध्ये अक्षयमाला असून डाव्या हातात लाकडाचा सोटा धरलेला आहे. अशाच प्रकारची लकूलीशाची लहान आकाराची प्रतिमा गुंफा क्र. अठरामध्येही पाहायला मिळते. या अर्धवट खोदलेल्या गुंफेतील स्तंभांच्या वरील पट्टीवर गर्भगृहाच्या समोर एका छोट्या

चौकोनात ही सव्य ललितासनात बसलेल्या लकूलीशाची प्रतिमा आहे. अठरा, एकवीस तसेच एकोणतीस या तीन लेण्यांतील शिल्पकलेवर पाशुपत-लकूलीश या शैव संप्रदायाचा प्रभाव असावा असे म्हणता येईल.

गुंफेचे सभागृह आयताकृती आहे. भरपूर लांब पण रुंदीला कमी, असे हे सभागृह प्रशस्त आणि हवेशीर आहे. शिवाय गुंफेमध्ये उजेडही भरपूर आहे. या सभागृहामध्ये स्तंभ नाहीत. या आयताकृती सभागृहाच्या डाव्या व उजव्या बाजूला छोटी छोटी दालने आहेत. या दोन्ही दालनांच्या पुढे दोन दोन लहान स्तंभ आहेत. या छोट्या दालनांमध्ये अतिशय सुंदर असे विविध शिल्पपट आहेत.

सभागृहाच्या पुढे प्रशस्त गर्भगृह आहे. गर्भगृह व सभागृह यांच्यामध्ये छोटे अंतराळ असून गर्भगृहासमोर दोन स्तंभ आहेत. व गर्भगृहाभोवती प्रदक्षिणापथ कोरलेला आहे. गर्भगृहाच्या प्रवेशद्वाराच्या दोन्ही बाजूला प्रचंड आकाराचे द्वारपाल उभे आहेत. या दोन्ही पुरुषमूर्ती अतिभव्य आकारात आहेत. द्वारपालांच्या या प्रतिमा बुद्ध गुंफांमधील द्वारपाल बोधिसत्त्वांच्या प्रतिमेसारख्या वाटतात.

गर्भगृहाचे प्रवेशद्वार मोठे आहे. त्याच्या चौकटीवर अतिशय सुंदर असे द्रविड शैलीतील कोरीवकाम आहे. प्रवेशद्वाराला पाच द्वारशाखा आहेत. यापैकी एका द्वारशाखेत लहान स्तंभ आहेत. प्रत्येक द्वारशाखेच्या तळाकडील भागावर सुंदर प्रतिमा कोरलेल्या आहेत. गर्भगृहामधील शिवलिंग अर्धवट स्वरूपात कोरलेले आहे. गर्भगृहाच्या द्वारशाखांवरील कोरीवकाम पाहिल्यानंतर या गुंफेतील शिल्पकामावर द्राविडियन कारागिरीचा प्रभाव असल्याचे जाणवते. द्वारशाखांच्या तळांकडील भागावर दोन्ही बाजूला दोन स्त्रिया व एक पुरुष यांच्या लहान लहान प्रतिमा कोरलेल्या आहेत.

डाव्या बाजूच्या द्वारपालाची पुरुषमूर्ती जरी प्रचंड आकाराची असली, तरी प्रमाणबद्ध आणि देखणी आहे.या द्वारपालाच्या उजव्या बाजूला उग्र चेहऱ्याचा सेवक छातीवर हाताची घडी घालून उभा आहे. त्याचा चेहरा उग्र आहेच शिवाय दातांचे सुळे ओठाबाहेर आलेले दिसताहेत. त्याने आपल्या कमरेच्या उजव्या बाजूला खंजीर तर डाव्या बाजूला खड्ग लटकवलेले आहे. शिवाय कमरबंध किंवा मेखला यांच्याऐवजी फणाधारी सर्प कमरेभोवती वेटोळे घालून बसलेला आहे. हा सेवक म्हणजे दुसरे तिसरे कोणी नसून मानवदेहधारी शिवास्त्र त्रिशूल आहे. कारण या सेवकाच्या डोक्यावरील मुकुटात त्रिशूल दिसत आहे.

उजव्या बाजूचा द्वारपालही हुबेहूब डावीकडील मूर्तीप्रमाणे आहे. या द्वारपालाच्या उजव्या हाताजवळ उभा सेवकही उग्र चेहऱ्याचा (राक्षसासारखा) आहे. त्याच्या जाडसर ओठातून सुळे बाहेर आल्याचे स्पष्ट दाखवले आहे. छातीवर दोन्ही हाताची घडी घालून तो द्विभंगावस्थेत उभा आहे. कुरळ्या लांब केसांवर सुवर्णाचा

नक्षीदार मुकुट आहे. कानात मोती लावलेली कर्णकुंडले व गळ्यात कंठा आहे. कमरेला सर्पबंध आहे. पोटाचा आकार तुंदिलतनू आहे. धोतर ढेरपोटामुळे कमरेच्या खालीपर्यंत घसरले आहे. या सेवकाच्या मुकुटात भाला हे अस्त्र दाखवलेले आहे. त्यावरून असे वाटते की हा सेवक म्हणजे शिवाचे दुसरे अस्त्र भाला मानवदेहधारी रूपात दाखवला आहे.

गर्भगृहाच्या समोरील दोन्ही खांबावरील स्तंभशीर्ष आमलक या प्रकारचे आहे. त्यावर पसरट आकाराचे पात्र आहे व त्यावर चौकोनी पाट आहे. या पाटावर चारी बाजूंनी आयताकृती पट्टिका आहेत. या चारी बाजूंच्या पट्टिकांवर सुंदर शिल्पकाम केलेले आहे. त्यामध्ये बहुतांशी शिव-पार्वती यांच्या सुखासनात बसलेल्या प्रतिमा आहेत. स्तंभाच्या चारी कोपऱ्यात छोट्या यक्षमूर्ती आहेत.

गर्भगृहाच्या दोन्ही बाजूला दोन मोठाले शिल्पपट आहेत. या शिल्पपटाच्या बाजूला सुंदर युवती चामरधारिणी सेविकेच्या रूपात उभ्या आहेत. डाव्या बाजूला रावणानुग्रह मूर्ती हा शिल्पपट असून या शिल्पपटात शिवपार्वती कैलासावर बसलेले आहेत व रावण आपल्या सर्व शक्तिनिशी वीस बाहूंच्या बळावर कैलास पर्वत हलवण्याचा प्रयत्न करीत आहे. या शिल्पपटात एक आगळेवेगळे वैशिष्ट्य आपल्याला पाहायला मिळते. येथे रावणाच्या डोक्यावरील शिरेटोपावर गाढवाचे मुख कोरलेले आहे. चतुर्भुज शिव सव्य ललितासनात बसला आहे. उजव्या हातात फणाधारी सर्प धरलेला आहे. एक डावा हात मांडीवर असून, दुसऱ्या डाव्या हाताने पार्वतीला आलिंगन दिलेले आहे.

चामरधारिणी स्त्री : या गुंफेत एकापेक्षा एक सरस अशा शिल्पाकृती आहेत. त्यातही स्त्रीदेह सौंदर्याचे मर्म सांगतील अशा उत्कृष्ट स्त्रीप्रतिमा भरपूर आहेत. रावणानुग्रह या शिल्पपटाच्या बाजूलाच उभी असलेली चामरधारी तरुण स्त्री म्हणजे शिल्पकाराच्या जिवंत प्रतिभेचा उत्कृष्ट असा कलाविष्कार आहे. अत्यंत प्रमाणबद्ध आणि कमनीय शरीरयष्टी असलेली ही स्त्रीप्रतिमा उत्कृष्ट अशा विविध व सुंदर अलंकारांनी सजललेली आहे. अतिशय आकर्षक अशी केशरचना केलेल्या या स्त्रीने ती सुशोभित करण्यासाठी सुंदर सुवर्णमुकुट डोक्यावर चढवलेला आहे. कानामध्ये गोल आकाराची मोठाली कर्णकुंडले आहेत. गळ्यामध्ये चार प्रकारचे हार घातलेले आहेत. अंगात मोत्यांचे रेशमात गुंफलेले यज्ञोपवीत घातलेले आहे. उत्तरीयाचे एक टोक उजव्या हातावरून पुढे घेतलेले आहे, तर दुसरे डाव्या हातावरून खाली लोळते आहे. या स्त्रीने अंगात नक्कीच काचोळी घातलेली आहे. कारण वक्षांचा उन्नतपणा पाहूनच आपल्या लक्षात येते की, हे वक्ष उघडे नाहीत. तिचा उजवा हात तुटलेला आहे परंतु वरच्या बाजूला असलेले चामर ती चामरधारिणी असल्याची ग्वाही देते आहे. दंडामध्ये मोत्यांचा चार पदरी बाजूबंद आहे. तिच्या

अंगावरील अंतरीय लुंगीप्रमाणे अंगाभोवती गुंडाळलेले आहे. असे असले तरी ते पायाच्या घोट्याच्या वर नेसलेले आहे. कमरेशी अतिशय सुंदर मेखला आहे. मेखलेतून निघालेल्या सोनसाखळ्या मांड्यांवरून रुळताना दिसत आहेत. या स्त्रीच्या शिल्पाकृतीकडे पाहताच आपल्याला असे वाटते की, तिने नेसलेले अंतरीय अतिशय तलम कपड्याचे आहे आणि या तलम वस्त्रातून तिची कमनीय काया सुस्पष्टपणे दिसते आहे. काळ्या पाषाणातून स्त्रीप्रतिमा घडवताना हा अद्‌भुत पण अत्यंत प्रत्ययकारी असा उत्कृष्ट कलाविष्कार या अनाम शिल्पकारांनी येथे घडवला आहे.

या चामरधारिणी स्त्रीच्या उजव्या बाजूस तिची दासी हातामध्ये चौकोनी पेटी (डबा) झाकणासहित धरून मोठ्या कौतुकाने नजर वर करून आपल्या मालकिणीकडे पाहते आहे. हा डबा म्हणजे चामरधारिणी स्त्रीची दागिन्यांची पेटी किंवा सौंदर्यप्रसाधनाची पेटी आहे यात शंका नाही. या बुटक्या जाडजूड दासीचा चेहरा झिजला आहे; पण तरीही असे वाटते की, ती कौतुकभरल्या नजरेने आपल्या मालकिणीकडे पाहते आहे. आपली मालकीण सौंदर्यवती आहे याचा जणू तिला गर्व आहे. बेढब शरीरयष्टी असलेल्या या दासीने आपल्या केसावर घातलेला शिरपेच किंवा शिरेटोप जरीकाम केलेला असावा. त्याखाली तिचे विपुल केस पाठीमागे बांधले आहेत. चामरधारिणीच्या डाव्या हाताशी पुरुषसेवक बसलेला आहे.

गर्भगृहाच्या उजव्या भिंतीवरील शिल्पपटात शिवपार्वती चौसरचा खेळ खेळताना दिसत आहेत. शिव-पार्वती दोघेही अर्धपर्यंकासनात बसलेले आहेत. शिव चतुर्भुज आहे. त्याने आपल्या उजव्या हातात चौसर खेळण्यासाठी सोंगट्या धरलेल्या आहेत. तो, त्या फेकण्याच्या तयारीत आहे. दुसरा उजवा हात वर उचलून एक बोट वर करून तो पार्वतीला म्हणतो आहे, अजून एक डाव खेळू या. शिवाने आपला एक डावा हात मांडीवर टेकवलेला आहे व दुसऱ्या हाताने त्याने पार्वतीचे उत्तरीय (ओढणी) घट्ट धरलेले आहे.

शिवाचा एकंदरीत आविर्भाव पाहता तो चौसरच्या खेळातून मनापासून आनंद लुटतोय. मात्र, पार्वतीकडे पाहताच लक्षात येते की, ती वैतागलेली आहे. खरे पाहता पार्वतीच्या चेहऱ्यावरील भाव न ओळखण्याइतका पार्वतीचा चेहरा खराब झालेला आहे. पण तरीही तिचा उद्वेग तिच्या देहबोलीतून स्पष्टपणे जाणवतो. शिवाच्या चेहऱ्यावरील भाव मिस्कील आहेत. त्याच्या एकंदरीत आविर्भावावरून हे आपल्या लक्षात येते. बहुधा शिव खेळ जिंकतो आहे आणि त्यामुळेच मनापासून खूश आहे; परंतु पार्वती वैतागली आहे. कारण शंकराचे हे जिंकणे अस्वाभाविक आहे हे ती ओळखून आहे. आपला पती खेळताना लबाडी करतोय आणि म्हणूनच तो जिंकतो आहे, हे जाणून पार्वतीने रागाने खेळ बंद केलेला आहे, व ती तेथून

आकृती ३.१७ - **गुंफा क्र. २१ : रामेश्वर लेणे- शिव-पार्वती चौसर खेळताना**

उठण्याचा प्रयत्न करीत आहे.

पार्वतीचा उजवा हात विस्मयमुद्रेत आहे. जणू तिला म्हणायचे आहे 'अरे वा! ही काय खेळण्याची रीत झाली? नक्की काहीतरी लबाडी करतोयस तू...' या भावना पार्वतीच्या शिल्पातून, देहबोलीतून दर्शविण्याचा शिल्पकाराचा प्रयत्न येथे यशस्वी झाल्याचे आपल्याला मान्य करावे लागते.

पार्वतीचे शिल्प म्हणजे एका अतिशय सुंदर स्त्रीचे शिल्प आहे. उन्नत उरोज, नाजूक कंबर, प्रमाणबद्ध हात व पाय असलेली ही स्त्री लोडावर आपला डावा हात टेकून उठण्याचा प्रयत्न करीत आहे. रागावलेल्या पार्वतीला आपल्या उत्तरीयाचेही भान नाही. तिचे उत्तरीय मांडीवर ओघळले आहे. त्याचे एक टोक शिवाने आपल्या डाव्या हाताने धरले आहे. या शिल्पामध्ये मनाला सर्वांत भावते ती पार्वतीच...! तिची केशरचना आणि तिने केसात घातलेला शिरेटोप फारच सुंदर आहे. पार्वतीने आपली केशरचना फार सुंदररीत्या सजवलेली आहे. तिचे केस लांबसडक आहेत आणि दासी तिच्या केसांची लांबसडक वेणी घालते आहे.

या संपूर्ण शिल्पाचा एकसंध परिणाम अतिशय परिणामकारक आहे. शिव-पार्वती दोघांमध्ये एक व्यक्ती बसलेली आहे. गुडघा दुमडून बसलेली ही व्यक्ती चिंतित असावी; कारण गुडघ्यावर टेकवलेल्या हातावर हनुवटी टेकवून ती व्यक्ती शिव-पार्वतीचा खेळ लक्षपूर्वक पाहत आहे. बहुधा खेळाचा परीक्षक म्हणून काम करण्यासाठी नेमलेल्या या व्यक्तीला कोणाच्या बाजूने कौल द्यावा हे न कळल्यामुळे

तिची चिंता वाढली आहे. तेथेच बाजूला एक दासी उभी असून, तिने आपल्या उजव्या हातात अतिशय साधा पण वारा घालण्याच्या दृष्टीने अगदी उपयुक्त असा पंखा धरलेला आहे.

दोन्ही बाजूला एक एक द्वारपाल उभा आहे. शिवाच्या उजव्या बाजूला उभ्या द्वारपालाने आपल्या हातात त्रिशूल धरलेला आहे. तर डाव्या बाजूच्या द्वारपालाने आपला हात गदेवर टेकवलेला आहे. शिवमूर्तीच्या बरोबर पाठीमागे हातात फुलांची माळा घेतलेली एक व्यक्ती आहे. ही गंधर्वमूर्ती तर नक्कीच नव्हे...!. कुणाची असेल बरे ही मूर्ती? त्याला दाढी-मिशा आहेत आहेत. शिवाय केसही वर बांधलेले आहेत. बहुधा हे शिल्प एखाद्या शिवभक्त साधुपुरुषाचे असावे. उजव्या बाजूला उभ्या द्वारपालाच्या ओठांवरही मिशा आहेत.

शिव-पार्वती ज्या आसनावर बसून चौसर खेळत आहेत, त्याच्या खाली शिवाचे वाहन असलेला नंदी उभा आहे आणि त्याच्या भोवती गणांचा गराडा आहे. हे छोटे बुटके गण म्हणजे लहान लहान मस्ती करणारी अतिशय व्रात्य मुले आहेत, असे शिल्पकाराने दाखवले आहे. या शिल्पपटात अनेक गण आहेत. मात्र प्रत्येकाची वागण्याची तऱ्हा वेगळी आहे. प्रत्येकाच्या केशरचना वेगवेगळ्या आहेत.

येथे दोघे जण एकमेकांशी कुस्ती खेळत आहेत. दुसऱ्या एकाने तिसऱ्याला आपल्या खांद्यावर उचलून उलटे धरलेले आहे. एक आपला पार्श्वभाग दाखवत आहे. एकाने तर चक्क नंदीच्या शेपटीचा चावा घेतलाय. आणखीन दोन महाभागांनी नंदीचे पुढचे व मागचे पाय घट्ट धरून ठेवले आहेत. एक जण नंदीच्या वशिंडावर चढू पाहात आहेत. तर दुसरा शिंगावर चढलेला आहे. दोन-तीन गण आपल्या मातेसह आहेत. एकाने मातेचे उत्तरीय आपल्या दोन्ही हातांनी पकडले असून, तो बहुधा मातेला ओढण्याचा प्रयत्न करीत आहे. त्याच्या पाठीमागच्याने त्याचे केस आपल्या डाव्या हातात घट्ट पकडले असून, तो त्याला लाथ मारीत अहे. मातेने नंदीचा कान घट्ट पकडून ठेवलेला आहे. तर एक जण आपण रडतो आहे हे आईला दाखवत आहे. सगळ्यात उजवीकडील गण गळ्यात अडकवलेला छोटा ढोल वाजवत आहे.

या सर्व गणांकडे पाहताना एक गोष्ट प्रामुख्याने लक्षात येते, ती म्हणजे बहुतेकांच्या गळ्यात एक मोठे पदक (धातूचे) दोरीत गुंफून बांधलेले आहे. साधारणपणे सेवक, दास, गण यांच्या गळ्यात अशा प्रकारचे हार आहेत. अंगात लंगोटीसदृश वस्त्र आहे. सर्वच गणांचे केस खांद्यापर्यंत लांब असून, डोक्यावर एकत्रितपणे बांधल्याचे दिसते. (लहान मुलांचे केस एकत्र करून बांधावेत त्याप्रमाणे)

सभागृहाच्या उजव्या बाजूला छोटेसे दालन आहे. या उजव्या दालनामध्ये तिन्ही भिंतीवर सुंदर शिल्पपट आहेत. दालनामधील डाव्या भिंतीवर ललितम् नृत्य

करणाऱ्या शिवाची अतिशय सुंदर प्रतिमा आहे. संपूर्ण वेरूळ लेण्यातील ही सर्वोत्तम नटराज प्रतिमा आहे, असे म्हटले तर वावगे ठरणार नाही. या शिल्पपटात शिव बहुधा अष्टभुज आहे. परंतु काही भुजा तुटलेल्या आहेत. कानात वेगवेगळी कर्णकुंडले आहेत. शिवाच्या गळ्यातील रत्नजडित सुवर्णहार अतिशय मनोवेधक असून सुंदर कोरीवकाम केलेला आहे. गळ्यात यज्ञोपवीत असून, जोडीला नरमुंडमाला आहे. पोटावर उदरबंध आहे.

शिवाने दोन प्रकारचे अंतरीय नेसले आहे. घट्ट काचा मारून नेसलेले धोतर आणि त्यावरून कमरेभोवती व्याघ्रचर्म गुंडाळलेले आहे. त्याच्या पहिल्या उजव्या हातात डमरू आहे. दुसरा उजवा हात नृत्यमुद्रेत आहे. वरील डावा हात नृत्यमुद्रेत असून दुसरा डावा हात पदन्यास करताना दुमडलेल्या गुडघ्यावर टेकवलेला आहे. इतर हात तुटलेले आहेत. शिवाच्या उजव्या बाजूला चार वादक वेगवेगळ्या वाद्यांवर, नृत्य करणाऱ्या शिवाला साथ देत आहेत.

आकृती ३.१८ - **गुंफा क्र. २१ : रामेश्वर लेणे-**
शिव ललितम् नृत्य करताना

वरच्या बाजूला अष्टदिक्पाल आपापल्या वाहनावर बसून शिवाचे सुंदर नृत्य पाहण्यासाठी जमले आहेत. उजव्या बाजूचा द्वारपाल आपल्या हातातील आयुधावर हात टेकवून ऐटीत उभा आहे. या द्वारपालाने घातलेला शिरेटोप उंच आकाराचा आहे. त्याच्या ओठावर बारीक मिशा आहेत. हा द्वारपाल वेगळा वाटतो. त्याच्या

बाजूला एक स्त्री लहान मुलाला कडेवर घेऊन उभी आहे. हे दोघे कोण असावेत? ही व्यक्ती राजघराण्यातील वाटते. तत्कालीन राजा अथवा इतर कुणी मान्यवर यांची प्रतिमा तर नसावी?

खालच्या बाजूला पार्वती बसलेली आहे. तिच्या उजव्या हाताशी उभी असलेल्या दासीच्या हातात चामर आहे. पार्वतीच्या जवळ डोक्यावर पदर घेतलेली स्त्री किंवा पुरुष बसलेला आहे. हे कुणाचे शिल्प असावे? येथे शिव आत्ममग्न होऊन नृत्य करीत आहे. त्याची मुद्रा अतिशय प्रसन्न आणि हसतमुख आहे. त्याच्या या आनंदी वृत्तीमुळे त्याच्या नृत्याला सौंदर्य आणि गतिमानता प्राप्त झालीय असे वाटते. त्यामुळे की काय हा संपूर्ण शिल्पपट अतिशय प्रसन्न वाटतो आहे.

दालनाच्या दुसऱ्या भिंतीवर वीरभद्र, सप्तमातृका आणि गणेशाची प्रतिमा आहे. वीरभद्र सव्य ललितासनात बसलेला आहे. तो चतुर्भुज असून, एका डाव्या हातात सर्प आहे. एका उजव्या हातात छोटे खड्ग आहे. त्याच्या बाजूला ब्रह्माणी आहे. तिच्या डोक्यावर जटामुकुट आहे. एका उजव्या हातात कमळ, दुसऱ्या हातात अक्षयमाला तर डाव्या हातात कमंडलू व दांडा आहे. ब्राह्मणीच्या मांडीवर बालक नाही. इतर सर्व मातृकांच्या मांडीवर बालक आहे. या सर्व प्रतिमा अतिशय सुंदर आहेत. प्रत्येकीच्या गळ्यात विविध प्रकारचे हार आहेत.

सप्तमातृकांच्या अत्यंत कलात्मक, रमणीय आणि कालातीत सौंदर्यपूर्ण वाटणाऱ्या केशभूषा पाहून मन थक्क होऊन जाते. इतक्या विविध प्रकारे या ललनांनी आपल्या

आकृती ३.१९ - **गुंफा क्र. २१ : रामेश्वर लेणे- सप्तमातृका**

देह सौंदर्याची अभिभाषा वाढवण्याचा प्रयत्न केला आहे की, मन अवाक् होऊन जाते. या सर्व स्त्रीप्रतिमांच्या शिल्पाकृतींमध्ये त्यांच्या देहयष्टीची नाजूक कमनीयता, चेहऱ्यावरील लोभसपणा आणि सौंदर्य हे सर्व काळ्या पाषाणातही इतक्या उत्कृष्ट रीतीने साकार झाले आहे की, असे वाटते की, या नवयौवना, सौंदर्यसंपन्न, रूपगर्विता आपल्या मनमोहक भावविभ्रमांनी आपल्याशी बोलताहेत.

या स्त्रियांचे सौंदर्य इतके परिपूर्ण आहे की, मन नकळत त्या काळात जाऊन पोहोचते. मनाला खात्री वाटते की, त्या काळात या मातीत, या देशात अशा सौंदर्यवती स्त्रिया असणार, असे सौंदर्य शिल्पकाराच्या नजरेसमोर जिवंत असणार... आणि म्हणूनच इतकी परिपूर्णता व सौंदर्याचे हे विविध कलाविष्कार या ठिकाणी काळ्या पाषाणात जिवंत झाले आहेत.

बसण्याची आकर्षक पद्धत, चेहऱ्यावरील रूपगर्वितेचे भाव, आपल्या सौंदर्याची पुरेपूर जाणीव असलेल्या अवखळ तारुण्याचे चेहऱ्यावरून ओसंडणारे उत्फुल्ल भाव, सारे काही इथल्या पाषाणशिल्पात अनुभवता येते. वाटते या भूलोकीच्या अप्सरा कुणाच्या तरी शापाने पाषाणवत होऊन कालबद्ध झालेल्या आहेत. जणू जादूचा स्पर्श होताच त्या सचेतन होतील आणि तुमच्या आमच्याशी बोलू लागतील. कलाकाराच्या उच्चतम प्रतिभेचा हा आविष्कार, शतकानुशतके काळाचे पडदे मागे सारीत आपल्यापुढे उभा आहे. शाश्वत परंतु अचेतन सौंदर्याची ग्वाही आपल्याला देतो आहे.

सौंदर्याची व सौंदर्यवर्धनाची इतकी अप्रतिम जाण त्या काळच्या स्त्रियांना होती हे पाहून नवल वाटते. स्त्रीचे सौंदर्य आणि तिचे विविध प्रकारचे सुवर्णालंकार, तिचा कमनीय देह आणि त्याचबरोबर मातृत्वाचे सुरेख स्वप्न हे सारे काही शिल्पकारांनी येथे इतक्या प्रभावीपणे पाषाणात बंदिस्त केलेले आहे की, आपण मनोमन त्या कलावंतांच्या कलेचे दास होऊन जातो.

सप्तमातृकांच्या सात प्रतिमानंतर गणेशाची प्रतिमा आहे. गणेश चतुर्भुज आहे. एका हातात कमळ, तर दुसऱ्या हातात अंकुश, तिसऱ्या हातात अक्षयमाला आणि उरलेल्या हातात लाडवाचे पात्र असे गणेशाचे रूप आहे. दालनाच्या तिसऱ्या भिंतीवर, 'काल आणि काली' यांच्या प्रतिमा आहेत. काल, काली, कंकाळ, मानवाचे शिर अशा प्रतीकांनी तयार झालेला हा शिल्पपट आपल्या मनातील मृत्यूचे भय आपल्या पुढ्यात साक्षात उभे करतो. काळाचे खपाटीला गेलेले पोट, त्याच्या 'स्वाहा' वृत्तीचे प्रत्ययकारी चित्र आपल्या मनासमोर उभे करते. एकूणच या सृष्टीचा निर्माता शिव जसा जन्म देतो तसाच मृत्यूही देतो हे सत्य आपल्यासमोर या शिल्पाद्वारे उभे ठाकते.

एकवीस क्रमांकाच्या या गुंफेतील डाव्या बाजूच्या दालनामध्येही तिन्ही भिंतीवर

उत्तमोत्तम शिल्पपट कोरलेले आहेत. समोरच्या बाजूला दोन छोटे स्तंभ आणि पायऱ्या असलेल्या या दालनांतील डाव्या भिंतीवर कार्तिकेयाची प्रतिमा मधोमध कोरलेली आहे. कार्तिकेय चतुर्भुज आहे. बाजूलाच त्याचे वाहन मयूर उभा आहे. कार्तिकेयाच्या डाव्या हातात द्रोणपात्र असून, त्यात मयूराने आपली चोच घातली आहे. कार्तिकेयाने आपला दुसरा डावा हात मयूराच्या डोक्याजवळ ठेवला आहे. एक उजवा हात कमरेजवळ धरलेला आहे. डोक्यावर मुकुट, कानात वेगवेगळी कर्णकुंडले, गळ्यात ग्रैवेयक, यज्ञोपवीत, हातात कंगण असे अलंकार घातलेला कार्तिकेय समभंग मुद्रेत उभा आहे. अंगात लंगोटीप्रमाणे वस्त्र असावे. कमरेजवळ कमरबंध बांधलेला आहे. त्याचे सुटे बंद मांडीवर दाखवलेले आहेत. कार्तिकेयाच्या बाजूला अंजली मुद्रेत हात जोडून उभ्या दोन प्रतिमा आहेत. हे दोघे नैगमेष आणि छगवक्त्र आहेत. त्याचे शरीर मानवाचे असले, तरी डोके बोकडाचे आहे.

वरच्या बाजूला डाव्या व उजव्या कोपऱ्यात गंधर्व आणि गंधर्वपत्नी उडताना दिसत आहेत. उजव्या बाजूचा गंधर्व आपला उजवा पाय लांब करून उडत आहे व त्याच्या पायावर त्याची पत्नी आरामात बसली आहे. त्याच्या हातात द्रोणपात्र असून, त्यात फुलांचा हार आहे. डाव्या बाजूचा गंधर्व आपला डावा पाय लांब करून उडत आहे व त्यावर त्याची पत्नी आरामात बसलेली आहे. या दालनाच्या मधल्या भिंतीवर या टोकापासून त्या टोकापर्यंत शिल्पाकृती कोरलेल्या आहेत. यामध्ये एकंदरीत तीन शिल्पपट आहेत. मध्ये दोन छोटे स्तंभ कोरलेले आहेत. ज्यामुळे हे तीन शिल्पपट विभागले जातात.

अगदी डाव्या कडेला असलेल्या शिल्पपटात, मांडी घालून राजा हिमावन बसलेला आहे. त्याच्या पाठीमागे राणी मैनावती उभी असून, समोर चौरंगावर ब्रह्मदेव व दुसरी एक व्यक्ती बसलेली आहे. चतुर्मुखी ब्रह्मदेव चतुर्भुज आहे. एका उजव्या हातात रुद्राक्षमाला आहेत तर डाव्या हातात बहुधा कमंडलू धरलेले आहे. या ठिकाणी ब्रह्मदेव शिवासाठी पार्वतीचा हात मागण्यासाठी आलेला आहे.

मधला शिल्पपट शिव-पार्वती विवाह सोहळा (कल्याणसुंदरम् मूर्ती) दाखवणारा आहे. अनेक लहानमोठ्या शिल्पाकृतींनी मिळून हा शिल्पपट बनलेला आहे. यामध्ये मध्यभागी शिव आणि पार्वती विवाहबंधनात बांधून घेण्यासाठी उभे आहेत. शिवाच्या उजव्या हातामध्ये पार्वतीने आपला उजवा हात दिलेला आहे. शिव चतुर्भुज आहे. एका उजव्या हातात त्याने रुद्राक्षमाला धरलेली आहे.

पार्वतीचे शिल्पसुद्धा अत्यंत कमनीय व नाजूक शरीरयष्टीचे आहे. तिने अंगामध्ये पायाच्या घोट्यापर्यंत पोहोचणारे अंतरीय नेसलेले असावे. शिवाय खांद्यावरून घेतलेले उत्तरीय उजव्या हातावरून पुढे घेतलेले दिसते आहे.पार्वतीची केशरचना किंवा तिने डोक्यावर घातलेला शिरेटोप फारच वेगळ्या धर्तीचा आहे. अशा तऱ्हेचा

आकृती ३.२० - **गुंफा क्र. २१ : रामेश्वर लेणे- कल्याणसुंदरम् मूर्ती, शिव-पार्वती विवाह सोहळा**

टोप आतापर्यंत कुठल्याही शिल्पामध्ये पाहिलेला नाही. या टोपाला पाठीमागून सुंदर आकाराचा तुरा आहे. त्याचबरोबर त्याच्यावरील नक्षीकामही सुंदर आहे.

शिव-पार्वती विवाहाच्या मंगलप्रसंगात खालच्या बाजूला साक्षात गणेशाची उपस्थिती दाखवली आहे. याचे आश्चर्य वाटते. गणेशाने हातात पोथी धरलेली आहे. वधू-वर वेशातील शिवपार्वतीच्या मध्ये, हातामध्ये कलश धरलेली व्यक्ती उभी आहे. ही प्रतिमा कन्यादान करण्यासाठी हातामध्ये जलकुंभ घेऊन उभ्या साक्षात हिमालयाची आहे.

पार्वतीच्या मागे दोन व्यक्ती उभ्या आहेत. एकाच्या हातात छोटी पेटी किंवा डबा धरलेला आहे. तर दुसऱ्या पुरुषसेवकाने बहुधा हातामध्ये घडी केलेले वस्त्र धरलेले आहे. हे दोघेही पार्वतीला लग्नप्रसंगी देण्यात येणारे स्त्रीधन हातात धरून उभे असावेत का? तेथेच खालच्या बाजूला तीन शिरे असलेला ब्रह्मदेव बसलेला आहे. ब्रह्मदेवाच्या समोर अग्निकुंड आहे. ब्रह्मदेव आपल्या हातातील पंचपळीने अग्नीमध्ये आहुती देत आहे. म्हणजेच विवाहाचे पौरोहित्य करण्यासाठी ब्रह्मदेव उपस्थित आहे. ब्रह्मदेवाच्या डाव्या हातात बहुधा कमंडलू आहे. ब्रह्मदेवाच्या बाजूला छोट्याशा चौकोनी आसनावर एक दाढीवाला इसम बसलेला आहे. त्याचा पेहराव नेहमीपेक्षा वेगळा वाटतो. त्याच्या डोक्यावरील टोपी, अंगाभोवती लपेटून घेतलेले उत्तरीय शिवाय ओठावरच्या मिशा आणि दाढी या सर्व केशवेशभूषेवरून तो साधू असावा किंवा परकीय असावा.

शिवमूर्तीच्या डाव्या बाजूला इंद्र आणि विष्णू उभे आहेत. विवाहासाठी स्वत: विष्णू हजर आहे (हातामध्ये असलेल्या शंखामुळे आपण विष्णूला ओळखू शकतो). आणखीन एक स्त्री-पुरुष जोडी लग्नासाठी उपस्थित आहे. पुरुषाच्या ओंजळीमध्ये काहीतरी धरलेले आहे. खालच्या बाजूला एक बुटका यक्ष हजर आहे. त्याने आपल्या उजव्या हातात गोल वस्तू धरलेली आहे. त्याने आपला डावा हात डाव्या कमरेजवळ लटकवलेल्या कट्यारीवर (खंजीर) ठेवलेला आहे. आजही आपल्याकडील विवाह सोहळ्यात, तलवार, खंजीर, अथवा कट्यार हातात घेऊन त्यावर लिंबू लावण्याची प्रथा आहे. कदाचित ही प्रथा त्या काळी सुद्धा अस्तित्वात असावी?

तिसऱ्या शिल्पपटात सुरुवातीला राजा हिमावनाच्या पोटी जन्म घेतलेली पार्वती तपश्चर्येसाठी उभी आहे. पार्वती समभंग मुद्रेत उभी आहे. उजव्या हातात रुद्राक्षमाला आहे. हे शिवप्राप्तीसाठी कठोर तपस्या करणाऱ्या पार्वतीचे शिल्प आहे. तिची ही पंचाग्नी साधन तपश्चर्या चालू आहे. समोर पाच अग्निकुंडे दिसत आहेत. पार्वतीची परीक्षा घेण्याच्या हेतूने आलेला शिव ब्राह्मणवेशात तिच्यासमोर उभा आहे. त्याच्या डाव्या हातात कमंडलू धरलेले आहे. तर उजवा हात भिक्षेसाठी पुढे केलेला आहे. या दोघांच्या मध्ये एक सुंदर स्त्री (बहुधा सेविका) उभी आहे. तिच्या हातात चौकोनी पेटी आहे. ही बहुधा पार्वतीच्या अलंकारांची पेटी असावी. पार्वतीने पायघोळ वस्त्र नेसलेले आहे. त्याच्या निऱ्या समोर दिसताहेत. डाव्या खांद्यावर मृगाजिन घेतलेले आहे.

यापुढील शिल्पपटामध्ये शिव पुन्हा ब्राह्मणवेशात दाखवलेला असून, तळ्यात स्नान करताना मगरीने आपला डावा पाय तोंडात धरलेला आहे, असे सांगून तो पार्वतीचा हात मदतीसाठी मागत आहे. आपला उजवा हात पुढे करून तो पार्वतीची परीक्षा घेऊ पाहत आहे. अर्थातच पार्वतीनेही आपला उजवा हात त्याच्या हातात न देता डाव्या हाताने त्याचे मनगट धरले आहे. कारण शिवाशिवाय अन्य कोणत्याही पुरुषाच्या हातात आपला उजवा हात द्यायला ती कदापि तयार नाही. पुरुषाच्या उजव्या हातात स्त्रीने आपला उजवा हात दिल्यानंतर 'पाणिग्रहण' होते. ही हिंदू धर्मातील रीत आहे. पार्वतीने शिवाला ओळखल्यानंतर शिव पुन्हा आपल्या मूळ रूपात तिच्या समोर हजर झाला आहे.

या भिंतीवरील मुख्य शिल्पपटांच्या खाली संपूर्ण ओळीत लहान लहान शिल्पाकृती दाखवल्या आहेत. हे सर्व जण म्हणजे शिव-पार्वती विवाह सोहळ्यासाठी उपस्थित असलेले गण आहेत. काही पशूसुद्धा उपस्थित आहेत. मात्र सर्व जण लग्नसोहळ्यासाठी आलेले आहेत यात कुठलाही संशय नाही. कारण प्रत्येकाच्या चेहऱ्यावर आनंद ओसंडून जातो आहे. प्रत्येकाने आपल्या हातामध्ये काहीतरी भेटवस्तू आणलेली आहे.

कुणाच्या हातात पेटी आहे तर कुणी वस्त्रांचा गठ्ठा धरलेला आहे. दुसऱ्या एकाच्या हातात छोटा डबा किंवा पेटी आहे. एक दोघांनी हातामधील द्रोणपात्रातून फुले आणलेली आहेत. वराहाचे तोंड असलेल्या मूर्तीच्या हातामध्ये छोटा ढोल आहे. एक जण हातातील टाळ वाजवीत आहे तर दुसरा बासरी. तिघे जण डोक्यावर नक्षीदार छत्र धरून चालताहेत. त्यातील मधल्या व्यक्तीने डोक्यावर पात्रामध्ये (टोपलीत) काही घेतलेले आहे.

पूर्वीच्या काळी लग्नामध्ये दहीभात किंवा वरमाईसाठी मानाचा अहेर मिरवत घेऊन येण्याची पद्धत होती व ती प्रथा आजही खेडेगावात चालू आहे. हा अहेर घेऊन येणाऱ्याच्या डोक्यावर छत्र धरले जात असे. अगदी हेच दर्शविणारे हे शिल्प आपल्याला येथे पाहायला मिळते.

काही लहान लहान बालके आनंदाने खेळताना दिसताहेत. एक स्त्री आपल्या लहान मुलाला मांडीवर घेऊन आनंदी चेहऱ्याने बसलेली आहे. एक दोघेजण आनंदाने नाचताहेत. शेवटच्या दोघांनी आपल्या हातामध्ये ध्वजपताका धरलेल्या आहेत. एकूणच हे सर्व वऱ्हाडी लोक आनंदाने शिव-पार्वतीचा लग्नसोहळा साजरा करताहेत.

बाजूच्या भिंतीवर महिषासुरमर्दिनीचा शिल्पपट आहे. चतुर्भुज दुर्गा महिषासुराच्या अंगावर पाय रोवून उभी आहे. डाव्या हाताने तिने महिषाचे तोंड दाबून धरले आहे. एका उजव्या हातात खड्ग आहे, तर दुसऱ्या हातात त्रिशूल धरलेला आहे. एका डाव्या हातात ढाल धरलेली आहे. दुर्गेच्या दोन्ही बाजूला दोन शस्त्रधारी पुरुष आहेत. एकाने आपल्या हातात खड्ग व ढाल धरलेली आहे, तर दुसऱ्याच्या हातात गदा आहे.

स्तंभावरील स्त्रीप्रतिमा : गुंफेच्या प्रवेशद्वाराच्या दोन्ही बाजूला अर्ध्या उंचीची भिंत आहे. या भिंतीमध्ये प्रत्येक बाजूस दोन स्तंभ आणि एक अर्धस्तंभ आहे. यापैकी चार स्तंभांच्या दोन्ही बाजूला अतिशय सुंदर अशा स्त्रीप्रतिमा कोरलेल्या आहेत. तर भिंतीकडील दोन्ही स्तंभांवर एक स्त्रीप्रतिमा कोरलेली आहे.

या सर्व दहा स्त्रीप्रतिमा मध्यम आकाराच्या आहेत. सौंदर्य आणि कमनीय देहयष्टी यांचा सुंदर मिलाफ या शिल्पांमध्ये अनुभवता येतो. यातील प्रत्येक स्त्री एका वृक्षाच्या डहाळीखाली उभी आहे. यापैकी काही आम्रवृक्षाखाली उभ्या आहेत. या डहाळ्या कैऱ्यांनी लगडलेल्या आहेत. आम्रवृक्षाखाली उभ्या स्त्रीला 'आम्रपालिका' असे म्हटले जाते. काही स्त्रीप्रतिमा सीताफळासारखी फळे असणाऱ्या वृक्षाखाली उभ्या आहेत, तर काही शाल वृक्षाखाली...! या स्त्रियांना 'शालभंजिका' असे म्हटले जाते. प्रत्येक स्त्रीची उभे राहण्याची पद्धत वेगळी आहे. बरोबर एखादा पुरुष अथवा एखादे बालक उभे आहे.

आम्रपालिका : ही एका अतिशय देखण्या कमनीय स्त्रीची प्रतिमा आहे. या मूर्तीची फारशी झीज झालेली नाही. डावा हात खांद्यापर्यंत दुमडून धरला आहे. उजवा हात खाली सोडला आहे. तिचा चेहरा हसतुमख आणि अत्यंत सुंदर आहे. गळ्यात तीन प्रकारचे सुवर्णहार आहेत. हातात एकापुढे एक असे दोन कंगन आहेत.

अंतरीय लुंगीप्रमाणे नेसलेले असून, ते केवळ अर्ध्या पोटरीपर्यंत पोहोचलेले आहे. त्याच्या निऱ्या डाव्या कमरेजवळ खोचलेल्या आहेत. उत्तरीय दोन्ही हातावरून पुढे घेतलेले आहे. कमरेजवळ बांधलेल्या मेखलेचे कोरीवकाम अतिशय नाजूक आणि कलापूर्ण आहे. या मेखलेतून निघालेल्या सोनसाखळ्या उजव्या मांडीवर शोभून दिसताहेत. या स्त्रीच्या उजव्या हाताजवळ असलेले शिल्प तुटलेले आहे. पण ती बहुधा बुटक्या पुरुषाची मूर्ती असावी. तिच्या उजव्या हातावरून पुढे घेतलेले उत्तरीयाचे टोक त्याने धरले आहे.

या सुंदर स्त्रीच्या नितळ पोटावरील नाजूक वळ्या दाखवण्यासही कलाकार विसरला नाही. एवढेच नव्हे तर तिच्या वस्त्राच्या बारीक निऱ्या त्याने इतक्या सुंदररीत्या डाव्या मांडीवर दाखवल्या आहेत की, आपण थक्क होऊन पाहत राहतो. कानामधील कर्णकुंडले गोल असून, त्याला मधोमध रत्न लावलेले असावे. तिच्या पायात नूपुर आहेत. या स्त्रीशिल्पाच्या डाव्या हाताजवळ उभी बुटकी, जाडी परंतु अतिशय हसतमुख दासी आपले लक्ष वेधून घेते. या स्त्रीच्या वक्षावर काचोळी किंवा स्तनपट्टा दिसून येतो. लक्ष वेधून घेतात ते या स्त्रीचे कुरळे केस...! ते प्रयत्नपूर्वक कुरळे केलेले आहेत हे आपल्या लक्षात येते.

या दासीने आपल्या पाठीवर एक थैली धरली असून, त्या थैलीमध्ये चौकोनी आकाराची पेटी असावी हे लक्षात येते. शिल्पकाराने पाठीवरील थैलीचा झोळ व चुण्यासुद्धा इतक्या बेमालूमपणे दाखवल्या आहेत की त्याच्या उत्कृष्ट शिल्पकलेपुढे नतमस्तक व्हावेसे वाटते.

गुंफा क्र. २५

ही गुंफा आकाराने प्रशस्त आहे. बाहेरील मुख्य सभागृह, स्तंभांसहित काळाच्या ओघात नष्ट झालेले असावे. गर्भगृह अतिशय लहान आहे. त्यासमोर अंतराळ किंवा ओसरी आहे. मुख्य सभागृह व अंतराळ यामध्ये चार स्तंभ आहेत. त्याव्यतिरिक्त गर्भगृहासमोर चार स्तंभ आहेत. गर्भगृहाच्या प्रवेशद्वाराला पाच द्वारशाखा आहेत. गर्भगृहाची चौकट पूर्णपणे द्रविड पद्धतीची आहे. दोन्ही बाजूला दोन द्वारपाल आहेत. दोन स्तंभांवर गंधर्वयुगुल आहेत. गर्भगृहात काहीच नाही. तसेही पूर्ण गुंफेमध्ये फारसे शिल्पकाम नाही. मात्र गर्भगृहासमोर अंतराळाच्या छतावर एक शिल्पपट असून, अशा पद्धतीचे ते एकमेव शिल्प संपूर्ण वेरूळमध्ये आहे.

या शिल्पपटात भगवान सूर्यदेव आपल्या सात घोड्यांच्या रथामध्ये बसून निघालेला आहे 'अरुण' हा सूर्यदेवाचा सारथी त्याच्या रथाचे सारथ्य करीत आहे. सूर्य रथामध्ये उभा असून, दोन्ही बाजूला दोन स्त्रीप्रतिमा आहेत. या बहुधा सदैव त्याच्या बरोबर असणाऱ्या, शरसंधान करणाऱ्या त्याच्या परिवार देवता उषा आणि प्रत्युषा आहेत. मुख्य सभागृहाच्या एका कोपऱ्यात कुबेराची मोठी प्रतिमा आहे. आपल्या आसनावर कुबेर सव्य ललितासनात बसलेला आहे. डोक्यावर मुकुट, गळ्यात ग्रैवेयक, यज्ञोपवीत आहे.

गुंफा क्र. २६

ही गुंफा आकाराने प्रशस्त आहे. एकवीस क्रमांकाच्या गुंफेशी बरेचसे साम्य आहे. आकाराने आयताकार असलेले प्रशस्त सभागृह आहे. डाव्या व उजव्या बाजूला दोन छोटी दालने आहेत. दोन्ही दालनांच्या समोर छोटे छोटे स्तंभ आहेत. मात्र या दोन्ही दालनांमध्ये कुठल्याही प्रकारचे कोरीवकाम केलेले नाही.

गर्भगृह आकाराने छोटे आहे. सभोवती प्रदक्षिणापथ खोदलेला आहे. प्रवेशद्वारासमोर दोन स्तंभ आहेत. त्यावर आमलक पद्धतीचे स्तंभशीर्ष आहे. प्रवेशद्वाराच्या दोन्ही बाजूला दोन प्रचंड मोठ्या आकाराचे द्वारपाल उभे आहेत. बरीच तोडफोड झालेली आहे. दोन्ही द्वारपालांचे जटामुकुट सुंदर आहेत. उजव्या हातात फूल धरलेले आहे. द्वारपालांच्या बाजूला गंधर्व-अप्सरा उडताना दिसत आहेत, तर यक्ष फूलमाळा घेऊन उडत आहेत. दोघांच्या उजव्या बाजूला एक एक सेवक उभा आहे. दोघेही दणदणीत शरीरयष्टीचे पुरुष आहेत. ज्या प्रकारे गुंफा क्र. एकवीसमध्ये द्वारपालाच्या बाजूला शंकराचे मुख्य अस्त्र त्रिशूल मानवी रूपात दाखवले आहेत. त्याचप्रमाणे येथेही दोन्ही सेवक म्हणजे मानवी रूपातील अस्त्र त्रिशूल व भाला असावेत, असे वाटते. उजव्या द्वारपालाच्या सेवकाने आपल्या डाव्या खांद्यावर मोठी थैली धरलेली आहे. त्याच्या गळ्यातील पदक खूपच मोठे व साधे आहे.

गर्भगृहाच्या दोन्ही बाजूला एक एक स्त्रीप्रतिमा आहेत. डाव्या बाजूच्या स्त्रीची केशरचना अतिशय आकर्षक आणि सुंदर आहे. कुरळा घनदाट केशसंभार असलेली ही स्त्री सुंदर आहे. उजव्या बाजूला एक सेविका उभी असून, तिने आपल्या हातात काहीतरी धरलेले आहे. उजव्या बाजूची द्वारपालिका अतिशय कमनीय आहे. या स्त्रीच्या शेजारी उभ्या सेवकाने आपल्या खांद्यावर थैली धरलेली आहे. प्रवेशद्वाराजवळील स्तंभांमध्ये घटपल्लव प्रकारचे नमुने कोरलेले आढळतात.

गुंफा क्र. २७

बाहेरच्या बाजूला प्रशस्त ओसरी आहे. ओसरीला चार स्तंभ आहेत. या

ओसरीतून आपण आतील मोठ्या आयताकृती सभागृहात प्रवेश करू शकतो. सभागृहाची साधारण रचना एकवीस क्रमांकाच्या गुंफेप्रमाणेच आहे. गर्भगृहामध्ये काहीच शिल्पकाम नाही.

बाहेरील ओसरीच्या भिंतीवर काही शिल्पपट कोरलेले आहेत. त्यातील मूर्तिकाम फारसे चांगल्या प्रतीचे नाही. उजव्या बाजूच्या भिंतीवर तीन प्रतिमा कोरलेल्या आहेत. यापैकी सर्वांत डावीकडील प्रतिमा बलराम किंवा (संकर्षण) याची आहे. कारण त्याच्या डाव्या हातात नांगर किंवा हल धरलेला आहे. उजवा हात अभयमुद्रेत आहे. मध्ये स्त्रीप्रतिमा आहे. तिने उजव्या हातात कमलपुष्प धरलेले आहे. ही बलराम व श्रीकृष्ण यांची बहीण एकानंशा (की सुभद्रा?) आहे. तिसरी, उजव्या बाजूची प्रतिमा श्रीकृष्ण रूपातील भगवान विष्णूची आहे. एका डाव्या हातात शंख धरलेला आहे; तर दुसरा डावा हात कात्यावलंबित मुद्रेत कमरेवर आहे. या सर्व शिल्पाकृती खूप झिजलेल्या आहेत. संपूर्ण वेरूळमध्ये बलराम, वासुदेव आणि त्यांची बहीण एकानंशा यांच्या प्रतिमा फक्त या ठिकाणीच पाहायला मिळाल्या. डावीकडे भिंतीवर तीन प्रतिमा आहेत. या ब्रह्मा, विष्णू आणि महेश यांच्या प्रतिमा आहेत.

या शिल्पपटाच्या पलीकडे महिषासुरमर्दिनीचे एक अर्धवट शिल्प आहे. गुंफेच्या आतमध्ये आयताकृती सभागृह आहे. या सभागृहामध्ये स्तंभ नाहीत. डाव्या बाजूला एक व उजव्या बाजूला दोन अशा खोल्या खोदलेल्या आहेत. गर्भगृह व ओसरी यांमध्ये अगदी साधे खोदकाम आहे. सभागृहाच्या भिंतीमध्ये चौकोनी खिडक्या खोदलेल्या आहेत. या गुंफेचे एकंदरीत स्वरूप, रचना व अतिशय प्राथमिक स्वरूपाचे शिल्पकाम पाहता ही गुंफा बौद्ध गुंफांचे खोदकाम चालू असतानाच्या काळात खोदलेली असावी. बुद्ध गुंफातील खोदकामांचा प्रभाव येथे जाणवतो. त्यामुळेच गुंफेमध्ये खोल्या खोदलेल्या असाव्यात असे वाटते.

गुंफा क्र. २९ : सीतेची नहाणी किंवा धुमार लेणे

हिंदू गुंफांमधील ही शेवटची गुंफा. कालान्वये विचार करता कैलास लेण्याच्या थोडेफार आधी या गुंफेचे खोदकाम झाले असावे, असे वाटते. कारण कैलास लेण्याइतकी विशाल नसली तरी इतर गुंफांच्या मानाने कैलास लेण्याच्या खालोखाल या गुंफेचा नंबर लागू शकतो. ही गुंफा सुद्धा इतर सर्व गुंफांप्रमाणे भगवान शिवाच्या लीलांवर आधारित आहे. गुंफा वास्तुशास्त्राच्या दृष्टीने विचार करता गुंफेच्या खोदकामामध्ये जे बदल घडत गेले किंवा स्थित्यंतरे होत गेली, त्याचा प्रत्यय आपण या गुंफेत पाहू शकतो.

सुरुवातीच्या गुंफा या फक्त एकच प्रवेशद्वार असणाऱ्या गुंफा होत्या. ज्यामध्ये

केवळ प्रवेशद्वाराची बाजू मोकळी असे. इतर तिन्ही भिंती बंदिस्त असत. बहुतांशी या गुंफामध्ये स्तंभ नसत. नंतरच्या काळात गुंफामध्ये पाठीमागे गर्भगृहांची निर्मिती होऊ लागली. विविध प्रकारच्या स्तंभांची निर्मिती होऊ लागली. त्यानंतर गुंफेचे रचनाशास्त्र बदलत जाऊन गुंफेसमोर प्रांगण ठेवण्याची पद्धत रूढ झाली. मुख्य प्रवेशद्वारातून आत आल्यानंतर सरळ गुंफेत न जाता आपण गुंफेसमोरच्या प्रांगणात प्रवेश करून मगच प्रत्यक्ष गुंफेमध्ये जाऊ शकतो. बौद्ध गुंफांपैकी दहा, अकरा आणि बारा या गुंफा तसेच पंधरा क्रमांकाची गुंफा, या प्रकारच्या गुंफांचे उदाहरण म्हणून सांगता येईल.

त्यानंतर गुंफा वास्तुशास्त्रामध्ये झालेला मुख्य बदल म्हणजे केवळ पुढील मुख्य द्वार न ठेवता एकाच गुंफेला तीन बाजूंनी प्रवेशद्वार ठेवले जाऊ लागले. समोरून व दोन्ही बाजूंनी द्वार असलेल्या या गुंफेमध्ये गर्भगृह उरलेल्या चौथ्या बाजूला सर्वांत शेवटी असे. गुंफा क्र. एकोणतीसचे स्वरूप या प्रकारचे आहे. गुंफा वास्तुकलेतील पुढील पायरी म्हणजे गुंफा जरी अखंड पाषाणातूनच खोदली जात असली, तरी ती वरच्या बाजूने (आकाशाकडे) पूर्णपणे मोकळी करून तेथे मंदिराचे निर्माण केले गेले. अशा तऱ्हेने आकाशाच्या दिशेने मोकळे छत असलेली गुंफा खोदली जाऊ लागली. वेरूळ येथील सोळा क्रमांकाची गुंफा म्हणजेच कैलास लेणे हे या प्रकारचे उदाहरण म्हणून देता येईल.

एकोणतीस क्रमांकाची ही गुंफा तिसऱ्या प्रकारच्या गुंफेचे उदाहरण आहे हे वर सांगितलेच आहे. समोरच्या बाजूला असलेल्या मुख्य प्रवेशद्वाराव्यतिरिक्त या गुंफेला उत्तर-दक्षिण दिशेनेसुद्धा प्रवेशद्वार आहेत. या तीनही प्रवेशद्वारांच्या समोर दगडांमध्ये पायऱ्या कोरलेल्या आहेत. या पायऱ्यांच्या दोन्ही बाजूला दगडांमध्ये सिंह प्रतिमा कोरलेल्या आहेत. (त्यातील बहुतेक सिंह झिजलेले आहेत) एकोणतीस क्रमांकाची ही गुंफा 'सीतेची नहाणी 'या नावाने सुद्धा ओळखली जाते. या गुंफेची विशालता आणि विशाल आकाराचे शिल्पपट यामुळे ही गुंफा आणि मुंबईजवळील घारापुरी येथील हिंदू लेण्या यामध्ये विलक्षण साधर्म्य असल्याचे जाणवते. घारापुरी येथील कल्याणसुंदरम् मूर्ती तसेच अंधकासुरवध मूर्ती हे विशाल शिल्पपट वेरूळच्या या लेण्यातील शिल्पपटांशी जवळीक दाखवतात.

गुंफेच्या अतिशय विशाल अशा सभागृहाचे सात ओवऱ्यांमध्ये विभाजन झाले आहे मुख्य पायऱ्यांच्या बरोबर समोर प्रशस्त गर्भगृह आहे. गर्भगृहाच्या समोर लांबरुंद अशी मुख्य ओवरी आहे. या मुख्य ओवरीच्या दोन्ही बाजूला तीन तीन ओवऱ्या आहेत. या सर्व ओवऱ्यांमध्ये प्रचंड आकाराचे चौकोनी स्तंभ आहेत. या स्तंभांचे शीर्ष गोल, आमलक पद्धतीचे आहे. गर्भगृहाच्या भोवती रुंद प्रदक्षिणा पथ आहे.

अंधकासुरवध मूर्ती : ही गुंफा विशाल आहेच. येथील स्तंभही आकाराने विशाल आहेत. गर्भगृहाचा आकारही विशाल आहे. तसेच अनेक विशाल आकाराचे शिल्पपटही खोदलेले आहेत. गुंफेच्या डाव्या भिंतीवर अतिशय विशाल शिल्पपट आहे. अंधकासुराचा वध करणारा शिव येथे दाखवलेला आहे. मूर्ती आकाराने अतिशय भव्य आहे. मात्र त्यात कुठेही प्रमाणबद्धता, शिल्पकलेचे सौंदर्य किंवा सुशोभित करणारी कलाकुसर नाही. एकूणच हा शिल्पपट अतिशय बेढब व प्रमाणबद्धतेचा अभाव असणारा आहे.

शिव अष्टभुज आहे. दोन हातांनी त्याने आपल्या डोक्यावर गजचर्म पांघरलेले आहे. एका उजव्या हातात खड्ग धरलेले आहे. एका उजव्या हातात उलटे मृत शरीर धरलेले आहे. दोन हातांनी त्रिशूल धरून त्यावर लटकवलेल्या अंधकासुराला शिवाने उंच सूर्याच्या धगीजवळ नेण्याचा प्रयत्न केला आहे. अंधकासुराच्या रक्ताचे थेंब गोळा करण्याच्या उद्देशाने एका डाव्या हातात शिवाने कपाल धरलेले आहे. चौथ्या डाव्या हातात फणाधारी सर्प धरला आहे. या शिल्पामध्ये शिव रौद्र रूपात दाखवलेला आहे. डोक्यावर जटामुकुट आहे. गळ्यात मोठ्या मोत्यांचा कंठा आहे. हातात कंगन, कमरेला व्याघ्रचर्म, गळ्यात नरमुंडमाळा आहे. बाजूलाच पार्वती बसलेली आहे. शिवाकडे पाहत तिने धास्तीने किंवा कौतुकाने छाती दडपल्याप्रमाणे भाव चेहऱ्यावर व्यक्त केलेले आहेत. जणू ती आपल्या पराक्रमी पतीकडे कौतुकाने पाहत आहे.

रावणानुग्रह मूर्ती : गुंफेमध्ये प्रवेश केल्यानंतर उजव्या भिंतीवरील हा विशाल शिल्पपट आपले चट्कन लक्ष वेधून घेतो. या शिल्पपटात शिव-पार्वती कैलास पर्वतावर बसलेले आहेत व रावण आपल्या वीस बाहुंनी कैलास पर्वत हलवतो आहे. हा शिल्पपट शिल्पकलेच्या दृष्टिकोनातून सरस आहे. संपूर्ण शिल्पपटाचा प्रभाव प्रत्ययकारी वाटतो. या दैवी दाम्पत्याच्या दोन्ही बाजूला दोन द्वारपाल उभे आहेत. पार्वतीच्या शेजारी चामरधारी दासी आपल्या उजव्या हातात चामर धरून उभी आहे.

शिव-पार्वतीच्या दोन्ही बाजूला अवकाशस्थित देवदेवता दाखवलेले आहेत. शिवमूर्तीच्या उजव्या बाजूला उडणारे गंधर्व आणि गांधर्वी आहेत. या सर्व मूर्ती सुंदर आणि अतिशय प्रमाणबद्ध आहेत. येथील तीन अप्सरांची केशरचना अतिशय सुंदर आहे. मात्र एक मूर्ती दाढीवाल्या पुरुषाची आहे. त्याची केशरचना, चेहरा पाहून आश्चर्य वाटते. त्याच्या हातात द्रोणपात्र असून, उजव्या हाताने तो पात्रातील फुले घेतो आहे, असे वाटते.

पार्वतीच्या बाजूला ज्या सहा आकाशस्थ मूर्ती दाखवलेल्या आहेत, त्यांमध्ये सुद्धा एक दाढीधारी व अतिशय कृश किंवा केवळ हाडांचा सापळा म्हणता येईल

अशी पुरुषमूर्ती आहे. ही मूर्ती बहुधा काळाचे (मृत्यू) प्रतिनिधित्व करीत असावी, असे वाटते. रावणाच्या दोन्ही बाजूला गण मंडळी खेळताना दाखवलेले आहेत. उजव्या बाजूच्या यक्षाने आपल्या उजव्या हातात सर्प धरलेला आहे. गुंफेच्या उजव्या बाजूला समोरासमोर दोन प्रचंड आकाराचे शिल्पपट आहेत. पैकी शिव-पार्वती विवाह सोहळा दाखवणारा अतिशय मोठा व विस्तृत शिल्पपट आहे.

शिव-पार्वती कल्याणसुंदरम् मूर्ती : शिव-पार्वती विवाहाचा हा शिल्पपटही या गुंफेतील इतर सर्व शिल्पपटांप्रमाणे विशाल आहे. मध्यभागी शिव आणि पार्वती विवाहासाठी उभे आहेत. दोघांच्या प्रतिमा आकाराने थोड्या मोठ्या आहेत, पण तरीही प्रमाणबद्ध आहेत. पार्वतीने आपला उजवा हात शिवाच्या उजव्या हातात दिलेला आहे. शिव चतुर्भुज आहे. डाव्या बाजूला विष्णू-लक्ष्मी उभयता लग्नाला हजर असल्याचे दिसते आहे. उजव्या बाजूला ब्रह्मदेव पौरोहित्य करण्यासाठी हजर असून, खाली बसून अग्नीमध्ये आहुती देत आहे. भगवान श्रीशंकर आणि पार्वतीचा विवाह हिंदू धर्माप्रमाणे अग्नी आणि ब्राह्मणांच्या साक्षीने होत आहे. अवकाशातील असंख्य देवगण, अष्टदिक्पाल, गंधर्वयुगुल, देवी-देवता हे सर्व जण या विवाह सोहळ्यासाठी उपस्थित आहेत. या सर्व देवतांच्या लहान लहान मूर्ती अतिशय सुंदर आहेत. या मूर्ती घडवणाऱ्या कलाकाराने आपल्या कलासामर्थ्याने या मूर्तींना अक्षरश: सजीव केले आहे. या सर्व देवदेवता, गंधर्व गांधर्वी यांच्या उडणाऱ्या मूर्ती इतक्या सुंदर घडवल्या आहेत की, जणू खरोखरच ते सर्व जण स्वच्छंदपणे आकाशात उडताहेत, असा भास आपल्याला होतो. त्यांची अतिशय लवचीक, बारीक शरीरयष्टी, उडणारी वस्त्रे, चेहऱ्यावर दिसणारे आनंदाचे भाव हे सर्व काही शिल्पकाराने यथावत दाखवण्याचा प्रयत्न केलेला आहे. या सर्व मूर्ती आकाराने लहान असल्या तरी प्रमाणबद्ध आहेत. अप्सरांची उत्तरीय, आकाशात विहरताना वाऱ्याने उडत आहेत. अष्टदिक्पालाच्या मूर्तीही तितक्याच समर्थपणे कोरलेल्या आहेत. या विवाह सोहळ्यासाठी काळही हजर आहे. एक छोटा यक्ष किंवा गण पिपाणीसदृश वाद्य वाजवताना दिसत आहे.

गंगा : शिव-पार्वती विवाह सोहळा दाखवणाऱ्या भव्य शिल्पपटाच्या बाजूलाच सभागृहाच्या बाहेर भिंतीवर गंगानदीचे मोठे शिल्प आहे. या चौकोनी शिल्पपटात गंगा समभंगावस्थेत उभी आहे. तिच्या उजव्या बाजूला दोन स्त्रीप्रतिमा आहेत; तर डाव्या बाजूला एक स्त्रीप्रतिमा आहे. गंगेच्या हातामध्ये कमंडलू आहे. दोन्ही बाजूला उडणाऱ्या पुरुषप्रतिमा आहेत. या प्रतिमा साधुसंतांच्या आहेत; कारण त्यांच्या चेहऱ्यावर दाढी मिशा वाढलेल्या आहेत. डोक्यावर केसांच्या जटा बांधलेल्या आहेत. हजारो वर्षांपासून साधूसंत गंगानदीच्या किनारी जाऊन तपश्चर्या करतात हे सर्वश्रुत आहे. या ठिकाणीसुद्धा शिल्पपटामध्ये नदीच्या मूर्तीजवळ साधुसंत दाखवलेले आहेत.

शिव-पार्वती विवाहोत्तर सोहळा : गुंफेच्या उजव्या बाजूला शिव-पार्वती विवाहोत्तर सोहळा दाखवणारा अतिशय मोठा व विस्तृत शिल्पपट आहे. यामध्ये शिव-पार्वती सुखासनात बसलेले आहेत. शिवाने डाव्या हाताने पार्वतीचा उजवा हात पकडलेला आहे. शिव आणि पार्वती दोघांच्याही चेहऱ्यावर मंद हास्य आहे. पार्वतीच्या बाजूला दोन सख्या उभ्या आहेत.

पूर्वीच्या काळी विवाहानंतर वधू-वरांसाठी काही खेळ आयोजित केले जात असत. यामध्ये वधूने सुपारी किंवा अंगठी लपवणे आणि ती वराने शोधणे अशा गोष्टींचा सहभाग असे. त्या काळी वधू-वर अर्थातच वयाने लहान असत. बहुधा अशाच कुठल्या तरी खेळाचे चित्रण या शिल्पपटांमध्ये केलेले असावे. त्यामुळे शिव आणि पार्वती दोघेही अतिशय प्रसन्न मुद्रेत दिसत आहेत. दोन्ही बाजूला उपस्थित आकाशस्थ देवगण, अष्टदिक्पाल, कौतुकाने शिव-पार्वतीचा खेळ पाहताहेत. खाली नंदी असून, त्याच्या भोवती नेहमीप्रमाणे दंगा करणाऱ्या गणांचा गराडा पडलेला आहे. नंदीच्या डाव्या बाजूस ब्रह्मदेव व उजव्या बाजूस विष्णू उभे आहेत. त्याशिवाय दोन्ही बाजूला गौरीहराच्या उतरंडी दाखवलेल्या आहेत. आजही आपल्या लग्नकार्यात वधूकडून 'गौरीहर' पुजला जातो व लग्नवेदीजवळ गौरीहराच्या उतरंडी ठेवल्या जातात. हिंदू लग्नामध्ये महत्त्वाची असलेली ही प्रथा हजारो वर्षांनंतर आजही पाळली जाते.

या ठिकाणी शिव आपल्या दोन्ही डाव्या हातांनी पार्वतीच्या हातातील वस्तू बहुधा सुपारी काढण्याचा प्रयत्न करीत आहे. पार्वती हसत आहे. शिवाय तिच्या जवळ उभी तिची दासी किंवा चामरधारिणी सखीसुद्धा गालातल्या गालात हसत आहे. पार्वतीने गळ्यात मोठ्या मोत्यांचा सर घातलेला आहे. शिवाय स्तनहारही आहे.

गर्भगृहाच्या डाव्या बाजूकडील शिल्पपट : गर्भगृहाच्या डाव्या बाजूच्या शेवटच्या ओवरीमध्ये दोन्ही भिंतीवर दोन वेगवेगळे शिल्पपट आहेत. एका बाजूला बसलेल्या लकूलीशाची मोठी प्रतिमा आहे. दुसऱ्या बाजूला तांडवनृत्य करणाऱ्या शिवाची अष्टभुजा प्रतिमा आहे. मात्र ही प्रतिमा पूर्ण झालेली नाही. लकूलीशाच्या बाजूला सभागृहाच्या बाहेरील भिंतीवर अतिशय उंच अशी यमुना नदीची प्रतिमा आहे. यमुना कूर्मासनावर उभी आहे.

लकूलीश : वेरूळ लेण्यामध्ये काही मोजक्याच गुंफांमध्ये एकदोन लकूलीश प्रतिमा पाहायला मिळतात. यापैकी एक प्रतिमा कैलास लेण्याच्या मुख्य मंदिराच्या बाह्यभिंतीवर पाहायला मिळते. ही प्रतिमा उभ्या लकूलीशाची आहे. दुसरी प्रतिमा एकोणतीस क्रमांकाच्या या गुंफेत आहे. ही प्रतिमा आकाराने भव्य असून लकूलीश दोन्ही पाय आसनावर ठेवून सुखासनात बसलेला आहे. बाजूलाच त्याचा जाडजूड

लाकडी सोटा दाखवलेला आहे. लाकडी सोटा म्हणजेच लकुड हीच लकूलीशाची ओळख आहे. त्याचबरोबर ऊर्ध्वलिंग ही दुसरी महत्त्वाची खूण आहे.

इसवी सनांच्या प्रथम शतकात किंवा त्यापूर्वी लकूलीश नावाच्या आचार्याने पश्चिमी भारताच्या कायावरोहण तीर्थाचे ठिकाणी पाशुपत मताची स्थापना केली होती. हे मत हळूहळू इतके मान्य झाले की लकूलीश हा शिवाचेच प्रतीक आहे असे मानले जाऊ लागले. त्याच्या प्रतिमेची मुख्य लक्षणे म्हणजे ऊर्ध्वलिंगावस्था व हातातील लाकडी सोटा ही होय. हा लाकडी सोटा म्हणजे शिवाच्या गदेचे परावर्तित रूप असावे असे म्हणता येईल. मात्र लकूलीशाच्या प्रतिमेमध्ये सारखेपणा पाहायला मिळत नाही.

गर्भगृह : या गुंफेतील गर्भगृहसुद्धा आकाराने प्रशस्त आहे. इतर कुठल्याही गुंफेमध्ये न दिसून येणारी विशेष गोष्ट या गर्भगृहाच्या बाबतीत पाहायला मिळते. ते म्हणजे या गर्भगृहाला चार बाजूंनी प्रवेशद्वार आहे. सारख्या उंचीच्या या चारही प्रवेशद्वाराच्या दोन्ही बाजूला प्रचंड आकाराचे द्वारपाल उभे आहेत. या प्रत्येक द्वारपालाच्या शेजारी एक पूर्णाकृती उंच स्त्रीप्रतिमा आहे. आकाराने प्रचंड असले तरी द्वारपालांची शरीरयष्टी अतिशय बांधेसूद, प्रमाणबद्ध आहे. या मूर्ती पाहून एकदम छाती दडपून आल्यासारखे वाटते.

द्वारपाल प्रतिमा : गुंफेच्या मुख्य प्रवेशद्वाराच्या समोर गर्भगृहाचे मुख्य प्रवेशद्वार आहे. या द्वाराच्या दोन्ही बाजूला उभ्या द्वारपाल मूर्ती आरशातील प्रतिमा (मिरर इमेज) म्हणता येईल इतक्या हुबेहूब असून, बारीक कलाकुसरीने नटलेल्या आहेत. मुकुटातून मोकळ्या सुटलेल्या जटा मानेवर रुळताहेत. दोन कानात दोन वेगवेगळी कर्णकुंडले आहेत. गळ्यामध्ये मध्यभागी मोठे रत्न किंवा लांबट आकाराचा मोती व कडेला आकाराने लहान होत जाणारे मोती असलेला कंठा आहे. दंडामध्ये सर्पाकृती, नक्षीदार वलय आहे. दोन्ही द्वारपालांच्या उजव्या हातामध्ये कमळाच्या कळ्या व फुलांचा गुच्छ धरलेला आहे. डोक्यामागे तेजोवलय आहे.

अंगामध्ये जाडसर यज्ञोपवीत आहे. कमरेचे वस्त्र बहुधा लंगोटीसारखे घट्ट काचा मारून नेसलेले असावे. त्यावर रेशमी शेला गुंडाळलेला असून, त्याची गाठ डाव्या मांडीवर मारलेली आहे. या गाठीवर द्वारपालाने आपला डावा हात ठेवलेला आहे. कमरबंध अतिशय सुंदर आहे. त्यातून निघालेल्या सोनसाखळ्या उजव्या मांडीवर रुळताहेत. या सोनसाखळीचे कोरीवकाम इतके अप्रतिम आहे की असे वाटते की, जणू सुवर्णकाराने घडवलेल्या या सोनसाखळ्या या क्षणी वाऱ्याच्या झुळकीने हलतील की काय...! हातामध्ये रत्नजडित कंगन आहे.

गर्भगृहाच्या चार प्रवेशद्वारांच्या बाजूला मिळून एकूण आठ द्वारपाल उभे आहेत. हे सर्व द्वारपाल इतके हुबेहूब आणि एकसारखे आहेत की, आश्चर्य वाटत राहते.

या आठपैकी सात द्वारपालांच्या शेजारी सुंदर पूर्णाकृती स्त्रियांच्या शिल्पाकृती आहेत. मात्र डाव्या भिंतीवरील एका द्वारपालाच्या बाजूला स्त्रीऐवजी पुरुषप्रतिमा उभी आहे. हा मानवदेहधारी आयुधपुरुष त्रिशूल आहे.

द्वारपालिका : या सर्व स्त्री द्वारपालिकाही अगदी एकसारख्या आहेत. या प्रत्येक स्त्रीने द्वारपालाच्या बाजूकडील हातामध्ये फुलांचा गुच्छ धरलेला आहे. तर दुसरा हात शरीराच्या बाजूला सोडलेला आहे. या बहुतेक स्त्रीप्रतिमा एकसारख्या उंचीच्या आहेत. शिवाय त्यांची केशरचनाही साधारण सारख्याच प्रकारची आहे. अर्थात त्यामधील बारीक कलाकुसर थोडी फार वेगळी असून पाहणाऱ्याला थक्क करून सोडणारी आहे.

आकृती क्र. ३.२१ - **गुंफा क्र. २९ : धुमार लेणे- गर्भगृहाचे प्रवेशद्वार. द्वारपाल, द्वारपालिका यांच्या भव्य प्रतिमा**

या अतिशय सुंदर अशा केशरचनेमध्ये केसांना कुरळे करून, त्यांचे गुंडाळे (रोल) करून त्याचा उपयोग केलेला आहे. अतिशय आधुनिक पद्धतीलाही लाजवील इतक्या सुंदर रीतीने या केशरचना केलेल्या आहेत व फुले आणि रत्नजडित मुकुट यांनी त्यांना सजवलेले आहे. केवळ केशरचनाच फुलांनी सजवलेली आहे असे नव्हे तर उरलेले मोकळे केसही फुलांनी गच्च भरून टाकलेले आहे.

या स्त्रियांनी सौंदर्यवर्धनासाठी इतर सर्व अलंकाराचा उपयोगही तितक्याच सुजाणतेने केलेला आहे. हातामध्ये कंगन, गळ्यामध्ये ग्रैवेयक व मोत्यांचा कंठा आहे. दंडामध्ये सुंदर बाजूबंद आहेत. अंतरीय दोन्ही पायाभोवती गुंडाळलेल्या

लुंगीप्रमाणे नेसलेले आहे. मात्र डाव्या पायावरील वस्त्र गुडघ्याच्या वरपर्यंत रुळते आहे. कमरेला मेखला आणि कमरबंध आहेत. त्यातून निघालेले गोंडे उजव्या मांडीवर रुळताहेत. पायामध्ये जाड तोरड्या आहेत. कानाच्या वरच्या पाळीला चार पाच मोती लावलेल्या सुंदर बाळ्या प्रत्येक स्त्रीने घातलेल्या आहेत.

गंधर्व-गांधर्वी : प्रत्येक द्वारपालाच्या डोक्याच्या बाजूला एका गंधर्व युगुलाची जोडी ढगांमधून उडताना दाखवलेली आहे. या सर्व शिल्पाकृती अत्यंत सुंदर आहेत. अतिशय नाजूक, देखणी शरीरयष्टी असलेले हे गंधर्व आणि गांधर्वींचे युगुल इतके लीलया ढगांतून विहार करताना दाखवले आहे की, वाटते जणू शिल्पकाराने स्वत: हा ढगातून विहरण्याचा आनंद उपभोगला आहे. गंधर्व स्त्रियांच्या अंगावरील वस्त्र हवेत उडते आहे. गंधर्वाने घट्ट काचा मारलेले लंगोटीसारखे अंतर्वस्त्र नेसले असावे व त्यावर कमरेभोवती शेला गुंडाळलेला आहे. निमुळते पाय, कमनीय देहयष्टी, सुंदर मुकुट, गळ्यात सुंदर ग्रैवेयक आणि अंगावर घेतलेले उडणारे उत्तरीय. यामुळे हे गंधर्व दाम्पत्य आकर्षक वाटते आहे. त्यांनी हातामध्ये फुले, माळा घेतलेल्या आहेत.

एका ठिकाणी द्वारपालाच्या बाजूला स्त्रीऐवजी पुरुषाची प्रतिमा निर्मिलेली आहे. हा पुरुष सेवक येथे का घेतला असावा, असे प्रश्नचिन्ह मनात येते. या पुरुष सेवकांचे एकूण रूप पाहता तो मानवरूपधारी त्रिशूल असावा वाटते. शिवाचे सर्वांत प्रिय अस्त्र म्हणून ओळखले जाणारे त्रिशूल हे मानवीरूपात दाखवण्याचा मोह वेरूळच्या कलाकारांना नेहमीच पडला असावा. त्यामुळे गर्भगृहाबाहेरील (प्रवेशद्वारांच्या बाजूला उभ्या) द्वारपाल आणि द्वारपालिका यांच्या शिल्पाकृतींची एकतानता भंग होण्याचा धोका पत्करूनही त्यांनी एका द्वारपालाच्या बाजूला या सेवकाची निर्मिती केलेली आहे.

अतिशय भव्य, विशाल अशी ही गुंफा खोदणाऱ्या कलावंतांनी या गुंफेच्या रूपाने काही तरी भव्य दिव्य साकारण्याचे स्वप्न पाहिले असणार. कारण या गुंफेचा आकार आणि विशालता मनाला दिपवून टाकतेच त्याचबरोबर गर्भगृह आणि त्याच्या सभोवतीचे आठ द्वारपाल आणि द्वारपालिकांची निर्मितीसुद्धा थक्क करून सोडणारी आहे. अखंड पाषाणातून इतक्या प्रचंड आकाराच्या सुंदर आणि हुबेहूब प्रतिमा निर्माण करणे म्हणजे साधेसुधे काम नव्हे. क्षुल्लकशीही चूक घडू न देता अखंड पाषाणाला घडवण्याचे जे अभिनव कार्य या शिल्पकारांनी केलेले आहे, त्याला तोड नाही असेच येथे म्हणावे लागेल.

हे शिल्पकार उत्कृष्टतेचा ध्यास घेणारे, उच्चकोटीचे कलावंत असले पाहिजेत. त्यांचे शिल्पकामामधील पराकोटीचे श्रेष्ठत्व या मूर्तींमध्ये दिसून येते. गुंफेचा एकूण आकार, वास्तुकलेच्या दृष्टीने विचार करता त्यातील भव्यतेबरोबरच आलेली प्रमाणबद्धता

अतुलनीय आहे. म्हणूनच असे वाटते की, ही गुंफा ज्या काळात खोदली गेली होती, तो या भागातील राज्यकर्त्यांचा उत्कर्षकाळ असावा; कारण राज्यकर्त्यांच्या स्थिर शासनकाळातच हे असे भव्य कार्य निर्माण होऊ शकते!

गणेश लेणी : एकोणतीस क्रमांकाच्या या गुंफेजवळच एक मोठा धबधबा आहे. पावसाळ्याच्या दिवसात या धबधब्याला भरपूर पाणी असते. या धबधब्याच्या वर जी नदी आहे, तिच्या दोन्ही बाजूस लहान लहान लेणी खोदलेली आहेत. चोवीस क्रमांकाच्या लेण्याच्या बाजूने वरती जाण्यासाठी पायवाट आहे.

ही लेणी आकाराने लहान असून त्यात महेशमूर्ती कोरलेल्या आहेत. नदीच्या काठाने आणखी वर गेल्यास, 'योगेश्वरी' नावाने ओळखली जाणारी आणखी काही लेणी लागतात. ही सर्व लेणी अत्यंत सामान्य प्रतीची आहेत. पावसाळ्याच्या दिवसात यातील बरीच लेणी पाण्याखाली असतात.

समारोप

वेरूळ येथील ब्राह्मणी किंवा हिंदू गुंफांमधील शिल्पकामाचा अभ्यास करताना ज्या काही वैशिष्ट्यपूर्ण गोष्टी नजरेसमोर आल्या त्यांचा उल्लेख बारीकसारीक टिपणांसह या प्रकरणांमध्ये केलेला आहे. गुंफा क्र. चौदा ते गुंफा क्रमांक एकोणतीस या हिंदू गुंफामधून कलाकारांनी शिल्पकलेची जी अमूल्य अशी दालने निर्माण केली आहेत, त्याचे वर्णन शब्दात करणे खरे तर अवघडच आहे. कैलास लेणीसारख्या गुंफेमध्ये काळ्या पाषाणातून साकारलेले शिल्पकामाचे अत्युच्च कोटीचे वैभव पाहणे आणि अभ्यासणे ही एक पर्वणीच होती. रत्नमाणकांनी खचाखच भरलेल्या खजिन्याचे दार कुणीतरी आपल्यासाठी उघडे करावे आणि त्यातील अनमोल किमतीची रत्नमाणके पाहताना भारावून गेल्यासारखी अवस्था व्हावी, असेच काहीसे होऊन गेले होते.

या लेण्यातील मूर्ती या केवळ पाषाणातून खोदलेल्या मूर्ती वाटत नाहीत. कलाकारांनी या मूर्तींना आपल्या अंगुलीस्पर्शाने एक अलौकिक चैतन्य बहाल केलेले आहे जेणेकरून त्या मूकपणे आपल्याशी संवाद साधतात; न बोलता खूप काही सांगतात. खरे पाहता हिंदू पुराणातील कथांमधून सांगितलेली जीवनतत्त्वे आपल्याला या पाषाणशिल्पातून अनुभवायला मिळतात. हिंदू पुराणकथा आणि त्यातून सांगितली जाणारी आपल्या देवादिकांची महती या गोष्टींचा आवाका खरेतर खूप विशाल आहे. पुराणातील काही गोष्टी तर चक्रावून टाकणाऱ्या आहेत. पण त्या कथांमधून भेटणारे देवदेवता आपल्याला पूजनीय आहेत. ही गोष्ट आपण एक क्षणभरही विसरू शकत नाही.

वेरूळच्या कलाकारांनी या देवदेवतांना पाषाणात शिल्पबद्ध करून मानवी

रूपात आपल्यासमोर सादर केलेले आहे. या देवदेवताना पाषाणात साकार करताना मानवी भावभावना, विकार, वासना याचबरोबर आचार-विचार यांचीही जोड दिली. त्यामुळे ही शिल्पे पाहताना आपण आपल्या मनाचे प्रतिबिंब पाहतो आहोत, असे क्षणभर वाटते. ही अवाक् करणारी शिल्पकला पाहताना आपण थक्क होतो. मानवी मनाच्या पातळीवर देवदेवतांना चित्रित करून कलाकारांनी पुराणातील नायक-नायिका आणि आपण यामध्ये एक अतूट असे मूक संवादाचे बंध निर्माण केले आहेत. गेली शतकानुशतके काळाच्या कसोटीवर खरे उतरून ही संवादाची प्रक्रिया आजही चालू आहे आणि चालू राहील. येथेच वेरूळच्या महान कलाकारांचे श्रेष्ठत्व सिद्ध होते.

ब्राह्मणी (हिंदू) गुंफांमधील शिल्पकला पाहताना जाणवलेली महत्त्वाची बाब म्हणजे या कलाकारांनी आपल्या कलेला मुक्तपणे आणि स्वच्छंदपणे निर्मिले आहे. बौद्ध गुंफांमधील शिल्पकला अभ्यासताना एक गोष्ट लक्षात येते, ती म्हणजे केवळ चाकोरीबद्ध प्रतिमाच या कलाकारांनी घडवलेल्या आहेत. सौंदर्यालंकार, आभूषणे आणि केशरचना आदींमध्ये कलापूर्ण वैविध्यता होती हे जरी खरे असले, तरी केवळ धर्मप्रचाराशी निगडित कथाकल्पनांवर आधारित व्यक्तिचित्रणच या गुंफांमध्ये झालेले आहे. धर्मसंकल्पनेच्या बाहेरील व्यक्तिरेखा साकारणारे शिल्पकाम या गुंफांमधून क्वचितच झालेले आहे. (याला अपवाद म्हणजे गुंफा क्र. सहामध्ये गर्भगृहाबाहेरील मैत्रेयाच्या मूर्तीजवळ एका चिनी व्यक्तीचे लहानसे शिल्प आहे.) अर्थातच याला महत्त्वाचे कारण म्हणजे बौद्ध गुंफांची निर्मिती केवळ धर्मप्रसाराच्या दृष्टीनेच झालेली होती.

मात्र ब्राह्मणी (हिंदू) गुंफांतील शिल्पकाम अभ्यासताना आपल्या लक्षात येते की, शिल्पकारांनी पुराणकथांमधील देवादिकांचे चित्रण करताना तत्कालीन जीवनशैली, रीतिरिवाज आणि लोकजीवनाचे सांकेतिक संदर्भ यांचा उत्कृष्ट समन्वय साधलेला आहे. तत्कालीन जीवनपद्धती आणि त्यातील सूक्ष्म रीतिरिवाज यांचे चित्रण कळत नकळत करण्याचा मोह या कलाकारांना आवरता आलेला नाही. त्यामुळेच हिंदू गुंफांमधील शिल्पकला पाहताना खरीखुरी जिवंत कलाशैली पाहिल्याचे समाधान आपल्याला मिळते. उत्कृष्टतेचा ध्यास घेऊन कलानिर्मिती करण्याबरोबरच या कलाकारांनी चाकोरीच्या बाहेर जाऊन काही कलाकृती घडवल्या आहेत, याची जाणीव आपल्याला हिंदू गुंफांतील शिल्पकाम पाहताना होते.

त्यामुळेच ब्राह्मणी (हिंदू) गुंफांतून आपल्याला भेटणारे पौराणिक नायक आणि नायिका केवळ पाषाणातून निर्माण झालेल्या अचेतन मूर्ती न वाटता खऱ्याखुऱ्या नायक-नायिका वाटतात. त्यामुळेच गुंफा क्र. सोळा, म्हणजेच जगप्रसिद्ध कैलास लेण्यातील 'रावणानुग्रह शिल्पपट' तसेच 'कल्याणसुंदरम् मूर्ती 'हे शिल्पपट

पाहताना आपल्याला मानवी मनोव्यापाराचे उत्कृष्ट दर्शन पाषाणशिल्पातूनही होते.

अशाच तऱ्हेचा अनुभव आपल्याला गुंफा क्र. चौदामधील अपंग माणसाचे शिल्प पाहताना येतो. जन्मत: अधू असलेल्या या अपंग माणसाचे शिल्प पाहिल्यानंतर आपल्या लक्षात येते की, त्या काळातही असे अपंग होते. विशेष म्हणजे अशा अपंग व्यक्तीचे शिल्प भिंतीवर कोरून कलाकारांनी सामाजिक भान ठेवले होते हे प्रकर्षाने जाणवते.

चौदा क्रमांकाच्या गुंफेत, गर्भगृहाबाहेरील उजव्या बाजूच्या द्वारपालाच्या शेजारी एका बुटक्या यक्षाचे शिल्प आहे. या बुटक्या यक्षाकडे पाहून आपल्या लक्षात येते की, त्याची गडबड उडालेली आहे. त्याचा हा धांदरटपणा त्याच्या देहबोलीतून व्यक्त करतानाच कलाकारांनी त्याचे अर्धवट सुटलेले धोतर, चेहऱ्यावरील काहीसे गोंधळलेले, बावळटपणाची झाक असणारे हसतमुख भाव, याचबरोबर त्याने हातात धरलेला डबा यावरून एका सर्वसामान्य व्यक्तीचे हुबेहूब शिल्प तयार केलेले आहे.

या एक-दोन उदाहरणांवरून आपल्याला एक महत्त्वाचा निष्कर्ष काढता येतो. तो म्हणजे या गुंफा खोदण्याचे काम करणाऱ्या कलाकारांना अभिव्यक्तीचे स्वातंत्र्य असावे. शिल्पाकृती करतानाच तत्कालीन समाजातील ठळक गोष्टींना त्यांनी आपल्या कलेमध्ये अगदी सहजपणे चित्रित केलेले आहे. वर उल्लेख केलेल्या बुटक्या यक्षाच्या हातामध्ये असणारा गोल झाकणाचा डबा पाहून लक्षात येते की, आजही आपल्याकडे अशा घाटाचे गोल डबे वापरात आहेत.

बऱ्याच शिल्पपटांमध्ये सेविकांच्या हातात थैली, डबा धरलेले दृश्य आहे. गुंफा क्र. एकवीसमध्ये स्तंभावरील आम्रपालिकेच्या डाव्या बाजूला असणाऱ्या हसतमुख दासीने सहजगत्या खांद्यावर घेतलेल्या झोळीमध्ये चौकोनी डबा ठेवलेला आहे हे आपल्या लक्षात आल्यावाचून राहत नाही. याच गुंफेत चामरधारिणी सौंदर्यवतीच्या दासीने आपल्या हातात आभूषणांची पेटी, म्हणजेच आजच्या जमान्यातील स्त्रिया वापरतात ती सौंदर्यप्रसाधनांची पेटी धरल्याचे दृश्य आहे.

गुंफा क्र. सतरामध्ये स्तंभावर अनेक सुंदर युवतींची शिल्पे आहेत. या बहुतेक शिल्पामध्ये या तरुण, सौंदर्यसंपन्न युवतीच्या जोडीला एखादी वृद्धा किंवा वृद्ध यांचे शिल्प आहे. या व्यक्तिरेखा त्याठिकाणी तरुण स्त्रियांचे पाठीराखे म्हणून आहेत असे वाटते. जणू तरुण स्त्रीला सोबत देण्यासाठीच कुणीतरी बरोबर दिलेले आहे, असे वाटते.

गुंफा क्र. एकवीसमध्ये गर्भगृहाच्या उजव्या बाजूला भिंतीवर विशाल आकाराचा शिल्पपट आहे. यामध्ये शिव-पार्वती चौसरचा खेळ खेळतानाचे दृश्य आहे. येथे उभ्या दासीच्या हातातील वारा घालण्याचा पंखा पाहून आश्चर्य वाटल्यावाचून राहत नाही.

कारण आजही अशा तऱ्हेचे हातपंखे आपण वापरतो. याच शिल्पपटात खालच्या बाजूस नंदी आणि गण यांचा शिल्पपट आहे. नंदीच्या भोवती खेळणाऱ्या गणांचा बारकाईने अभ्यास केल्यानंतर लक्षात येते की, गणांच्या रूपाने शिल्पकारांनी समाजातील लहान बालकांचे विविध विभ्रम आणि लीला शिल्पबद्ध केलेल्या आहेत. लहान वयाची दहा-पंधरा बालके एकत्र आल्यानंतर जो धुडगूस घालत असतील किंवा ज्या काही अनाठायी गोष्टी करत असतील, त्याचे उत्कृष्ट चित्रण आपल्याला या शिल्पपटात पाहायला मिळते. त्यामुळेच आग्रहाने असे म्हणता येते की, ब्राह्मणी (हिंदू) गुंफांमधील काम करणारे शिल्पकार समाजाभिमुख होते. रोजच्या जीवनात घडणाऱ्या लहानमोठ्या घटनांना आणि त्यातून निर्माण होणाऱ्या भावनिक नातेसंबंधांना आपल्या शिल्पकलेद्वारे कायमचे शिल्पबद्ध करण्याचा प्रयत्न त्यांनी येथे केला आहे.

या गोष्टी आपल्याला वेरूळच्या ब्राह्मणी लेण्यातील शिल्पकला बारकाईने अभ्यासल्यानंतरच लक्षात येतात. सामाजिक जीवनशैलीच्या या बारीकसारीक छटा ज्या शिल्पकलेतून आपल्याला अनुभवता येतात, ती शिल्पकला अत्यंत श्रेष्ठ दर्जाची आहे हे येथे निर्विवादपणे सिद्ध होते.

हिंदू गुंफांमधील शिल्पकला जरी प्रामुख्याने शिवलीलांवर आधारित असली, तरी अनेकविध व्यक्तिरेखांचे चित्रण येथे झालेले आहे. शिवलीला वर्णन करणारे किंवा शिवमाहात्म्य सांगणारे अनेक शिल्पपट प्रामुख्याने सर्वच हिंदू गुंफांतून कोरलेले आहेत. हे जरी खरे असले तरी इतर देवदेवतांच्या मूर्तीही या गुंफांतून पाहायला मिळतात.

शिव-पार्वती, शिवाचे गण, गणेश, कार्तिकेय आणि सप्तमातृका यांच्या-बरोबरच दास-दासी, द्वारपाल, चामरधारिणी स्त्रिया, मानवदेहधारी शिवास्त्रे अशा अनेक व्यक्तिरेखा गुंफांमधून आपल्याला भेटतात. त्याचबरोबर स्त्रीरूपातील नदीदेवता गंगा, यमुना आणि सरस्वती, ब्रह्मा, विष्णू, लक्ष्मी, गजलक्ष्मी, भूदेवी व विष्णूचे इतर अवतार या व्यक्तिरेखा शिल्पबद्ध झालेल्या आहेत.

स्त्रियांचे वस्त्रालंकार आणि केशभूषा : ज्याप्रमाणे बौद्ध गुंफांमधील स्त्रीशिल्पाच्या शरीरावर केवळ दोन प्रकारची वस्त्रे पाहायला मिळतात. त्याचप्रमाणे हिंदू गुंफातही बहुतेक सर्व शिल्पपटातील स्त्रीप्रतिमांच्या अंगावर दोन प्रकारची वस्त्रे दिसून येतात. यापैकी शरीराचा कमरेच्या खालचा भाग झाकणारे अंतरीय आणि मानेच्या पाठीमागून खांद्यावर घेतलेले आणि डाव्या-उजव्या हाताभोवती लपटेलेले उत्तरीय यांचा समावेश करता येईल.

येथे विशेष उल्लेख करण्यासारखी गमतीची बाब म्हणजे सर्व गुंफांमध्ये कुठेही उत्तरीयाचा उपयोग वक्ष झाकण्यासाठी केलेला नाही. गुंफा क्र. एकवीसमधील आम्रपालीच्या दासीचा अपवाद वगळता कुठेही स्त्रियांनी कंचुकी किंवा कंचबंधासाठी वस्त्र वापरल्याचे दिसत नाही. परंतु या स्त्रीप्रतिमांच्या शरीराचा वरील भाग अनावृत

आहे, असेही वाटत नाही. या ठिकाणी आम्रपालिकेच्या दासीच्या वक्षभागावर कंचुकीची आडवी पट्टी दाखवलेली आहे. त्यामुळेच पुन्हा एकदा एक मोठे प्रश्नचिन्ह डोळ्यांसमोर उभे राहते. या कलाकारांनी का बरे स्त्रीप्रतिमांच्या वक्षभागावरील वस्त्राला सूचित करण्याचे टाळले असावे?

कारण स्त्रीचे अनावृत वक्ष जसे दिसतात तसे ते येथील शिल्पाकृतींमध्ये दिसत नाहीत. अजिंठा गुंफांमधून काही ठिकाणी वक्षभाग पूर्णपणे अनावृत असलेल्या स्त्रियांची चित्रे उपलब्ध आहेत. त्या ठिकाणी ती स्त्री अनावृत आहे हे लक्षात येते व पटतेही... मात्र वेरूळच्या लेण्यात ही परिस्थिती नाही, असे ठासून म्हणावेसे वाटते. स्त्रीशिल्पांची निर्मिती करताना बारीकसारीक गोष्टींचाही विचार करून ते बारकावे मूर्तीमध्ये दाखवणाऱ्या वेरूळच्या कलाकारांनी स्त्रीच्या वक्षभागाला झाकणाऱ्या वस्त्राला कुठेही रेखांकित केलेले दिसत नाही. मात्र शिल्पांकन करताना उन्नत उरोजांवर स्तनाग्रेही कोरलेली नाहीत. मग या स्त्रियांचा वक्षभाग अनावृत आहे असे का मानावे? काही संशोधकांच्या मते त्या काळातील स्त्रिया उरोवस्त्र वापरीत नसत, म्हणून वेरूळच्या स्त्रियांचे उरोज अनावृत आहेत. परंतु हे मत पटत नसल्यामुळे काही अपवाद वगळता बहुतेक सर्व स्त्रीप्रतिमांमध्ये स्त्रीचे वक्ष आवृत आहेत असेच वाटते. शिल्पकारांनी कुठेही या वस्त्रांना शिल्पांकित केलेले नाही, हे लक्षात घेऊनसुद्धा या मताशी ठाम राहताना असे सांगावे वाटते की काही अगम्य कारणांमुळे कदाचित शिल्पकारांनी या बाबतीत मोघमता स्वीकारली असेल.

अंतरीय : बहुतेक सर्व गुंफांमधून स्त्रीप्रतिमांच्या अंगावर गुडघ्याच्या खाली पायाच्या घोट्यापर्यंत नेसलेले अंतरीय पाहायला मिळते. काही स्त्रीप्रतिमांनी हे तलम वस्त्र लुंगीप्रमाणे कमरेभोवती गुंडाळलेले असून, त्याच्या निऱ्या डाव्या कमरेजवळ खोचलेल्या आहेत. काही स्त्रियांनी निऱ्या दोन्ही पायांच्या मध्ये अत्यंत कलापूर्णरीतीने सोडलेल्या आहेत.

गुंफा क्र. सोळामध्ये बहुतांशी स्त्रियांनी सकच्छ पद्धतीने वस्त्र नेसलेले आहे. काष्टा पद्धतीने नेसलेल्या काही स्त्रीप्रतिमांमध्ये या वस्त्राच्या निऱ्या उजव्या पायाच्या तळपायापर्यंत लोळताहेत तर डाव्या पायावर काचा मारल्यामुळे वस्त्र गुडघ्यापर्यंत पोहोचले आहे. याचे उत्तम उदाहरण आपल्याला कैलास लेण्यातील यज्ञशाळेच्या बाहेर द्वारपालिकांच्या रूपात उभ्या अत्यंत सुंदर स्त्रियांच्या वेशभूषेमध्ये पाहता येईल. यज्ञशाळेतील सप्तमातृका, दुर्गा, अन्नपूर्णा, राजघराण्यातील स्त्रिया आणि त्यांच्या दासी या सर्व स्त्रीप्रतिमांमध्ये सकच्छ पद्धतीने वस्त्र नेसल्याचे स्पष्टपणे दिसून येते. याचे आणखी एक उत्तम उदाहरण आपल्याला 'रावणानुग्रहमूर्ती' किंवा 'रावण कैलास पर्वत हलवतो' या शिल्पपटामध्ये पाहायला मिळते. या ठिकाणी घाबरून लगबगीने पळणाऱ्या दासीचे पाठमोरे शिल्प आहे. या शिल्पात दासीने

काष्टा घालून वस्त्र नेसलेले आहे, हे अगदी ठळकपणे दिसून येते.

गुंफा क्र. एकवीसमधील आम्रपालिका, शालभंजिका व चामरधारिणी यांनी आपले वस्त्र लुंगीप्रमाणे गुंडाळलेले आहे शिवाय ते घोट्याच्या थोडे वर असल्यामुळे बाजूला पोटऱ्या अनावृत दिसताहेत. गुंफा क्र. एकोणतीसमधील द्वारपालिकांचे वस्त्रही घोट्याच्या थोडे वर नेसलेले आहे.

हिंदू गुंफांतील स्त्रियांच्या अंगावरील वस्त्र अतिशय तलम आहेच, शिवाय ते अगदी झिरझिरीत व पारदर्शकही असावे असे खात्रीपूर्वक म्हणता येते. कारण वस्त्र नेसलेले असूनही स्त्रियांचे संपूर्ण शरीर अगदी स्पष्टपणे दिसते आहे. झिरझिरीत आणि तलम अशा अंतरीयामधून दिसणारी पुष्ट देहाची कमनीयता आणि सौंदर्य मनाला मोहात पाडणारे आहे. याचे अत्यंत उत्तम उदाहरण आपल्याला गुंफा क्र. एकवीसमध्ये पाहता येते. या गुंफेतील गर्भगृहाच्या डाव्या बाजूला उभ्या चामरधारिणीची शिल्पप्रतिमा म्हणजे स्त्रीसौंदर्याचा एक अत्युत्कृष्ट नमुना आहे असे म्हणता येईल. जेव्हा आपण लक्ष देऊन ही प्रतिमा पाहतो, तेव्हा असे वाटते की तिच्या अंगावरील वस्त्र अतिशय झिरझिरीत आहे आणि त्या झिरझिरीत वस्त्रातून तिच्या कमनीय पुष्ट मांड्या, पोटऱ्या जणू कोरल्यागत स्पष्ट दिसताहेत. केवळ अंतरीयच नव्हे, तर उत्तरीयही अशाच तलम झिरझिरीत वस्त्राचे आहे असा भास आपल्याला होतो. याच गुंफेतील कठड्याच्या पहिल्या स्तंभावरील आम्रपालिका तिच्या सुंदर कमनीय देहामुळे आपले लक्ष वेधून घेतेच. तिने आपले तलम अंतरीय लुंगीप्रमाणे गुंडाळलेले आहे व त्याच्या निऱ्या डाव्या मांडीवर दिसताहेत.

गुंफेबाहेर असणाऱ्या गंगेनेसुद्धा अशाच प्रकारे लुंगीसदृश वस्त्र परिधान केलेले आहे. एक गोष्ट येथे आवर्जून नमूद करावीशी वाटते ती म्हणजे प्रत्येक स्त्रीने आपले वस्त्र कमरेच्या खाली नाभी दिसेल अशाप्रकारे नेसलेले आहे. या स्त्रीप्रतिमा सौंदर्यसंपन्न तर आहेतच, पण या चित्ताकर्षकही आहेत. दुसरी गोष्ट म्हणजे कदाचित तरुण स्त्रिया लुंगीप्रमाणे वस्त्र नेसीत असाव्यात.

शिल्पकलेच्या नियमांच्या दृष्टिकोनातून विचार करता, कलाकारांच्या कल्पनाचक्षूमध्ये जी प्रतिमा तयार असते, तेच कळत नकळत कलाकाराच्या निर्मितीमध्ये अभिव्यक्त होते. वेरूळ लेण्यामधील बहुतेक प्रतिमा या कलाकाराच्या कल्पनाशक्तीची निर्मिती आहे असे मानले तरी तत्कालीन समाजात कलाकाराने जे पाहिले, जे अनुभवले तेच त्याच्या कलेमध्ये अभिव्यक्त झालेले आहे. एवढे असूनही या प्रतिमा पाहताना आपल्या लक्षात येते की, यातील बहुतेक प्रतिमा चेहरे असूनही बिनचेहऱ्यांच्या वाटतात. अर्थातच याला काही विशिष्ट प्रतिमांचा अपवाद आहे. कारण या प्रतिमांकडे पाहताना त्यांना चेहरा आहे असे वाटते. याचा उत्तम अनुभव कल्याणसुंदरम् या शिल्पपटातील पार्वतीचे शिल्प पाहताना येतो.

या पार्वतीचे शिल्प हे कुणा एका स्त्रीची हुबेहूब प्रतिमा आहे, असे वाटते. कारण या चेहऱ्यावर भावभावना आहेत. तिच्याकडे पाहताना खऱ्याखुऱ्या नववधूचे शिल्प पाहतोय याची जाणीव आपल्याला होते. लाजरी, अधोवदना, सलज्ज नयना, शिवस्पर्शाने बावरलेली नववधू पार्वती. आपल्याला जीवनात कधीतरी, कुठेतरी भेटलेली आहे, असे वाटत राहते ते यामुळेच.

दुसरे उदाहरण एकवीस क्रमांकाच्या गुंफेमध्ये सापडते. या गुंफेतील स्त्रीप्रतिमा एकापेक्षा एक सरस आणि स्त्रीदेह सौंदर्याचा उत्कृष्ट नमुना आहे. या गुंफातील शिल्पकला अत्यंत उत्कृष्ट दर्जाची आहे. कारण येथील शिल्पाकृतींच्या चेहऱ्यावर विलोभनीय भावदर्शन घडवण्यात कलाकार यशस्वी झाले आहेत.

गुंफेबाहेर डाव्या बाजूला असलेली गंगा नदीची मूर्ती पाहताना गंगेच्या चेहऱ्यावरील उत्फुल्ल भाव आपल्या मनावर ठसतात. गंगेच्या बाजूलाच स्तंभावर असणारी आम्रपालिका इतकी सुंदर आणि हसतमुख आहे की, पाहणाऱ्याच्या काळजाचा ठोका चुकतो... या तरुण सौंदर्यवतीच्या चेहऱ्यावरचे हे जीवघेणे हास्य म्हणजे केवळ शिल्पकाराचा कल्पनाविलास नाही; तर प्रत्यक्षात मूर्ती घडवताना, अशी एखादी नवयौवना त्या शिल्पकाराच्या समोर साक्षात उभी असावी, असे प्रकर्षाने वाटते.

गुंफा क्र. एकवीसमधील सप्तमातृकांच्या प्रतिमा पाहतानाही पुनश्च एकवार हाच अनुभव येतो. या सर्व प्रतिमा एकापेक्षा एक सरस आणि देखण्या स्त्रियांच्या आहेत. उत्कृष्ट पद्धतीच्या आणि अत्याधुनिक वाटतील अशा केशरचना, त्यावर नाजूक व कलात्मक मुकुट आणि कमनीय देहयष्टी असलेल्या या स्त्रियांकडे पाहताना वाटते की, या स्त्रियांना त्यांच्या सौंदर्याची पूर्ण कल्पना आहे. आपले सौंदर्य कसे द्विगुणित करता येईल, याची त्यांना जाणीव आहे. त्यांची बसण्याची पद्धत अतिशय आकर्षक आहे. चेहऱ्यावर रूपगर्वितेचे भाव आहेत. हे पाहिल्यानंतर वाटते की, नक्कीच त्या काळी जेव्हा पाषाणातून या मूर्ती घडवल्या असतील, तेव्हा कलाकारांनी या रूपवगर्वितांना आपल्यासमोर बसवले असेल आणि त्यांच्या प्रतिमांना शिल्पबद्ध केले असेल...!

हिंदू गुंफातील शिल्पकामाचे आणखी एक महत्त्वाचे वैशिष्ट्य म्हणजे येथील शिल्पकृतींच्या चेहऱ्यावर भावदर्शन घडवण्याचा कलाकारांनी प्रयत्न केलेला आहे. त्यामुळेच कैलास लेण्यातील द्वारपालांच्या प्रचंड आकाराच्या मूर्ती पाहताक्षणीच समोर बलशाली, देखण्या आणि हसतमुख पुरुषाची प्रतिमा दिसते. दगडात घडवलेली एक ठोकळेबाज मूर्ती एवढेच या द्वारपालाचे स्वरूप न राहता तो खराखुरा दैवी शक्ती असलेला द्वारपाल वाटतो.

हिंदू गुंफांमध्ये प्रत्येक स्त्रीप्रतिमेच्या जवळ एखादी बुटकी दासी उभी आहे. या

सेविकांची शरीरयष्टी सर्वच ठिकाणी बुटकी, बोजड आहे. दिसायला कुरूप असणाऱ्या या दासी, आपल्या मालकिणीच्या सेवेसाठी तत्परतेने तयार असाव्यात असे त्यांच्याकडे पाहून वाटते. यांच्या अंगावर बहुतेक वेळा कासोटा घातलेले अंतरीय आहे. सुटलेले बेढब पोट आणि नाभीच्या खाली नेसलेले अंतरीय यामुळे या स्त्रिया कुरूप आणि बेढब दिसतात. मात्र या दासींच्या हातात कधी संदूक तर कधी डबा धरलेला आहे.

स्त्रियांचे अलंकार आणि केशभूषा : हिंदू गुंफेतील स्त्रिया हिंदू परंपरेनुसार नखशिखांत सजलेल्या आहेत. एकतर या गुंफांतील स्त्रीप्रतिमा सर्वसामान्य आकाराच्या आहेत तसेच अतिभव्य आकारातही आहेत. शिवाय या शिल्पाकृती अतिशय कमनीय आणि अगदी प्रमाणबद्ध आहेत. बौद्ध गुंफेच्या तुलनेने या स्त्रीप्रतिमा अधिक सुंदर आणि अधिक चित्ताकर्षक आहेत. अलंकारामध्ये सुद्धा खूपच वैविध्य आहे. प्रत्येक स्त्रीप्रतिमेच्या गळ्यात एकापेक्षा अनेक ग्रैवेयक आहेत. कंठे, सुवर्णहार, रत्नावली, रत्नहार, स्तनहार, मोत्यांचा हार याचबरोबर यज्ञोपवीतही अंगात घातलेले आहे. सुवर्णहारांची कलाकुसर नाजूक आहे. शिवाय स्तनहारामधील पदकांमध्ये उत्कृष्ट प्रकारची नक्षी पाहायला मिळते. कानातील कर्णकुंडले, वेगवेगळ्या प्रकारची आहेत. शिवाय हातामध्ये भरगच्च वाटतील अशा तऱ्हेने कंगन घातलेले आहे.

पायामध्ये तोरड्या, नूपुर किंवा तोडे असे प्रकार पाहायला मिळतात. यामध्ये नूपुरांचे नक्षीकाम वैविध्यपूर्ण आहे. हिंदू गुंफांमधील स्त्रियांच्या मेखला अतिशय आकर्षक पद्धतीच्या आहेत. या मेखला सुवर्णांच्या असून, त्यामध्ये मौल्यवान रत्ने जडलेली आहेत. काही शिल्पाकृतींच्या अंगावर सुवर्णांच्या नाजूक सोन-साखळ्यांनी बनवलेल्या मेखला असून, त्याच्या काही साखळ्या उजव्या किंवा डाव्या मांडीवर रुळताना दिसताहेत.

विशेष म्हणजे गंगा आणि यमुना यांच्या कमरेशी असणाऱ्या मेखला फारच सुंदर आहेत. गुंफा क्र. पंधरामधील नंदीमंडपाच्या प्रवेशद्वाराच्या दोन्ही बाजूला असणाऱ्या गंगा-यमुना नदी देवतांच्या प्रतिमांच्या अंगावर असलेल्या मेखला अतिशय सुंदर आहेत. साधारणपणे याच धर्तीच्या मेखला गुंफा क्र. सोळामध्ये गंगा, यमुनेच्या अंगावर पाहायला मिळतात. रत्नमहालातील गंगा आणि यमुनेच्या अंगावरील मेखला अतिशय आकर्षक असून आपले लक्ष वेधून घेतात. तसेच यज्ञशाळेच्या प्रवेशद्वाराजवळ उभ्या युवतींच्या कमरेवर आकर्षक मेखला असून, त्यातील रेशमी गोंडे दोन्ही मांड्यावर रुळताना दिसताहेत. बौद्ध गुंफांमध्ये अशा प्रकारच्या मेखला स्त्रियांच्या अंगावर दिसल्या नाहीत.

हिंदू गुंफांमधील स्त्रीप्रतिमांच्या केशरचनांमध्ये असणारे वैविध्य आणि सौंदर्य

केवळ अप्रतिम या शब्दातच वर्णन करता येते. येथे केशरचनेइतकीच आकर्षक पद्धतीने फुलांनी, मुकुटांनी त्यांची सजावट केलेली दिसते. गुंफा क्र. एकवीसमध्ये स्त्रियांच्या डोक्यावर वेगवेगळे नक्षीकाम केलेले जरीचे किंवा सुवर्णाचे शिरेटोप घातल्याचे दिसते. चामरधारिणीच्या दासीने आपल्या डोक्यावर त्रिकोणी टोपी वाटेल असा जरतारी शिरेटोप घातलेला आहे. स्वत: चामरधारिणीने आपली केशरचना मुकुटाने सजवलेली आहे.

याच गुंफेत सप्तमातृकांच्या प्रतिमांमध्येही काही स्त्रीप्रतिमांच्या डोक्यावर सुंदर असे नक्षीदार शिरेटोप घातल्याचे लक्षात येते. शिव-पार्वती चौसर खेळतानाचा जो शिल्पपट आहे त्यामध्ये पार्वतीची केशरचना आणि डोक्यावर घातलेला जरतारी शिरेटोप अतिशय आकर्षक आणि सुंदर आहे. कुरळ्या केसांच्या लडिवाळ लडींची महिरप पार्वतीच्या सुंदर चेहऱ्याभोवती आहे. पार्वतीचे केस लांबसडक असून, तिची सखी तिची वेणी घालत आहेत. याच गुंफेत, डाव्या बाजूच्या दालनात शिव-पार्वती विवाहाचे दृश्य चित्रित करणारा सुंदर शिल्पपट आहे. या ठिकाणी पार्वतीच्या सडपातळ शरीराला आणि उभट चेहऱ्यास शोधून दिसेल अशी केशरचना व थोडा वेगळा वाटेल असा शिरेटोप तिच्या डोक्यावर आहे. पार्वतीच्या गळ्यातील नाजूक सुवर्णहाराची नक्षी कलात्मक आहे.

काही शिल्पाकृतींमध्ये केशरचना फुलांनी किंवा मोत्यांच्या माळांनी सजवलेल्या आहेत. दुसरे वैशिष्ट्य म्हणजे त्या काळात केसांना गोल गोल वळवून त्याचा उपयोग विविध प्रकारच्या केशभूषा सजवण्यासाठी होत असावा. कारण काही स्त्रीप्रतिमांमध्ये केशरचना केल्यानंतर, उरलेले केस गोल गोल वळवून मानेवर सोडलेले आहेत. उदाहरण द्यायचे झाले तर कैलास लेण्यांत यज्ञशाळेमध्ये सप्त-मातृकांपैकी वैष्णवीच्या मानेवर रुळणाऱ्या केसांची अतिशय सुंदररीत्या वळवून केलेली केशरचना पाहायला मिळते.

गुंफा क्र. एकोणतीसमध्ये मन थक्क होऊन जाईल इतक्या कलात्मक पद्धतीच्या केशरचना पाहायला मिळतात. सर्वच द्वारपालिकांच्या केशरचना एकापेक्षा एक सरस आणि कलापूर्ण आहेत. या केशरचनेचे वैशिष्ट्य म्हणजे समोरच्या बाजूला केसांना वळवून त्याचा केशरचनेमध्ये उपयोग केलेला आहे. शिवाय द्वारपालिकेच्या घनदाट केसांची रचना करून झाल्यानंतर उरलेल्या केसांवर भरपूर फुले माळलेली आहेत.

गुंफा क्र. एकवीसमध्ये आम्रपालिकेच्या डाव्या हाताशी उभ्या दासीचे केस कृत्रिमरीत्या कुरळे केलेले आहेत. कुरळ्या केसांचा तो प्रकार पाहून आजकाल स्त्रिया ब्यूटीपार्लरमध्ये जाऊन पर्मिंग करून केस कुरळे करून घेतात त्या प्रकारची आठवण येते.

हिंदू गुंफांमधील केशभूषांमध्ये जे वैविध्य पाहायला मिळते ते बौद्ध गुंफांमध्ये दिसत नाही. शिवाय या केशभूषा सजविण्यासाठी अतिशय सुंदर पण नाजूक अशा सुवर्णमुकुटांचा उपयोग केलेला आहे. काही स्त्रीप्रतिमांनी आपल्या कपाळावर केवळ ललाटिका घातलेल्या आहेत. राजस्थानी पद्धतीच्या या ललाटिकांना मध्यभागी सुंदर असे पदक असते. कैलास लेण्यांतील यज्ञशाळेच्या पायऱ्याजवळ उभ्या द्वारपालिकांनी राजस्थानी स्त्रिया घालतात त्या प्रकारची ललाटिका घातलेली आहे. कपाळावर शोभणारी बिंदीसुद्धा बऱ्याच स्त्रीप्रतिमांनी आपल्या केशभूषेमध्ये लावलेली आहे.

एकूणच हिंदू गुंफांमधील स्त्रीप्रतिमा पाहताना त्या काळातील समाज अतिशय प्रगत विचारसरणीचा, संपन्न व सुस्थितीतील असावा असे वाटते. स्त्रियांना व्यक्तिस्वातंत्र्य असावे. त्याचबरोबर त्यांना समाजात मान असावा. अन्यथा, कैलास लेण्यात किंवा इतर गुंफांमध्ये स्त्रीप्रतिमांची उपस्थिती इतक्या मुबलक प्रमाणात कदाचित दिसली नसती.

पुरुषप्रतिमा : हिंदू गुंफांमधील पुरुषप्रतिमांमध्ये शिवप्रतिमा आणि द्वारपाल यांच्या प्रतिमांचा विशेष उल्लेख करावा लागेल. येथील सर्व लेण्या या प्रामुख्याने शिवलीलांवर आधारित असल्यामुळे शिवाच्या विविध मुद्रांमधील प्रतिमा प्रत्येक गुंफामध्ये आहेत. त्याचबरोबर गदाधारी, सर्पधारी द्वारपालांच्या प्रतिमाही भरपूर आहेत. हे द्वारपाल अतिशय देखणे, बलदंड आणि प्रमाणबद्ध शरीरयष्टीचे पुरुष आहेत. त्यांच्या चेहऱ्यावर भाव असून, अंगावरील वस्त्रालंकार वैशिष्ट्यपूर्ण आहेत. थोडक्यात सांगायचे तर हे द्वारपाल अगदी नटलेले आहेत. बहुतेक द्वारपाल चतुर्भुज असून, त्याच्या एका हातात सर्प आणि दुसऱ्या हातात गदा आहे.

अंतरीय : हिंदू गुंफांमधील पुरुषप्रतिमांच्या अंगावर बहुतेक ठिकाणी अंतरीय नेसलेले नाही. मात्र लंगोटीसारखे वस्त्र अंगात घालून त्यावरून जरीकाठी वस्त्र शेला म्हणून गुंडाळलेले आहे. याचे उदाहरण म्हणून आपण कैलास गुंफेमधील रत्नमहालाच्या उजव्या बाजूच्या गॅलरीतील उजव्या द्वारपालाची प्रतिमा पाहू शकतो. मूर्तीचे संपूर्ण पाय अनावृत आहेत हे लक्षात येतेच, पण त्याच्या अंगात घट्ट लंगोटी आहे, असेही आपल्या लक्षात येते. पार्श्वभागाभोवती गुंडाळलेल्या शेल्याची गाठ डाव्या किंवा उजव्या मांडीवर बांधलेली असते. याव्यतिरिक्त हिंदू गुंफेतील द्वारपालांच्या अंगाखांद्यावर एक लांब पट्टीचे उपरणे घातल्याचेही दिसते. गुंफा क्र. पंधरा आणि गुंफा क्र. सोळामधील बहुतेक सर्व द्वारपालांच्या अंगावर गुडघ्याच्या खाली पोहोचेल अशी ही पट्टी किंवा उपरणे घेतलेले आहे. काही शिल्पांमध्ये या पट्टीला नाजूक घंटा किंवा गोल आकाराच्या पुतळ्या लावलेल्या आहेत.

अगदी अशाच प्रकारचे उपरणे किंवा वस्त्र चेन्नईजवळच्या कांचीपुरम येथील कैलासनाथ मंदिरातील द्वारपालांच्या अंगावर आहे. कांचीचे कैलासनाथ मंदिर आणि पट्टदकलचे विरूपाक्ष मंदिर यावरूनच वेरूळ येथील कैलास लेण्यांची निर्मिती करण्याची प्रेरणा घेतलेली आहे, असे खात्रीपूर्वक मानले जाते. कांचीपुरम येथील कैलासनाथ मंदिरामध्ये असलेल्या इतरही अनेक शिल्पपटांच्या हुबेहूब प्रतिकृती आपल्याला वेरूळच्या कैलास लेण्यांमध्ये पाहायला मिळतात हे यापूर्वी उल्लेखिलेले आहे.

बहुतेक ठिकाणी शिवाच्या प्रतिमेच्या अंगावर घट्ट काचा मारलेले धोतर आणि वरून गुंडाळलेला शेला अशी वेशभूषा आहे. गुंफा क्र. सोळामधील लंकेश्वर मंदिरात ललितम् नृत्य करणाऱ्या शिवाचे पाठमोरे शिल्प आहे. त्यामध्ये शिवाने घातलेल्या लंगोटीसदृश वस्त्रांची पाठीमागून खोचलेली निरी आपण स्पष्टपणे पाहू शकतो. जरी गुंफा क्र. पंधरा, क्र. सोळा या राष्ट्रकूटाच्या काळात खोदल्या होत्या असे मानले तरी, या गुंफांमध्ये पल्लव आणि चालुक्य कारागिरीचा प्रभाव आहे. त्यामुळे या दोन्ही गुंफांमधील पुरुषमूर्तींच्या अंगावरची वस्त्रप्रावरणे थोडीफार सारखी वाटतात. गुंफा क्र. पंधरामध्ये शिवाचे पाठमोरे शिल्प आहे. त्यामध्ये त्यांच्या अंगावर घट्ट काचा मारलेले व गुडघ्याच्या वर नेसलेले धोतर आहे. त्यामुळे साधारणत: योद्धे किंवा राजदरबारी पुरुष घट्ट काचा मारलेले वस्त्र नेसून त्यावर जरीकाठी शेला गुंडाळीत असावेत. किंवा अंगामध्ये केवळ लंगोटीसदृश वस्त्र नेसून त्यावरून शेला गुंडाळला जात असावा. गुंफा क्र. एकवीसमध्ये ललितम् नृत्य करणाऱ्या नटराज शिवमूर्तीच्या अंगावर अशा प्रकारचे धोतर आहेच, शिवाय वरून व्याघ्रचर्महो गुंडाळलेले आहे.

गुंफा क्र. पंधरामध्ये ब्राह्मणपुत्र मार्कंडेयाची प्रतिमा आहे. त्याच्या अंगात लंगोटी आहे. शिवाय डोक्यावर चमनगोटा असून, पाठीमागच्या बाजूला गोल शेंडी ठेवलेली आहे. आजही ब्राह्मणांमध्ये बटूची शेंडी अशाच प्रकारे ठेवली जाते. शतकानुशतके त्याच चालीरीती आपल्या समाजात रूढ झालेल्या असून आजही त्या मूळ धरून आहेत, हे मार्कंडेयाचा शिल्पपट पाहिल्यानंतर आपल्या लक्षात येते.

अलंकार : वेरूळ लेण्यातील स्त्री व पुरुष दोघेही सारख्याच प्रमाणात अलंकार विभूषित आहेत. हिंदू गुंफांतील पुरुष नखशिखांत सजलेले आहेत असे म्हटले तर वावगे ठरणार नाही. ब्रह्मा, विष्णू, महेश, द्वारपाल हे सर्व देव विविध आभूषणांनी नटलेले आहेत. प्रत्येकाच्या डोक्यावर सुंदर आणि विविध प्रकारचे नक्षीदार मुकुट आहेत. कानात कर्णकुंडले, गळ्यात विविध प्रकारची ग्रैवेयक, पोटावर रेशमी वस्त्रांचे उदरबंध, कमरेला कमरबंध आणि सुंदर नक्षीदार मेखला, हातात कंगन, दंडात बाजूबंद, पायात नूपुर आणि बोटांमध्ये अंगुलीयक असे सर्व प्रकारचे अलंकार पुरुषांच्या अंगावरसुद्धा आहेत.

मुख्यत्वेकरून मुकुट, 'करंडक, किरीट व जटामुकुट' या प्रकारचे आहेत. मुकुटामध्ये काही ठिकाणी कीर्तिमुखाची नक्षी आहे. बहुतेक पुरुषांचे केस खांद्यापर्यंत वाढलेले असावेत. डोक्यावर मुकुट घातल्यानंतर बाहेर पडलेले, मोकळे केस प्रत्येक पुरुषाच्या खांद्यावर रुळताना दिसतात. प्रत्येक पुरुषाच्या गळ्यात यज्ञोपवीत आहेत. भैरवरूपातील शिवमूर्तीच्या डोक्यावर विस्कटलेल्या जटांचा मुकुट आहे. तर गळ्यात नरमुंडमाळा आणि सर्पमाला आहेत. दशभुज शिवाच्या हातामध्ये विविध अस्त्रे आहेत. काही ठिकाणी पुरुष द्वारपालांच्या डोक्यावर वेगळ्या प्रकारचे शिरेटोप किंवा पगड्या आहेत. गुंफा क्र. सोळामध्ये काही ठिकाणी वेगळ्या प्रकारचे शिरेटोप घातलेले द्वारपाल आपल्याला भेटतात. गुंफा क्र.सोळामधील द्वारपालांच्या कमरेवर सुंदर मेखला आहेच... शिवाय नक्षीदार कमरबंधही बांधलेला असून, त्यातून घंट्या लावलेले दोन बंध कमरेवर शोभताहेत. कमरबंधाची सुरगाठ पोटावर बांधलेली आहे.

हिंदु गुंफांमधील यक्षमूर्ती किंवा सेवकांच्या मूर्तीच्या अंगावर काचा मारलेले धोतर नेसल्याचे दिसते. यक्षमूर्तीचे केस कुरळे आहेत व बऱ्याच ठिकाणी यक्ष मूर्तीची चेहरेपट्टी काळ्या हबशी किंवा आफ्रिकन लोकांच्या चेहरेपट्टीशी मिळतीजुळती आहे. तसेच त्या शिल्पांच्या डोक्यावरील केसही आजच्या आफ्रिकन लोकांप्रमाणे कुरळे व काळे आहेत. यक्षमूर्तीच्या गळ्यामध्ये एखादे जाडसर चांदीचे किंवा रुप्याचे पदक असून हे पदक बहुतांश ठिकाणी धाग्यात गुंफलेले दिसते.

पुरुष आपले खांद्यापर्यंत रुळणारे केस वेळप्रसंगी मानेवर बांधत असावेत. उदाहरणासाठी आपण गुंफा क्र. सोळामधील रत्नमहालाच्या पाठीमागील गॅलरीतील पहिल्या मंदिराच्या बाह्यभिंतीवरील मिथुनमूर्ती घेऊ शकतो. डाव्या बाजूच्या मिथुनमूर्ती-मधील पुरुषाने आपले केस आजकालच्या 'पोनिटेल'प्रमाणे मानेवर बांधलेले आहेत.

हिंदू गुंफांमध्ये काही पुरुषमूर्तीच्या डोक्यावर वेगळेच शिरेटोप आहेत. यापैकी एक महत्त्वाचे उदाहरण गुंफा क्र. एकवीसमध्ये आहे. नटराज शिवमूर्तीच्या शेजारी उभ्या द्वारपालाचा शिरेटोप अगदी वेगळा आहे. या द्वारपालाच्या ओठावर जाड मिशा आहेत. हिंदू गुंफांमध्ये कितीतरी ठिकाणी पुरुष द्वारपालांच्या ओठावर ठळकपणे मिशा कोरलेल्या आहेत.

गुंफा क्र. वीसमध्ये द्वारपालाच्या बाजूला सेवक उभा आहे. या सेवकाच्या डोक्यावरचा टोप अगदी साधा व निमुळता आहे. जसा आपल्याकडे वासुदेवांच्या डोक्यावरील टोप असतो तसा...! अगदी याच प्रकारचा टोप चेन्नईजवळील महाबलीपुरम येथील मंदिरातील मूर्तीच्या डोक्यावर पाहायला मिळतो.

गुंफा क्र. सव्वीसमध्ये द्वारपाल मूर्तीच्या बाजूला उभ्या सेवकाचा शिरेटोप

आणखीनच वेगळा आहे. या शिरेटोपाला पाठीमागून झुपकेदार तुरा किंवा गोंडा सोडलेला आहे. साधारण अशाच प्रकारचा शिरेटोप गुंफा क्र. सतराच्या सेवकाच्या डोक्यावरही आहे. हिंदू गुंफांमधील पुरुषप्रतिमांच्या गळ्यातील ग्रैवेयकांमध्ये विविध प्रकारचे नक्षीकाम पाहायला मिळते. अर्थात बौद्ध गुंफामधील पुरुष मूर्तींच्या गळ्यातील ग्रैवेयक नेहमीच रुंद आणि मोठे दाखवले आहे. मात्र हिंदू गुंफात ते नाजुक व कलात्मक नक्षीकाम असलेले आहे. बहुतेक पुरुष मूर्तींच्या गळ्यात, गळ्याबरोबर मोत्यांचा कंठा असून त्याखाली मोठे ग्रैवेयक आहे.

गुंफा क्र. एकवीसमध्ये ललितम् नृत्य करणाऱ्या नटराज शिवमूर्तीच्या गळ्यातील अत्यंत नाजूक कलाकुसर असलेला चंद्रहार केवळ अप्रतिम म्हणता येईल असा आहे. हा चंद्रहार आणि याच मूर्तीच्या डोक्यावरील जटामुकुट ही हिंदू गुंफांमधील सर्वोत्तम आभूषणे आहेत, असे म्हटले तर चुकीचे ठरणार नाही. नाजूक सोनसाखळ्या आणि रत्ने यांनी बनवलेले शिवाचे ग्रैवेयक खरोखरच सुवर्णकारीचा उत्कृष्ट नमुना ठरेल, इतके सुंदर आहे. याच गुंफेत शिवपार्वती विवाहाचे दृश्य चित्रित करणारा शिल्पपट आहे. या शिल्पपटातील प्रतिमांच्या अंगावरील आभूषणेही अधिक कलात्मक आहेत असे वाटते. शिवमूर्ती तसेच पार्वती यांच्या गळ्यातील हार सुंदर आहेत. परंतु वर वधूच्या मध्ये कलश घेऊन पार्वतीपिता हिमावनाच्या गळ्यातील नाजुक सुवर्णहारही फारच आकर्षक वाटतो.

स्त्री आणि पुरुष दोन्ही प्रतिमांच्या दंडामध्ये असणाऱ्या बाजूबंदामध्येही खूप वैविध्य आहे. काही ठिकाणी अतिशय सुंदर आकाराचे पिंपळपान किंवा कीर्तिमुख केयुरामध्ये कोरलेले आहे. स्त्रियांनी आपल्या दंडात नाजूक आकाराची तीन ते सात वळे असलेले वलयांकित बाजूबंद घातल्याचेही दिसते. हिंदू गुंफांमध्ये पुरुषप्रतिमांच्या पायातही नूपुर आहेत. विशेष करून शिवप्रतिमा आणि त्याचे द्वारपाल यांच्या पायात घुंगरू लावलेले नूपुर आहेत. यामध्ये सौंदर्य आणि कला यांचा मिलाफ पाहायला मिळतो.

वरील सर्व विवेचनाअंती एक महत्त्वाचा निष्कर्ष काढता येतो. हिंदू गुंफांमध्ये केवळ ठरावीक व चाकोरीबद्ध असे धर्माच्या चौकटीतच निबद्ध असलेले शिल्पकाम नाही. उलटपक्षी तत्कालीन समाजातील सर्व स्तरांमधील जीवनमानाचे व जीवनशैलीचे प्रतिबिंब त्यामध्ये तंतोतंत उमटले आहे. केवळ धर्माच्या चौकटीत राहून पुराणकथांशी प्रामाणिक राहून कलेची निर्मिती न करता कलाकारांनी आपल्या कलेचा स्वच्छंदपणे विकास घडवून आणला आहे. त्यामुळेच तत्कालीन समाजाप्रणालीतील रूढी, आचार-विचार यांचे जिवंत चित्रण आपल्याला या शिल्पाकृतींमधून पाहायला मिळते. वस्त्रप्रावरणे, आभूषणे, केशभूषा आणि स्त्रीसौंदर्याचे आगळेवेगळे स्वरूप या शिल्पाकृतींमधून आपल्याला पाहायला मिळते. हिंदू कलाकारांनी तत्कालीन समाज-

जीवनातील जे जे उत्कृष्ट होते ते ते आपल्या कलेने पाषाणात बंदिस्त केलेले आहे याबद्दल कुणाचेही दुमत असू शकणार नाही.

स्त्रियांचे नाजूक सौंदर्य आणि पुरुषांचे बलशाली पौरुषत्व पाषाणात शिल्पबद्ध करतानाच खालच्या वर्गातील दास-दासींना त्यांच्या वेगळेपणासह शिल्पामध्ये चित्रांकित केलेले आहे. हिंदू गुंफांमधील देवदेवताना पाहताना म्हणूनच त्या आपल्याला जवळच्या वाटतात. आपल्यापैकी एक वाटतात. त्यामुळेच हिंदू गुंफामध्ये काम केलेल्या कलाकारांचे श्रेष्ठत्व निर्विवादपणे सिद्ध होते; कारण हिंदू गुंफेतील शिल्पाकृती मानवी भावभावना आणि आचारविचार या पातळीवरून आपल्याला भेटतात, आपल्याशी संवाद साधतात.

आकृती ३.२२ - **गुंफा क्र. १६ : कैलास लेणे- तळमजल्याच्या बाह्य भिंतीवरील गजपट्ट**

चार

वेरूळ येथील जैन गुंफांची माहिती

जैन धर्माचा परिचय

वेरूळ येथील गुंफासमूहापैकी शेवटचा समूह जैनधर्मीय गुंफांचा आहे. गुंफा क्र. तीस ते गुंफा क्र. चौतीस अशा या पाच लेण्यांमध्ये जैन धर्माच्या प्रसारासाठी निर्मिलेली कलादालने जैन धर्माचा सांस्कृतिक वारसा जपून आहेत. या गुंफांचा अभ्यास सुरू करण्यापूर्वी जैन धर्माविषयी प्राथमिक ओळख करून घेणे म्हणूनच क्रमप्राप्त होते. कारण ज्या शिल्पाकृतींचा अभ्यास करावयाचा आहे, त्या शिल्पाकृती जैन धर्मातील कुठल्या देवतेच्या आहेत हे आधी जाणून घेणे आवश्यक आहे. त्याशिवाय अभ्यासाला योग्य ती दिशा आणि ओळख मिळणे केवळ अशक्य आहे. त्यामुळेच जैन धर्माची थोडक्यात ओळख करून घेऊन त्याबरोबरच जैन मूर्तिकलेविषयीही थोडीफार माहिती करून घेणे अत्यंत आवश्यक आहे. जैन धर्माच्या प्रसारासाठी निर्मिलेली वेरूळ येथील कला समजून घेण्यासाठी या गोष्टीची आवश्यकता आहे.

'साधारणपणे इसवीसन पूर्व पाचव्या शतकात जैन धर्माच्या प्रसाराला सुरुवात झाली. सुमारे इ.स.पूर्व सहाव्या शतकात भगवान बुद्धाने नव्या बौद्ध धर्माची स्थापना केली व त्यानंतर काही वर्षांनंतर जैनांचे चोविसावे तीर्थंकर वर्धमान महावीर याने जैन धर्माचे पुनरुज्जीवन करून त्याच्या प्रसाराला सुरुवात केली.'

वैदिक धर्माचरणाला विरोध करणाऱ्यांनीच या नव्या धर्माची सुरुवात केली होती. त्यांना वैदिक तत्त्वज्ञान अमान्य होते. वेद आणि उपनिषदे यांच्यावर त्यांचा विश्वास नव्हता. देवाने या सृष्टीला निर्माण केले. सर्व चराचरात परमेश्वराचा अंश आहे. या कल्पनेवर त्यांचा अजिबात विश्वास नव्हता. हे जरी खरे असले तरी

आपल्या नवीन धर्माची संस्थापना करताना त्यांनी वैदिक पद्धतीतील काही मूळ तत्त्वांचा व मूल्यांचा स्वीकार केला होता. या मूलतत्त्वांवर आधारित नवीन संकल्पना जगापुढे मांडल्या. सुरुवातीच्या काळात जैन धर्मीयांचा मूर्तिपूजेवर विश्वास नव्हता. मात्र आज या धर्मातही मूर्तिपूजेला तेवढेच महत्त्व आले आहे. मात्र या जैन देवतांचे मूर्तिपूजन, उपासना वगैरे प्रामुख्याने जैनालयात किंवा जैन मंदिरातच होत असते. जैन आणि बौद्ध या धर्माच्या प्रसाराच्या दृष्टीने प्रामुख्याने समान मार्गांचा अवलंब केल्याचे आपल्या लक्षात येते.

बौद्धभिक्षूंनी दारोदार फिरून आपल्या धर्माच्या प्रमुख तत्त्वांचा जनमानसात प्रचार केला. त्याचप्रमाणे जैन धर्माच्या भिक्षूंनीही जागोजागी फिरून आपल्या तत्त्वांचा प्रचार केला. यामध्ये धर्मगुरूंनी ठरावीक काळापेक्षा जास्त दिवस एखाद्या ठिकाणी वास्तव्य न करता सदैव जागोजागी फिरत राहायचे ही भूमिका दोन्ही धर्मांमध्ये अनुसरली गेली होती. तरीही बौद्धधर्माचा प्रसार भारत देशाच्या सीमारेषा ओलांडून इतर अनेक देशांत पोहोचला. मात्र जैन धर्माच्या प्रसाराला तत्त्वप्राधान्यामुळे मुरड पडत गेली. त्यामुळे जैन धर्मातील मूळ विचारांवर किंवा गाभ्यावर हिंदुत्ववादाचा फारसा प्रभाव पडला नाही. असे असले तरी जैन धर्माचा प्रसार देशाच्या काही भागामध्ये वाढत गेला. हिंदू धर्माबद्दल थोडाही आकस न ठेवता उलटपक्षी हिंदू धर्मातील काही देवदेवतांना आपल्या रोजच्या पूजनामध्ये सामावून घेत जैन धर्म देशाच्या काही भागामध्ये स्थिरावला गेला. प्रामुख्याने गुजरात आणि कर्नाटक राज्यांमध्ये जैन धर्माच्या प्रसाराला अधिक चालना मिळाली. साधारणपणे इ.स.पूर्व तिसऱ्या शतकामध्ये बौद्ध धर्माप्रमाणे जैन धर्म भारतामध्ये स्थिरावला.

जैन धर्माची ओळख जगाला इ.स. पूर्व सहाव्या शतकात वर्धमान महावीराच्या कार्यामुळे झाली हे जरी खरे असले तरी वास्तवात या धर्माची स्थापना फार पूर्वी झालेली आहे. कधी आणि कोणत्या काळात जैन धर्माची संस्थापना झाली हे नक्की ठाऊक नसले तरी, आद्य संस्थापक आदिनाथ ऋषभदेव यांनीच जैन धर्मांची संस्थापना केली हे मात्र सर्वमान्य आहे. आदिनाथ ऋषभदेवांच्या नंतर तेवीस तीर्थंकर होऊन गेले. तीर्थंकर म्हणजे ज्याला ज्ञानप्राप्ती आणि बलप्राप्ती झाली आहे, ज्याला संसाररूपी भवसागर पार करण्याचा मार्ग सापडला आहे तो...! आदिनाथ ऋषभदेव यांना पहिले तीर्थंकर मानले जाते. त्याचप्रमाणे वर्धमान महावीर याला चोविसावे तीर्थंकर मानले जाते. वर्धमान हा सुद्धा गौतम बुद्धाप्रमाणे राजपुत्र म्हणूनच जन्माला आला होता. राजपुत्र सिद्धार्थच्या साधारणपणे समकालीन अशा या राजपुत्राने सर्वसंगपरित्याग केला, तपश्चर्या केली आणि कैवल्यज्ञान प्राप्ती केली. जैन धर्माची ओळख करून देण्यास कारणीभूत झालेल्या वर्धमानाला 'महावीर' हे संबोधन मिळाले. कारण या नव्या धर्मसंहितेला त्याच्यामुळे जनसामान्यांमध्ये आश्रय मिळाला.

जैन या नावांची व्युत्पत्ती 'जिन' या मूळ शब्दात आहे. ज्याने सर्व विकारांवर, मोहमायेवर विजय मिळविला आहे तो पुरुष म्हणजे जिन.

वर्धमान महावीर हा जिन होता म्हणूनच तो तीर्थंकर होता. जैनांच्या दृष्टीने तो अत्यंत योगीपुरुष आहे. म्हणून त्याला महावीर हे नाव पडलेले आहे.

वर सांगितल्याप्रमाणे हिंदू धर्मातील वैदिक आचारविचार आणि तत्त्वप्रणालीला विरोध म्हणूनच केवळ जैन धर्माची स्थापना झाली होती. वैदिक आचारसंहिता व तत्त्वप्रणाली जैनधर्मीयांना अमान्य होती. आर्यांप्रमाणे जैन परमेश्वराला मानत नाहीत, तसेच ते आत्म्यालाही मानत नाहीत. मूर्तिपूजा जैन धर्माच्या आचारसंहितेत बसत नव्हती. परंतु कालांतराने जैन धर्मातही मूर्तिपूजेचा शिरकाव झालाच. तीर्थंकराच्या मूर्ती घडवल्या जाऊ लागल्या आणि त्यांच्यासाठी मंदिरांची निर्मिती होऊ लागली. जैनधर्मीय भिक्षू आणि सर्वसामान्य जन अतिशय काटेकोरपणे धर्माचार पाळतात. धर्माचरणासाठी जी तत्त्वप्रणाली धर्मसंस्थापकांनी घालून दिली आहे त्याचे पालन अत्यंत काटेकोरपणे केले जाते.

जैन धर्मामध्ये दिगंबर आणि श्वेतांबर असे दोन पंथ आहेत. यामध्ये 'दिगंबर' पंथामधील भिक्षू हे वस्त्रविहीन अवस्थेत असतात. तर 'श्वेतांबर' पंथामध्ये ते शुभ्र वस्त्रे नेसतात.

जैन तीर्थंकर : 'जैन धर्माचे तीर्थंकर म्हणजेच जिन हे ईश्वराचे अवतार नव्हते. त्यांनी मनुष्य म्हणूनच या पृथ्वीतलावर जन्म घेतला. मात्र स्वत:च्या तपश्चर्येने मोह, माया, काम, क्रोधादी विकारांवर विजय मिळवून कर्माच्या बंधनातून आत्म्याला मुक्त करून, आत्म्याला निर्मळ करून घेणारे लोकोत्तर पुरुष म्हणून त्यांची त्यांच्या अनुयांना ओळख होती. या जिनांचे अनुयायी हे 'जैन' आणि जिन प्रतिपादित धर्म तो 'जैन धर्म' अशी सर्वसाधारणपणे सोप्या शब्दात या धर्माची व्याख्या करता येईल. 'जिन' किंवा तीर्थंकर हेच जैन धर्माचे मुख्य आधारस्तंभ आहेत. यांना जिन, तीर्थंकर, केवली अहंत, अरिहंत अशा नावांनीसुद्धा ओळखले जाते.'

'जैन धर्माच्या आद्य ग्रंथानुसार असे चोवीस तीर्थंकर होऊन गेले असे मानले जाते. यापैकी आदिनाथ ऋषभदेव हे सर्वांत पहिले तीर्थंकर आहेत. यापैकी शेवटचे दोन तीर्थंकर म्हणजे पार्श्वनाथ आणि महावीर. यांनाच ऐतिहासिकदृष्ट्या मान्यता मिळालेली आहे.'

'सर्वसामान्य म्हणून जन्माला आलेले तीर्थंकर तपश्चर्येमुळे कैवल्यज्ञानी झाले असल्यामुळे तीर्थंकर म्हणून ओळखले जातात. परंतु सामान्य श्रावक आणि त्यांच्यात आंतरिकदृष्ट्या काही फरक नसतो. सामान्य माणसे स्वत:ला मोहमाया आणि मनोविकारांपासून मुक्त करतात तर तीर्थंकर समाजाला आपल्या कैवल्यज्ञानाच्या

मदतीने मार्ग दाखवून धर्माची दिशा दाखवतात. म्हणूनच ते तीर्थंकर असतात. या तीर्थंकरांना 'सिद्ध' असेही मानले जाते. यांचे पूजनीय असे पाच प्रकार आहेत. सर्वांत श्रेष्ठ म्हणजे 'अर्हन्त', त्यानंतर 'सिद्ध', 'आचार्य', 'उपाध्याय' आणि 'साधू' हे ते पाच प्रकार होय. तसेच जैनधर्मीय सामान्य स्त्री-पुरुषांना श्रावक आणि श्राविका असे म्हटले जाते.'

जैन मूर्तिकलेनुसार तीर्थंकरांच्या मूर्तींची निर्मिती करताना काही विशिष्ट संकल्पनांचा आधार घेतलेला आहे. प्रामुख्याने तीन गोष्टींचा या ठिकाणी उल्लेख करता येईल. तो म्हणजे लक्षण, (लांछन) अभिलेख व जैन तीर्थंकरांच्या मूर्तींबरोबर असलेले किंवा गर्भगृहाबाहेर असलेले यक्ष आणि यक्षिणीचे युगल.

साधारणपणे इ.स. पूर्व तिसरे शतक ते इ.स.पूर्व पहिले शतक या काळातील तीन जैनमूर्ती सर्वांत प्राचीन मूर्ती आहेत, असे मानले जाते. या मूर्ती लोहानीपूर व चौसा येथे प्राप्त झाल्या. या प्राचीन जिनमूर्तींमध्ये वक्षस्थळावर 'श्रीवत्स' हे चिन्ह कोरलेले नाही.

गुजरात, राजस्थान येथील श्वेतांबर तीर्थंकरांच्या मूर्तींमध्ये लांछनांच्या ऐवजी मूर्तीच्या बैठकीवर कोरलेल्या शिलालेखामध्ये तीर्थंकरांचा नामोल्लेख करण्याची परंपरा अधिक लोकप्रिय झाली होती, असे काही उदाहरणांवरून दिसून येते. बऱ्याच मूर्तींमध्ये विशिष्ट लांछनांना महत्त्व दिलेले असल्यामुळे त्या मूर्तींची ओळख करणे सहज शक्य होते. मात्र बहुतांशी तीर्थंकरांच्या मूर्ती साधारणपणे सारख्या दिसतात. त्यामुळे लांछनाशिवाय त्यांना ओळखणे कठीण असतेच. शिवाय काळाच्या ओघात जेव्हा ही लांछने नष्ट होतात किंवा अस्पष्ट होतात तेव्हासुद्धा त्या मूर्तींची ओळख करणे अशक्य होते. त्यामुळेच जिन तथा तीर्थंकरांना ओळखण्यासाठी लांछन, अभिलेख तसेच त्याच्या सोबत असणारे यक्ष-यक्षी युगल यांचे महत्त्व फार मोठे आहे.

जैन तीर्थंकरांची सर्वांत प्राचीन प्रतिमा इ.स.पूर्व तिसऱ्या शतकात पटनाजवळील लोहानीपूर येथे प्राप्त झाली हे वर सांगितलेच आहे. चौसा येथे मिळालेली व प्रिन्स ऑफ वेल्स म्यूझिअममध्ये असलेली जिनमूर्ती हीसुद्धा इ.स.पूर्व तिसऱ्या शतकातील आहे. या प्रारंभ काळातील तीर्थंकरांच्या प्रतिमांच्या छातीवर 'श्रीवत्स' चिन्ह कोरलेले दिसत नाही. या सर्व प्रतिमा वस्त्रहीन असून, कायोत्सर्ग मुद्रेत उभ्या आहेत. जिन किंवा तीर्थंकरांची पहिली ध्यानस्थ प्रतिमा मथुरा येथे मिळालेल्या आयाग पट्टीवर आढळून आली आहे. जैन तीर्थंकरांच्या मूर्तींचे खास वैशिष्ट्य म्हणजे या मूर्ती केवळ दोन मुद्रांमध्येच कोरलेल्या आहेत. एक म्हणजे ध्यानमुद्रा आणि दुसरी कायोत्सर्ग मुद्रा. साधारणपणे इ.स.पूर्व पहिल्या शतकात मिळालेल्या तीन जैनमूर्तींमध्ये पार्श्वनाथाची मूर्ती वेगळेपणामुळे चट्कन ओळखू येते. कारण पार्श्वनाथाच्या

डोक्यावर सात फणांचे नागछत्र दाखवलेले आहे. त्यामुळे असे म्हणता येईल की, जिनमूर्तीमध्ये सर्वप्रथम पार्श्वनाथ या तीर्थंकरांच्या मूर्तीमध्येच वैशिष्ट्य ठळकपणे दाखवले गेले. तत्पूर्वी मिळालेल्या मूर्तींमध्ये असे लक्षण दाखवलेले नाही. त्यानंतर मात्र ऋषभनाथ या जिनाचे लांछन मूर्तीमध्ये दाखवले गेले. ते म्हणजे ऋषभनाथाच्या खांद्यावर केसांच्या कुरळ्या जटा लोंबताना दाखवलेल्या आहेत. इ.स. पहिल्या शतकात मथुरा येथे सापडलेल्या प्रतिमांमध्ये ऋषभनाथाची प्रतिमा आपल्याला या वैशिष्ट्यामुळे ओळखता येते. इ.स. पहिल्या व दुसऱ्या शतकात मथुरा येथे प्रचंड संख्येने जिन तीर्थंकारांच्या प्रतिमा निर्माण झाल्या असाव्यात. या मूर्ती बहुतेक करून ध्यानमुद्रेत अथवा कायोत्सर्ग मुद्रेत निर्मिलेल्या होत्या.

'या मूर्तींमधून केवळ पार्श्वनाथ, ऋषभनाथ यांच्याबरोबर नेमिनाथ या तीर्थंकराच्या मूर्ती ओळखता येतात. नेमिनाथाच्या मूर्तीसह कृष्ण आणि बलराम यांची मूर्तीसुद्धा कोरलेली असते. त्यामुळे या तीन तीर्थंकरांच्या मूर्ती वगळता इतर तीर्थंकरांच्या मूर्तींची ओळख त्यांच्या लक्षणांशिवाय करणे अशक्य वाटते. या सर्व मूर्ती वस्त्रहीन असतात. त्यामुळे असे म्हणता येईल की, कुशाण काळात केवळ सहा जिनच प्रतिमेच्या रूपात कोरले गेले.'

कुशाण काळात मथुरा येथे घडवल्या गेलेल्या प्रतिमांमध्ये मूलनायकाच्या प्रतिमेसोबत धर्मचक्र, मांगलिक सुचिन्हे तसेच उपासकांच्या प्रतिमांची निर्मिती सुरू झाली. ही प्रतीके पुढीलप्रमाणे असतात- सिंहासन, प्रभामंडळ, चामरधर सेवक, उडणारे मालाधर किंवा गंधर्व, अप्सरा, छत्रावली, चैत्यवृक्ष आणि दिव्य-ध्वनी. या व्यतिरिक्त जिनांच्या हातावर, चरणावर तसेच बोटांवर धर्मचक्र, त्रिरत्न यांसारखी मांगलिक सुचिन्हेसुद्धा कोरली जाऊ लागली. काही ठिकाणी पार्श्वनाथांच्या डोक्यावर असणाऱ्या नागछत्रावरील साती फणांवरही श्रीवत्स, पूर्णघट, स्वस्तिक, वर्धमानक, मत्स्य, नंद्यावर्त यांसारखी सुचिन्हे कोरलेली आढळून येतात. सर्वतोभद्र किंवा चौमुखी जिन प्रतिमांचे निर्माणही केले जाऊ लागले.

'गुप्त काळात जैन मूर्तिकलेत काही महत्त्वपूर्ण बदल घडत गेले. जिन मूर्तींच्या बरोबर त्यांची खास लांछने, यक्ष-यक्षिणी युगुल तसेच अष्ट प्रतिहार्य यांची निर्मिती होऊ लागली. वराहमिहिरकृत 'बृहत्संहिता' या संस्कृत ग्रंथामध्ये सर्वप्रथम जिनमूर्तींची लाक्षणिक विशेषता लिहिलेली आहे. या ग्रंथांनुसार जिन प्रतिमांमधील काही महत्त्वाच्या लक्षणांचा वापर मूर्ती घडवताना केला जाऊ लागला. ही महापुरुष लक्षणे म्हणजे श्रीवत्स चिन्ह, निर्वस्त्र शरीर, अजानुलंबबाहू आणि तरुण वय हे होत. गुप्त काळातच जिन मूर्तींची लांछनयुक्त रूपे निर्धारित होत गेली. त्याचबरोबर सिंहासन, मालाधर, देवदुंदुभी, चामर, प्रभामंडळ, छत्रावली, गंधर्व अप्सरा, चैत्यवृक्ष यांसारखी 'अष्टमंगल' चिन्हे यांचाही नियमित रूपाने वापर होत गेला.'

याचबरोबर पार्श्वनाथाच्या डोक्यावर असलेले सातफणी नागाचे छत्र, ऋषभदेवाच्या खांद्यावर लटकणारे पाच जटांचे पुंजके, महावीरांच्या बरोबर असणारे सिंहाचे प्रतीक या गोष्टी नियमितपणे शिल्पाकृतींमध्ये समाविष्ट होत गेल्या.

या सर्व विश्लेषणावरून आपल्याला असे म्हणता येईल की, मध्ययुगातील साधारणपणे पूर्ण विकसित अशा जिनप्रतिमा सर्वसामान्यत: पुढील स्वरूपाच्या होत्या. जिनप्रतिमा नेहमीच कायोत्सर्ग मुद्रेमध्ये उभी असते किंवा पद्मासनात, योगमुद्रेत किंवा ध्यानमुद्रेत बसलेली असते. शरीर निर्वस्त्र असते. मूर्तीच्या छातीवर बहुतांश वेळा श्रीवत्स चिन्ह कोरलेले असते. डोक्यावरील केस कुरळे असतात आणि डोक्यावर उष्णिश असते. कायोत्सर्ग मुद्रेत उभ्या जिनप्रतिमेच्या शरीराच्या बाजूला सैलपणे सोडलेल्या हातावर सामान्यत: पद्मचिन्ह अंकित केलेले असते. मूलनायक किंवा मुख्य जिनप्रतिमा ज्या आसनावर बसलेली असते, ते आसन रत्न, पुष्प, कीर्तिमुख इत्यादी चिन्हांनी अलंकृत केलेले असते.

आसनांच्या खालच्या भागात तीर्थंकराचे प्रतीक असलेले सिंह कोरलेले असतात. हे सिंह साधारणपणे दर्शकांकडे मुख करून व एकमेकांकडे पाठ केलेल्या अवस्थेत बसल्याचे दर्शवले जाते. सिंहासनाच्या मध्यभागी धर्मचक्र कोरलेले असते. काही भागात उदा. गुजरातमध्ये शिल्पाकृतींमध्ये धर्मचक्राऐवजी शान्तिदेवीची प्रतिमा कोरलेली असते. सिंहासनाच्या खाली दोन मृग व श्रावक आणि श्राविका (उपासक) यांच्यासह धर्मचक्र कोरलेले असते. त्याव्यतिरिक्त दोन्ही बाजूला गजराज असतात. धर्मचक्राच्या नजीक किंवा आसनांवर जिनांचे खास लांछन (लक्षण) कोरलेले असते.

सिंहासनांच्या बाजूला कोपऱ्यामध्ये यक्ष-यक्षी ललितासनात बसल्याचे दाखवलेले असते. यामध्ये जिनाच्या उजव्या हाताला यक्षप्रतिमा असते, तर डाव्या हाताला यक्षी असते. यक्ष-यक्षी कोरलेले नसतील तर लहान लहान आकारांच्या जिनप्रतिमासुद्धा कोरलेल्या असतात.

मुख्य जिनप्रतिमांच्या पाठीमागे दोन्ही बाजूला चामरधारी सेवक उभे असतात. बहुतेक वेळा उजव्या हातात चामर व डावा हात कमरेवर असतो. चामरधारींच्या बाजूला नमस्कार मुद्रेत उपासक (श्रावक-श्राविका) उभ्या अथवा बसलेल्या असतात. जिनप्रतिमेच्या मुखामागे गोल तेजोवलय किंवा प्रभामंडळ असते. हे प्रभामंडळ कमलपुष्पांनी किंवा इतर फुलांनी सजवलेले असते. जिनप्रतिमा नेहमीच छत्रावली खाली असते. काही मूर्तींमध्ये तिहेरी छत्रावलीच्या वर अशोक वृक्षाची प्रतिमा असते. काही शिल्पाकृतींमध्ये अशोक वृक्षांची पाने कोरलेली असतात. जिनप्रतिमेच्या दोन्ही बाजूस फूलमाळा घेतलेले व हवेत उडणारे विद्याधर, किंवा गंधर्वयुगुले उडताना दाखवलेली असतात. याशिवाय दोन्ही बाजूस मकर, व्याल, गज इत्यादी प्राणी बहुतेक वेळा कोरलेले असतात.

जैन धर्मातील देवकुलाचा विस्तार : जैनधर्मीय गुंफामधील शिल्पकलेला जाणून घ्यायचे असेल, तर जैन मूर्तिकलेबद्दल माहिती करून घेणे जितके अपरिहार्य आहे तितकेच जैन धर्मातील देवकुलाचा विस्तार कशा तऱ्हेने झाला याचीही माहिती थोडक्यात करून घेणे आवश्यक आहे. साधारणपणे जैन धर्माचा विस्तार कसा झाला याचा अभ्यास करण्यासाठी संशोधकांनी जैन साहित्याचा आधार घेतला आहे. यामध्ये जैन धर्माच्या प्रारंभिक साहित्यामधील 'साधारणपणे इ.स.पूर्व सहाव्या शतकापासून इ.स. पाचव्या शतकापर्यंतचा काळ सामावलेला आहे. यामध्ये आगम ग्रंथ, कल्पसूत्र, पडमचरित्र या प्रारंभिक ग्रंथांचा उपयोग इतिहासकारांनी केलेला आहे.'

तीर्थंकर : चोवीस तीर्थंकर हे जैन धर्माचे मुख्य आधारस्तंभ आहेत. जैन धर्मातील इतर देवदेवता प्रामुख्याने चोवीस तीर्थंकरांशी संबंधित आहेत.या सर्व देवदेवतांची माहिती पुढीलप्रमाणे आहे.

या चोवीस तीर्थंकरांची प्राचीनतम सूची 'समवायांगसूत्र' या जैन ग्रंथांमध्ये उपलब्ध आहे. या सूचीनुसार ऋषभ, अजित, सम्भव, अभिनंदन, सुमती, पद्मप्रभ, सुपार्श्व, चन्द्रप्रभ, सुविधी (पुष्पदन्त), शीतल, श्रेयांश, वासूपूज्य, विमल, अनंत, धर्म, शान्ति, कुंथु, अर, मल्लि, मुनिसुव्रत, नमि, नेमि, पार्श्व आणि वर्धमान अशी चोवीस नावे आहेत.

या चोवीस जिन तीर्थंकरांच्या व्यतिरिक्त जैन धर्मग्रंथांमध्ये अन्य महापुरुषांचेसुद्धा उल्लेख आहेत. जिनांसहित याची एकूण संख्या त्रेसष्ट होते. यामध्ये कृष्ण आणि बलराम यांचाही समावेश होतो. हिंदू धर्मामध्ये ज्या कृष्ण-बलरामांना सर्वशक्तिमान देवता म्हणून मान्यता मिळालेली आहे. त्यांना जैन धर्मामध्ये जिन नेमिनाथांपेक्षा हीन मानले जाते. बाविसावे जिन नेमिनाथ यांचे कृष्ण आणि बलराम चुलतभाऊ आहेत, असे जैन धर्मशास्त्रानुसार मानले जाते. तसेच जैन धर्मपरंपरेनुसार इंद्र हा जिनांचा (तीर्थंकरांचा) प्रमुख सेवक आहे, असे मानले जाते. प्रत्येक तीर्थंकराचा जन्म, दीक्षा, कैवल्यप्राप्ती अशा घटनांच्या वेळी देवेंद्र शीघ्रतेने पृथ्वीवर हजर राहतो. या इंद्राचा सेनापती म्हणून अजमुख नैगमेषी हासुद्धा जैन धर्मानुसार तीर्थंकराच्या जन्मावेळी उपस्थित राहतो, असे मानले जाते.

इतर धर्मपरंपरेनुसार जैन धर्मातही यक्ष, यक्षीचे उल्लेख मोठ्या प्रमाणात आहेत. ज्याप्रमाणे बौद्धधर्मात 'जंभाल हारिती' या आणि यक्ष-यक्षींचा उल्लेख आहे, त्याप्रमाणेच जैन धर्मामध्ये सर्वानुभूती आणि अम्बिका यांचा समावेश आहे. साधारणत: सहाव्या शतकानंतर जिनांच्या मूर्तीसोबत यक्ष-यक्षीचे युगल जिनांच्या शासन देवतांच्या रूपात कोरले जाऊ लागले. प्रत्येक जिनांचा ठरावीक यक्ष आणि ठरावीक यक्षिणी नेमली जाऊन जिन मूर्तीबरोबर या यक्ष-यक्षिणींच्या मूर्तीचे असणे अपरिहार्य होऊन गेले. या यक्ष-यक्षिणींची नावे पुढीलप्रमाणे आहेत :

यक्ष : गोमुख महायक्ष, त्रिमुख, यक्षेश्वर, तुम्बुरव, मातंग, विजय, अजित, ब्रह्म, ब्रह्मेश्वर, कुमार, षण्मुख, पाताल, किन्नर, किंपुरुष, गरुड, गंधर्व, कुबेर, वरुण, भ्रुकुटी, गोमेध, मातंग, गुह्यंक.

यक्षिणी : चक्रेश्वरी, रोहिणी, प्रज्ञप्ती, वज्रशृंखला, वज्रांकुशा, अप्रतिचक्रेश्वरी, पुरुषदत्ता, मनोवेगा, काली, ज्वालामालिनी, महाकाली, गौरी, गांधारी, वैरोटी, सोलसा, अनंतमती, मानसी, महामानसी, जया, विजया, अपराजिता, बहुरूपिणी, कुष्मांडी, पद्मा आणि सिद्धाईका.

तीर्थंकरांची लांछने : चोवीस तीर्थंकरांच्या प्रतिमा जवळजवळ एकसारख्याच असल्यामुळे त्यांची वेगवेळी ओळख पटण्याचे मुख्य साधन म्हणजे त्यांची काही प्रमुख लांछने होय. अर्थातच सुरुवातीच्या काळात या लांछनांचा उपयोग मूर्तिकलेत झाला नाही. कुषाण काळातील शिल्पकलेमध्ये काही जिनप्रतिमांमध्ये त्यांच्या लांछनांचा उपयोग होऊ लागला.

या काळात आदिनाथ ऋषभदेवाची ओळख त्याच्या खांद्यावर रुळणाऱ्या केसांच्या बटांवरून होत असे. पार्श्वनाथांच्या डोक्यावर सप्तफणी नागाचे छत्र दाखवलेले असे. तर नेमिनाथाची ओळख त्याच्या बाजूला असलेल्या कृष्ण आणि बलराम यांच्या प्रतिमेवरून होत असे. ही चिन्हे नसली तर बहुतेक वेळा प्रतिमेच्या तळपायाखालील पीठावर त्यांचे नाव कोरण्याची प्रथा होती. त्यावरून त्या तीर्थंकरांची ओळख पटणे शक्य होत असे. प्रत्येक तीर्थंकराचे स्वत:चे असे लांछन आहे. या लांछनावरून त्या तीर्थंकराची ओळख होणे शक्य होत असे.

जैन प्रतीके : सुरुवातीला उल्लेख केल्याप्रमाणे जैन धर्मात मूर्तिपूजनाला स्थान नव्हते. मात्र काही काळानंतर मूर्तिपूजनाला सुरुवात झाली. परंतु तत्पूर्वी काही प्रतीकांचे पूजन मात्र केले जायचे.

आयागपट्ट : तीर्थंकर प्रतिमांचे पूजन सुरू होण्यापूर्वी जैनांमध्ये आयागपट्टांचे पूजन केले जायचे. आयागपट्ट म्हणजे दोन सव्वादोन फूट लांबीचा चौकोनी दगड असे. त्याच्यावर स्तूप, धर्मचक्र, स्वस्तिक, तीर्थंकर प्रतिमा, त्रिरत्न, अष्टमंगल चिन्हे इत्यादी प्रतीके कोरलेली असत. अशा शिळांवरील लेखात त्याला आयागपट्ट अशी संज्ञा दिली असून, तो पूजेकरिता बसवला गेला अशी नोंदही आहे. मात्र, मूर्तिपूजेला सुरुवात झाल्यानंतर या प्रकारच्या आयागपट्टांची लोकप्रियता कमी होत गेली.

स्तूप : कोणत्याही महान आचार्यांच्या उत्तरक्रियेनंतर त्यांचे अवशिष्ट भौतिक अवशेष एका घटांमध्ये स्थापन करून त्यावर छत्राच्या आकाराची स्तूप नावाची वास्तू बांधली जात असे. स्तूप बांधण्याची पद्धत जैन आणि बौद्ध या दोन्ही धर्मांमध्ये प्रचलित होती. दोन्हींमध्ये स्तूप हे प्रत्यक्ष उपासनेचे प्रतीक मानले जात असे. मात्र

बौद्धांमध्ये स्तूपाचा प्रसार जास्त झाला. त्यामानाने जैनधर्मीयांचे स्तूप फारच कमी प्रमाणात निर्माण झाले होते. पूर्वी कोटिकापूर, पाटणा, कलिंग देश, पावा, पेशावर वगैरे जागी जैनांचे स्तूप बांधले होते. यापैकी मथुरेचा स्तूप सर्वांत मोठा आणि सुप्रसिद्ध होता. सध्याच्या मथुरेमध्ये कंकाली टिला म्हणून जी जागा आहे त्या ठिकाणाहून जैन धर्माच्या प्रारंभिक काळातील हजारो शिल्पे उत्खननात सापडली आहेत.

चैत्यवृक्ष : बोधिवृक्षाप्रमाणेच जैन तीर्थंकरांच्या रूपाने काही वृक्षांना जैन धर्मात पावित्र्य मिळाले. यामध्ये मुख्यत्वेकरून वडाचे झाड किंवा अशोकाचे झाड यांचा समावेश केला जातो.

चैत्यस्तंभ : बहुतांश वेळा स्तूपाच्या अंगणात अशा प्रकारचे स्तंभ उभारले जात असत. वरच्या टोकावर सिंहप्रतिमा असलेला हा स्तंभ पूजनीय असे.

तीर्थंकर : 'जैन धर्मामध्ये एकूण चोवीस तीर्थंकर आहेत असे त्यांच्या धर्मग्रंथानुसार मानले जाते. वेरूळ येथील जैन गुंफामध्ये केवळ तेविसावे तीर्थंकर पार्श्वनाथ आणि चोविसावे तीर्थंकर महावीर यांच्यासह भगवान बाहुबली यांच्या प्रतिमा कोरलेल्या आहेत. एका ठिकाणी पहिले तीर्थंकर आदिनाथ ऋषभदेव यांची मूर्ती असावी असा अंदाज करता येतो. त्यामुळे या तीन तीर्थंकरासंबंधी अधिक माहिती जाणून घेणे आवश्यक आहे.'

आदिनाथ ऋषभदेव : जैन परंपरेनुसार ऋषभदेव हेच जैन धर्माचे आद्य संस्थापक मानले जातात. म्हणूनच त्यांना आदिनाथ म्हटले जात असावे. महाराज नाभि आणि महाराणी मरूदेवी यांच्या पोटी ऋषभदेवांनी जन्म घेतला. ऋषभाची गर्भधारणा होण्याच्या रात्री मरूदेवीने स्वप्नामध्ये चौदा मंगलमय स्वप्ने पाहिली. दिगंबर पंथामध्ये स्वप्नांची संख्या सोळा आहे असे मानले जाते. ही चौदा मांगलिक स्वप्नचिन्हे पुढीलप्रमाणे आहेत- गज, वृषभ, सिंह, लक्ष्मी, पुष्पहार, चंद्र, सूर्य, ध्वज, दंड, पूर्णकुंभ, पद्मसरोवर, क्षीरसमुद्र, देवविमान, रत्नराशी, निर्धुम, अग्नी इत्यादी. मातेने पाहिलेल्या स्वप्नामधील वृषभ आणि बालकाच्या छातीवर असलेले ऋषभाचे चिन्ह यामुळे बालकाचे नाव ऋषभदेव असे ठेवले गेले.

ऋषभनाथाचा विवाह सुमंगला व सुनंदा यांच्याशी झाला. सुमंगलाने भरत, आणि ब्राह्मी यांच्या व्यतिरिक्त शहाण्णव इतर संतानांना जन्म दिला. मात्र सुनंदाने केवळ बाहुबली आणि सुन्दरी यांना जन्म दिला.

यथावकाश दोन्ही पुत्रांवर राज्य सोपवून ऋषभनाथाने संन्यास घेतला. शकटमुख उद्यानातील वटवृक्षाखाली कठोर तपश्चर्या सुरू केली. चार वेळा मुठीत धरून डोक्यावरील केस उपटले. उरलेल्या केसांची बट खांद्यावर रुळत राहिली. म्हणूनच ऋषभनाथाचे लांछन म्हणून खांद्यावर लटकणारी केसांची बट दाखवली जाते. ऋषभनाथाने कैलास पर्वताजवळील अष्टपद पर्वतावर निर्वाण केले. ऋषभदेवाची

यक्ष-यक्षी 'गोमुख आणि चक्रेश्वरी' आहेत. कधीमधी सर्वानुभूती आणि अम्बिका हे यक्ष-यक्षीसुद्धा ऋषभनाथाचे परिवार देवदेवता म्हणूनसुद्धा दाखवले जाते. तसेच वृषभ हे त्यांचे लांछन आहे.

लांछन : वृषभ, यक्ष-यक्षी : गोमुख, चक्रेश्वरी

पार्श्वनाथ : या अवसर्पिणी युगाचे तेविसावे तीर्थंकर आहेत. पार्श्वनाथाला जैन धर्माचा खरा संस्थापक मानले जाते. वाराणशी नगरीचे महाराज अश्वसेन आणि राणी वामा हे पार्श्वनाथाचे मातापिता होते. (उत्तर पुराण व महापुराण यामध्ये पार्श्वचे मातापिता म्हणून ब्रह्मी आणि विश्वसेन यांची नावे आहेत.) पार्श्वनाथाचा विवाह प्रसन्नजित राजाची मुलगी प्रभावती हिच्याशी झाला. परंतु वयाच्या तिसाव्या वर्षीच त्याच्या मनात वैराग्य उत्पन्न झाले. पार्श्वने आश्रमपद उद्यानात अशोक वृक्षाखाली डोक्यावरील केस उपटून टाकले आणि दीक्षा घेतली.

पार्श्वच्या जन्माआधीच त्याच्या मातेने आपल्या पाठीमागे साप पाहिला होता. शिवाय जन्मवेळी बालकाच्या अंगावर सर्पाची निशाणी होती. म्हणून त्याचे नाव पार्श्व ठेवले गेले. वाराणसीतून शिवपुरी नगरीत जाऊन तेथील कौशाम्बवनात कायोत्सर्ग मुद्रेत उभे राहून तपश्चर्येला प्रारंभ केला. त्याला उन्हं लागू नये म्हणून नागराजा, यक्ष धरणेंद्र याने सात फणांचे छत्र त्याच्या डोक्यावर धरले.

तपश्चर्येच्या काळात पूर्वजन्मीचा भाऊ व वैरी 'मेघमाली' याने खूप अडचणी निर्माण केल्या. पण नागराज धरणेंद्रने या काळात पार्श्वनाथाचे सर्व अडचणीतून संरक्षण केले. पार्श्वने वाराणसीच्या जवळ आश्रमपद उद्यानातील घातकी वृक्षाखाली कायोत्सर्ग मुद्रेमध्ये उभे राहून कैवल्यज्ञान प्राप्त केले. शंभराव्या वर्षी सम्मेद शिखरावर निर्वाण प्राप्त केले.

पार्श्वनाथाच्या डोक्यावर नेहमी सात फणांचे छत्र असते. कधीकधी ते तीन किंवा पाच फणांचे व कधी नऊ किंवा अकरा फणांचेही असते. यक्ष धरणेंद्र स्वत: पार्श्वनाथाच्या शरीरामागे आपल्या देहाचे वेटोळे करून त्याचे रक्षण करतो. तसेच आपल्या फणांचे छत्र पार्श्वनाथाच्या डोक्यावर धरतो. पार्श्वनाथाच्या शिल्पपटात यक्षाची वेगळी प्रतिमा नसते. मात्र धरणेंद्रची पत्नी पद्मावती, पार्श्वनाथाच्या उजव्या बाजूला उभी असते. तिच्या हातामध्ये लांब दांड्याचे वज्रमय छत्र धरलेले असते. ते पार्श्वनाथाच्या डोक्यावरील सर्पछत्राच्या वर असते. काही अपवाद वगळता बहुतेक ठिकाणी पार्श्वनाथाच्या प्रतिमा कायोत्सर्ग मुद्रेत उभ्या असतात. क्वचितच एखादी मूर्ती बसलेल्या मुद्रेत असते. वेरूळ येथील सर्व शिल्पपटात यक्ष-यक्षी धरणेंद्र आणि पद्मावती यांच्यासह पार्श्वनाथाच्या दोन्ही बाजूला पार्श्वनाथाचा जन्मजन्मांतरीचा वैरी 'कमठ' किवा 'मेघमाली' याच्या विविध प्रतिमा कोरलेल्या आहेत.

लांछन : सर्प, यक्ष-यक्षी : धरणेंद्र (पार्श्व) आणि पद्मावती.

महावीर : महावीर हे या अवसर्पिणी युगाचे अंतिम जिन आहेत. ज्ञातृवंशाचे शासक सिद्धार्थ त्यांचा पिता आणि त्रिशला त्यांची माता होती. महावीरांचा जन्म पटनाजवळ कुण्डाग्राम (क्षत्रिय कुण्ड) येथे सुमारे इ.स. पूर्व ५९९ साली झाला. जैन श्वेतांबर पंथाच्या ग्रंथानुसार भगवान महावीरांच्या जन्माशी निगडित एक कथा प्रचलित आहे. या कथेनुसार महावीरांचा जीव प्रथम ऋषभदत्त नावाच्या ब्राह्मणाची पत्नी देवनन्दा हिच्या गर्भामध्ये निर्माण झाला. देवानन्दाला गर्भधारणेच्या रात्री चौदा शुभस्वप्नांचे दर्शन झाले. परंतु इंद्राला जेव्हा या गोष्टीची माहिती मिळाली तेव्हा त्याने विचार केला की यापूर्वी कधीच कुठलाही जिन ब्राह्मण कुळामध्ये जन्मला नाही. त्यामुळे या जिनाचा (महावीराचा) जन्म ब्राह्मणकुळात होणे योग्य नाही व परंपरेला धरून नाही. त्यामुळेच इंद्राने आपला सेनापती हरिनैगमेषी याला भ्रूणावस्थेतील महावीराला देवानन्दाच्या गर्भातून सिद्धार्थ पत्नी 'क्षत्राणी त्रिशलाच्या' गर्भात पोहोचवण्याचे कार्य पार पाडण्यास सांगितले. ज्या रात्री ही गर्भ स्थानांतराची प्रक्रिया पार पडली, त्या रात्री राणी त्रिशलाने चौदा शुभस्वप्ने पाहिली.

महावीराचा जीव त्रिशलाच्या गर्भात आल्यानंतर राज्यामध्ये धनधान्य, कोष यामध्ये अभूतपूर्व वृद्धी झाली. म्हणून बालकाचे नाव वर्धमान ठेवण्यात आले. वर्धमानाचा विवाह वसंतपूरचे महासामंत समरवीर याची कन्या यशोदा हिच्याशी झाला. महावीरांनी वयाच्या अठ्ठाविसाव्या वर्षी दीक्षा घेण्याची अनुमती मागितली. पण स्वजनांकडून ती न मिळाल्यामुळे दोन वर्षे व्यथित मनाने महालातच काढली. मात्र महालात राहूनही त्यांनी जैन धर्माचे पालन केले आणि कायोत्सर्ग मुद्रेत उभे राहून तपस्या प्रारंभ केली. महावीरांची या रूपातील प्रतिमा 'जिवंतस्वामी' नावाने निर्मिली गेली. या मूर्तीमध्ये भगवान महावीर वस्त्र आणि आभूषणे यांनी सजलेले असतात.

मात्र, वयाच्या तिसाव्या वर्षी त्यांनी सर्वसंगपरित्याग करून पाच मुठींनी डोक्यावरील केस उपटून प्रवज्या ग्रहण केली. वर्धमानाने जवळजवळ साडेबारा वर्षे कठोर तपस्या केली. त्यानंतर जम्भक गावात, ऋजुपालिका नदीच्या किनारी, शाल वृक्षाखाली केवलज्ञान प्राप्त केले. कैवल्यप्राप्तीनंतर महावीराने समवसरणामध्ये पहिले प्रवचन दिले. इ.स.पूर्व सुमारे पाचशे सत्तावीस साली. वयाच्या बहात्तराव्या वर्षी राजगिरजवळ पावापुरी येथे महावीरांनी निर्वाणपद प्राप्त केले.

लांछन : सिंह, यक्ष-यक्षी : मातंग आणि सिद्धाईका.

जैन धर्माची संपूर्ण धुरा चोवीस तीर्थंकरांच्या जीवनवृत्तान्तावर आधारित आहे. साधारणपणे इ.सनाच्या प्रारंभापूर्वीच ही सूची निर्धारित झाली होती. जैन धर्मग्रंथ, समवायांगसूत्र, भगवतीसूत्र, कल्पसूत्र आणि पउमचरित्र यामध्ये सर्व चोवीस तीर्थंकरांची सूची उपलब्ध होते.

'कल्पसूत्र' या ग्रंथामध्ये ऋषभनाथ, नेमिनाथ, पार्श्वनाथ आणि महावीर या

तीर्थंकरांसंबंधी विस्तारपूर्वक चर्चा केलेली आहे. त्याचप्रमाणे शिल्पकलेच्या दृष्टिकोनातून विचार करता या चार जिनप्रतिमांचेच सुरुवातीच्या काळात आणि नंतरही जास्त प्रमाणात अंकन झालेले आहे. त्यातही लोकप्रियतेच्या दृष्टिकोनातून आणि संख्येच्या दृष्टिकोनातून विचार करता जिन ऋषभ, पार्श्व, महावीर आणि नेमी असा क्रम लावता येईल.

वेरूळ येथील जैन गुंफांच्या संदर्भात बोलायचे झाले तर येथे जिन महावीराला श्रेष्ठतेचा दर्जा देऊन प्रत्येक गर्भगृहामध्ये महावीराच्या मूर्तीची स्थापना केलेली आहे. मात्र महावीराइतकेच महत्त्व जिन पार्श्वनाथ आणि गोमटेश्वर यांना दिलेले आहे. त्यामुळे प्रत्येक गुंफेमध्ये सभागृहातील भिंतीवर पार्श्वनाथ आणि बाहुबली गोमटेश्वर या दोघांच्या जीवनाशी निगडित कथाकल्पनांवर आधारित शिल्पपट कोरलेले आहेत.

वेरूळ येथील गुंफांमधील गर्भगृहामध्ये जिन महावीराची प्रतिमा असल्यामुळे वास्तविक पाहता, प्रत्येक गुंफेमध्ये महावीराची शासनदेवता म्हणून यक्ष मातंग आणि यक्षी सिद्धाईका यांच्या प्रतिमा निर्माण व्हायला हव्या होत्या. परंतु तसे न करता येथे बहुतेक सर्व गुंफांमध्ये यक्ष 'सर्वानुभूती आणि यक्षी अम्बिका' यांच्या प्रतिमांचे निर्माण झालेले आहे.

ज्याप्रमाणे बौद्ध गुंफांमध्ये बोधिसत्त्व आणि विविध बौद्धदेवता यांच्या प्रतिमांचे अंकन उत्तमोत्तम मुकुट, अलंकार आणि विविध केशभूषांनी नटलेले आहे. त्याचप्रमाणे जैन गुंफांमध्ये यक्ष आणि यक्षीच्या प्रतिमांद्वारे कलाकारांनी आपली उच्चकोटीची कला सादर केलेली आहे.

जैन गुंफांचा कालखंड

वेरूळ येथे जैनधर्मीय लेण्यांचा समूह सर्वांत शेवटी उत्तरेस आहे. इतिहासकारांच्या मते वेरूळ येथील शिल्पकलेचे काम जैन गुंफांच्या नंतर थांबवले गेले. गिरिशिल्पांची ही शतकानुशतके चालू असलेली परंपरा जैन गुंफांनंतर हळूहळू सर्वत्रच कमी होत गेली. गिरिशिल्प परंपरेमुळे अनेक कुशल कलाकारांना आपली कला निर्माण करण्यासाठी भरपूर वाव मिळाला होता. ते एकाएकी बंद पडले. कारण साधारणपणे तेराव्या शतकानंतर गिरिशिल्पांची किंवा गुंफा खोदण्याची ही परंपरा संपूर्ण भारतात बंद पडली.

ज्या काळात गिरिशिल्पांचे खोदकाम कमी कमी होत गेले त्याच काळात कैलास, छोटा कैलास, महाबलीपुरम येथील रथ, अशी उत्तुंग कारागिरी असलेले शिल्पकाम झाले. शैल शिल्पांची खंडित होणारी परंपरा चालू ठेवण्याचा प्रयत्न या ठिकाणी केला असावा, असे मानले जाते.

वेरूळ येथील जैन लेण्या खोदण्याचे काम साधारणपणे आठव्या शतकापासून

तेराव्या शतकापर्यंत केले गेले असावे. पर्सी ब्राऊन यांनी भारतीय वास्तुकलेचा आणि शिल्पकलेचा खोलात जाऊन अभ्यास केलेला आहे. त्यांच्या मते जैन गुंफांचे काम साधारणपणे आठव्या शतकात सुरू झाले असावे आणि पुढे शंभर वर्षे चालू राहिले असावे. परंतु जैन गुंफा क्र. चौतीसमध्ये असलेल्या लिखित पुराव्याकडे त्यांचे बहुधा दुर्लक्ष झाले असावे, असे मत डॉ. पथी यांनी आपल्या 'दि एलोरा आर्ट ॲन्ड कल्चर' या ग्रंथात केले आहे.

आकृती ४.१ - **गुंफा क्र. ३२ : इंद्रसभा-प्रांगणातील सर्वतोभद्र मंदिर**

डॉ. आर. एस. गुप्ते यांच्या मते जैन गुंफांचे काम साधारणपणे नऊ ते तेरावे शतक या काळात झाले असावे.

जैन गुंफांपैकी चौतीस क्रमांकाच्या गुंफेत काही ओळी कोरलेल्या आहेत. काही जैन भिक्षूंची नावे, धर्मप्रसाराच्या दृष्टीने लिहिलेल्या काही ओळी असेच या लिखित पुराव्याचे स्वरूप आहे. या ओळी कन्नड आणि ब्राह्मी लिपीमध्ये लिहिल्या आहेत. अक्षरवटिका आणि शैली या दोन्ही गोष्टींचा आधार घेऊन जैन गुंफांचा कालखंड साधारपणपणे नवव्या आणि दहाव्या शतकापर्यंत सीमित करता येतो. डॉ. रमेश (प्रसिद्ध पुराभिलेख तज्ज्ञ) यांच्या मते चौतीस क्रमांकाच्या जैन गुंफेमधील लिखित पुराव्याच्या आधारे या गुंफा दहाव्या शतकातील असाव्यात.

गुंफा खोदण्यास कुठल्या राज्यकर्त्यांनी मदत केली हे सांगणे तसे कठीण आहे. परंतु कालखंडानुरूप ही मदत राष्ट्रकूट राज्यकर्त्यांकडून झाली असावी, असे म्हणता येईल. त्यातही खास करून राष्ट्रकूट राजा अमोघवर्ष आणि त्याचे उत्तराधिकारी यांनीच येथील जैन लेण्यांच्या उत्खननास मदत केली असावी, असे खात्रीपूर्वक म्हटले जाते.

कारण राजा अमोघवर्षाने मालखेड आणि कोलनपूर (कोन्नुर, धारवार जिल्हा) या ठिकाणी जैन मंदिरे बांधली आहेत. त्यामुळेच वेरूळ येथील जैन लेण्यांनासुद्धा राष्ट्रकूट राजांचाच राजाश्रय मिळाला असावा, याबद्दल मनात शंका येत नाही. कारण वेरूळ हे त्या काळी राष्ट्रकूटांचे सांस्कृतिक केंद्र होते, असे मानले जाते. जैनधर्मीयांना अमुक एखाद्या राज्यकर्त्यांचा आश्रय मिळाला होता, असा लिखित पुरावा कुठेही

उपलब्ध नाही. पण तरीही राष्ट्रकूट राजा अमोघवर्ष आणि त्याचे उत्तराधिकारी यांनी जैनधर्मीयांना गुंफा खोदण्यासाठी आर्थिक पाठिंबा दिला असावा, असे वाटते. कारण जैन गुंफा क्र. चौतीसमध्ये असलेल्या लिखित पुराव्यावरून आणि गुंफेची एकूण संरचना आणि स्तंभांवरील उत्तम प्रकारचे नक्षीकाम यामुळे या गृहीतकास दुजोरा मिळतो.

वेरूळ येथे जैन धर्माच्या एकूण सहा ते सात लेण्या आहेत. मात्र क्र. एकतीस ते चौतीस या लेण्या पूर्णावस्थेत असून, यातील क्रमांक बत्तीसचे लेणे हे अप्रतिम अशा शिल्पकारीने नटलेले आहे. त्याला लागूनच सुरुवातीला एकतीस क्रमाकांची गुंफा आहे. तर डावीकडे तेहतीस व चौतीस क्रमांकाच्या गुंफा आहेत. या सर्व गुंफा एकाच कातळातून कोरून काढलेल्या असून, एकाच ठिकाणी समूहाप्रमाणे आहेत. या चार गुंफांव्यतिरिक्त 'छोटा कैलास' म्हणून ओळखली जाणारी तीस क्रमांकाची गुंफासुद्धा जैनधर्मीयांचीच आहे. त्याशिवाय गुंफा क्र.'तीस ए' म्हणून ओळखली जाणारी एक गुंफा असून, या गुंफेचे काम अर्ध्यातून सोडलेले आहे. हे काम अर्धवट अवस्थेत सोडण्याचे कारण कातळातील हलक्या दर्जाची प्रतवारी हे होते की, येथील गिरिशिल्पांचे खोदकामच पूर्णपणे बंद झाले होते, याचा अंदाज लावता येत नाही.

या सर्व गुंफांव्यतिरिक्त आणखीन दोन जैन गुंफा येथे खोदलेल्या आहेत. छोटा कैलास गुंफेपासून वरच्या बाजूला पर्वतटेकडीवर थोडे उंचावर गेल्यानंतर समोरून दिसणाऱ्या टेकडीच्या पलीकडील भागात या गुंफा खोदलेल्या आहेत. पुरातत्त्व विभागातर्फे या गुंफांना क्रमांक दिलेले नाहीत. यापैकी एक गुंफा पार्श्वनाथ या जैन तीर्थंकराची आहे. त्या ठिकाणी आता जैनधर्मीयांनी मंदिराचे बांधकाम केलेले आहे. या गुंफेच्या थोडे खाली आणखी एक गुंफा खोदलेली आहे. ती गुंफा जैनधर्मीयांचीच आहे. परंतु गर्भगृहामध्ये कुठलीही प्रतिमा शिल्लक राहिलेली नाही. तरीही यक्ष प्रतिमेवरून ती ऋषभदेव या तीर्थंकराची गुंफा असावी, असे वाटते.

या सर्व गुंफांचाही येथे थोडक्यात परामर्ष घेतलेला आहे.

पार्श्वनाथ गुंफा : मुख्य जैन गुंफांच्या समूहापासून थोडे अलग, उंच टेकडीवर गेल्यानंतर आपल्याला पार्श्वनाथाची गुंफा पाहायला मिळते. कधी काळी इतर सर्व गुंफांप्रमाणे संपूर्णपणे कातळातून खोदून काढलेल्या या गुंफेच्या पुढे आता येथील जैनधर्मीयांनी बंदिस्त सभागृह बांधून घेतले आहे. त्यामुळे या गुंफेचे पूर्वीचे दर्शनी स्वरूप बदलले आहे.

पार्श्वनाथाची पद्मासनात बसलेली ही प्रतिमा आकाराने विशाल आहे. दोन्ही हाताचे तळवे पायावर योगमुद्रेत ठेवलेले आहेत. डोक्यावर यक्ष धरणेंद्राचे नऊ फणांचे छत्र आहे. डोक्यावर कुरळ्या केसांची उष्णिश आहे. पार्श्वनाथाच्या पाठीमागे

सर्पाचे वेटोळे आहे. पार्श्वनाथ बसलेल्या आसनाला समोरून सिंह आणि गज प्रतिमा कोरलेल्या आहेत. मध्यभागी धर्मचक्र आहे. धर्मचक्राच्या दोन्ही बाजूला श्रावक आणि श्राविका दाम्पत्य हात जोडून बसलेले आहे.

पार्श्वनाथ प्रतिमेच्या उजव्या बाजूला यक्ष धरणेंद्राची प्रतिमा आहे, तर डाव्या बाजूला यक्षी पद्मावती उभी आहे. यक्ष धरणेंद्र चतुर्भुज आहे. पाठीमागील दोन्ही हातामध्ये नाग, सर्प धरलेले आहेत. पुढील उजवा हात अभय मुद्रेत असून, त्यात अक्षयमाला आहे. डाव्या हातात बहुधा श्रीफळ धरलेले आहे, कानात कर्णकुंडले आहेत. गळ्यात सुंदर ग्रैवेयक आणि डोक्यावर मुकुट असून, त्यामध्ये तीर्थंकराची लहान प्रतिमा आहे. यक्ष धरणेंद्राच्या डोक्यावर सर्पफणा आहे.

यक्ष धरणेंद्राच्या बाजूला अर्ध पद्मासनात बसलेल्या दाढीधारी पुरुषाची प्रतिमा आहे. हातामध्ये अक्षयमाला धरून हात जोडलेले आहे. हातामध्ये कडे, रुद्राक्षमाला आहे. तसेच गळ्यात यज्ञोपवीत आहे. कानात वेगळ्या प्रकारची कर्णकुंडले आहेत. ही दाढीधारी व्यक्ती बहुधा एखाद्या जैन साधूची असावी. पार्श्वनाथ प्रतिमेच्या डाव्या बाजूला यक्षी पद्मावतीची प्रतिमा आहे. यक्षी चतुर्भुज असून, पाठीमागील उजव्या हातात बहुधा परशू आहे. डाव्या हातात मयूरपुच्छ धरलेले असावे.

पार्श्वनाथ : पार्श्वनाथाच्या भव्य मूर्तीच्या पुढे छोटीशी पार्श्वनाथाची प्रतिमा आहे. मात्र पार्श्वनाथाची विशाल प्रतिमाच अधिक सुंदर आहे. दोन्ही बाजूला द्वारपाल मूर्ती असून त्या ओबडधोबड आहेत. दोन्ही द्वारपालांनी आपल्या हातामध्ये कलश धरलेला आहे. डोक्यावर मुकुट, कानात कर्णकुंडले, यज्ञोपवीत, ग्रैवेयक, पायात तोरड्या घातलेल्या आहेत. हातामध्ये कलश धरलेल्या द्वारपालाची प्रतिमा प्रथमच पाहण्यात आली.

आदिनाथ ऋषभदेव गुंफा : पार्श्वनाथ गुंफेच्या थोडे खालच्या बाजूला एक गुंफा आहे. चौरस आकाराची ही गुंफा आकाराने लहान असून, छताची उंचीसुद्धा बेताची आहे. सभागृहात चार स्तंभ असून, ते आकाराने चौकोनी व अत्यंत साधे आहेत गुंफेमध्ये कलाकुसरीचा संपूर्णपणे अभाव आहे. गुंफेच्या प्रवेशद्वारासमोरच गर्भगृह आहे. आकाराने अगदी लहान असलेल्या या गर्भगृहाचे द्वारही आकाराने फारच छोटे आहे. गर्भगृहातील तीन छोट्या भिंतीवर लहान लहान आकाराच्या तीन देवळ्या आहेत. या देवळ्यांमध्ये सध्या पार्श्वनाथाच्या लहान लहान संगमरवरी मूर्ती ठेवलेल्या आहेत. मात्र त्या अलीकडच्या काळात ठेवलेल्या आहेत. जेव्हा गुंफा खोदली गेली होती, तेव्हा गर्भगृहातील या तीनही देवळ्यांमध्ये मूर्ती होत्या की नाही याचे उत्तर मिळत नाही. मूर्ती असलीच तर त्या कुणाच्या होत्या, हा प्रश्नही अनुत्तरितच आहे.

गर्भगृहाच्या प्रवेशद्वारास द्वारशाखासुद्धा नाहीत. मात्र दोन्ही बाजूला दोन सेवकांच्या किंवा द्विभुज द्वारपालांच्या मूर्ती आहेत. सव्य आणि वाम ललितासनात द्वारपाल

आसनावर बसलेले आहेत. उजव्या हातात बहुधा फूल धरलेले असावे. मात्र, डावा हात मांडीवर ठेवलेला आहे. पायात तोरड्या, गळ्यात ग्रैवेयक, हातात कंगन इत्यादी अलंकार, तसेच या मूर्तीच्या अंगावर वस्त्र आहे.

गर्भगृहाच्या उजव्या बाजूस पद्मासनात आणि ध्यानमुद्रेत बसलेल्या स्त्रीची प्रतिमा आहे. स्त्रीच्या कानात मोठ्या गोल आकाराची कर्णकुंडले, दंडामध्ये केयूर, हातामध्ये कंगन आहे. पायामध्ये तोरड्या आहेत. गळ्यामध्ये ग्रैवेयक असून, स्तनहारही आहे. ही स्त्री म्हणजे यक्षी चक्रेश्वरी असावी का?

गर्भगृहाच्या डाव्या बाजूस आसनावर बसलेली चतुर्भुज प्रतिमा आहे. ही प्रतिमा थोडीफार खराब अवस्थेत असली, तरी ओळखू येते. कारण या प्रतिमेचा चेहरा गाईचा व शरीर माणसाचे आहे. गाईचे मुख असलेला हा यक्ष म्हणजे जैन धर्माचे पहिले तीर्थंकर आदिनाथ ऋषभदेव यांची शासन देवता 'गोमुख यक्ष' आहे. या यक्षमूर्तीच्या एका डाव्या हातामध्ये परशू आहे. मात्र, दुसऱ्या हातामध्ये काय असावे, याचा अंदाज बांधता येत नाही. बहुधा ते फळ असावे. एक उजवा हात वरदमुद्रेत आहे; तर दुसऱ्या उजव्या हातामध्ये काय आहे, याची कल्पना करता येत नाही.

'गोमुख यक्षाच्या पायाशी वृषभ प्रतिमा आहे. कारण यक्ष गोमुखाचे वाहन वृषभ असते. शिवाय वृषभ हे तीर्थंकर आदिनाथ ऋषभदेवाचे लांछन आहे.' गोमुख यक्ष, तीर्थंकर आदिनाथ ऋषभदेवाचा यक्ष आहे हे सर्वज्ञात आहे. त्यामुळे ही गुंफा बहुधा आदिनाथ ऋषभदेव या तीर्थंकरासाठी खोदलेली असावी. या गुंफेतील यक्षप्रतिमा गोमुखची आहे हे निर्विवादपणे सिद्ध होत असले, तरी उजव्या बाजूची स्त्रीमूर्ती चक्रेश्वरी यक्षीच आहे का, याचा मात्र अंदाज बांधता येत नाही.

सभागृहाच्या डाव्या, उजव्या भिंतीमध्ये छोट्या कमानीमध्ये छोट्या आकाराच्या देवळ्या आहेत. परंतु या गुंफेत कुठेही तीर्थंकराची मूर्ती नाही. विशेष म्हणजे या गुंफेतील दगडही लाल रंगाचा (कुरुंदासारखा) आहे. जो वेरूळ येथील इतर लेण्यांतील दगडापेक्षा वेगळा वाटतो.

गुंफेच्या बाहेरील प्रवेशद्वाराच्या दोन्ही बाजूला द्वारपालांच्या प्रतिमा आहेत. या प्रतिमा उघड्यावर असल्यामुळे काळाचा परिणाम होऊन मूर्ती खराब झालेल्या आहेत. कधी काळी जेव्हा ही गुंफा खोदली गेली असावी तेव्हा या गुंफेचे स्वरूप आकर्षक असावे. कारण गुंफेच्या बाहेर दोन्ही बाजूला दोन सुंदर आणि मोठ्या आकाराचे गजराज कोरलेले आहेत.

गुंफेच्या उजव्या बाजूला असलेल्या गजमूर्तीच्या दोन्ही पायांमध्ये चार उभ्या पुरुषप्रतिमा आहेत. त्यांच्याकडे पाहताच लक्षात येते की, ते योद्धे आहेत किंवा राजाचे शिपाई आहेत. चारही पुरुषमूर्तींच्या उजव्या हातामध्ये खड्ग धरलेले आहे. तर डाव्या हातामध्ये चौकोनी आकाराच्या ढाली धरलेल्या आहेत.

गजराजाच्या सोंडेजवळ चार वादकांच्या प्रतिमा आहेत. पहिल्या वादकाने आपल्या डाव्या हाताने ढोल डोक्यावर उचलून धरलेला आहे, तर उजव्या हाताने तो ढोल वाजवत आहे. दुसऱ्या वादकाने गोल डफाच्या आकाराचे वाद्य कमरेजवळ धरले असून, डाव्या व उजव्या हातांनी तो ते वाजवत आहे. तिसरा वादक हातामध्ये मृदंग किंवा ढोलसदृश वाद्य धरून ते तो दोन्ही हातांनी वाजवत आहे. सर्वांत शेवटी गजराजाच्या पुढील पायाजवळ उभी मूर्ती हातामध्ये सनई किंवा तुतारी तोंडात धरून उंच तिरकी करून वाजवत आहे, असे स्पष्टपणे लक्षात येते.

एकंदरीत हे शिल्प पाहून असे वाटते की, राजाचे शिपाई व सनई चौघडा वाजवणारे वादक हे मंदिराच्या बाहेर उभे आहेत. शिवाय गजराजाच्या पाठीवर अंबारी कोरलेली आहे. कारण गजराजाच्या अंगावर अंबारी बांधलेले दोरखंड कोरलेले आहेत. यावरून असे वाटते की, अंबारीमध्ये बसून राजघराण्यातील व्यक्ती, भालदार-चोपदार यांच्यासह तीर्थंकराच्या दर्शनासाठी आलेले आहेत, असेच शिल्पकाराला अभिप्रेत असावे.

डाव्या बाजूच्या हत्तीच्या बाजूलासुद्धा तीन योद्धे किंवा राजाचे शिपाई दाखवलेले आहेत. तिघांनीही आपल्या उजव्या हातात खड्ग धरलेले आहे. आणि डाव्या हातात ढाल धरलेली आहे. त्याचबरोबर तिघांच्याही कमरेला कट्यार लटकवलेली आहे. गळ्यात ग्रैवेयक असून पायामध्ये कडे घातलेले आहेत. धोतराप्रमाणे नेसलेल्या वस्त्राचा झोळ योद्ध्याच्या दोन्ही पायांच्या मध्ये लोंबताना दिसत आहे. कमरपट्ट्यामध्ये कट्यार किंवा खड्गाची म्यान लटकवलेली आहे. या हत्तीच्या पाठीवर अंबारीचे कोरलेले अवशेष लक्षात येतात. शिवाय गजराजाच्या पाठीवरील अंबारीचे दोरखंडही हुबेहूब कोरलेले आहेत.

गुंफा क्र. ३०

छोटा कैलास : छोटा कैलास म्हणून ओळखली जाणारी ही गुंफा हुबेहूब कैलास गुंफेप्रमाणे खोदण्याचा प्रयत्न केलेला आहे. वरपासून खालपर्यंत उभा कातळ चारी बाजूंनी फोडून मध्ये राहिलेल्या शिलाखंडातून मंदिर घडवण्याचा प्रयत्न येथेही केलेला आहे. मात्र, ही गुंफा खोदण्याचे कार्य अर्ध्यातूनच बंद केले असावे, असे स्पष्टपणे दिसून येते; कारण या मंदिराच्या चोहोबाजूचा कातळ पूर्णपणे खोदून काढलेला नाही. डोंगर वरपासून खालपर्यंत फोडण्याचे काम चालू असतानाच मधील शिलाखंडातून मंदिर घडवण्याचे शिल्पकामही सुरू झालेले असावे. मंदिराभोवतीच्या प्रांगणात कमी अधिक उंचीचे दगडी चौथरे अद्यापही आहेत. ते पाहून आपल्याला उभा डोंगर फोडून प्रांगण तयार करण्याचे काम कशा पद्धतीने केले जात असावे, याचा अंदाज करता येतो.

गुंफेचे काम अर्धवट असल्यामुळे बाहेरच्या बाजूला शिल्पाकृती किंवा प्रतिमा जास्त नाहीत. ज्या आहेत त्याही फारशा चांगल्या अवस्थेत नाहीत. मात्र मंदिराचे काम आतल्या बाजूने पूर्ण झाले आहे. शिवाय बाहेरील खोदकाम व शिल्पकाम चालू असतानाच मंदिरातील भिंतींना मातीचे लिंपण करून रंगकाम सुरू केलेले होते, हे आपल्याला लक्षात येते.

ज्याप्रमाणे प्रांगणाचे काम अर्धवट आहे त्याचप्रमाणे गुंफेच्या प्रवेशद्वाराचे कामही अर्धवट सोडलेले आहे. प्रवेशद्वाराच्या जागी केवळ एक भगदाड ठेवलेले आहे. या भगदाडातून आत प्रवेश केल्यानंतर असलेल्या बोळखंडवजा जागेत, भिंतीवर काही शिल्पाकृती कोरलेल्या आहेत. या प्रवेशद्वाराला कुठल्याही प्रकारे आकार दिलेला नसतानाही येथे काही ठिकाणी शिल्पाकृती मात्र अवश्य कोरलेल्या आहेत.

प्रवेशद्वारातून आत येताच उजव्या भिंतीवर योगमुद्रेत बसलेल्या तीन मूर्ती आहेत. या प्रतिमा भगवान महावीरांच्या आहेत. छातीवर श्रीवत्स चिन्ह दिसत नाही. गोल चेहरा, डोक्यावरील उष्णिश, लांब कान, गळ्याला असलेल्या तीन वळ्या या सर्व महापुरुष लांछनासहित कोरलेल्या या जिनमूर्ती फारशी चांगल्या अवस्थेत नाहीत. डोक्यापाठीमागे तेजोवलय असून डोक्यावर तिहेरी छत्रावली आहे. प्रत्येक जिनमूर्तीच्या दोन्ही बाजूस चामरधारी सेवक आहेत. तसेच वरच्या बाजूस हातात फूलमाळा धरलेले विद्याधर उडताहेत. ढोल, मृदंग, झांज वाजवणारे वादक देवदुंदुभी करत आहेत.

चक्रेश्वरी : डाव्या बाजूला भिंतीमध्ये एक प्रशस्त शिल्पपट आहे. त्यामध्ये विशाल आकाराची स्त्रीप्रतिमा कोरलेली आहे. पद्मासनात बसलेली ही स्त्री सुंदर असून, चेहऱ्यावर हलकेसे स्मितहास्य दाखवण्यात कलाकार यशस्वी झाला आहे. ही स्त्री द्वादशभुजी आहे. उजव्या बाजूच्या सहा हातांपैकी केवळ दोन हात शिल्लक आहेत. यापैकी एक हात मांडीवर ठेवलेला आहे; तर एका उजव्या हातात खड्ग धरलेले आहे. मात्र, डाव्या बाजूचे सहा हात व्यवस्थित असून, त्यापैकी तीन हातांमध्ये शंख, एका हातामध्ये चक्र व एका हातामध्ये गदा आहे. सहावा हात मांडीवर ठेवलेला आहे. ही विविध अलंकारांनी सजलेली स्त्रीप्रतिमा चक्रेश्वरी या यक्षीची आहे. या प्रतिमेच्या डोक्यावर पद्मासनात ध्यानमुद्रेत बसलेली जिनप्रतिमा आहे.

प्रतिमेच्या उजव्या बाजूला दोन स्त्रीसेविका चामर धरून उभ्या आहेत. तसेच डाव्या बाजूला चामर धरलेली एक सुंदर सेविका आहे. तिच्या बाजूला एक स्त्री डावा हात डोक्याखाली घेऊन प्रसन्न मुद्रेने झोपलेली दाखवली आहे. डाव्या बाजूस छतावर स्त्री व पुरुष युगल आलिंगनबद्ध मुद्रेत असून, एकमेकांचे चुंबन घेताहेत, असे दाखवलेले आहे.

गुंफेच्या प्रवेशद्वारातून (बोळातून) आपण मोकळ्या प्रांगणात येतो. वर सांगितल्याप्रमाणे प्रांगणाचे काम अपुरे राहिलेले आहे. मंदिराचे व प्रवेशद्वारासमोरील मंडपाचे काम बऱ्यापैकी पूर्ण झोलेले आहे. मंडपाच्या प्रवेशद्वाराजवळ असलेल्या स्तंभावरील कोरीवकाम नजरेत भरण्यासारखे आहे. फारशी कलाकुसर नसली तरी मंडपाचा आकार आकर्षक आहे. चौरस आकाराच्या या प्रवेशमंडपाचे छत अतिशय सुबकपणे कोरलेले आहे. छतावर तीनपदरी पूर्ण विकसित असे कमलपुष्प आहे. डाव्या उजव्या दोन्ही बाजूला बसण्यासाठी चौथरे बांधलेले आहेत.

मंदिराचे सभागृह : मंदिराच्या प्रवेशद्वाराला तीन द्वारशाखा असून, थोडेफार जुजबी कोरीवकाम आहे. प्रवेशद्वाराच्या दोन्ही बाजूला गदाधारी द्वारपालाच्या मोठ्या आकाराच्या मूर्ती आहेत. त्या द्वारपालांना पाहताच कैलास लेण्यातील रत्नमहालाच्या प्रवेशद्वाराजवळ उभ्या द्वारपालांची आठवण येते. नजरेत भरण्याइतके साधर्म्य या दोन्ही प्रतिमांमध्ये आहे. मात्र, हे द्वारपाल द्विभुज आहेत. उजवा हात अभयमुद्रेत असून डावा हात गदेवर टेकवून, एक पाय दुमडून दोघेही ऐटीत उभे आहेत. या द्वारपालांच्या पायथ्याशी अर्ध्यातून तुटलेली यक्षप्रतिमा आहे.

प्रवेशद्वाराच्या उजव्या बाजूच्या स्तंभावर स्त्रीप्रतिमा कोरलेली आहे. ही यक्षीची प्रतिमा असावी. मंडपाच्या बाहेर, मंदिराच्या भिंतीवर दोन्ही बाजूला सुंदर अशा नर्तकांच्या मूर्ती आहेत. त्या प्रतिमा हुबेहूब नटराजाप्रमाणे वाटतात. नृत्यपदन्यास मुद्रेत असणाऱ्या या प्रतिमा दशभुजी आहेत. मात्र, नटराज शिवमूर्तीच्या हातात असणारी कुठलीही चिन्हे किंवा आयुधे या मूर्तीच्या हातात नाहीत. सर्व हात नृत्यमुद्रेत आहेत. या नर्तकांच्या प्रतिमांचे येथे काय प्रयोजन असावे ते कळत नाही. बहुधा कैलास लेण्याप्रमाणे हुबेहूब गुंफा खोदण्याचा कलाकारांचा संकल्प असावा. त्यामुळे कैलास लेण्यांच्या पूर्ण प्राकाराप्रमाणेच प्रवेशद्वारावरील द्वारपालांचे तसेच नटराजाशी मिळत्याजुळत्या या नर्तकांच्या मूर्तीचे अनुकरण केले गेले असावे. पदन्यास करणाऱ्या या नर्तकांच्या मूर्तीजवळच वादक बसल्याचे दिसते. बाजूला किन्नर, विद्याधर उडताना दिसत आहेत.

गर्भगृह : सभागृहाच्या शेवटच्या टोकाला मुख्य प्रवेशद्वारासमोर गर्भगृह आहे. गर्भगृहामध्ये समोरच उंच अशा सिंहासनावर पद्मासन घालून ध्यानमुद्रेत बसलेली महावीर प्रतिमा आहे. जिनप्रतिमेच्या दोन्ही बाजूला चामरधारी सेवक आहेत. गर्भगृहाच्या उजव्या भिंतीवर पद्मासनात बसलेल्या दोन्ही जिनप्रतिमा महावीरांच्या आहेत. डाव्या भिंतीवर एकच बसलेली जिनप्रतिमा आहे. तिच्या बाजूला पद्मासनातील चतुर्भुज स्त्रीची प्रतिमा आहे. ही यक्षीची प्रतिमा आहे.

महावीरांच्या मुख्य प्रतिमेच्या मुखामागे प्रभामंडळ आहे. तसेच डोक्यावर तिहेरी छत्रावली आहे. बाजूला फूलमाळा हातात धरून विद्याधर उडताहेत. सिंहासनाच्या दोन्ही बाजूला श्रावक-श्राविका दाम्पत्य बसलेले आहे. महावीरांच्या दोन्ही बाजूला

यक्ष-यक्षीच्या प्रतिमा आहेत. (डाव्या बाजूची प्रतिमा तुटलेली आहे) गर्भगृहाच्या भिंतीवर असलेल्या जिनप्रतिमेच्या दोन्ही बाजूंना चामरधारी सेवक आहेत. या सेवकांचे चेहरे फारच सुंदर आहेत. चेहऱ्यावर हास्य असलेल्या या चामरधारींच्या डोक्यावर सुंदर मुकुट आहेत. बसलेल्या स्त्रीप्रतिमेच्या (यक्षी, चक्रेश्वरी?) दोन्ही बाजूला स्त्रीसेविका चामर धरून उभ्या आहेत.

गर्भगृहाच्या प्रवेशद्वारास तीन द्वारशाखा आहेत. त्यामध्ये सुंदर नाजूक आकाराचे खांब असून, प्रवेशद्वाराची कमान द्रविड शैलीत कोरलेली आहे. द्वारशाखेच्या तळाकडे द्वारपाल आणि द्वारपालिका कोरलेल्या आहेत. प्रवेशद्वाराच्या दोन्ही बाजूला असलेल्या कोनाड्यात कायोत्सर्ग मुद्रेत उभ्या तीर्थंकर महावीरांच्या प्रतिमा आहेत. त्याच्या बाजूला हात जोडून सेवक उभे आहेत.

सभागृह : सभागृह प्रशस्त, चौरस आकाराचे आहे. सभागृहाला तीन बाजूंनी द्वारे आहेत. गर्भगृह आणि सभागृहाचे मुख्य प्रवेशद्वार यामध्ये प्रशस्त ओवरी सोडून दोन्ही बाजूला पाच पाच स्तंभांच्या रांगा आहेत. स्तंभांचे आकार मध्यम आहेत. मात्र, फारशी कलाकुसर पाहायला मिळत नाही. गर्भगृहाच्या समोरील अंतराळात असलेले दोन स्तंभ एकमेकांना मकरतोरणाने जोडलेले आहेत. एका स्तंभांवर सुंदर अशी स्त्रीप्रतिमा आहे. दुसऱ्या स्तंभावरील स्त्रीप्रतिमा तुटलेली आहे.

सभागृहातील उजव्या भिंतीवर आठ लहान-मोठ्या कोनाड्यांत महावीरांच्या मूर्ती आहेत. प्रत्येक कोनाड्यात एकाखाली एक अशा पद्मासनात, ध्यानमुद्रेत बसलेल्या महावीर प्रतिमा आहेत. डाव्या बाजूला समोरासमोर असलेल्या उंच कोनाड्यात पार्श्वनाथाच्या कायोत्सर्ग मुद्रेतील उभ्या प्रतिमा आहेत. पार्श्वनाथाच्या डोक्यावर सप्तफणी नागाचे छत्र आहे. दोन्ही बाजूस यक्षी पद्मावतीने लांब दांड्याची छत्रावली पार्श्वनाथाच्या डोक्यावरील सातफणी छत्रांच्या वरती धरली आहे. सभागृहाच्या डाव्या भिंतीमध्ये इतर सर्व प्रतिमा या भगवान महावीरांच्या आहेत. या सर्व प्रतिमा पद्मासनात ध्यानमुद्रेत बसलेल्या आहेत. डोक्यावर तिहेरी छत्र आहे.

मुख्य मंदिरातील या सभागृहाला तीन बाजूंनी प्रवेशद्वार आहेत. या प्रवेशद्वाराबाहेर जे मंडप आहेत त्यापैकी फक्त समोरच्या मंडपाचे काम पुरे झालेले आहे. मात्र, उत्तर व दक्षिण बाजूच्या मंडपांचे काम अर्धवटच आहे. आवारात उजव्या बाजूला एक छोटी गुंफा आहे. आतमध्ये छोट्या आकाराचे गर्भगृह असून, त्यामध्ये सिंहासनावर बसलेली ध्यानमुद्रेतील महावीराची प्रतिमा आहे. महावीराचे लांछन असलेली सिंहाची प्रतिमा आसनाच्या खाली कोरलेली आहे व त्यामध्ये धर्मचक्र कोरलेले आहे. प्रवेशद्वाराच्या दोन्ही बाजूला दोन जिनप्रतिमा आहेत. डाव्या बाजूला पार्श्वनाथाची कायोत्सर्ग मुद्रेतील प्रतिमा आहे. तर उजव्या बाजूला महावीराची कायोत्सर्ग मुद्रेतील प्रतिमा आहे.

'गर्भगृहाच्या प्रवेशद्वाराच्या दोन्ही बाजूला कोनाड्यात यक्ष-यक्षी प्रतिमा आहेत. महावीरांचे यक्ष-यक्षी मातुंग आणि सिद्धाईका हे असले तरी वेरूळ लेण्यांमध्ये बहुतेक गुंफेमध्ये यक्ष सर्वानुभूती आणि यक्षी अम्बिका यांना महावीरांच्या गुंफेबाहेरील यक्ष-यक्षीचा दर्जा दिलेला आहे.'

'या ठिकाणी आम्रवृक्षाखाली बसलेली ही यक्षी अम्बिका आहे. कारण तिचे लांछन म्हणजे आम्रवृक्ष आणि मांडीवर घेतलेले लहान बालक हे आहे. यक्षप्रतिमा सुद्धा सर्वानुभूतीची आहे. जो हिंदू धर्मामधील कुबेराची जैन आवृत्ती आहे. बहुतेक वेळा गजारूढ सर्वानुभूतीच्या उजव्या हातामध्ये फळ असते, तर डाव्या हातामध्ये धनाची थैली असते. '

या लेण्याच्या प्रांगणात इतरही छोट्या छोट्या गुंफा खोदण्याचे काम सुरू करून अर्धवट सोडण्यात आले आहे. मंदिराच्या छतावर जाण्यासाठी दगडी जिना आहे. मंदिराचे छत (वितान) कैलास लेण्यांप्रमाणे करण्याचा प्रयत्न केलेला आहे, परंतु हे काम पूर्ण झालेले नाही. छतावर मध्यभागी गोल कोनाड्यात भगवान महावीराची ध्यानमुद्रेतील प्रतिमा आहे. छताच्या बाह्य भिंतीवर एका ठिकाणी स्त्री-पुरुष युगुलाची एक छोटीशी प्रतिमा आहे. यामधील स्त्रीने आपल्या हातात वीणा हे वाद्य धरलेले आहे. मंदिराच्या बाह्य भिंतीवर उडणाऱ्या गंधर्व-गांधर्वी युगुलाच्या मूर्ती आहेत. पण त्यांचीही बऱ्याचअंशी झीज झालेली आहे.

गुंफा क्र. ३० अ

दर्शनी भाग अतिशय सुंदररीत्या खोदण्यास सुरुवात केलेल्या या गुंफेचे काम थोड्या कालावधीतच अर्ध्यातून बंद करण्यात आले असावे. गुंफेच्या सुरुवातीला असलेला छोटासा मंडप फारच छान आहे. मंडपाचे छत फारच प्रमाणबद्धरीत्या खोदल्याचे जाणवते. मंडपाच्या प्रवेशद्वाराच्या दोन्ही बाजूला बसलेल्या गजमूर्ती (अर्ध्या) आहेत. स्तंभामध्ये तळाकडे घटपल्लव पद्धतीचे नक्षीकाम आहे.

आतमध्ये प्रशस्त, लांब-रुंद अशा सभामंडपाचे खोदकाम सुरू केल्याचे लक्षात येते. एक-दोन स्तंभांचे कोरीवकाम पूर्ण झाल्याचे दिसते. हे कोरीवकाम अतिशय सुंदर आहे. रुंद, चौरस पाया असलेले हे स्तंभ शीर्षाकडे आमलक पद्धतीच्या गोलाने (कुशन) नटलेले आहेत. तळाशी सुंदर अशी घटपल्लवाची नक्षी आहे. अर्धवट काम झालेल्या सभागृहात एक चौकोनी कमी उंचीचा स्तंभ आहे. त्यावर चारी बाजूंनी कायोत्सर्ग मुद्रेतील जिनप्रतिमा कोरलेल्या आहेत. या सर्व प्रतिमा दिगंबर अवस्थेत आहेत. या सर्वतोभद्र स्तंभाच्या बरोबर वरती ओबडधोबड छतावर अतिशय सुंदर असे कमलपुष्प कोरलेले आहे. अर्धवट उमलू लागलेल्या कमलपुष्पाचे तीन पदर कातळामध्ये कोरताना कलाकाराने आपल्या शिल्पकलेतील कौशल्य प्रतीत केल्याचे जाणवते.

गुंफेचे स्वरूप आणि आराखडा पाहताना तसेच महावीराची सर्वतोभद्री प्रतिमा आणि त्याच्या वरती छतामध्ये कोरलेले ते कमलपुष्प पाहताना असे वाटते की, काम बंद करण्याचे प्रयोजन कळताच, कलाकारांनी जाता जाता गुंफेत जिनप्रतिमा कोरलेली असावी. कारण चारही बाजूला जिनप्रतिमा असलेला तो सर्वतोभद्री स्तंभ अधेमधेच कोरलेला आहे असे वाटते. म्हणूनच असे वाटते की, काही अपरिहार्य कारणामुळे या गुंफेचे काम कलाकारांना अनिच्छेने बंद करावे लागले असावे.

गुंफा क्र. ३१

जैन गुंफांचा समूह ज्या ठिकाणी आहे तेथे अगदी सुरुवातीला ही गुंफा आहे. आकाराने लहान असलेल्या या गुंफेचे सभागृहही छोटे व आयताकार आहे. सभागृहात एकूण चार छोटे स्तंभ आहेत. दोन अर्धस्तंभ आहेत. गुंफेचे बाह्यस्वरूप ओबडधोबडच आहे. कलाकुसरीचा अभाव आहे. पण तीर्थंकराच्या शिल्पाकृती मात्र लक्ष वेधून घेणाऱ्या आहेत.

गर्भगृह : गर्भगृह अतिशय छोटे असून, तेथे भगवान महावीरांची मूर्ती आहे. पद्मासनात योगमुद्रेत, महावीर सिंहासनावर बसले आहेत. आसनाच्या समोरील बाजूस दोन सिंह (एकमेकांकडे पार्श्वभाग करून व समोरच्या बाजूला तोंड करून उभे असलेले) आहेत. मध्यभागी धर्मचक्र कोरलेले आहे. तीर्थंकर पाठीमागील लोडाला टेकून बसले आहेत. डोक्यामागे प्रभामंडळ आणि वरती तिहेरी छत्रावली आहे. दोन्ही बाजूला दोन चामरधारी सेवक आहेत. शिवाय गंधर्वयुगुले फूलमाळा धरून उडताना दिसत आहेत.

गर्भगृहाच्या प्रवेशद्वाराच्या दोन्ही बाजूला यक्ष-यक्षीच्या मूर्ती कोरलेल्या आहेत. जैन धर्मग्रंथांनुसार भगवान महावीरांची शासन देवता म्हणून यक्ष 'मातंग' आणि यक्षी 'सिद्धाईका' यांची नेमणूक झालेली आहे. परंतु येथे मातंग आणि सिद्धाईका अनुपस्थित असून त्यांच्याऐवजी 'यक्ष सर्वानुभूती आणि यक्षी अम्बिका' हे उपस्थित आहेत.

'सिद्धाईकाची ओळख ही तिच्या हातातील पुस्तक, वीणा या गोष्टींवरून येते. महावीरांचे लांछन सिंह असल्यामुळेच यक्षीचे वाहनही सिंह असावे असे वाटते.'

'जिन महावीरांचा यक्ष मातंग हासुद्धा गजारूढ असतो. त्याव्यतिरिक्त त्याच्या डोक्यावर धर्मचक्र कोरलेले असते. मातंगाच्या मस्तकावर असलेली धर्मचक्राची ही निशाणी म्हणजे भगवान महावीरांद्वारे जैन धर्माची पुन:स्थापना झाल्याचे, तसेच या धर्माचे रक्षक व अनुयायी असल्याचे सुचवते. मातंगाच्या हातामध्ये वरदमुद्रा व मातुलिंग असते. कधीमधी हातामध्ये धनाची थैली किंवा नकुल असल्याचे दाखवले जाते. हा हिंदू धर्मातील कुबेराचा प्रभाव आहे.'

वेरूळ लेण्यातील बहुतेक गर्भगृहांमध्ये महावीराची प्रतिमा आहे. त्यानुसार गर्भगृहाबाहेर मातंग आणि सिद्धाईका या यक्ष-यक्षींचे अंकन व्हायला हवे होते. परंतु तसे न करता बहुतेक ठिकाणी यक्ष सर्वानुभूती आणि यक्षी अम्बिका यांच्या प्रतिमा खोदलेल्या आहेत. 'सर्वानुभूती हा हिंदू धर्मातील कुबेराशी मिळताजुळता आहे. सर्वानुभूती हा गजारूढ असतो. त्याच्या डाव्या हातामध्ये बहुतेक वेळा धनाची थैली दाखवलेली असते. काही काही ठिकाणी एका हातात पाश किंवा फळ असते, तर दुसऱ्या हातात अंकुश दाखवलेला असतो. कधीकधी सर्वानुभूतीच्या हातामध्ये गदा, पद्म, पुस्तक व नकुलसुद्धा धरलेला असतो.'

यक्ष सर्वानुभूतीबरोबर यक्षी म्हणून बहुतेक वेळा अम्बिका आहे. 'अम्बिका ही सदैव सिंहारूढ असते. याशिवाय ती सदैव आम्रफळांनी लगडलेल्या आम्रवृक्षाखाली बसलेली असते. तिच्या एका हातात आम्रलुम्बी म्हणजे आम्रवृक्षाची डहाळी धरलेली असते, तर डाव्या हाताने तिने मांडीवर बसलेल्या पुत्राला धरलेले असते. कधी डाव्या हातामध्ये अंकुश असतो, तर उजव्या हातामध्ये पाश असतो. कधी उजवा हात अभयमुद्रेतही असतो.'

या गुंफेतील यक्ष सर्वानुभूती गज या आपल्या वाहनावर सव्य ललितासनात बसलेला आहे. हत्तीच्या पाठीवरील बैठकीला बांधण्यासाठी वापरलेले दोरसुद्धा शिल्पकारांनी व्यवस्थितपणे कोरलेले आहेत. हत्तीच्या गंडस्थळावर सुंदर मौक्तिकमाळा आहेत. हत्तीच्या पाठीवरून लोंबणारी, धातूच्या साखळीमध्ये अडकवलेली छोटी घंटासुद्धा आपले लक्ष वेधून घेते. सर्वानुभूतीच्या अंगामध्ये यज्ञोपवीत आहे. चेहऱ्यावर हसतमुख भाव असलेली ही यक्ष मूर्ती वटवृक्षाखाली बसलेली आहे. या झाडावर राघू-मैना पक्ष्यांची जोडी बसलेली आहे हे आपल्या चट्कन लक्षात येते.

सर्वानुभूतीच्या उजव्या हाताशी उभा सेवक गदाधारी आहे. तर डाव्या हाताला उभ्या सेवकाच्या हातामध्ये धनाची थैली धरलेली आहे. सर्वानुभूतीने आपले दोन्ही हात मांडीवर ठेवलेले आहेत. यक्षी अम्बिका सिंहारूढ, सव्य ललितासनामध्ये बसलेली असून ती द्विभुज आहे. तिने आपल्या उजव्या हातामध्ये फास धरलेला आहे. तर डाव्या हाताने मांडीवर बसलेल्या पुत्राला धरलेले आहे. अम्बिकेने सकच्छ पद्धतीने अंतरीय नेसलेले असावे. त्याच्या निऱ्या डाव्या कमरेशी खोचल्या आहेत. कमरेची मेखला सुंदर आहे.

यक्षीची केशरचना आकर्षक आहे. माथ्यावर सुंदर नाजूक असा मुकुट किंवा ललाटिका घातलेली आहे. त्यामुळे केशरचना अधिकच सुंदर दिसते आहे. ही यक्षी आम्रफलांनी लगडलेल्या आम्रवृक्षाखाली बसलेली आहे. त्यामुळेच ती अम्बिका आहे हे चट्कन लक्षात येते. सिंहाच्या बाजूला एक पुरुषसेवक उभा आहे. त्याच्या हातात सनालपद्म धरलेले आहे. तसेच अम्बिकेच्या डाव्या हाताशी एक छत्रधारी

पुरुषमूर्ती उभी आहे. दाढी-मिशा असलेली ही मूर्ती कोणाची असावी? अम्बिकेच्या दोन्ही बाजूला लहान जिनप्रतिमा कोरलेल्या आहेत.

पार्श्वनाथ : या छोट्याशा गुंफेतील सभागृहाच्या डाव्या भिंतीवर एक सुंदर शिल्पपट आहे. यामध्ये मध्यभागी तीर्थंकर पार्श्वनाथाची कायोत्सर्ग मुद्रेतील दिगंबर प्रतिमा आहे. पार्श्वनाथ कमलासनावर उभा आहे. नागाचे वेटोळे पार्श्वनाथाच्या पूर्ण शरीराच्या पाठीमागे दाखवलेले आहे.

पार्श्वनाथाच्या उजव्या बाजूला एक सुंदर स्त्री दोन्ही हातामध्ये लांब दांड्याचे छत्र धरून उभी आहे. हे छत्र तिने पार्श्वनाथाच्या डोक्यावरील सप्तफणी नागछत्राच्या वरती धरलेले आहे. ही स्त्रीयक्षी पद्मावती असून, ती यक्ष धरणेंद्रची पत्नी आहे. स्वत: यक्ष धरणेंद्र सातफणी नागाच्या रूपात पार्श्वनाथाच्या पाठीमागे उभा आहे. धरणेंद्र हा पार्श्वनाथाचा यक्ष आहे. तो नागराज असून, तो सदैव पार्श्वनाथाचे रक्षण करण्यासाठी त्याच्या बाजूलाच असतो. त्याचप्रमाणे यक्षी पद्मावती हातामध्ये वज्रमय छत्र धरून पार्श्वनाथाच्या जवळ उभी असते. यक्षी पद्मावतीच्या पायाशी दोन्ही बाजूला दोन नागकन्या आहेत. त्यांचे खालचे शरीर सर्पाचे व वरचे शरीर स्त्रीचे आहे.

पार्श्वनाथाच्या सभोवती त्याचा जन्मजन्मांतरीचा वैरी 'कमठ' वेगवेगळ्या रूपात दाखवलेला आहे. वरच्या बाजूला तो मेघमालीच्या रूपात दाखवलेला आहे. या प्रत्येक रूपामध्ये त्याच्या हातात खंजीर दाखवलेला आहे. पार्श्वनाथाच्या पायथ्याशी श्रावक-श्राविका बसलेले आहेत.

भगवान गोमटेश्वर किंवा बाहुबली : सभागृहाच्या उजव्या भिंतीवर भगवान गोमटेश्वरचा शिल्पपट आहे, या शिल्पपटाच्या मध्यभागी गोमटेश्वराची किंवा बाहुबलीची कायोत्सर्ग मुद्रेतील निर्वस्त्र प्रतिमा आहे. डोक्यावर छत्र आहे खांद्यावर जटा रुळताना दिसत आहेत. अंगावर लतावेली चढलेल्या आहेत. ही बाहुबलीची तपश्चर्या करतानाची प्रतिमा आहे. बाहुबलीच्या डाव्या-उजव्या बाजूला दोन स्त्रिया आहेत. या त्याच्या भगिनी ब्राह्मी आणि सुंदरी आहेत. बाहुबलीच्या दोन्ही बाजूला हातामध्ये फूलमाळा धरलेले गंधर्वयुगुल उडताना दिसत आहेत. पायाजवळ श्रावक-श्राविका दाम्पत्य हात जोडून बसलेले आहे. सभागृहाच्या छतावर सुंदर असे उमलेले कमलपुष्प कोरलेले आहे.

या बाबतची कथा पुढीलप्रमाणे आहे- जैन धर्मग्रंथानुसार ऋषभदेवाने देवपती शुक्रेंद्राच्या सांगण्यावरून सुमंगला आणि सुनंदा यांच्याशी विवाह केला. सुमंगलेला भरत आणि ब्राह्मी व्यतिरिक्त शहाण्णव मुले झाली. सुनंदाला बाहुबली आणि सुंदरी नावाची दोन मुले झाली. राज्यपदाच्या इच्छेने भरत आणि बाहुबली यांच्यामध्ये मोठे युद्ध झाले. शेवटी जीवितहानी टाळण्यासाठी भरत आणि बाहुबली यांनी एकमेकांबरोबर द्वंद्वयुद्ध खेळण्याचे ठरवले. हे द्वंद्व बाहुबली जिंकला. पण त्याच्या मनात वैराग्य निर्माण

झाले. म्हणून बाहुबलीने दीक्षा घेऊन कठोर तपश्चर्येला प्रारंभ केला. कठोर तपस्येच्या काळात त्याच्या शरीरावर मुंग्यांनी वारूळ बांधले. त्याच्या अंगावरून साप, विंचू असे विषारी प्राणी फिरू लागले. अंगावर लतावेली चढल्या. तरीही त्याला कैवल्य ज्ञानप्राप्ती झाली नव्हती. तदनंतर बाहुबलीचे वडील 'आदिनाथ ऋषभदेव' यांनी आपल्या दोन्ही कन्या ब्राह्मी आणि सुंदरी यांना बाहुबलीकडे पाठवले. त्यांच्याबरोबर बाहुबलीला सांगण्यासाठी निरोप दिला... 'जोपर्यंत तुझ्या मनातील अहंकार कमी होत नाही तोपर्यंत तुला कैवल्यज्ञान मिळणार नाही. तेव्हा मनातील अहंकार सोड.' बाहुबलीने आपल्या पित्याचा उपदेश मानला आणि त्याला कैवल्यज्ञान प्राप्त झाले. म्हणूनच बाहुबलीच्या प्रतिमेशेजारी ब्राह्मी आणि सुंदरी या त्याच्या भगिनींची प्रतिमा कोरलेली असते.

गुंफा क्र. ३२

इंद्रसभा : इंद्रसभा म्हणून सर्वसाधारणपणे ओळखली जाणारी ही गुंफा नावाप्रमाणेच इंद्राच्या दरबारासारखी अतिशय भव्य आणि शिल्पकलेच्या अप्रतिम कलाविष्काराने नटलेली आहे. गुंफा आकाराने अतिशय विशाल आहे. ही संपूर्ण गुंफा दुमजली असून तीमध्ये अनेक लहानमोठी दालने आहेत. या प्रत्येक दालनाचे स्वरूप एका पूर्ण गुंफेप्रमाणे आहे. ज्यामध्ये सभागृह, गर्भगृह, वऱ्हांडा, मंडप हे सर्व विभाग पद्धतशीरपणे खोदलेले आहेत.

आपण मुख्य प्रवेशद्वारातून आत गुंफेच्या प्रांगणात येतो. हे प्रवेशद्वारही आकाराने अतिशय भव्य असून, त्याची कमान व एकूण पद्धत द्राविडियन प्रकारची वाटते. प्रवेशद्वाराच्या दोन्ही बाजूला असलेल्या भिंती बुरुजाप्रमाणे आहेत. या बुरुजावर चढण्यासाठी दोन्ही बाजूला दगडामध्ये पायऱ्या कोरलेल्या आहेत. दक्षिण भारतातील मंदिरांच्या प्रवेशद्वाराशी मिळतेजुळते हे द्वार गोपुरम पद्धतीचे आहे. गोपुरावरती दोन्ही बाजूला दोन बसलेल्या सिंहप्रतिमा आहेत. गोपुरामध्ये कीर्तिमुख असून, त्याचा आकार चैत्य कमानीसारखा वाटतो.

या प्रवेशद्वारातून आत आल्यानंतर मोकळे प्रांगण आहे. गुंफा वास्तुकलेतील दुसऱ्या प्रकारात मोडणारी ही गुंफा 'राजविहार' या बौद्ध लेण्यांप्रमाणे आहे. कारण समोर मोकळे प्रांगण आहे. अर्थातच एका बाजूला कोरीव स्तंभ, दुसऱ्या बाजूला उभी गजराजाची पूर्णाकृती मूर्ती, याशिवाय प्रांगणाच्या मध्यभागी असलेले सर्वतोभद्रिका मंदिर यामुळे प्रशस्त असूनही प्रांगणात थोडी अडचण असल्यासारखे वाटते.

मानस्तंभ : प्रवेशद्वारातून आत आल्यानंतर डाव्या बाजूला सुंदर कोरीवकाम असलेला स्तंभ आहे. या स्तंभाचा पाया चौकोनी असून, चारी बाजूला छोट्या कमानींच्या खाली आयताकार देवळ्या आहेत. ज्यामध्ये छोट्या जिनप्रतिमा कोरल्या आहेत. साधारणपणे पन्नास फुटी उंचीचा हा स्तंभ शंभर वर्षांपूर्वी वीज पडून जागच्या

जागी तुकडे होऊन कोसळला होता. परंतु पुरातत्त्व खात्यातर्फे एक एक तुकडा काळजीपूर्वक जोडून हा स्तंभ पूर्ववत उभा केला गेला. हा स्तंभ आकर्षक आहे व त्यामुळे इंद्रसभेच्या प्रांगणाची शोभा वाढते.

प्रांगणात उजव्या बाजूला प्रचंड आकाराचा गजराज आहे. गजमूर्तीच्या गंड-स्थळावर सुंदर नक्षीदार पट्टी बांधलेली आहे. प्रांगणाच्या तिन्ही बाजूंनी दुमजली गुंफा कोरलेल्या आहेत. शिवाय मध्यभागी उंच पाया असलेले, चारी बाजूंनी द्वार असलेले छोटे मंदिर आहे. या मंदिराचे पीठ खूपच उंच आहे. आतमधील छोट्या चौकोनी सभागृहात सर्वतोभद्री (चौमुखी) जिनप्रतिमा आहे.

या चौमुखी मंदिरामध्ये चारी बाजूला पद्मासनात ध्यानमुद्रेत बसलेली जिन महावीरांची प्रतिमा आहे. आसनावर सिंहप्रतिमा कोरलेल्या असून, मध्यभागी धर्मचक्र आहे. महावीरांच्या डोक्यावर तिहेरी छत्रावली आहे. चारी बाजंना सारख्याच प्रतिमा आहेत. या मंदिराच्या प्रत्येक द्वारासमोर दोन छोटे परंतु आकर्षक आकाराचे स्तंभ आहेत. स्तंभशीर्ष आणि मंदिराचे छत यामध्ये व्यालप्रतिमा आहेत. या छोट्या मंदिराचे छत किंवा विमान द्राविडियन पद्धतीचे आहे. त्यावर चार बाजूंनी कीर्तिमुख असून, यामध्ये चैत्य कमान तयार झालेली आहे. या कमानीत कायोत्सर्ग मुद्रेतील जिनप्रतिमा आहेत. हे मंदिर छोटेसे असले तरी सुरेख वाटते. या मंदिराच्या निर्मितीमागे समवसरण स्थळाची पार्श्वभूमी असावी असे वाटते.

या गुंफेचा आकार प्रचंड मोठा आहे. डाव्या बाजूला एकावर एक अशी तीन दालने खोदलेली आहेत. उजव्या बाजूला एकावर एक अशी दोन दालने कोरलेली आहेत. तर मुख्य इंद्रसभा आणि त्याखाली तेवढीच विशाल आकाराची परंतु अर्ध्यातून सोडलेली गुंफा आहे.

तळमजल्यावरील डाव्या बाजूची गुंफा : ही गुंफा आकाराने मध्यम असून, सभागृह चौरस आकाराचे आहे. पायऱ्या चढून सभागृहात येता येते. पायऱ्यांच्या दोन्ही बाजूला दोन स्तंभ असून, सभागृहात मध्यभागी चार स्तंभ आहेत. स्तंभ साधेच असून, त्यावर कोरीवकामाचा अभाव लक्षात येतो. गुंफेच्या आतल्या बाजूला छोटे गर्भगृह आहे आणि उरलेल्या तिन्ही भिंतींवर लहानमोठ्या आकाराचे शिल्पपट आहेत. दोन अर्धस्तंभांच्या मधील जागेत हे शिल्पपट कोरलेले आहेत.

पार्श्वनाथ : उजव्या भिंतीवर सुरुवातीलाच थोडे उंचावर कायोत्सर्ग मुद्रेतील पार्श्वनाथाची उभी मूर्ती आहे. मूर्ती निर्वस्त्र असून, पूर्णविकसित कमलासनावर उभी आहे. डोक्यावर नेहमीप्रमाणे सातफणी नागाचे छत्र आहे. उजव्या बाजूला पायथ्याशी स्त्री-पुरुष दाम्पत्य (श्रावक आणि श्राविका) हात जोडून नमस्कार मुद्रेत बसलेली आहे. पार्श्वनाथाच्या सभोवती त्याचा जन्मजन्माचा वैरी कमठ आपल्या विविध जन्मातील विविध रूपामध्ये दाखवलेला आहे.

पार्श्वनाथाच्या उजव्या बाजूस अतिशय सुंदर असे, धरणेंद्र पत्नी यक्षी पद्मावतीचे शिल्प आहे. अत्यंत कमनीय बांधा, सुंदर वस्त्रालंकार आणि चेहऱ्यावर हसतमुख भाव असलेली ही स्त्री दोन्ही हातामध्ये लांब दांड्याची छत्री धरून उभी आहे. यक्ष धरणेंद्राने आपल्या सात फणांनी पार्श्वनाथाच्या डोक्यावर छत्र धरले आहेच, शिवाय आपल्या शरीराचे वेटोळे पार्श्वनाथाच्या पाठीमागे ठेवले आहे. उजव्या बाजूला उडणारा मेघमाली ढगांना हात लावून पाऊस पाडण्याचा प्रयत्न करतो आहे. पद्मावतीच्या डोक्यावर एकफणी नागाचे छत्र आहे. तिची केशरचना आकर्षक असून, कपाळावर नाजूक घडणींची ललाटिका आहे. पद्मावतीने विकच्छ पद्धतीचे अंतरीय नेसलेले आहे. त्याच्या निऱ्या दोन्ही पायांच्या मध्ये सोडलेल्या आहेत. निऱ्यांचे वरचे टोक डाव्या कमरेजवळ खोचलेले आहे. मेखलेचा गोंडा दोन्ही पायांच्या मध्ये सोडलेला आहे. एक हात पाठीमागे आणि एक हात डोक्यांच्या वर धरून पद्मावतीने आपल्या हातात लांब दांड्याचे छत्र अतिशय सुंदर रीतीने धरलेले आहे.

बाहुबली : सभागृहाच्या उजव्या भिंतीवर मध्यभागी बाहुबलीचा शिल्पपट आहे. बाहुबली कमलासनावर कायोत्सर्ग मुद्रेत उभा आहे. हा शिल्पपट विशाल आहे. मध्यभागी आदिनाथ ऋषभदेवाचा पुत्र बाहुबलीची प्रतिमा आहे. घोर तपश्चर्या करणाऱ्या बाहुबलीच्या अंगावर लतावेली चढलेल्या आहेत. बाहुबली निर्वस्त्र आहे. डोक्यावर छत्र आहे. डाव्या-उजव्या बाजूला ब्राह्मी व सुंदरी या भगिनी आहेत. उजव्या पायापाशी हात जोडून भक्त किंवा श्रावक बसलेला आहे. दोन्ही बाजूला फूलमाळा घेतलेले गंधर्वयुगुल उडताहेत. आकाशात देवदुंदुभी वाजवणाऱ्या वादकांनी हातामध्ये ढोल, झांज ही वाद्ये धरलेली आहेत.

उजव्या भिंतीवरील शेवटचे शिल्प भगवान महावीराचे आहे. या शिल्पपटात जिन महावीर कायोत्सर्ग मुद्रेमध्ये उभे आहेत. महावीरांच्या प्रतिमेला वेढून वाहनावर आरूढ काही मूर्ती आहेत. या बहुतेक अष्ट दिक्पालांच्या प्रतिमा आहेत. गज, अश्व, सिंह, मकर, मेंढा, मृग या वाहनांवर आरूढ झालेले दिक्पाल महावीरांच्या सभोवती आहेत. वरच्या बाजूला ध्यानमुद्रेतील, पद्मासन घालून बसलेली आणखी एक जिनप्रतिमा कोरलेली आहे.

सभागृहाच्या डाव्या भिंतीवर मध्यभागी भगवान पार्श्वनाथाचा अतिशय सुंदर शिल्पपट आहे. त्या शिल्पपटात नेहमीप्रमाणे कायोत्सर्ग मुद्रेतील पार्श्वनाथ, डोक्यावरील सातफण्यांचे छत्र बनलेला यक्ष धरणेंद्र, बाजूला उभी यक्षी पद्मावती आणि पार्श्वनाथाच्या भोवती त्याचा जन्मजन्मांतराचा वैरी असलेला कमठ वेगवेगळ्या रूपात दाखवलेला आहे. कमठाच्या वेगवेगळ्या रूपातील प्रत्येक शिल्पामध्ये हातातील खंजीर खरोखरच छान कोरलेला आहे.

पार्श्वनाथाच्या उजव्या हाताजवळ असलेली यक्षी पद्मावती अतिशय आकर्षक

आकृती ४.२ - **गुंफा क्र. ३२ : इंद्रसभा-बाहुबली. तळमजल्यावरील डाव्या बाजूच्या दालनातील गोमटेश्वराचा शिल्पपट**

आहे. यक्षी पद्मावतीच्या पायथ्याशी दोन नागकन्या आहेत. त्यांच्या डोक्यावर एकफणी नागाचे छत्र आहे. पार्श्वनाथाच्या डाव्या बाजूला पायथ्याशी बसलेले श्रावक-श्राविका यांच्या प्रतिमा लक्ष वेधून घेतात.

मेघमाली किंवा कमठ : जैन परंपरेनुसार पार्श्वनाथाचा, त्याच्या पूर्वजन्मामध्ये भाऊ असलेला व नंतर जन्मजन्मांतरीचा वैरी बनलेला कमठ प्रत्येक जन्मात त्याचा दुष्टपणाने घात करतो. मात्र, दहाव्या जन्मात पार्श्वनाथाने तीर्थंकर म्हणून जन्म घेतला आणि कैवल्यज्ञान प्राप्त केले. त्यासाठी तपश्चर्या करीत असताना कमठाने, मेघमालीच्या रूपात आकाशातून उडत असताना पार्श्वनाथाला पाहिले आणि त्याला ओळखले. पार्श्वनाथाला त्रास देण्याच्या उद्देशाने आकाशातील मेघांना वेठीस धरून

आकृती ४.३ - **गुंफा क्र. ३२ : इंद्रसभा-पार्श्वनाथ. तळमजल्यावरील डाव्या बाजूच्या दालनातील शिल्पपट**

मेघमालीने जलप्रलय घडवून आणला. या वेळी यक्ष धरणेंद्राने आपल्या सातफणांचे छत्र पार्श्वनाथाच्या डोक्यावर धरून त्याचा पावसापासून बचाव केला. तपश्चर्या करणाऱ्या पार्श्वनाथाच्या नाकापर्यंत पुराचे पाणी पोहोचलेले पाहून आपल्या शरीराचे वेटोळे करून पार्श्वनाथाला जमिनीपासून उंच उचलून धरले आणि पावसापासून त्याचे संरक्षण केले. या संकट-समयी यक्ष धरणेंद्राची पत्नी पद्मावतीने आपल्या हाता-मध्ये वज्रमय छत्र धरून ते पार्श्वनाथाच्या डोक्यावर धरले.

वेरूळ येथील सर्व गुंफां-मधून पार्श्वनाथाचे जे शिल्प-पट कोरलेले आहेत, त्याची पार्श्वभूमी हीच आहे. या कथेला नजरेसमोर ठेवूनच येथील पार्श्वनाथाचा प्रत्येक शिल्पपट कोरलेला आहे. बहुतेक सर्व शिल्पपटात कायोत्सर्ग मुद्रेतील, पद्मासनावर उभा पार्श्वनाथ दाखवलेला आहे. सातफणांचे छत्र धरलेला धरणेंद्र, यक्षी पद्मावती आणि पार्श्वनाथाच्या सभोवती विविध रूपातील कमठ दाखवलेला आहे. बहुतेक रूपात कमठाच्या उजव्या हातामध्ये तीक्ष्ण धार असलेला खंजीर दाखवलेला आहे.

या दालनातील शिल्पामध्ये आठ वेळा कमठाची प्रतिमा शिल्पबद्ध केलेली आहे. त्याच्या प्रतिमा लक्षवेधी आहेत. एका ठिकाणी सिंहारूढ कमठाची अक्राळ-विक्राळ प्रतिमा असून, त्याच्या डोक्यावर पिंजारलल्या केसांचे टोपले आहे. या ठिकाणी त्याच्या गळ्यात सर्पबंध आहे. एका जन्मामध्ये कमठ सर्प म्हणून पुनर्जन्म घेतो व पार्श्वनाथाला दंश करून मारतो.

डाव्या भिंतीवर पार्श्वनाथाचा आणखीन एक शिल्पपट आहे. या शिल्पपटाचे स्वरूपही साधारणपणे नेहमीसारखेच आहे. मात्र, या शिल्पपटांतील प्रतिमा फारशा चांगल्या स्वरूपात नाहीत. गुंफेच्या प्रवेशद्वारासमोरच मध्यभागी लहान आकाराचे गर्भगृह आहे. गर्भगृहाचे प्रवेशद्वार आकाराने लहान आहे. त्यास तीन द्वारशाखा

असून, दोन्ही बाजूला अर्धस्तंभ आहेत. डाव्या बाजूच्या अर्धस्तंभावर कायोत्सर्ग मुद्रेतील जिनप्रतिमा आहे. उजव्या बाजूच्या प्रतिमांची तोडफोड झालेली आहे.

गाभाऱ्यात भगवान महावीरांची मूर्ती आहे. डोक्यावर कुरळे केस आणि उष्णिश आहे. महावीर पद्मासनात, ध्यानमुद्रेत बसलेले आहेत. बाजूला फूलमाळा धरलेले गंधर्व उडताहेत. डोक्यावर तिहेरी छत्रावली असून, जवळच देवदुंदुभी करणारे वादक आहेत. गर्भगृहाच्या बाहेर दोन्ही बाजूला यक्ष आणि यक्षी यांच्या प्रतिमा आहेत.

प्रांगणाच्या डाव्या बाजूचे छोटे दालन : अतिशय छोट्या आकाराचे हे दालन डाव्या बाजूच्या कोपऱ्यात आहे. चौकोनी सभागृह असून, सुरुवातीलाच दोन लहान पण कधीकाळी सुंदर अशा कोरीवकामाने नटलेले स्तंभ आहेत. भिंतीमध्ये दोन अर्धस्तंभ आहेत. या गुंफेची उंची फारच कमी आहे. आतमध्ये छोटेसे गर्भगृह आहे. गर्भगृहाला अतिशय छोटेसे प्रवेशद्वार आहे. प्रवेशद्वाराच्या दोन्ही बाजूला यक्ष आणि यक्षीच्या प्रतिमा आहेत

गर्भगृहामधील महावीराची पद्मासनात बसलेली ध्यानमुद्रेतील प्रतिमा फारच सुंदर आहे. या दालनातील सर्वच प्रतिमा अतिशय सुंदर आहेत. महावीराच्या दोन्ही बाजूला चामरधारी सेवक आहेत. महावीराच्या डोक्यावरील कुरळे केस अतिशय सुंदररीत्या कोरलेले आहेत. डोक्यामागे प्रभामंडळ आहेत. डोक्यावर तिहेरी छत्रावली आहे. शिवाय वरती देवदुंदुभी करणारे वादक हातात ढोल, झांज घेऊन उडताहेत. सिंहासनावर तीन सिंह कोरलेले आहेत. महावीरांच्या पाठीमागे टेकण्यासाठी लोड आहे.

यक्ष मातंग : डाव्या बाजूला असलेली प्रतिमा गजारूढ यक्षाची आहे. हात खंडित झालेले असल्यामुळे यक्षमूर्तीच्या हातात काय असावे, याचा प्रश्न पडतो. मात्र इतर ठिकाणी असलेल्या सर्वानुभूतीपेक्षा ही प्रतिमा वेगळी आहे; कारण एक तर पाठीमागे वटवृक्ष नाही. दुसरे म्हणजे बाजूला गदाधारी सेवक नाहीत. उलट यक्षाच्या पाठीमागे दोन्ही बाजूस चामरधारी किन्नरी असून, त्याच्याजवळच मकराचे सुंदर शिल्प आहे. या किन्नरांचे शिल्पही सुंदर आहे. हा यक्ष मातंग असावा, असे वाटते. मात्र त्याच्या डोक्यावरील सुंदर मुकुटात चक्र नाही.

यक्षी : सिद्धाईका : प्रवेशद्वाराच्या उजव्या बाजूला सिंहारूढ यक्षीची सुंदर प्रतिमा आहे. ही यक्षी सिद्धाईका असावी का? अर्थातच या मूर्तीचे हात तुटलेले असल्यामुळे तिच्या हातात काय होते, याचा अंदाज करता येत नाही. त्यामुळे ती सिद्धाईका असेल, याची खात्री देता येत नाही. परंतु महावीराची यक्षी सिद्धाईका असते. वेरूळ येथील इतर गुंफांमधील यक्ष-यक्षी सर्वानुभूती आणि अम्बिका आहेत. परंतु ही यक्षी अम्बिका नाही; कारण आम्रवृक्ष आणि मांडीवरील बालक या दोन्ही मुख्य गोष्टी या प्रतिमेत नाहीत. म्हणून ही यक्षी सिद्धाईकाचीच असावी असे वाटते.

सिद्धाईकाने डाव्या हातामध्ये फळ धरलेले असावे असे वाटते. खरे तर यक्ष आणि यक्षी यांचे हात, पाय तुटलेले असल्यामुळे ओळख पटवणारी चिन्हे नाहीत. सिद्धाईकाची ही मूर्ती पाहून एका अप्रतिम सुंदर तरुण स्त्रीची प्रतिमा आपल्यासमोर आहे याची जाणीव होते. वेरूळ येथील इतर सर्व लेण्यांतील स्त्रीप्रतिमांचा अभ्यास केल्यानंतर असे वाटते की, ही स्त्रीप्रतिमा अत्यंत सुंदर आहे. या प्रतिमेचा चेहरा हसतमुख आहे. या शिल्पाकृतीचे हात व पायाकडील भाग बराच काळ पाण्यात राहिल्यामुळे झिजला आहे. मात्र, चेहरा जसाच्या तसा आहे. एखाद्या षोडशवर्षीय नवयौवनेचे हे शिल्प आहे असे खात्रीने वाटते. कमानदार भिवया, सुंदर ओठ, चंद्रासारखा गोल चेहरा, उन्नत पण अनावृत वक्ष, कपाळावर आलेल्या कुरळ्या केसांच्या बटा आणि मौक्तिकमाळांनी सजवलेली अतिशय आकर्षक अशी केशरचना...! सर्वच अप्रतिम आहे. डाव्या कानातील कर्णकुंडल गोल असून, त्यात मोती लावलेले आहेत. गळ्यात सुंदर नक्षीकाम असलेला चंद्रहार असून, तीन-चार पदरी सुवर्णांचा गोफ, स्तनहार म्हणून घातलेला आहे. या हाराला मध्यभागी गाठ आहे. आजकाल वापरात असलेल्या' नॉट चेन' या गळ्यातील हाराप्रमाणेच हा दागिना असल्याचे वाटते.

नाजूकशा कमरेभोवती घातलेली मेखलाही सुंदर आहे. या स्त्रीच्या पायातील तोरड्यांचे नक्षीकामही नाजूक आणि सुंदर आहे. यापूर्वीच्या कुठल्याही प्रतिमेच्या पायातील नूपुर इतक्या सुंदर प्रकारे शिल्पबद्ध केलेले नाहीत. अशा प्रकारच्या चांदीच्या रुंद तोरड्या आजही दक्षिण महाराष्ट्रातील, राजस्थानातील किंवा मध्य प्रदेश, ओरिसा या भागातील स्त्रिया वापरतात. सिद्धाईकाच्या दंडामध्ये मोत्यांचा दुपदरी बाजूबंद आहे. यक्षी सिद्धाईकाच्या पाठीमागे प्रभामंडळ आहे. दोन्ही बाजूला चामरधारी किन्नरी आहेत. या किन्नर प्रतिमाही अतिशय सुंदर आहेत. त्यांच्या बाजूलाच सुंदर पिसारा असलेले 'मकर' कोरलेले आहेत.

या छोट्या गुंफेच्या सभागृहात उजव्या भिंतीवर भगवान बाहुबलीचा शिल्पपट आणि डाव्या भिंतीवर पार्श्वनाथाचा शिल्पपट आहे. दोन्ही शिल्पपट नेहमीसारखे आहेत. या गुंफेतील लहानमोठ्या सर्व कलाकृती सुंदर आहेत. पण गुंफेच्या खालचा भाग बऱ्याच कालावधीसाठी पाण्यात असावा. त्यामुळे शिल्पाकृतींची भरपूर झीज झालेली आहे.

प्रांगणाच्या उजव्या बाजूची तळमजल्यावरील गुंफा : प्रांगणाच्या उजव्या बाजूला कोपऱ्यात छोटी गुंफा किंवा दालन आहे. (डाव्या बाजूला जसे आहे तसेच) गुंफेत आयताकार सभागृह आहे. सभागृहाची उंची अतिशय कमी आहे, दोन स्तंभ गुंफेच्या प्रवेशद्वाराजवळ आहेत. समोरच लहानसे गर्भगृह आहे. गर्भगृहाचे प्रवेशद्वार अतिशय लहान आहे. गर्भगृहामध्ये सिंहासनावर पद्मासन घातलेली ध्यानमुद्रेतील

महावीर प्रतिमा आहे. त्याचे लांछन असलेल्या सिंहप्रतिमा आसनावर समोरच्या बाजूने कोरलेल्या आहेत. मध्यभागी धर्मचक्र आहे. गर्भगृहाच्या प्रवेशद्वाराच्या उजव्या बाजूला भगवान बाहुबलीची तर डाव्या बाजूला पार्श्वनाथाची प्रतिमा आहे. हे दोन्ही शिल्पपट नेहमीप्रमाणेच आहेत. येथे पार्श्वनाथाच्या पायाजवळ बसलेल्या श्रावकाची प्रतिमा लक्ष वेधून घेते.

सभागृहाच्या डाव्या-उजव्या भिंतीवर मध्यभागी चौकोनी आकाराच्या कोनाड्यात भगवान महावीराची द्वितीर्थी प्रतिमा आहे. डोक्यावर तिहेरी छत्रावली आहे. त्यावर अशोकवृक्षाची प्रतिमा कोरलेली आहे. दोन्ही बाजूला चामरधारी सेवक आहेत. वरच्या बाजूला ढोल आणि झांज घेतलेले दोन देवदुंदुभी करणारे वादक आहेत. जिन महावीर बसलेल्या आसनावर लहान आकाराच्या परंतु सुंदर अशा सिंहप्रतिमा आहेत. दोन सिंहप्रतिमांच्या मध्ये धर्मचक्र आहे.

सभागृहात प्रवेश करताच आपल्या डाव्या बाजूला यक्ष सर्वानुभूतीची गजारूढ, वटवृक्षाखाली सव्य ललितासनात बसलेली प्रतिमा आहे. उजव्या बाजूला सिंहारूढ, आम्रवृक्षाखाली बसलेली यक्षी अम्बिका आहे. तिच्या डाव्या मांडीजवळ बालक आहे. अम्बिकेने मांडीवर ठेवलेल्या आपल्या उजव्या हातात फळ धरलेले आहे. आम्रवृक्ष आम्रफळांनी लगडलेला आहे. यक्षी अम्बिकेच्या डाव्या बाजूला नेहमीप्रमाणेच डोक्यावर छत्री धरलेला दाढीधारी साधुपुरुष आहे.

मुख्य गुंफेत जाण्यासाठी प्रवेशद्वारातून आत आल्यानंतर प्रशस्त लांब-रुंद वऱ्हांडा आहे. वऱ्हांड्याच्या दोन्ही टोकांना छोटी दालने आहेत. डाव्या बाजूच्या दालनात स्तंभ नाहीत. सभागृहाची उंची फार कमी आहे. मात्र, छतावर कधी काळी उत्कृष्टरीत्या रंगवलेली, मात्र आता काळवंडलेल्या अवस्थेतील चित्रे आहेत. गर्भगृहसुद्धा अतिशय लहान आहे. गर्भगृहात सिंहासनावर ध्यानमुद्रेत बसलेली भगवान महावीराची मूर्ती आहे. दोन्ही बाजूला दोन चामरधारी सेवक आहेत.

विशेष म्हणजे गर्भगृहाच्या प्रवेशद्वाराच्या दोन्ही बाजूस दोन द्वारपालिका उभ्या आहेत. कमनीय देहयष्टी असलेल्या या द्वारपालिकांच्या हातामध्ये काहीतरी वस्तू धरलेली आहे. या द्वारपालिका चतुर्भुज आहेत. त्यांच्या प्रत्येक हातामध्ये काही तरी वस्तू धरलेली आहे. (चक्र, फास, फळ...?) या द्वारपालिकांच्या बाजूला यक्ष आणि यक्षी आहेत.

सभागृहात उजव्या भिंतीवर बाहुबलीचा शिल्पपट आहे, तर डाव्या भिंतीवर पार्श्वनाथाचा शिल्पपट आहे. बाहुबलीच्या शिल्पपटाच्या दोन्ही बाजूस जिन महावीरांच्या ध्यानमुद्रेतील प्रतिमा आहेत. तर पार्श्वनाथाच्या बाजूला कोपऱ्यात महावीर प्रतिमा आहे. या गुंफेच्या द्वाराजवळ दोन्ही बाजूला उभ्या मोठ्या आकाराच्या कायोत्सर्ग मुद्रेतील जिनप्रतिमा आहेत. मूर्तींच्या मुखामागे प्रभामंडळ आहे. पायाशी श्रावक

बसलेला आहे. या श्रावकाने अंगात घट्ट काचा मारलेले धोतर नेसलेले आहे. गळ्यात यज्ञोपवीत आहे. उजव्या बाजूला उभ्या जिनप्रतिमेच्या पायाजवळ काही मजकूर कोरलेला आहे. हा मजकूर संस्कृतमध्ये आहे. हा मजकूर साधारणपणे असा वाचला जातो-

श्री सोहिल ब्रह्मचारिणा
शांती भट्टारक प्रतिनेयम्
श्री नागवर्म कृत प्रतिमा.

या गुंफेच्या बाजूलाच एक छोटी गुंफा आहे. जी बरोबर तळमजल्यावरील गुंफेच्या वरती येते. पण येथे जाण्यासाठी सरळ वाट नाही. छोटेसे गर्भगृह असलेली ही गुंफा खालच्या गुंफेसारखीच आहे. गर्भगृहात भगवान महावीरांची प्रतिमा असून, सभागृहात नेहमीप्रमाणे पार्श्वनाथ आणि बाहुबली यांचे शिल्पपट आहेत. गुंफेच्या बाहेर उजव्या बाजूच्या अर्धस्तंभावर कायोत्सर्ग मुद्रेतील जिनप्रतिमा आहे.

वऱ्हांड्याच्या उजव्या टोकाला छोटेसे दालन आहे. या गुंफेसमोरच इंद्रसभेच्या वरच्या मजल्यावरील मुख्य सभागृहात जाण्याचा जिना आहे. ही चौरस आकाराची गुंफा आकाराने छोटी असून आतमध्ये छोटेसे गर्भगृह आहे. गर्भगृहात नेहमीसारखी जिन महावीराची प्रतिमा आहे.

प्रवेशद्वाराच्या डाव्या बाजूला गजारूढ यक्ष सर्वानुभूती व उजव्या बाजूला सिंहारूढ यक्षी अम्बिका आम्रफळांनी लगडलेल्या आम्रवृक्षाखाली बसली आहे. तिच्या डाव्या मांडीवर बालक असून उजव्या हातात पाश आहे. अम्बिकेची केशरचना अत्यंत आकर्षक आहे. तसेच अम्बिकेच्या पायातील नूपुर किंवा तोरड्याही सुंदर आहे. अम्बिकेच्या दोन्ही बाजूला चामरधारिणी स्त्रिया आहेत. डाव्या हाताजवळ नेहमीप्रमाणे छत्रीधारी संन्यासी पुरुष उभा आहे. तर उजव्या बाजूला साधी पुरुषप्रतिमा आहे. डोक्यावरील छोट्या देवळीत जिनप्रतिमा आहे. आम्रवृक्षावर माकडे आहेत. सभागृहाच्या उजव्या भिंतीवर बाहुबली गोमटेश्वराचा शिल्पपट आहे. तर डाव्या बाजूला भगवान पार्श्वनाथाचा नेहमीसारखा शिल्पपट आहे.

तळमजल्यावरील मुख्य गुंफा : ही गुंफा आकाराने अतिशय विशाल आहे. पहिल्या मजल्यावरील इंद्रसभेचे काम संपल्यानंतर कदाचित या गुंफेचे काम सुरू केलेले असावे. मात्र काम अर्ध्यावरच सोडलेले आहे. गुंफेच्या आतल्या टोकाला गर्भगृह आहे. त्यामध्ये भगवान महावीराची पद्मासनात बसलेली, ध्यानमुद्रेतील मोठी प्रतिमा आहे. बाजूला चामरधारी सेवक उभे आहेत. आकाराने वरच्या मजल्यावरील इंद्रसभेप्रमाणेच विशाल गुंफा निर्माण करण्याच्या संकल्पनेनुसार काम सुरू केले असले तरी इतर अनेक गुंफांप्रमाणे या गुंफेचे कामही अर्ध्यातून बंद पडलेले आहे.

इंद्रसभा : दगडी जिना चढून आपण इंद्रसभेच्या वऱ्हांड्यात येतो. या वऱ्हांड्याच्या दोन्ही टोकांना यक्ष-यक्षीच्या सुंदर आणि आकाराने मोठ्या प्रतिमा आहेत.

यक्षी अम्बिका : आम्रफळांनी लगडलेल्या सुंदर आम्रवृक्षाखाली अम्बिका सिंहासनावर बसलेली आहे. आम्रवृक्षाच्या दोन्ही बाजूला मोरांच्या जोड्या बसलेल्या आहेत. शिवाय झाडावर उड्या मारणारी दोन माकडेही दिसताहेत. अम्बिकेचे शिर तुटलेले असल्यामुळे तिचा चेहरा कसा होता हे कळत नाही. अम्बिका सव्य ललितासनात बसलेली आहे. डाव्या मांडीवर बालक बसलेले आहे. बालकाला अम्बिकेने डाव्या हाताने धरलेले आहे. उजवा हात तुटलेला आहे. पण त्यात बहुधा फास असावा असे लक्षात येते. अम्बिकेच्या गळ्यात कंठा, चंद्रहार आणि स्तनहार आहे. अम्बिकेच्या डाव्या बाजूला नेहमीप्रमाणेच छत्री धरलेला दाढीधारी संन्यासी उभा आहे. अम्बिकेच्या दंडावरील वळ्यांचे बाजूबंदही सुरेख आहेत. तिने हातात भरपूर कंगन घातलेले आहेत. अम्बिकेच्या पाठीमागे दोन सेविका उभ्या आहेत.

सर्वानुभूती यक्ष : वटवृक्षाखाली बसलेली गजारूढ यक्षमूर्ती आकाराने मोठी आहे. यक्षाच्या डोक्यावर सुंदर नक्षीदार मुकुट आहे. मुकुटामध्ये छोटी जिनप्रतिमा आहे. दोन्ही बाजूला गदाधारी सेवक उभे आहेत. वटवृक्षावर दोन्ही बाजूला मोराच्या जोड्या दाखवल्या आहेत. या यक्षप्रतिमेला इंद्र असेही संबोधिले जाते. परंतु ही प्रतिमा 'सर्वानुभूती' या यक्षाची आहे. जैन धर्मपरंपरेनुसार 'इंद्र' हा जैन तीर्थंकरांचा प्रमुख सेवक आहे, हे जरी खरे असले तरी ही प्रतिमा इंद्राची नाही हे नक्की. वऱ्हांड्याच्या छतावर तीन चौकोन आहेत. या प्रत्येक चौकोनात मध्यभागी एक उमललेले कमळ कोरलेले आहे. ही कमळे अतिशय सुंदररीत्या कोरलेली आहेत. पाकळ्यांचे चार पदर येथे दाखवले आहेत.

इंद्रसभेचे सभागृह : इंद्रसभा ही नावाप्रमाणेच अतिशय सुंदर आणि विशाल अशी गुंफा आहे. सभागृहसुद्धा आकाराने प्रचंड मोठे आहे. वऱ्हांडा आणि सभागृह यामध्ये दोन फूट उंचीची भिंत आणि दोन सुंदर स्तंभ आहेत. सभागृहाच्या चोहोबाजूला सुंदर, प्रशस्त ओवरी आहे. मध्ये विशाल असा मंडप आहे. या मंडपाला बारा स्तंभ आहेत.

वऱ्हांडा आणि सभागृह यांच्यामधील भिंतीमध्ये असणारे स्तंभ अतिशय सुंदर नक्षीने नटलेले आहेत. चौकोनी पाया असलेले हे स्तंभ मध्यापर्यंत चौकोनी आकारात घडवलेले असून मध्यावर अतिशय सुंदर असे 'घटपल्लव' आहेत. हे पूर्णघट आकाराने अतिशय सुंदर आहेत. त्यामधील पल्लवांची नक्षीही सुंदर आहे. पूर्ण घटाच्या बाहेर लोंबणाऱ्या मोत्यांच्या लडी खऱ्या वाटाव्यात इतक्या सुंदर आहेत. स्तंभाच्या चारी कोपऱ्यात चार यक्षमूर्ती आहेत. ते यक्ष वादक असावेत. स्तंभशीर्ष,

उभ्या रेषा असलेले 'आमलक' प्रकारचे आहे. गर्भगृहाच्या समोरील स्तंभांवरही असेच सुंदर घटपल्लव आहेत. या स्तंभांच्या समोरील बाजूस कायोत्सर्ग मुद्रेत उभ्या जिनप्रतिमा आहेत. सभागृहाच्या जमिनीवर मध्यभागी मोठ्या आकाराचे कासव कोरलेले आहे आणि सभामंडपाच्या छतावर अतिशय विस्तीर्ण असे उमललेले कमळ कोरलेले आहे.

गर्भगृह : गर्भगृह मध्यम आकाराचे आहे. त्याच्या प्रवेशद्वाराला चार द्वारशाखा आहेत. प्रवेशद्वाराच्या दोन्ही बाजूला छोटेसे, नाजूक स्तंभ आहेत. त्यावर द्राविडियन पद्धतीची कमान आहे. द्वारशाखांवर कोरीवकाम केलेले आहे. सर्वांत बाहेरील द्वारशाखांवर स्त्री-पुरुष युगलमूर्ती आहेत. त्याच्या बाजूच्या द्वारशाखेवर ध्यानमुद्रेतील जिनप्रतिमा कोरलेल्या आहेत. प्रवेशद्वारावरील द्राविडियन पद्धतीच्या कमानीमध्ये छोट्या छोट्या चौकानात कायोत्सर्ग मुद्रेत उभ्या, पद्मासनात बसलेल्या, पार्श्वनाथ, महावीर आणि गोमटेश्वराच्या लहान लहान प्रतिमा आहेत. या द्वारशाखांच्या तळाकडे लहान आकारातील द्वारपालिका व द्वारपाल आहेत.

प्रवेशद्वाराच्या बाजूला असणाऱ्या अर्धस्तंभावर कायोत्सर्ग मुद्रेतील जिनप्रतिमा आहेत. उमललेल्या कमलासनावर उभ्या या प्रतिमांच्या पाठीमागे तेजावलय आहे. गर्भगृहाच्या डाव्या बाजूला पार्श्वनाथाचा नेहमीसारखा शिल्पपट आहे. तर उजव्या बाजूला गोमटेश्वराचा शिल्पपट आहे.

बाहुबली : या शिल्पपटात मध्यभागी भगवान बाहुबली कायोत्सर्ग मुद्रेत उभे आहेत. अंगाखांद्यावर लतावेली चढलेल्या आहेत. अंगाभोवती मुंग्यांनी वारूळ बांधलेले आहे. नाग, साप, विंचू हे विषारी प्राणी अंगाभोवती फिरताहेत. पायाजवळ हरणे डोळे मिटून, माना टेकवून शांतपणे बसलेली आहेत. त्याचप्रमाणे नाग, उंदीर हे प्राणीसुद्धा आहेत. दोन्ही बाजूला ब्राह्मी आणि सुंदरी या भगिनी उभ्या आहेत. बाहुबलीच्या उजव्या बाजूला हाताची घडी घालून एक श्रावक शांतपणे बसलेला आहे. वरती दोन्ही बाजूला फूलमाळा घेऊन उडणाऱ्या गंधर्व-गांधर्वी आहेत. डोक्यामागे प्रभामंडळ आहे व डोक्यावर छत्रावली आहे. वरती आकाशात वादक देवदुंदुभी करताहेत. दोन्ही बाजूला दोन बसलेल्या महावीर प्रतिमा आहेत. तर बाजूच्या स्तंभाच्या समोरील बाजूस, उंच अशा आसनावर बसलेली अतिशय सुंदर महावीर प्रतिमा आहे.

पार्श्वनाथ : गर्भगृहाच्या बाहेर डाव्या भिंतीवर पार्श्वनाथाचा खूप मोठा शिल्पपट आहे. नेहमीप्रमाणे पार्श्वनाथ दिगंबर अवस्थेत कमलासनावर, कायोत्सर्ग मुद्रेत उभे आहेत. बाजूला यक्षी पद्मावती लांब दांड्याचे छत्र धरून उभी आहे. यक्ष धरणेंद्राने पार्श्वनाथाच्या डोक्यावर सात फणांचे छत्र धरलेले आहे आणि आपल्या शरीराच्या वेटोळ्याने पार्श्वनाथांना आधार दिला आहे. यक्षी पद्मावतीच्या पायाजवळ दोन

नागकन्या आहेत. त्यांच्या तसेच पद्मावतीच्या डोक्यावर एकफणी नागाचे छत्र आहे. पार्श्वनाथाच्या सभोवती त्याचा जन्मजन्मांतरीचा वैरी कमठ वेगवेगळ्या रूपात कोरलेला आहे. पायथ्याशी श्रावक आणि श्राविका हात जोडून बसलेले आहेत. इंद्रसभेमध्ये सर्व भिंतीवर तीर्थंकर महावीराच्या अनेक प्रतिमा आहेत. शिवाय इंद्रसभेमधील छतावर रंगवलेली चित्रे अजूनही काही प्रमाणात चांगल्या अवस्थेत आहेत. इंद्रसभेच्या दोन्ही बाजूला दोन सुंदर दालने आहेत. या दोन्ही दालनांमध्येही उत्कृष्ट शिल्पकाम केलेले आहे. इंद्रसभेच्या गर्भगृहाकडे तोंड करून उभे राहिल्यास उजव्या बाजूला असलेले दालन साधारण मध्यम आकाराचे आहे

उजव्या बाजूचे दालन : (पहिल्या मजल्यावरील) इंद्रसभेच्या उजव्या कोपऱ्यातून या दालनात जाण्यासाठी मार्ग आहे. या प्रवेशद्वाराजवळ उजव्या बाजूला, कोनाड्यात यक्ष सर्वानुभूतीची प्रतिमा आहे. मात्र, डाव्या कोनाड्यातील यक्षीची प्रतिमा नष्ट झालेली आहे. गजारूढ यक्ष सर्वानुभूतीच्या गळ्यातील चंद्रहार अतिशय सुंदर आहे. यक्षाने आपल्या पायात कडे घातलेले आहे.

ज्याच्यावर यक्ष आरूढ झालेला आहे ती गजमूर्ती फार सुंदररीत्या सजवलेली आहे. गजराजाचे गंडस्थळ माळांनी सजवले आहे. तसेच पाठीवरही नक्षीदार झूल घातलेली आहे. त्यावरील बैठक किंवा अंबारी ज्या पिळाच्या दोरखंडाने बांधलेली आहे तो दोरही व्यवस्थित दाखवलेला आहे. हत्तीच्या गळ्यात लांबट आकाराच्या घंटांची माळ घातलेली आहे.

या दालनात असलेल्या अरुंद वऱ्हांड्याच्या दुसऱ्या टोकाला यक्षी अम्बिकेची मकरतोरणाखाली, आम्रवृक्षाखाली बसलेली अतिशय सुंदर मूर्ती आहे. सभागृह चौरस आकाराचे असून, मध्ये चौरस मंडप आहे. या मंडपाच्या छतावर मध्यभागी सुंदर कमलपुष्प कोरलले आहे. सभागृहाच्या डाव्या भिंतीवर जिन पार्श्वनाथाचा शिल्पपट आहे. वर उजव्या भिंतीवर बाहुबलीचा शिल्पपट आहे. इतर कोनाड्यात महावीराच्या द्वितीर्थी प्रतिमा आहेत.

गर्भगृह : गर्भगृह आकाराने लहान असून आतमध्ये भगवान महावीराची योगमुद्रेतील पद्मासनात बसलेली प्रतिमा आहे.

डाव्या बाजूचे दालन : मुख्य इंद्रसभेमधून या दालनात जाण्यासाठी डाव्या कोपऱ्यात अतिशय कमी उंचीचे प्रवेशद्वार आहे. या प्रवेशद्वाराच्या डाव्या बाजूला आकाराने अतिशय लहान असलेली एक स्त्रीप्रतिमा आपले लक्ष वेधून घेते.

मकरतोरणाच्या खाली उभी ही स्त्रीमूर्ती अष्टभुजा असून तिने हातामध्ये विविध आयुधे धरलेली आहेत. उजव्या हातामध्ये खड्ग, गदा, चक्र आहे तर डाव्या हातामध्ये धनुष्य आहे. मकरतोरणाच्या वरती पार्श्वनाथाची चिमुकली बसलेली प्रतिमा आहे. ही स्त्रीप्रतिमा 'चक्रेश्वरी' या यक्षीची असावी असे वाटते.

या प्रवेशद्वारातून डाव्या दालनात गेल्यानंतर दोन्ही बाजूला दोन कोनाड्यांमध्ये दोन स्त्रीप्रतिमा आहेत.

यक्षी अम्बिका : उजव्या बाजूला आम्रवृक्षाखाली सिंहारूढ अम्बिकेची प्रतिमा आहे. कोनाड्यात मकरतोरण आहे. आंब्यांनी लगडलेल्या वृक्षावर मोरांची तसेच मिठूची जोडी बसलेली आहे.

यक्षी चक्रेश्वरी : अम्बिकेच्या समोर कोनाड्यात दुसरी स्त्रीप्रतिमा आहे. कमलासनावर पद्मासन घालून बसलेली ही प्रतिमा चतुर्भुज स्त्रीची आहे. तिच्या पाठीमागील दोन्ही हातामध्ये चक्र धरलेले आहे. तसेच मुकुटामध्येही छोटे चक्र आहे. तिने पुढील दोन्ही हात मांडीवर ठेवलेले आहेत. उजव्या हातात काय धरलेले आहे याची कल्पना करता येत नाही. परंतु डाव्या हातामध्ये पुस्तक धरलेले आहे. डोक्यावर छत्र आहे. शिवाय वरती छोट्या कोनाड्यात जिनप्रतिमा कोरलेली आहेत.

वेरूळ लेण्यातील जैन गुंफामध्ये प्रथमच अशा रूपातील यक्षी पाहण्यात आली. ही बहुधा चक्रेश्वरी यक्षी असावी, असे वाटते. बाजूला सुखासनात हात जोडून बसलेला श्रावक आहे. वऱ्हांड्याच्या दुसऱ्या टोकाला वटवृक्षाखाली गजारूढ यक्ष सर्वानुभूती आहे. वटवृक्षाच्या वरती मकरतोरण आहे. मकरतोरणाच्या मध्ये जिनप्रतिमा आहे. सर्वानुभूतीच्या गळ्यातील ग्रैवेयक सुंदर आहे.

वऱ्हांडा आणि सभागृह यांच्यामध्ये असणाऱ्या छोट्या भिंतीमध्ये दोन सुंदर स्तंभ आहेत. त्याशिवाय या भिंतीवर युगलमूर्ती आहेत. त्यामध्ये स्त्री व पुरुष यांच्या वस्त्रामध्ये वैविध्य पाहायला मिळते. सभागृहाच्या मध्ये सुंदर कोरीवकाम असलेले चार स्तंभ आहेत. सभागृहात डाव्या बाजूला पार्श्वनाथांचा शिल्पपट आहे. तर उजव्या बाजूला गोमटेश्वराचा शिल्पपट आहे. या गुंफेतील स्तंभ एकापेक्षाएक सुंदर आहेत. त्यावरील नक्षीकाम नाजूक असून, त्यामध्ये विविधता आहे. सभागृहात अनेक महावीर प्रतिमा आहेत.

गर्भगृह आकाराने अतिशय लहान आहे. आतमध्ये सिंहासनावर बसलेली महावीरांची प्रतिमा आहे. गर्भगृहाच्या छतावर मध्यभागी सुंदर कमलपुष्प कोरलेले आहे. गर्भगृहाच्या भिंतींवर अतिशय सुंदर चित्रे काढलेली आहेत. वेरूळ येथील लेण्यामध्ये, याच गुंफेतील चित्रे इतक्या चांगल्या अवस्थेत पाहायला मिळाली. गर्भगृहातील महावीर प्रतिमेच्या बाजूला उभ्या चामरधारी सेवकांच्या प्रतिमा पूर्णपणे रंगवलेल्या आहेत. या रंगवलेल्या सुंदर प्रतिमा पाहून, काही शतकांपूर्वी जेव्हा या गुंफा पूर्णपणे रंगवलेल्या होत्या तेव्हा त्या किती सुंदर दिसत असतील, याची आपण कल्पना करू शकतो! गर्भगृहाच्या द्वारशाखांवरही सुंदर कोरीवकाम आहे.

गुंफा क्र. ३३

जगन्नाथ सभा : अतिशय विशाल आकाराची ही गुंफा दुमजली आहे. वरच्या मजल्यावरील सभागृह खूपच प्रशस्त आहे. मध्यभागी बारा स्तंभांनी वेढलेला सुंदर मंडप आहे. त्याच्या भोवती चारी बाजूंनी प्रशस्त ओवरी सोडलेली आहे. गुंफेच्या उघड्या बाजूला दोन अर्धस्तंभ आणि दोन स्तंभ यांनी वऱ्हांड्याची बाजू सुशोभित केली आहे. गर्भगृह आकाराने लहान आहे. आतमध्ये सिंहासनावर पद्मासनात बसलेल्या महावीराची ध्यानमुद्रेतील प्रतिमा आहे. दोन्ही बाजूला दोन चामरधारी सेवक उभे आहेत. गर्भगृहाच्या प्रवेशद्वाराला चार द्वारशाखा आहेत. त्यातील बारीक कोरीवकाम लक्ष वेधून घेते. दोन्ही बाजूला स्तंभांवर, कायोत्सर्ग मुद्रेतील उभ्या जिनप्रतिमा आहेत. त्यांच्या बाजूला यक्ष-यक्षी आहेत. डाव्या बाजूला गजारूढ यक्ष सर्वानुभूती आहे, तर उजव्या बाजूला सिंहारूढ यक्षी अम्बिका आहे.

संपूर्ण सभागृहात महावीराच्या अनेक लहानमोठ्या प्रतिमा आहेत. पार्श्वनाथाच्या एकूण चार प्रतिमा आहेत. त्यातील एक प्रतिमा आकाराने मोठी आणि कमलासनात बसलेली आहे. इतर तीन प्रतिमा कायोत्सर्ग मुद्रेत उभ्या आहेत. मात्र, या गुंफेमध्ये पार्श्वनाथाचा किंवा गोमटेश्वराचा संपूर्ण शिल्पपट नाही.

या गुंफेतील स्तंभ आकाराने प्रचंड मोठे आहेत. त्यावर पानांचे अतिशय सुंदर असे नक्षीकाम आहे. काही स्तंभांवर कमळाची पाने, फुले आणि कळ्या यांचा गुच्छ फार प्रभावीपणे कोरलेला आहे. स्तंभशीर्ष आमलक प्रकारचे आहे. जगन्नाथसभेच्या तळमजल्यावर एक छोटी व एक मोठी अशा दोन गुंफा आहेत.

छोटी गुंफा : आकाराने अगदी लहान असलेल्या या गुंफेतील गर्भगृहही छोटे आहे. आतमध्ये महावीरांची प्रतिमा आहे. बाजूला चामरधारी सेवक आहेत. प्रवेशद्वाराच्या दोन्ही बाजूला यक्ष आणि यक्षी आहेत. डाव्या बाजूला वटवृक्षाखाली बसलेली गजारूढ सर्वानुभूती यक्षाची प्रतिमा आहे. त्याच्या डाव्या हातात धनाची थैली स्पष्ट दिसते. उजव्या बाजूला गदाधारी सेवक असून, डाव्या सेवकाच्या हातामध्ये धनाची थैली आहे. गर्भगृहाच्या उजव्या बाजूला आम्रवृक्षाखाली सिंहारूढ अम्बिका बसलेली आहे. सभागृहाच्या डाव्या-उजव्या भिंतीवर गोमटेश्वर आणि पार्श्वनाथ यांचा शिल्पपट आहे.

मोठी गुंफा : कधी काळी ही चौकोनी आकाराची गुंफा अत्यंत सुंदर असावी. आता मात्र या गुंफेतील शिल्पाकृतींची अवस्था फारशी चांगली नाहीय. या गुंफेतील अंतरंगांचे निरीक्षण केल्यानंतर असे वाटते की, ही गुंफा पाणी, चिखल माती यांनी भरून गेलेली असावी. कारण एका ठरावीक पातळीपर्यंत कातळ विरघळल्याप्रमाणे झिजून गेले आहेत. एक मात्र खरे की या गुंफेचा आराखडा, आकारमान आणि

शिल्पकाम उत्कृष्ट दर्जाचे होते.

गुंफेत प्रवेश करताच छोट्या अरुंद वऱ्हांड्याच्या दोन्ही बाजूला यक्ष-यक्षी प्रतिमा आहेत. यक्ष आणि यक्षीचे हे शिल्पपट पाहताक्षणीच या गुंफेतील शिल्पकामाच्या उच्च दर्जाची कल्पना करता येते. कारण हे शिल्पपट अतिशय बारकाईने कोरलेले आहेत. येथे असलेला अंबिकेचा शिल्पपट माझ्या मते सर्वोत्कृष्ट असावा. कारण संपूर्ण शिल्पपटातील सर्वच मूर्ती अतिशय प्रमाणबद्ध, नाजूक असून सुंदर कोरीवकामाने नटलेल्या आहेत. अम्बिका ज्या आम्रवृक्षाखाली बसलेली आहे तो आम्रवृक्ष डेरेदार असून, इतका सुंदर कोरलेला आहे की, वाटते हा खरोखरचा आम्रवृक्षच आहे. या आम्रवृक्षावर मयूर, पोपट हे पक्षी बसल्याचे दाखवलेले आहेच. शिवाय एक

आकृती ४.४ - **गुंफा क्र. ३३ : तळमजल्यावरील गुंफा. आम्रवृक्षाखाली बसलेली सिंहारूढ यक्षी अम्बिका**

माकडही फळे तोडत आहे. आम्रवृक्षाच्या वरती सुंदर कोरीवकाम केलेले मकरतोरण आहे. अम्बिका अतिशय आकर्षक मुद्रेत पाठीमागे असलेल्या लोडाला टेकून बसली आहे. अम्बिकेच्या पायातील पैंजण सुंदर आहेत. अम्बिकेची केशरचना आधुनिक वाटावी इतकी सुंदर आहे. तिचा चेहराही भावपूर्ण आणि सुंदर आहे. गळ्यात यज्ञोपवीत, सुंदर ग्रैवेयक, मोत्यांचा कंठा, कमरेला मेखला असे सर्व दागिने तिने घातलेले आहेत. अम्बिकेच्या डाव्या मांडीजवळ तिचा बालक पुत्र उभा आहे. त्याच्या गळ्यात नाजूक आकाराचे ग्रैवेयक आहे. या वस्त्रहीन नग्न बालकाच्या कमरेला सुंदर करदोडा बांधलेला आहे.

दोन्ही बाजूला उभ्या चामरधारी सेविकांच्या मूर्तीसुद्धा अत्यंत प्रमाणबद्ध आणि उत्कृष्ट आहेत. अम्बिकेच्या उजव्या बाजूला नेहमीप्रमाणे छत्रीधारी पुरुषप्रतिमा आहे, तर डाव्या बाजूला साधी पुरुषप्रतिमा आहे. अम्बिकेच्या पायाजवळ डाव्या बाजूला एक दाढीवाला पुरुष हात जोडून बसलेला आहे. ही मूर्ती फार आकर्षक वाटते. कारण ही लहानशी मूर्ती दाढी-मिशा आणि लांब केस असलेल्या म्हाताऱ्याची आहे. त्याने आपल्या लांब केसांचा मानेवर बुचडा बांधलेला दिसतो आहे. त्याच्या कानात बाळी-प्रमाणे कुंडल आहे व दंडात ताविजाप्रमाणे काही-तरी बांधलेले आहे.

येथील यक्षाचा प्रतिमाही तितकीच सुंदर आहे. ज्या वटवृक्षाखाली यक्ष बसलेला आहे त्याचे शिल्पकाम अतिशय सुरेख आहे. त्यावर तेवढेच सुंदर मकरतोरण आहे. यक्षमूर्तीच्या दोन्ही बाजूला दोन सुंदर स्त्रिया चामर धरून उभ्या आहेत.

आकृती ४.५ - **गुंफा क्र. ३३ : तळमजल्यावरील गुंफा-वटवृक्षाखाली बसलेला गजारूढ यक्ष सर्वानुभूती**

या सर्व प्रतिमा अत्यंत प्रमाणबद्ध आणि नाजूक आहेत. सर्वानुभूतीने आपल्या डाव्या हातात नेहमीप्रमाणे धनाची थैली धरलेली आहे. उजव्या हातामध्ये नारळासारखे फळ म्हणजेच मातुलिंग धरलेले आहे. त्याच्या गळ्यातील ग्रैवेयक वेगळ्या पद्धतीचे आहे. सेवकांच्या हातामध्ये गदा आणि धनाची थैली आहे.

ही गुंफा चौरस आकाराची आहे. वऱ्हांडा आणि सभागृह यांच्यामध्ये कमी उंचीची भिंत व दोन स्तंभ व अर्धस्तंभ आहे. या दोन्ही स्तंभांवरील कोरीवकाम उत्कृष्ट दर्जाचे आहे. वऱ्हांडा आणि सभागृह यांच्यामधील दीडफुटी भिंतीवर बाहेरील बाजूने आकर्षक युगुलमूर्ती कोरलेल्या आहेत. सभागृहाच्या मध्यभागी चौकोनी मंडप आहे. त्याच्या चारी कोपऱ्यांत चार स्तंभ आहेत. हे स्तंभ कधी काळी अतिशय सुंदर अशा कोरीवकामाने नटलेले असावेत. मंडपाच्या छतावर उमललेले कमलपुष्प आहे.

सभागृहामध्ये भिंतीवर पार्श्वनाथ आणि बाहुबली यांचे शिल्पपट आहेत. तसेच महावीरांच्या द्वितीर्थी प्रतिमा असलेले कोनाडेही सुंदर कोरीवकामाने नटलेले आहेत. पार्श्वनाथाच्या शिल्पपटाजवळ एक युगुलप्रतिमा आहे. यातील स्त्रीच्या हातामध्ये वीणा हे वाद्य आहे. गर्भगृह आकाराने लहान असून, महावीरांची ध्यानमुद्रेतील प्रतिमा आहे. ही प्रतिमा अत्यंत प्रमाणबद्ध आहे. गर्भगृहाच्या समोर छोटेसे अंतराळ आहे. तेथे कुठलीही प्रतिमा नाही. मात्र अंतराळाला जोडून सुंदर मकरतोरण आहे.

आकृती ४.६ - **गुंफा क्र. ३३ : तळमजल्यावरील गुंफा- पूर्ण कलश किंवा घटपल्लव आणि आमलक प्रकारातील नक्षी असलेला स्तंभ**

गुंफा क्र. ३४

या गुंफेमध्ये दोन दालनांचा समावेश आहे. जगन्नाथ सभेच्या तळमजल्यावरील गुंफेच्या बाजूची ही गुंफा आकाराने मोठी आहे. पण गुंफेचे काम अर्धवट सोडलेले आहे. सभागृह मोठे आहे. मध्यभागी मंडप आहे. त्याचे चारही स्तंभ केवळ चौकोनी आहेत. वऱ्हांड्यात सर्वानुभूती आणि अम्बिका यांच्या प्रतिमा

खोदण्यास सुरुवात केलेली होती. भिंतींवर नेहमीसारखे पार्श्वनाथ आणि बाहुबली यांचे शिल्पपट आहेत, पण स्वरूप चांगले नाही.

गर्भगृह आणि त्यातील महावीरांची प्रतिमा या गोष्टीसुद्धा विचारात घेण्यासारख्या नाहीत. या गुंफेत फक्त एकाच गोष्टीने लक्ष वेधून घेतले ते म्हणजे एका चौकोनी स्तंभावर एक छोटे शिल्प खोदलेले आहे. तेथे पार्श्वनाथाची छोटी प्रतिमा आहे. त्याला नमस्कार करण्यासाठी उभ्या श्रावकाच्या हातामध्ये छोटी बास्केट म्हणता येईल, अशी पिशवी अडकवलेली आहे. दुसरी गोष्ट म्हणजे गुंफेच्या प्रवेशद्वाराजवळील स्तंभांवर लिखित पुरावा उपलब्ध आहे. दोन ओळींच्या या लिखाणाचे स्वरूप म्हणजे जैनभिक्षूंचा नामोल्लेख आणि जैनधमीय उद्‌घोषणा असेच आहे. डॉ. रमेश (डे. सुपरिन्टेन्डिंग एपीग्राफिस्ट) यांच्या मतानुसार या लिखित पुराव्याच्या आधारावर जैन गुंफांचा कालखंड दहाव्या शतकातील असावा असे मानले जाते.

दुसरे दालन : ही गुंफा त्या मानाने व्यवस्थितपणे खोदून पूर्ण केलेली आहे. या दोन्ही दालनात येण्याजाण्यासाठी मधून द्वार कोरलेले आहे. शिवाय मुख्य प्रवेशद्वारही आहे. या गुंफेतील शिल्पाकृती सुंदर आहेत. बहुधा सुरुवातीला या गुंफेतील खोदकाम झालेले असावे आणि या गुंफेचाच भाग म्हणून बाजूचा गुंफा खोदून ते काम अर्ध्यातून सोडले असावे. या गुंफेचा वऱ्हांडा आकाराने लांबट आहे. सभागृह चौरस आकाराचे आहे. मध्ये चार स्तंभांचा चौकोनी मंडप आहे. गर्भगृह छोटे असून, आतमध्ये सिंहासनावर बसलेली महावीरांची प्रतिमा आहे. गर्भगृहासमोर छोटे अंतराळ आहे. दोन स्तंभांना जोडून मकरतोरण आहे. गर्भगृहाबाहेर अंतराळ असण्याची पद्धत छोटा कैलास मध्येही आहे. त्याचबरोबर मकरतोरण या रूपकाचा वापरही या दोन्ही गुंफामध्ये पाहायला मिळतो. म्हणूनच असे वाटते की या दोन्ही गुंफा समकालीन असाव्यात. हिंदूंचे कैलास लेणे खोदून झाल्यानंतर या गुंफा खोदल्या असण्याची शक्यता नाकारता येत नाही. कारण कैलास लेण्यातही गर्भगृहाबाहेर अंतराळ आहे.

अंतराळाच्या दोन्ही बाजूला भिंतीवर यक्ष-यक्षी आहेत. डाव्या बाजूला गजारूढ यक्ष सर्वानुभूती आहे तर उजव्या बाजूला सिंहारूढ यक्षी अंबिका आहे. हातामध्ये नारळासारखे फळ (मातुलिंग) धरलेले आहे. डाव्या हातामध्ये धनाची थैली धरलेली आहे. यक्षी अम्बिकेची केशरचना फारच आकर्षक आणि आधुनिक आहे. नेहमी अम्बिकेच्या डाव्या बाजूला असणारी छत्रीधारी संन्याशाची मूर्ती येथे फार सुंदररीत्या कोरलेली आहे. उजव्या बाजूला पुरुषमूर्ती असून, दोन्ही बाजूला चामरधारी सेविका आहेत. सभागृहाच्या डाव्या भिंतीवर पार्श्वनाथांचा शिल्पपट आहे, तर उजव्या बाजूला गोमटेश्वराचा शिल्पपट आहे.

समारोप

गुंफा क्र. एकतीस ते चौतीस या मुख्य जैन गुंफा आणि छोटा कैलास व तीस 'ए' या अर्धवट अवस्थेत असलेल्या गुंफांची सर्वांगीण माहिती येथे दिली आहे.

मुळातच या सर्व गुंफांमध्ये प्रामुख्याने जैन तीर्थंकर महावीर, पार्श्वनाथ आणि भगवान गोमटेश्वर यांचे व त्यांच्याशी संबंधित यक्ष-यक्षी यांचे शिल्पपट आहेत. जैन तीर्थंकरांच्या दिगंबरावस्थेतील सर्वच प्रतिमा प्रभावशाली आहेत. मात्र, यक्ष आणि यक्षी यांची शिल्पे सुंदर वस्त्रालंकारांनी सजलेली आहेत.

एक महत्त्वाची गोष्ट म्हणजे सर्व जैन गुंफांमध्ये तेच तेच शिल्पपट पुन:पुन्हा कोरलेले आहेत. आणि या सर्व शिल्पपटातून त्याच त्या मूर्ती कोरलेल्या असून, त्यात सर्वसाधारणपणे सारखेपणा तर आहेच. पार्श्वनाथ आणि बाहुबली यांच्या जीवन चरित्रामधील ठरावीक कथा शिल्पबद्ध केलेली असून, त्याची पुनरावृत्ती सर्वच छोट्यामोठ्या दालनांमध्ये केलेली आहे. तरीही प्रत्येक लहानमोठ्या मूर्तींचा बारकाईने अभ्यास करून त्याचे वर्णन करण्याचा यथारीतीने प्रयत्न केलेला आहे. त्यामुळे थोडीफार पुनरावृत्ती झाली आहे. पण ते होणे अपरिहार्य होते.

वेरूळ येथील जैनधर्मीय गुंफा या येथील गुंफासमूहातील सर्वांत अलीकडच्या गुंफा आहेत, असे मानले जाते. साधारणपणे बाराव्या शतकानंतर गिरिशिल्पांची किंवा गुंफा खोदण्याची परंपरा संपूर्ण भारतवर्षात खंडित झाली असे निश्चितपणे मानण्यात येते. बौद्ध आणि हिंदू गुंफांच्या तुलनेत जैनधर्मीयांच्या केवळ चार-पाच गुंफांची निर्मिती झालेली आहे. असे असले तरी या गुंफांमधील शिल्पकामाचा दर्जा कुठल्याही अर्थाने कमी प्रतीचा नाही. उलटपक्षी अतिशय विशाल अशा सभागृहांची निर्मिती या गुंफांद्वारे झालेली आहे. शिवाय अतिशय उच्चकोटीचे शिल्पकाम आपल्याला येथे पाहायला मिळते. या शिल्पकलेचा अभ्यास केल्यानंतर, त्यावर हिंदू शिल्पकलेचा प्रभाव आहे, असे मात्र प्रकर्षाने जाणवत राहते.

जैन धर्मातील दिगंबर तत्त्वप्रणालीचे अनुसरण करणाऱ्यांनीच वेरूळ येथील या जैन गुंफांची निर्मिती केलेली आहे. त्यामुळे प्रमुख देवता किंवा मूलनायक म्हणून बहुतेक सर्व गर्भगृहात असणारे चोविसावे तीर्थंकर भगवान महावीर हे वस्त्रहीन अवस्थेत आहेत. भगवान महावीर तसेच तीर्थंकर पार्श्वनाथ आणि बाहुबली गोमटेश्वर यांचे शिल्पपट प्रत्येक सभागृहात आहेत.

या जैन गुंफामधून तीर्थंकरांच्या गर्भगृहाबाहेर यक्ष आणि यक्षीच्या प्रतिमा भेटतात. यक्ष आणि यक्षी या तीर्थंकराच्या शासक देवता असल्यामुळे त्यांच्या शिल्पाकृती प्रत्येक गर्भगृहाच्या बाहेर आहेत. येथील लेण्यातून भगवान महावीराच्या गर्भगृहाबाहेर नेहमीच यक्ष सर्वानुभूती आणि यक्षी अम्बिका यांच्या शिल्पाकृती

कोरलेल्या आहेत. यापूर्वीच उल्लेख केल्याप्रमाणे वास्तविक पाहता, भगवान महावीराची शासनदेवता यक्ष मातंग आणि यक्षी सिद्धाईका हे आहेत. मात्र वेरूळमध्ये एका ठिकाणचा अपवाद वगळता सर्वत्र यक्ष सर्वानुभूती आणि यक्षी अम्बिका यांच्या प्रतिमा कोरलेल्या आहेत.

वेरूळच्या कलाकारांनी या यक्ष-यक्षींच्या शिल्पाकृती घडवताना आपल्या कलाकौशल्यामध्ये थोडीसुद्धा कसर बाकी ठेवलेली नाही, हे या प्रतिमांचे अवलोकन करताक्षणीच आपल्या लक्षात येते. कारण यक्ष आणि यक्षींच्या या प्रतिमांमध्ये आपल्याला अत्यंत उत्कृष्ट दर्जाची शिल्पकला पाहायला मिळते. यक्ष सर्वानुभूती, यक्षी अम्बिका यांच्या अनेक प्रतिमा जैन गुंफांमध्ये आहेत. त्याचबरोबर एके ठिकाणी यक्षी सिद्धाईका आणि यक्ष मातंग यांच्या प्रतिमा सुद्धा आहेत. या दोन्ही प्रतिमा म्हणजे वेरूळ गुंफातील 'मास्टरपीस' आहेत, असे म्हटले तर वावगे ठरणार नाही. तसे पाहता जैन गुंफांमधील शिल्पाकृती संख्येने कमी असल्या तरी दर्जाने उच्च प्रतीच्या आहेत. विशेषत: या दोन प्रतिमा फारच सुंदर आहेत. कारण या दोन्ही प्रतिमांच्या चेहऱ्यावर पाहणाऱ्याला भुरळ पाडेल असे स्मितहास्य आहे. जे इतर कुठल्याही शिल्पाकृतीच्या चेहऱ्यावर दिसत नाही.

विशेष करून यक्षी सिद्धाईकाची प्रतिमा केवळ अप्रतिम आहे. एका षोडशवर्षीय नवयौवनेचे हे शिल्प केवळ कल्पनाचित्र नसून, वास्तवातील एका तरुण स्त्रीला पुढ्यात बसवूनच कलाकाराने ते निर्माण केलेले असावे. अनावृत सौंदर्याचा जो डौल या कमनीय बांध्याच्या सौंदर्यवतीमध्ये आहे तो काळ्या पाषाणातील शिल्पातूनही प्रतीत होताना दिसतो. तिच्या ओठांवर स्मितहास्य आहे. हे शिल्प विलक्षण प्रत्ययकारी बनलेले आहे. या स्त्रीची केशरचना व तिच्या अंगावरील अलंकार हेसुद्धा अतिशय सुंदर आहेत. यक्षी पद्मावती आणि ब्राह्मी व सुंदरी या भगिनींच्या अनेक शिल्पाकृतीही आहेत. कमठ हा पार्श्वनाथाचा जन्मजन्मांतरीचा वैरी आपल्या वेगवेगळ्या रूपात शिल्पबद्ध झालेला आहे.

स्त्रीप्रतिमा : स्त्रीप्रतिमांच्या अंगावर केवळ अंतरीय व्यवस्थितपणे दिसते. हिंदू आणि बौद्ध गुंफांमधील स्त्रीप्रतिमांच्या अंगावर आवर्जून दिसणारे उत्तरीय जैन गुंफेतील स्त्रीप्रतिमांमध्ये दिसत नाही. शरीराच्या वरील अंगामध्ये कंचुकी अथवा कचबंध घातल्याचेही दिसत नाही. मात्र सिद्धाईका आणि अम्बिकेच्या एका प्रतिमेमध्ये उन्नत उरोजांची स्तनाग्रे अगदी स्पष्टपणे कोरलेली दिसताहेत. गुंफा क्र. बत्तीसमध्ये प्रांगणाच्या डाव्या बाजूला असणाऱ्या तळमजल्यावरील दालनामध्ये यक्षी पद्मावतीची अतिशय सुंदर मूर्ती आहे. तिने विकच्छ पद्धतीने नेसलेले अंतरीय पायाच्या घोट्यापर्यंत पोहोचलेले आहे. मात्र गोमटेश्वराच्या शिल्पपटातील सुंदरीने सकच्छ पद्धतीने नेसलेले अंतरीय गुडघ्यापर्यंत पोहोचलेले आहे. दोघींनीही अंतरीयाच्या निऱ्या दोन्ही पायाच्या मध्ये सोडल्या असून,

डाव्या कमरेजवळ मेखलेमध्ये खोचून बाहेर काढलेल्या आहेत. उत्तरीय घेतल्याचे अजिबात दिसत नाही. प्रांगणातील तळमजल्यावरील डाव्या बाजूला लहान गुंफेतील सिद्धाईका सकच्छ पद्धतीने अंतरीय नेसली आहे.

अलंकार आणि केशभूषा : जैन गुंफांतील स्त्रियांच्या केशभूषा अतिशय सुंदर आहेत. विशेष म्हणजे त्या विविध प्रकारे सजवलेल्या आहेत. शिवाय कपाळावर सुंदर ललाटिका घातल्यामुळे या सौंदर्यात वृद्धी झालेली आहे. केशरचनेमध्ये सुवर्णांची रत्नजडित फुले घातलेली आहेत.

कानातील कर्णकुंडले गोल व रत्नजडित आहेत. गळ्यात विविध प्रकारची ग्रैवेयके आहेत. यामध्ये गळ्याबरोबर मोत्यांचा कंठा आहे. त्याखाली मोत्यांची लांब माला किंवा सोन्याचा गोफ, स्तनहार म्हणून घातलेला आहे. या स्तनहाराला दोन्ही उरोजांच्या मध्ये शोभून दिसेल अशी गाठ आहे किंवा सुंदर नक्षीचे पदक आहे. एका ठिकाणी यक्षी पद्मावतीच्या गळ्यात लांबट आकाराच्या रत्नांचा हार आहे.

एका ठिकाणी श्राविकेच्या गळ्यातील स्तनहारामध्ये मध्यभागी मोठे रत्न आहे. जे कदाचित 'नीलमणी' अथवा 'पाचू' असू शकेल. या श्राविकेची केशरचनाही अतिशय वेगळ्या पद्धतीने सजवलेली आहे. स्त्रीप्रतिमांच्या दंडामध्ये सर्पाकृती वलयांकित बाजूबंद आहेत. पायामध्ये तोरड्या, नूपुर किंवा पैंजण आहेत. तळमजल्यावरील दालनातील सिद्धाईकाच्या पायातील तोरड्या फारच सुंदर आहेत.

पद्मावती आणि सुंदरी यांच्या मेखला अतिशय सुंदर आहेत. पद्मावतीच्या मेखलेमध्ये फुलांचे नक्षीकाम आहे, तर सुंदरीची मेखला सुवर्णांच्या पट्टिकांनी बनवलेली आहे. गुंफा क्र. तेहतीसमध्ये तळमजल्यावरील दालनातील स्त्रीप्रतिमांच्या केशरचना आधुनिक वाटाव्यात इतक्या कलात्मक आहेत. या केशरचना पाहताना एक गोष्ट प्रकर्षाने जाणवते, ती म्हणजे या स्त्रियांच्या डोक्यावर विपुल केशसंभार असावा आणि त्याची यथायोग्य निगा राखली जात असावी. कारण अशा तऱ्हेच्या केशरचना करण्यासाठी विपुल केशसंभार असणे जरुरीचे आहे.

कानामध्ये कर्णकुंडलांबरोबर वरच्या पाळीवर मोती लावलेल्या बाळ्यासुद्धा आहेत. गुंफा क्र. चौतीसमध्ये यक्षी अम्बिकेच्या गळ्यातील सुवर्णहाराची नक्षी केवळ आजच्या आधुनिक काळात शोभेल अशीच आहे. जोडीला तिची केशरचनाही विश्वास बसणार नाही इतकी आधुनिक वाटते. यक्षी अम्बिकेचा बालकपुत्र नेहमी तिच्या मांडीवर बसलेला असतो. गुंफा क्र. तेहतीसमध्ये अम्बिका पुत्राच्या गळ्यात लोंबत्या माणकांचा किंवा पाचूचा रत्नहार आहे. या बालकाच्या कमरेला रत्नजडित करदोडा आहे. जैन गुंफातील स्त्रियांच्या गळ्यामध्ये असलेले सुवर्णहार हिंदू आणि बौद्ध गुंफातील स्त्रीप्रतिमांच्या गळ्यातील ग्रैवेयकांपेक्षा वेगळे आणि अपारंपरिक नमुन्याचे आहेत. स्तनहाराचे दोन पदर वक्षांच्या खालून पाठीमागे नेलेले असल्यामुळे

देहसौंदर्यामध्ये आणखी शोभा येते.

जैन गुंफांतील स्त्रीप्रतिमा पाहिल्यानंतर एका संपन्न आणि सुधारित समाजातील स्त्रियांचे प्रतिनिधित्व करणाऱ्या या मूर्ती आहेत हे आपल्या लक्षात येते.

पुरुषप्रतिमा : जैन गुंफेमधील तीर्थंकराच्या प्रतिमा वस्त्रहीन आहेत. याचा उल्लेख यापूर्वीच केलेला आहे. मात्र यक्षप्रतिमा, चामरधारी सेवक तसेच तीर्थंकराच्या पायाशी बसलेले श्रावक अशा विविध पुरुष व्यक्तिरेखा गुंफांमध्ये कोरलेल्या आहेत. स्त्रीप्रतिमांप्रमाणेच पुरुषप्रतिमाही आकर्षकरीत्या अलंकार विभूषित आहेत.

वस्त्रप्रावरणे : पुरुषप्रतिमांच्या अंगावर प्रामुख्याने अंतरीय नेसल्याचे दिसते. यक्ष सर्वानुभूतीच्या अंगावर तलम धोतर नेसल्याचे दिसते. गर्भगृहामध्ये भगवान महावीर मूर्तीच्या दोन्ही बाजूला उभ्या चामरधारी सेवकांच्या अंगावर लुंगीप्रमाणे नेसलेले अंतरीय आहे. जैन गुंफा समूहाच्या थोडे वरच्या बाजूला टेकडीच्या वरच्या भागात असलेल्या 'आदिनाथ ऋषभदेव' गुंफेच्या बाहेर उभ्या द्वारपालाच्या अंगावर थोडे वेगळे अंतरीय पाहायला मिळते. द्वारपालाने अंगामध्ये गुडघ्याच्या थोडे खालपर्यंत येईल असा घट्ट पायजामा किंवा सुरवार घातली आहे. डोक्यावरील टोपही साध्या टोपीसारखा आहे. बत्तीस क्रमांकाच्या गुंफेतील तळमजल्यावरील दालनातील मातुंगाने तलम वस्त्राचे धोतर काचा मारून नेसलेले आहे.

इंद्रसभेच्या मुख्य सभागृहातील सर्वानुभूतीच्या अंगावरही काचा मारून नेसलेले धोतर आहे. पार्श्वनाथाच्या शिल्पपटामध्ये, पार्श्वनाथाच्या भोवती विविध मुद्रांमध्ये त्याचा जन्मजन्मांतरीचा वैरी कमठ याच्या प्रतिमा आहेत. या कमठाने अर्ध्या चड्डीप्रमाणे वस्त्र अंगात चढवलेले आहे. एके ठिकाणी कमठाच्या अंगात वेगळ्या प्रकारचे उपरणे किंवा यज्ञोपवीत घातलेले आहे.

अलंकार आणि केशभूषा : यक्ष सर्वानुभूती आणि मातंग यांच्या डोक्यावरील मुकुट सुंदर आणि शोभिवंत आहे. या पुरुषमूर्तीच्या गळ्यातील ग्रैवेयक रुंद असून, त्यात बारीक कलाकुसर केलेली आहे. कानातील कर्णकुंडले वेगवेगळ्या आकाराची व नमुन्याची आहेत.

बत्तीस क्रमांकाच्या गुंफेत, प्रांगणामध्ये तळमजल्यावर उजव्या बाजूला असलेल्या छोट्या गुंफेत पार्श्वनाथाच्या पायाजवळ बसलेला श्रावक आपले लक्ष वेधून घेतो. कारण एकतर त्याचे सुळे राक्षसाप्रमाणे बाहेर आलेले आहेत. मात्र, त्याचा चेहरा अजिबात क्रूर दिसत नाही. या श्रावकाच्या गळ्यामध्ये वेगळ्या प्रकारचे पण वैशिष्ट्यपूर्ण ग्रैवेयक आहे. त्याची कर्णकुंडलेही वेगळी आहेत. पुरुषाच्या हातामध्ये रत्नजडित कंगन आहेत. तसेच पायात तोडे किंवा नूपुर आहेत. दंडामध्ये सुंदर बाजूबंद आहेत.

जैन गुंफांमध्ये प्रत्येक गर्भगृहाच्या बाहेर यक्ष सर्वानुभूती आणि यक्षी अम्बिका यांच्या प्रतिमा आहेत. ही अम्बिका सदैव आम्रवृक्षाखाली सव्य ललितासनात बसलेली

आहे. या अम्बिकेच्या डाव्या बाजूला प्रत्येक शिल्पामध्ये एक दाढीधारी, लंगोटी नेसलेला पुरुष उभा दाखवलेला आहे. या पुरुषाच्या हातात छत्र असून, ते त्याने स्वत:च्या डोक्यावर धरलेले आहे. ही व्यक्तिरेखा कुणाची आहे, याचा अंदाज करता आलेला नाही.

कदाचित असे असू शकते की, राष्ट्रकूट राजा अमोघवर्ष याने जैन गुंफांच्या निर्मितीकार्यासाठी दानधर्म केला आणि पुढाकर घेतला, असे सर्वमान्य आहे. त्यानेच प्रत्येक गुंफेमध्ये स्वत:ची प्रतिमा श्रावकाच्या रूपात देवी अम्बिकेच्या पायाशी निर्माण करण्याची सूचना शिल्पी कारागिरांना दिली असावी. मुख्य म्हणजे देवी अम्बिकेच्या पायाशी बसलेल्या अथवा उभ्या या मूर्तीचे स्वरूप एक श्रावक, एक भक्त अथवा एक याचक या स्वरूपात असले तरी त्याच्या हातात कायम छत्री दाखवण्यात आलेली आहे. छत्र हे नेहमीच राजघरण्यातील व्यक्तिरेखेसाठी वापरण्यात येते. मूर्तिशास्त्रानुसार बहुतेक वेळेस छत्रधारी व्यक्ती ही राजा अथवा राणी किंवा राजपुत्र, राजकन्या यांच्यापैकी एक असू शकते. सर्व जैन गुंफांमध्ये असणारे या छत्रधारी व्यक्तिरेखेचे अस्तित्व म्हणूनच आश्चर्यात पाडणारे आहे. त्यामुळेच ही व्यक्ती इतर कुणीही नसून खुद्द राजा 'अमोघवर्ष' असावा, असे आग्रहपूर्वक म्हणावे वाटते.

इंद्रसभेच्या प्रांगणामध्ये तळमजल्यावर डाव्या बाजूला असलेल्या छोट्या दालनामध्ये बाहुबलीच्या शिल्पपटामध्ये पाठमोऱ्या गंधर्वाचे एक शिल्प आहे. त्याने अंगावर घट्ट काचा मारून धोतर नेसल्याचे आपल्या लक्षात येते. जैन गुंफांमधील श्रावक आणि श्राविका तत्कालीन समाजातील सर्वसामान्य नागरिकांचे प्रतिनिधित्व करताना दिसतात.

इंद्रसभेच्या तळमजल्यावर वऱ्हांड्यात जिनप्रतिमेच्या पायाशी श्रावक बसलेला आहे. या श्रावकाच्या अंगात घट्ट काचा मारून नेसलेले धोतर आहे. इंद्रसभेतील पार्श्वनाथाच्या पायथ्याशीसुद्धा असेच श्रावक-श्राविकेचे दाम्पत्य बसलेले आहे. श्राविकेने सकच्छ पद्धतीने अंतरीय नेसलेले आहे. शिवाय तिची केशरचना पाहून आपल्याला रोजच्या जीवनात सर्वसामान्य स्त्रिया भरघोस केसांचा सैलसर अंबाडा मानेवर घालतात त्याचे स्मरण होते. त्यावर छोटेसे फूलही घातलेले आहे.

आजही स्त्रिया आपल्या केसांचा अंबाडा घालून अगदी सहजगत्या त्यावर एखादे फूल खोचतात. विवाहित स्त्री एखादे फूल डोक्यात घालण्यात नेहमीच आनंद मानते. एकंदरीत पाहता ही संकल्पना अगदी त्या काळापासून चालत आली असावी हे आपल्या ध्यानात येते.

इंद्रसभेच्या डाव्या बाजूला वरच्या मजल्यावर जे छोटेखानी दालन आहे त्यामध्ये छोट्या भिंतीवर काही लहान प्रतिमा पाहायला मिळतात. येथे एका पुरुषाने अंगात अर्धी चड्डी घातलेली आहे. तर एका कमंडलूधारी पुरुषाने कमरेभोवती पट्ट्यापट्ट्यांचा

आकृती ४.७ - **गुंफा क्र. ३२ : इंद्रसभा- पार्श्वनाथाच्या पायाजवळ बसलेला श्रावक**

स्कर्ट घालावा त्याप्रमाणे वेगळे वाटणारे वस्त्र नेसलेले आहे. याच ठिकाणी एका स्त्रीने अगदी तलम आणि झिरझिरीत असे वस्त्र लुंगीप्रमाणे कमरेभोवती गुंडाळलेले आहे. त्याच्या निऱ्या डाव्या पायावर खोचल्या आहेत. या तरुण स्त्रीने पुढे केलेला डावा पाय संपूर्णपणे अनावृत असल्याचे लक्षात येते.

गुंफा क्र. तेहतीसमध्ये तळमजल्यावरील दालनामध्ये नेहमीप्रमाणेच यक्ष सर्वानुभूती आणि यक्षी अम्बिका यांच्या प्रतिमा आहेत. उजव्या बाजूला असलेला यक्षी अम्बिकेचा शिल्पपट केवळ अप्रतिम म्हणता येईल असाच आहे. या शिल्पपटामध्ये अम्बिकेच्या उजव्या बाजूला गुडघा दुमडून बसलेल्या एका पुरुषाची प्रतिमा आहे. त्या पुरुषाची दाढी वाढलेली आहे. शिवाय वाढलेल्या लांब केसांचा त्याने बुचडा बांधलेला आहे. कानात मोती लावलेल्या बाळ्या घातलेल्या आहेत. दंडावर अगदी साधे बाजूबंद आहे. ही प्रतिमा पाहिल्यानंतर तो एखादा साधू असावा असेच वाटते. एकंदरीत जैन गुंफांमधील शिल्पाकृतींचा अभ्यास केल्यानंतर वस्त्रप्रावरणे, आभूषणे आणि केशभूषा या संदर्भात वैविध्यपूर्ण आणि कलापूर्ण अशी माहिती मिळाली. हिंदू गुंफांप्रमाणेच जैन गुंफांमधील शिल्पकलेमध्येही तत्कालीन जीवनप्रणालीचे सर्वसमावेशक चित्रण झाल्याचे आपल्या लक्षात येते. अगदी लहानसहान बाबींचे चित्रण या शिल्पातून केलेले आहे.

गुंफा क्र. १०ची रेखाचित्रे

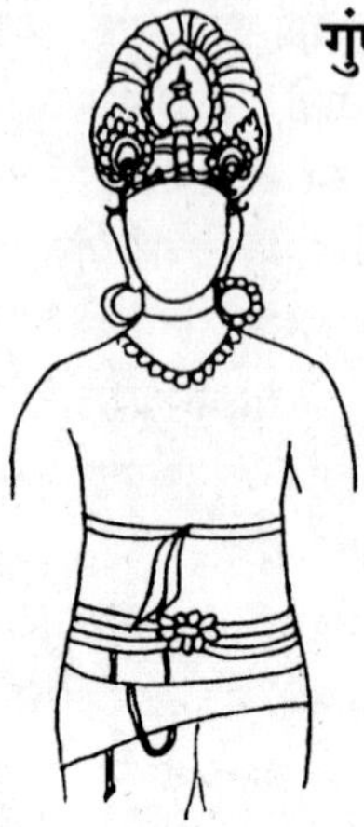

मैत्रेय-
उदरबंध, मेखला, अंतरीय, मुकुट,
कंठा आणि कर्णकुंडले

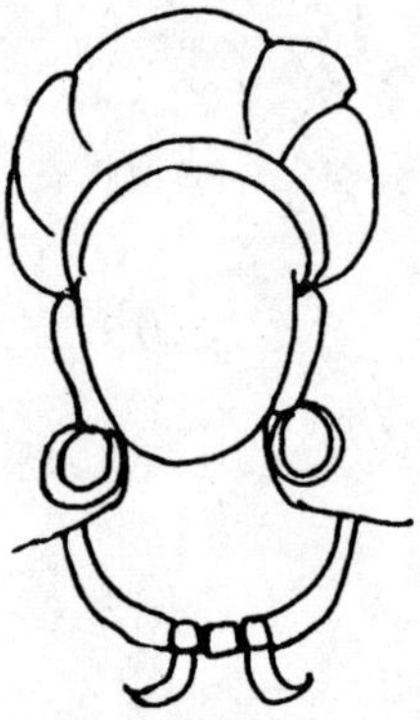

अवलोकितेश्वर-
मुख्य गुंफेच्या उजव्या बाजूला असलेल्या
दालनातील अवलोकितेश्वर ग्रैवेयकातील
वाघनखे

गुंफेच्या भिंतीवर, उंचावर असणाऱ्या नागकन्या-
केशरचना, मुकुट, कर्णकुंडले आणि डोक्यापाठीमागे असणारा नागफणा

गुंफा क्र. १०ची रेखाचित्रे

गुंफेच्या भिंतीवर, उंचावर असणाऱ्या नागकन्या-
केशरचना, मुकुट, कर्णकुंडले आणि डोक्यापाठीमागे असणारा नागफणा

पहिल्या मजल्यावर सज्जाच्या
कठड्यावरील लहान लहान
स्त्रीमूर्तींच्या विविध
केशरचना, मुकुट आणि कर्णकुंडले
व गळाहार

गुंफा क्र. १०

पहिल्या मजल्यावर सज्जाच्या
कठड्यावरील लहान लहान स्त्रीमूर्तींच्या
विविध केशरचना, मुकुट आणि कर्णकुंडले
व गळाहार

गुंफा क्र. १०

पहिल्या मजल्यावरील द्वारपाल
अवलोकितेश्वर-
मुकुट, मृगाजिन

अवलोकितेश्वराच्या उजव्या बाजूला
उभी तारा-
केशरचना, मुकुट, कर्णकुंडले
आणि ग्रैवेयके

अवलोकितेश्वराच्या डाव्या बाजूला
उभी भ्रुकुटी-
केशरचना, मुकुट, कर्णकुंडले आणि
ग्रैवेयके

पहिल्या मजल्यावरील, उजव्या भिंतीवरील
शिल्पपटातील भ्रुकुटीचा मुकुट आणि ग्रैवेयक

द्वारपाल वज्रपाणी- मुकुट

गुंफा क्र. १०

वज्रपाणीच्या उजव्या बाजूला उभी स्त्रीमूर्ती तारा-
सुंदर केशरचना, गळ्यातील कंठा, ग्रैवेयक
आणि मोत्यांचा स्तनहार, बाजूबंद,
कानातील कर्णकुंडले आणि बाळी

वज्रपाणीच्या डाव्या हाताला उभी स्त्रीमूर्ती-
सुंदर केशरचना आणि फुलांचा मुकुट.

मोत्यांचा 'तन्मणी'

गुंफा क्र. १२ची रेखाचित्रे

व्ऱ्हांड्यातील शिल्पपट-
वज्रपाणी- मुकुट, कर्णकुंडले
आणि मोत्यांचा 'तन्मणी' हार

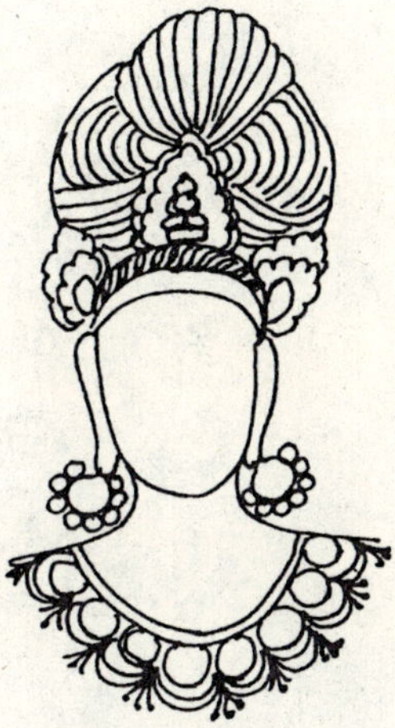

ओवर क्रमांक १ मधील
अवलोकितेश्वर सुंदर ग्रैवेयक,
कर्णकुंडले, जटामुकुट

ओवरी क्रमांक १ मधील
वज्रपाणी सुंदर ग्रैवेयक,
कर्णकुंडले, करंडकमुकुट

ओवरी क्रमांक १ मधील वज्रपाणी
वस्त्र- अंतरीय, कमरबंध,
सुवर्णमेखला आणि शेला

गुंफा क्र. १२ : तिसरा मजला -गर्भगृहाबाहेरील स्त्रीप्रतिमा

वज्रधातेश्वरी- सुंदर मुकुट, ग्रैवेयक, मोत्यांचा स्तनहार आणि कर्णकुंडले

सुंदर मुकुट, केशरचनेमध्ये लावलेले रत्नजडित पदक, कर्णकुंडले, गळ्यामधील मोत्यांचा कंठा व स्तनहार

तारा- केशरचना, सुवर्णमुकुट मोत्यांचा हार, मोत्यांचा स्तनहार

सर्पदेवता नांगुली- गळ्यातील मोत्यांचे ग्रैवेयक, मोत्यांचे यज्ञोपवीत सुंदर केशरचना, मुकुट आणि केशरचनेतील नागसर्पबंध

गुंफा क्र. १२ : तिसरा मजला -गर्भगृहातील बोधिसत्त्व मूर्ती

बोधिसत्त्व- किरीट मुकुट, कर्णकुंडले, ग्रैवेयक, नक्षीदार बाजूबंद

मंजुश्री- किरीटमुकुट, कर्णकुंडले, मोत्यांचे नक्षीदार यज्ञोपवीत, वाघनख असलेले ग्रैवेयक

बोधिसत्त्व मैत्रेय- मुकुट, कानामधील कर्णकुंडले आणि मोत्यांच्या बाळ्या

बोधिसत्त्व- मुकुट, कर्णकुंडले, ग्रैवेयक

गुंफा क्र. १५ची रेखाचित्रे

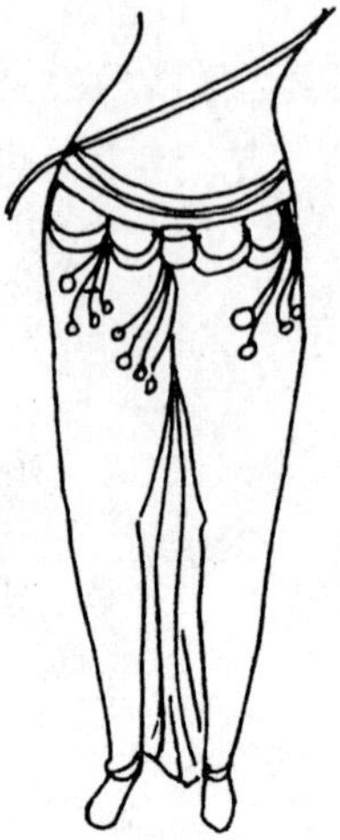

गंगा- अंतरीय आणि मेखला

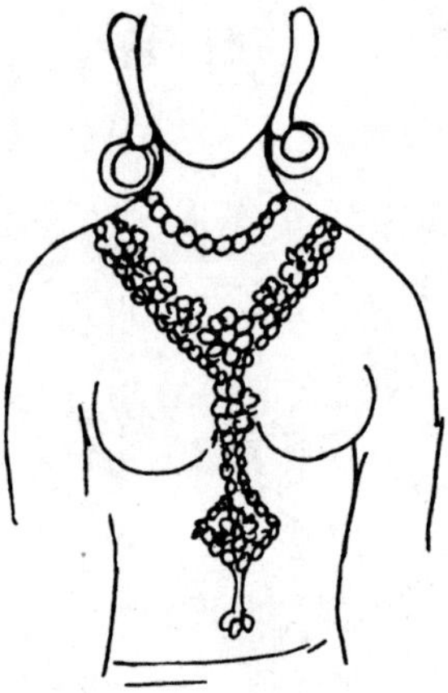

पार्वती- मोत्याचा कंठा,
हिरेमोत्यांचा रत्नजडित स्तनहार
(रत्नावली)

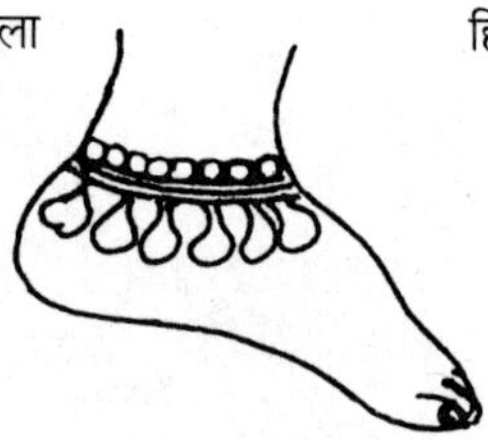

तांडवनृत्य करणाऱ्या
शिवाच्या पायातील नूपुर

पार्वती- मुकुट, केशरचना,
कर्णकुंडले, वलय,
स्तनहार आणि ग्रैवेयक

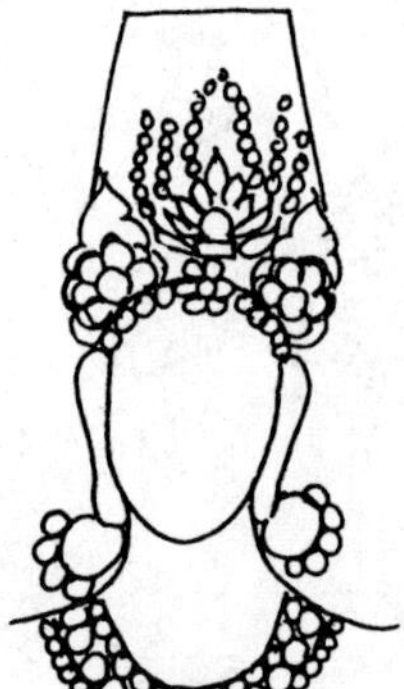

शिव- रत्ने आणि मोती जडवलेला किरीट
मुकुट, कर्णकुंडले, ग्रैवेयक

गुंफा क्र. १५ची रेखाचित्रे

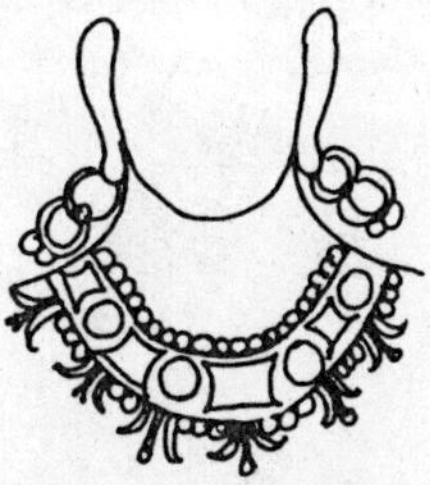

शिव - गळ्यातील ग्रैवेयक
आणि कर्णकुंडल

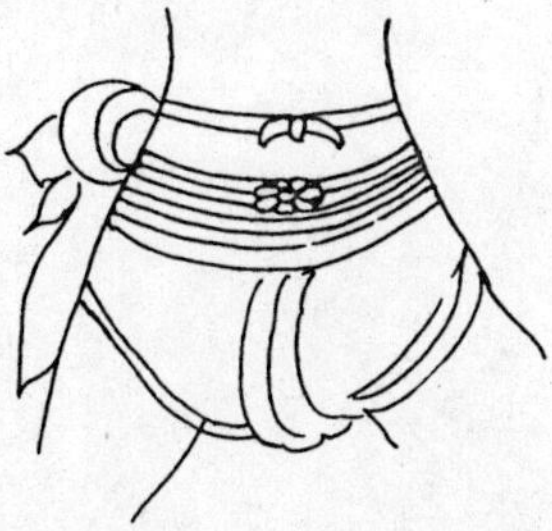

शिव-अंतरीय, मेखला, कमरबंध
आणि शेला

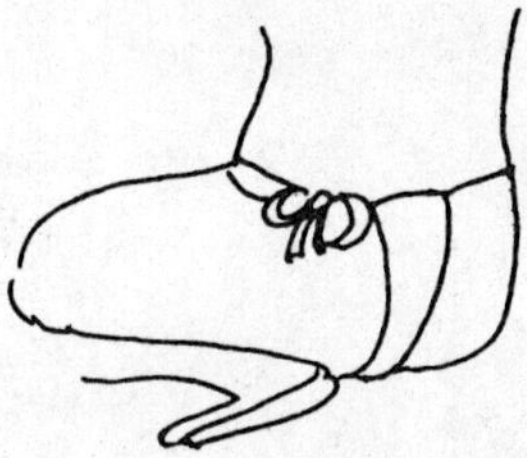

मार्कंडेय - अंगावरील लंगोट

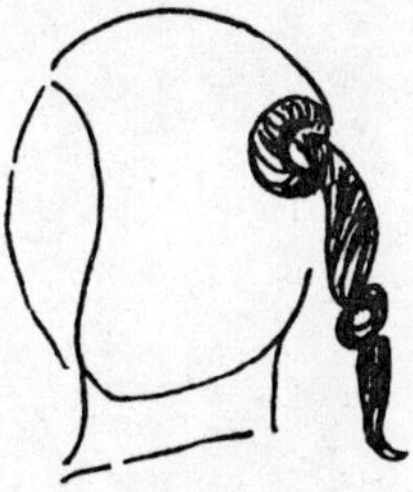

मार्कंडेय- डोक्यावरील
शेंडीची गाठ

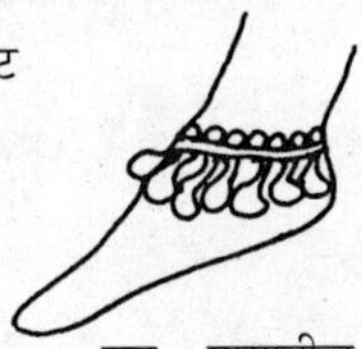

यम- पायातील नूपुर

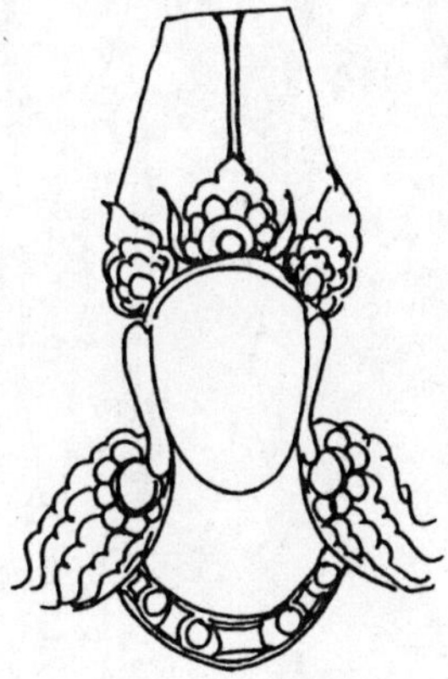

यम-किरीट मुकुट,
कर्णकुंडले, ग्रैवेयक

पार्वती- मुकुट, कर्णकुंडले आणि
ग्रैवेयक, स्तनहार

गुंफा क्र. १६ची रेखाचित्रे
यज्ञशाळेच्या खाली असलेल्या छोट्या दालनातील कलाकृती

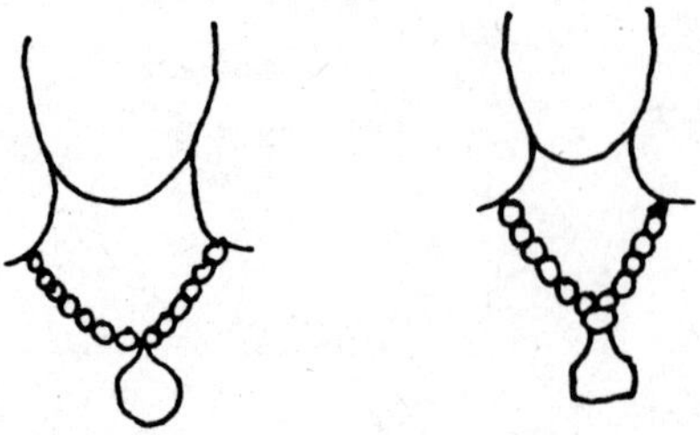

यक्षमूर्तींच्या गळ्यातील माळा

यमुनेच्या हातातील कंगन

गंगा-यमुनेच्या हातातील कलश

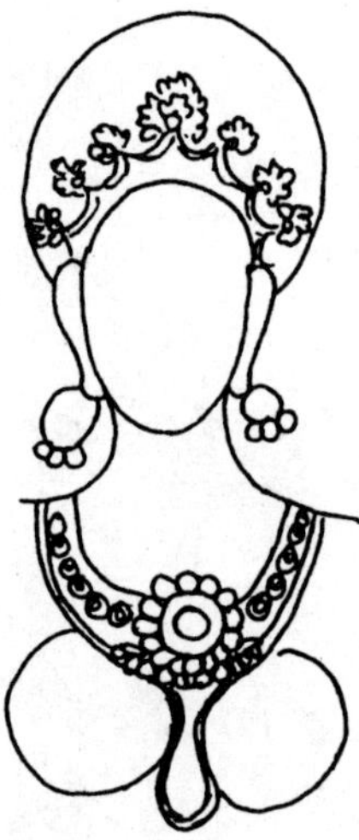

गंगा- ललाटिका, ग्रैवेयक, स्तनहार इत्यादी

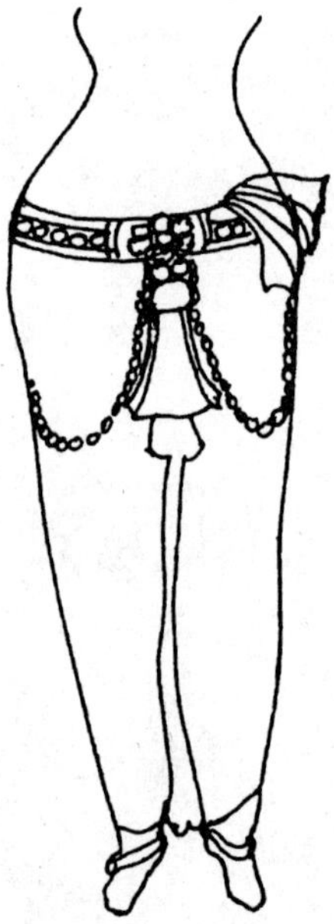

गंगा- अंतरीय, मेखला, पायातील तोरड्या इत्यादी

गुंफा क्र. १६ची रेखाचित्रे लंकेश्वर

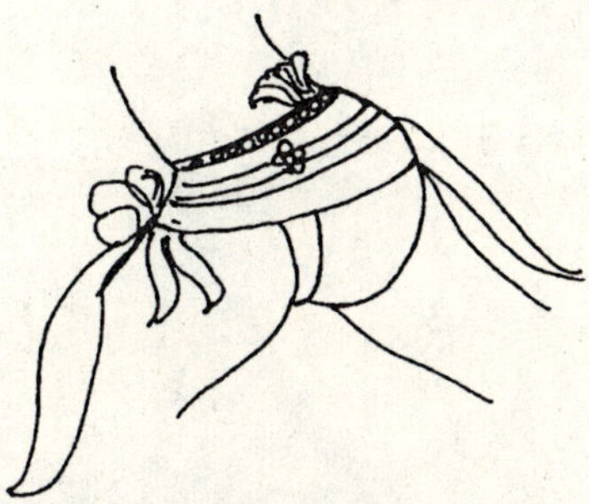

नटराज शिव- काचा मारलेले अंतरीय,
मेखला, कमरबंध,
शेला वगैरे

नटराज शिव-
जटामुकुट, ग्रैवेयक, कर्णकुंडले

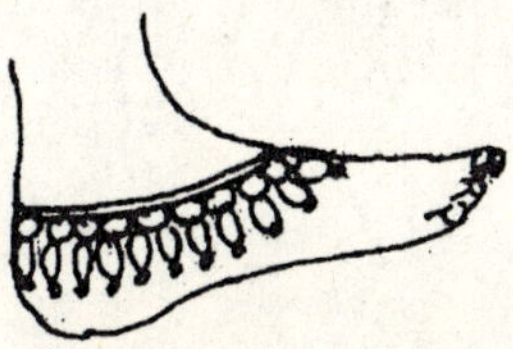

नटराज शिव- पायातील नूपुर

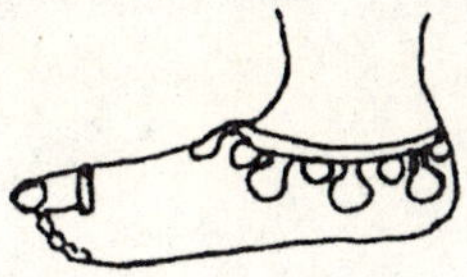

नटराज शिव- पायातील नूपुर

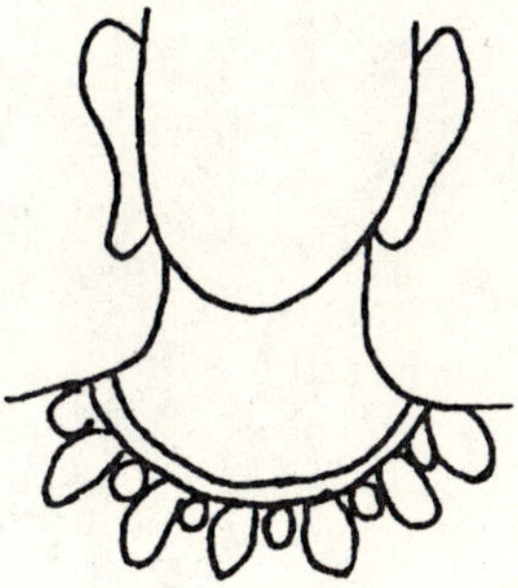

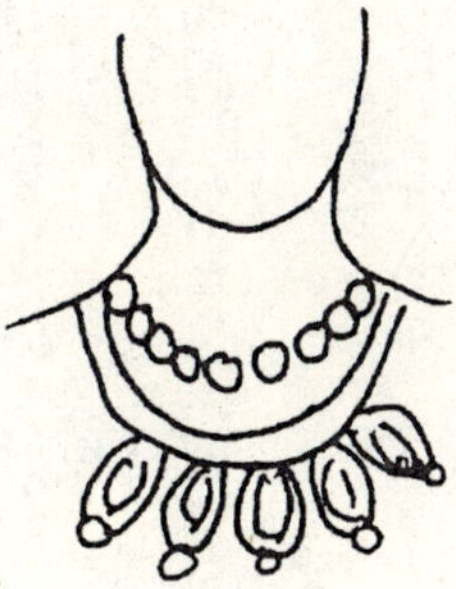

विविध शिल्पाकृतीमध्ये असलेले अलंकार

गुंफा क्र. १६ची रेखाचित्रे

रंगमहाल : डाव्या बाजूच्या गॅलरीतील द्वारपाल- ग्रैवेयक, यज्ञोपवीत, केयूर, कमरबंध, मेखला, कमरेचा शेला वगैरे

रंगमहालाच्या प्रवेशद्वारावरील उजव्या बाजूचा द्वारपाल- सुंदर मुकुट, गळ्यातील कंठा, ग्रैवेयक, मोत्यांचे यज्ञोपवीत, घंट्या लावलेला पट्टा, उदरबंध, कमरेची मेखला, शेला वगैरे

गुंफा क्र. २१ची रेखाचित्रे

गंगा- सुंदर केशरचना, सुवर्णमुकुट, कर्णकुंडले, स्तनहार, केयूर इत्यादी

गर्भगृहाच्या डाव्या बाजूला उभी चामरधारिणी- अतिशय सुंदर मुकुट, केशरचना, ग्रैवेयक, मोत्याचा कंठा, दंडातील बाजूबंद, स्तनहार, उत्तरीय, अंतरीय, मेखला, कर्णकुंडले, तोरड्या इत्यादी

चामरधारिणीची दासी- केशरचना, शिरेटोप, गळ्यातील हार इत्यादी

गुंफा क्र. २१ची छायाचित्रे

चौसर खेळताना शिव-
जटामुकुट, ग्रैवेयक, केयूर,
कर्णकुंडले, यज्ञोपवीत

द्वारपाल- मुकुट, कर्णकुंडले
यज्ञोपवीत

दासी- केशरचना

चौसर खेळताना पार्वती- सुंदर केशरचना, सुवर्णमुकुट. डोक्यावरील शिरेटोप, गळ्यातील मोत्यांची एकावली, कंठा, सुवर्णहार आणि स्तनहार, दंडामधील मोत्यांचा बाजूबंद.

गुंफा क्र. २१ची छायाचित्रे

ललितम् नृत्य करताना शिव-
शोभिवंत जटामुकुट, गळ्यात कंठा
आणि नक्षीदार ग्रैवेयक.
वलयांकित बाजूबंद, कर्णकुंडले

शिवमूर्तीजवळ उभा सेवक-
वेगळ्या प्रकारची केशरचना,
वेगळा वाटणारा शिरेटोप,
गळ्यातील कंठा आणि
वेगवेगळी कर्णकुंडले

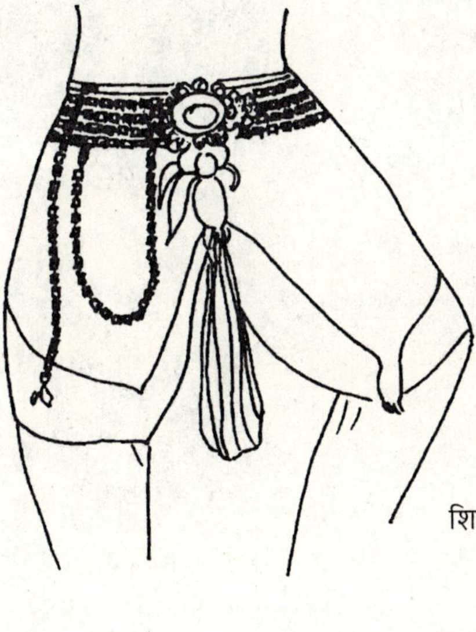

ललितम् नृत्य करताना, नटराज
शिव- काचा मारलेले धोतर (अंतरीय)
आणि व्याघ्रचर्म, मेखला.

गुंफा क्र. २१ची छायाचित्रे

सप्तमातृका- विविध प्रकारच्या केशरचना, विविध प्रकारचे हार, कर्णकुंडले, शिरेटोप

गुंफा क्र. ३३ची छायाचित्रे

यक्षी अम्बिका-
सुंदर केशरचना, कंठा,
ग्रैवेयक, स्तनहार, बाजूबंद

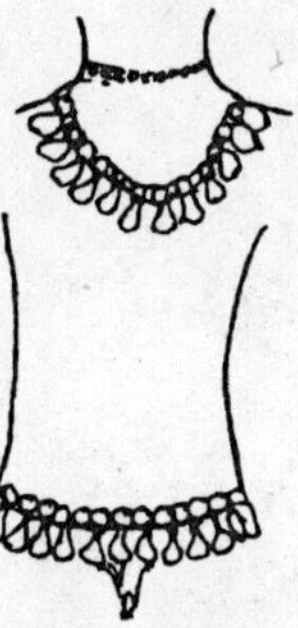

यक्षी अम्बिकाचा पुत्र-
गळ्यातील रत्नहार, कमरेचा करदोडा.

यक्षी अम्बिकेच्या पायाशी
बसलेला साधू-
कानातील बाळी,
दंडातील तावीज,
गळ्यातील माळ

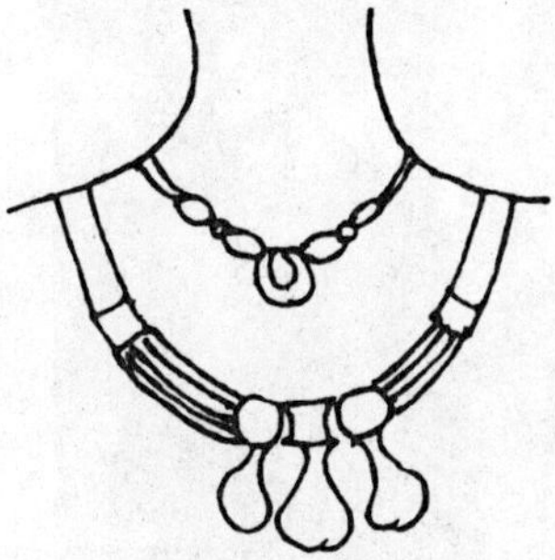

यक्ष सर्वानुभूती- ग्रैवेयक

सर्वानुभूतीच्या जवळ उभी चामरधारिणी सेविका-
केशरचना, ग्रैवेयक, स्तनहार, इत्यादी

वेरूळ लेण्यांतील शिल्पवैभव
(काही छायाचित्रे)

गुंफा क्र. १६ : कैलास लेणे- लंकेश्वर मंदिरातील द्वारपाल

गुंफा क्र. १६ : कैलास लेणे- यज्ञशाला, द्वारपालिका

गुंफा क्र. २१ : रामेश्वर लेणे - चामरधारिणी द्वारपालिका

गुंफा क्र. २१ : रामेश्वर लेणे, आम्रपालिका

गुंफा क्र. २१ : रामेश्वर लेणे-
'सप्तमातृका' या शिल्पपटातील एक मातृका

गुंफा क्र. २१ : रामेश्वर लेणे- द्वारपाल आणि
त्याचा सेवक, आयुधपुरुष त्रिशूळ

गुंफा क्र. ३२ : इंद्रसभा- तळमजल्यावरील दालन,
सिंहारूढ यक्षी सिद्धाईका

गुंफा क्र. ३२ : इंद्रसभा- तळमजल्यावरील दालन
गजारूढ यक्ष मातंग

गुंफा क्र. ३२ : इंद्रसभा- वटवृक्षाखाली बसलेला
गजारूढ यक्ष सर्वानुभूती

गुंफा क्र. ३२ - इंद्रसभा, आम्रवृक्षाखाली बसलेली
सिंहारूढ यक्षी अम्बिका.

वेरुळ येथील गुंफांचे तलविन्यास

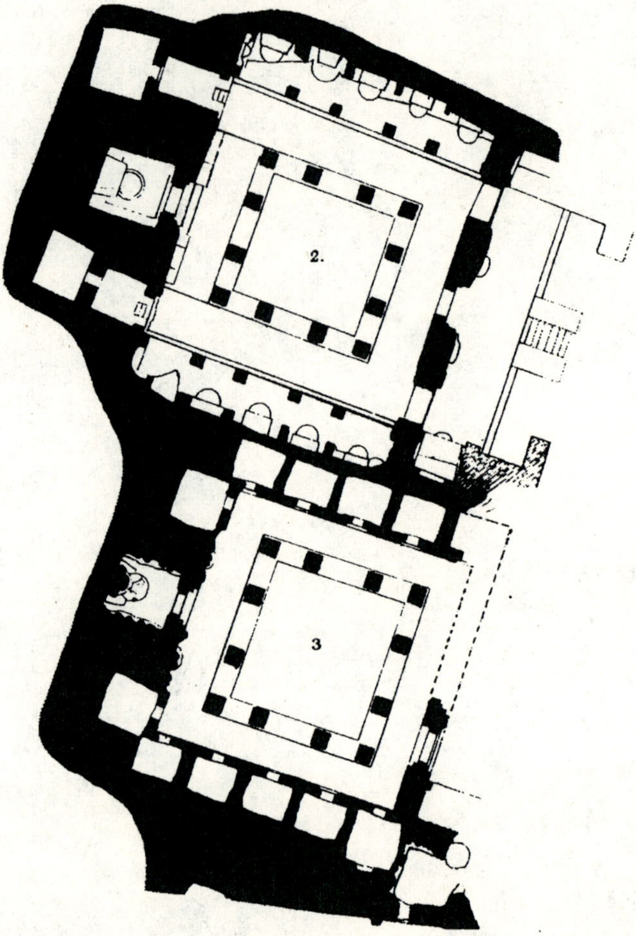

तलविन्यास क्र. १
गुंफा क्र. २ आणि ३

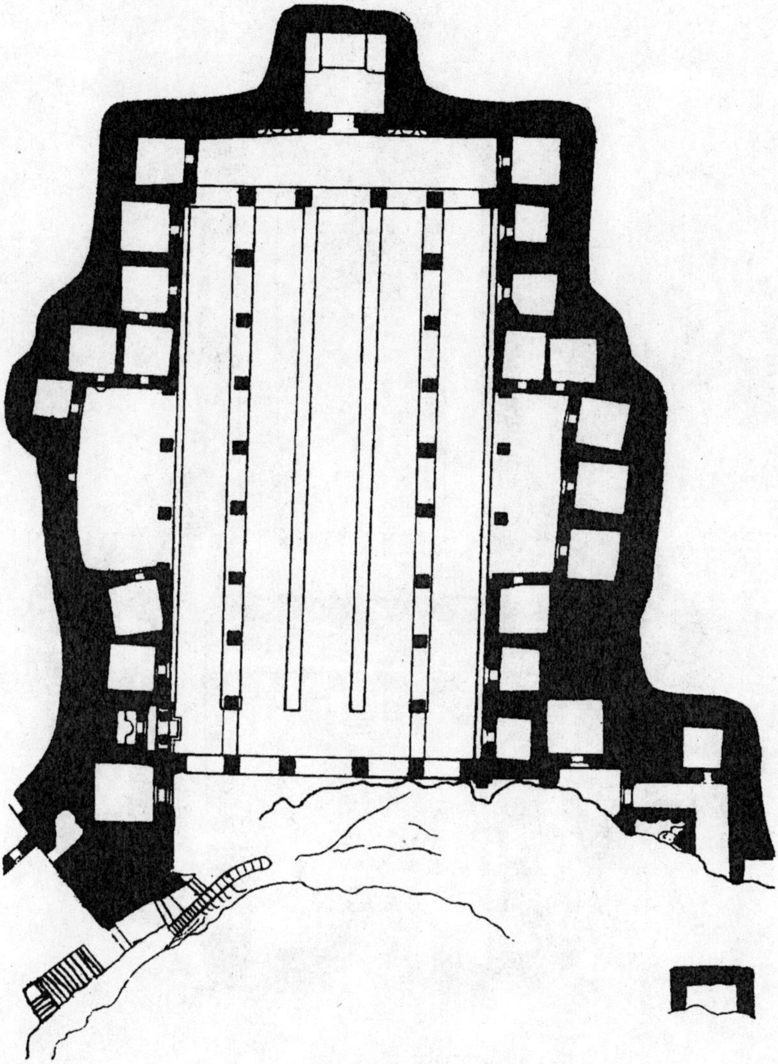

तलविन्यास क्र. २
गुंफा क्र. ५ महारवाडा

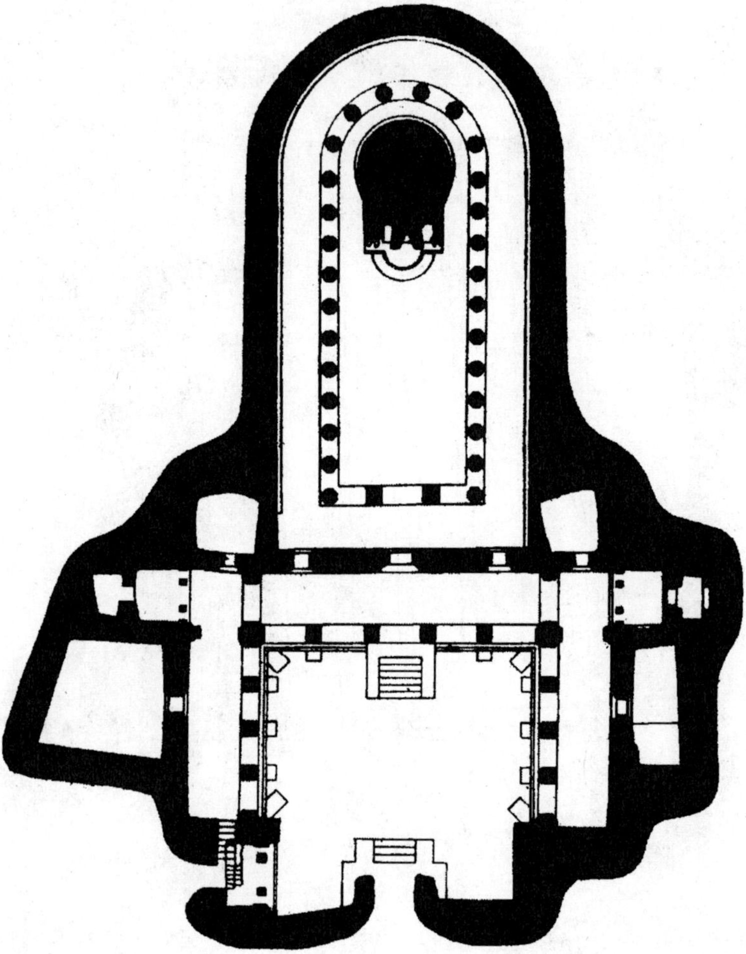

तलविन्यास क्र. ३
गुंफा क्र. १० चैत्यगृह

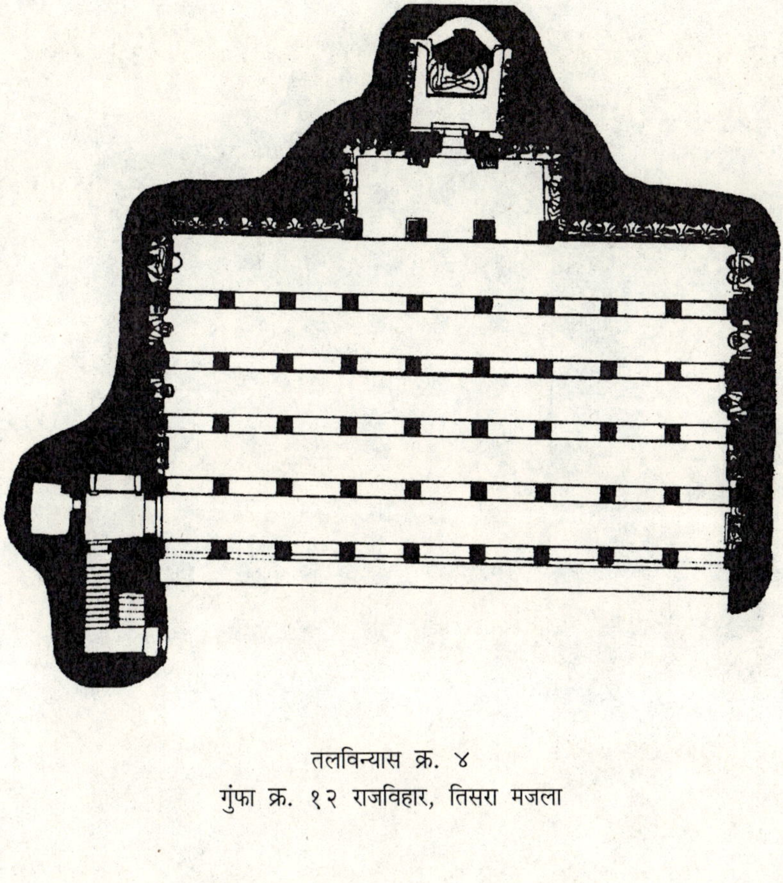

तलविन्यास क्र. ४
गुंफा क्र. १२ राजविहार, तिसरा मजला

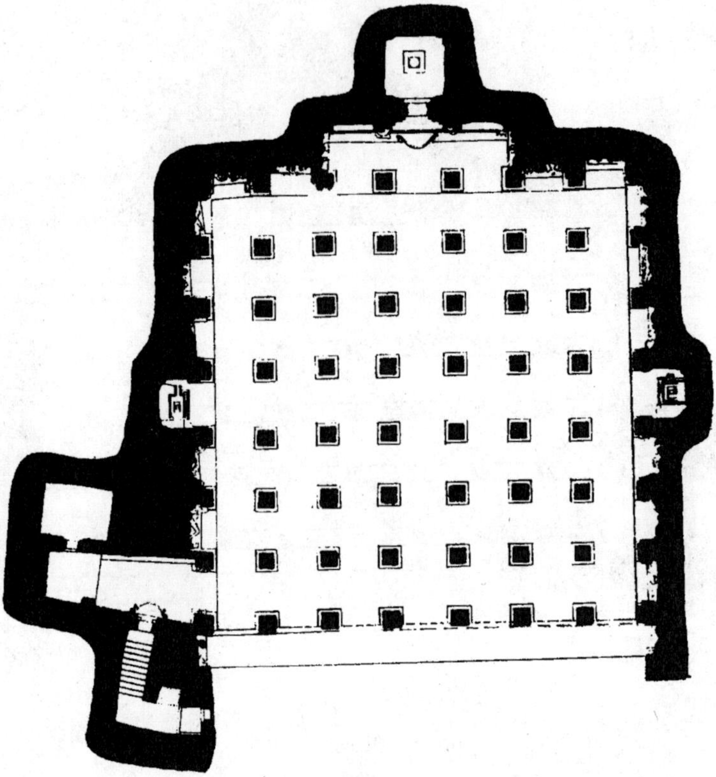

तलविन्यास क्र. ५

गुंफा क्र. १५ दशावतार गुंफा, वरचा मजला.

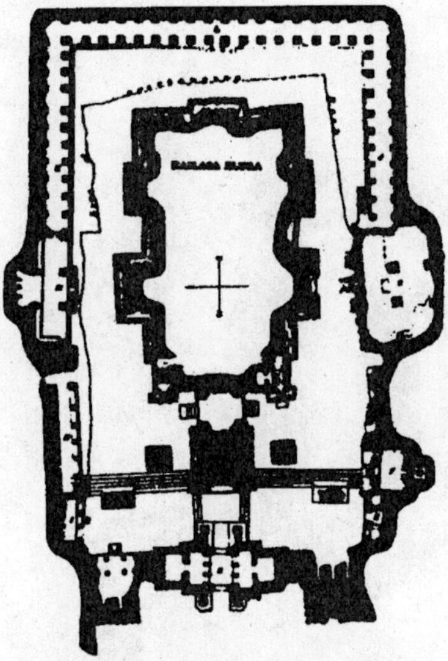

तलविन्यास क्र. ६

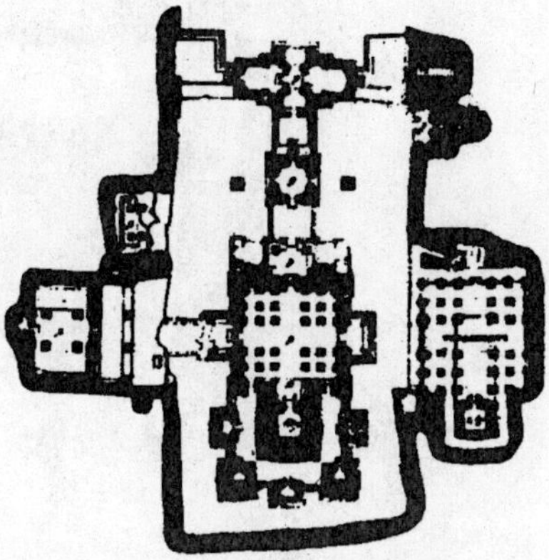

तलविन्यास क्र. ७

तलविन्यास क्र. ८

गुंफा क्र. १६ (कैलास)

तलविन्यास क्र. ६ : मुख्य मंदिर तळमजला आणि संपूर्ण प्रांगण

तलविन्यास क्र. ७ : रत्नमंदिर किंवा रत्नमहाल, वरचा मजला

तलविन्यास क्र. ८ : कैलास मंदिराचा दर्शनी भाग

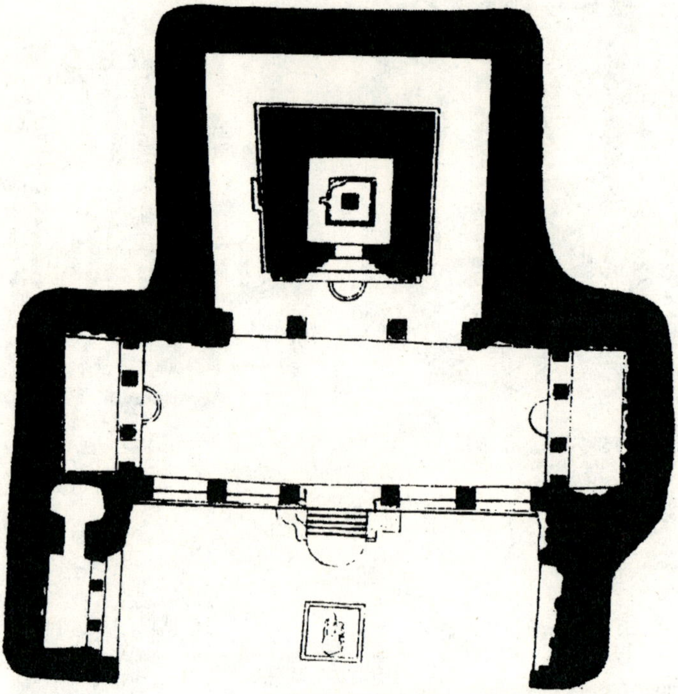

तलविन्यास क्र. २
गुंफा क्र. २१ रामेश्वर गुंफा

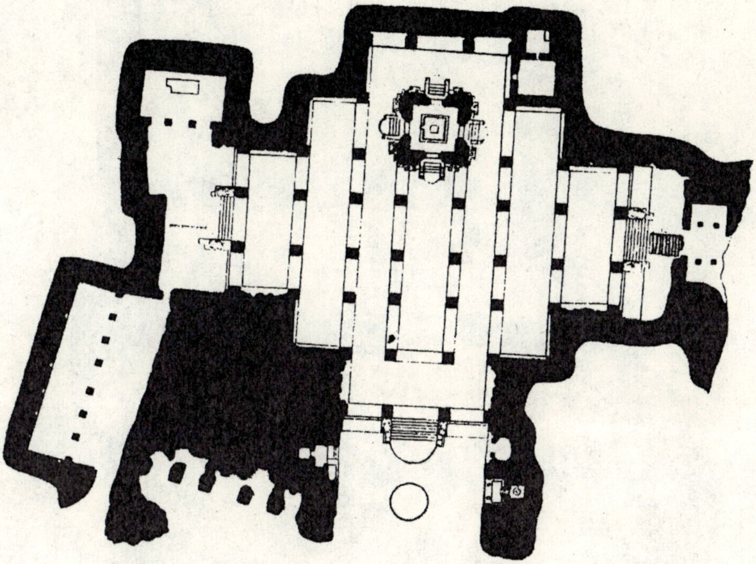

तलविन्यास क्र. १०
गुंफा क्र. २९ दुमार लेणी

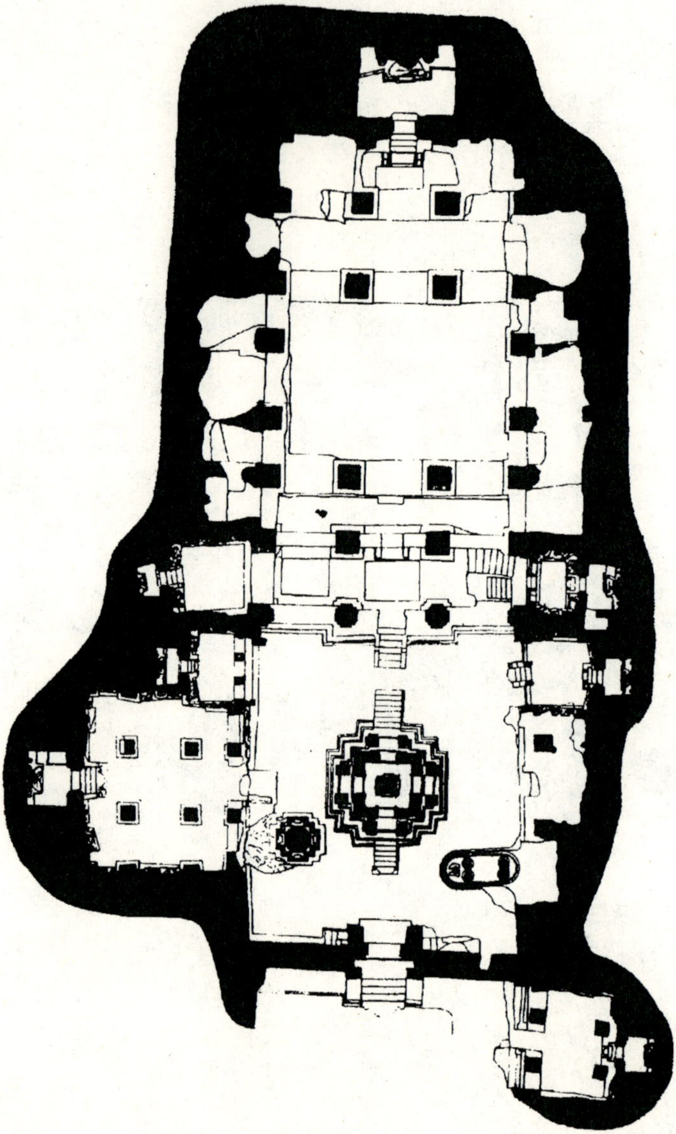

तलविन्यास क्र. ११

गुंफा क्र. ३२ इंद्रसभा, तळमजला

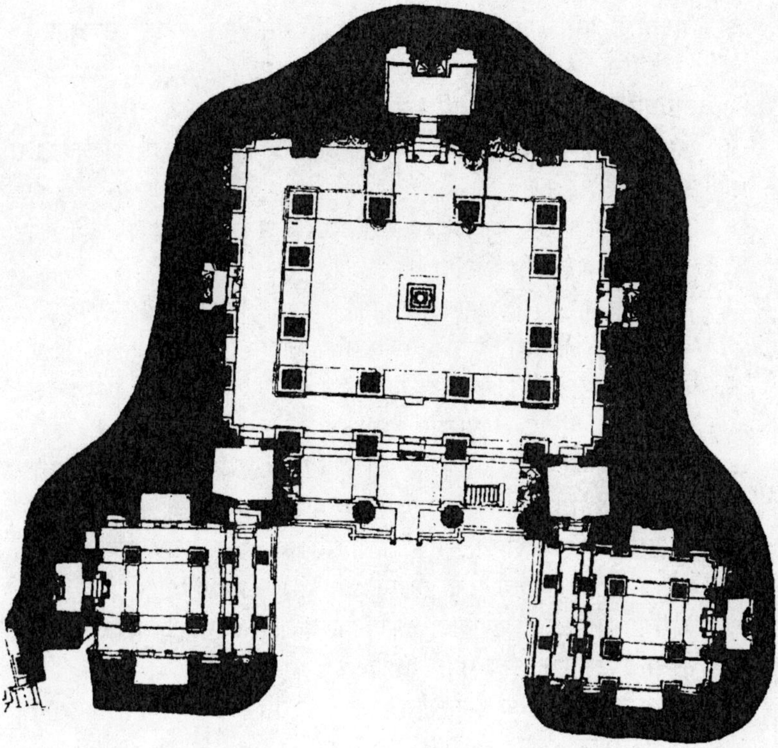

तलविन्यास क्र. १२
गुंफा क्र. ३२ इंद्रसभा, वरचा मजला

संदर्भ ग्रंथ सूची

१. अग्रवाल वासुदेवशरण, हेरिटेज ऑफ इंडियन आर्ट, गव्हर्नमेंट ऑफ इंडिया, न्यू दिल्ली १९८४

२. अग्रवाल वासुदेवशरण, इंडियन स्कल्पचर, स्प्रिंग बुक्स, लंडन

३. फर्ग्युसन ॲन्ड बर्जेस, केव्ह टेम्पल्स ऑफ इंडिया, विकास पब्लिकेशन्स, नवी दिल्ली १९६१

४. डॉ. गुप्ते-महाजन, 'अजंता, एलोरा ॲन्ड औरंगाबाद केव्ह्ज', डी. व्ही. तारापूरवाला, सन्स ॲण्ड कं. मुंबई १९६२

५. डॉ. गुप्ते आर. एस, 'आयकॉनॉग्राफी ऑफ दि हिंदूज, बुद्धिस्ट ॲन्ड जैन्स', व्ही तारापूरवाला, सन्स ॲन्ड कंपनी, मुंबई.

६. जैन हिरालाल, 'भारतीय संस्कृतिमें जैन धर्म का योगदान', मध्य प्रदेश साहित्य परिषद, भोपाळ १९५७

७. जोशी नीलकंठ पुरुषोत्तम, 'भारतीय मूर्तिशास्त्र', महाराष्ट्र विद्यापीठ ग्रंथ निर्मिती मंडळ, विधी महाविद्यालय परिसर, म. गांधी मार्ग, नागपूर १

८. पं. जोशी महादेव शास्त्री, संस्कृतीची प्रतीके, ज्ञानराज प्रकाशन १९५७

९. खरे ग. ह., 'भारतीय मूर्ती विज्ञान'

१०. कोसंबी धर्मानंद, 'पुराणकथा आणि वास्तवता', अनुवाद- वसंत तुळपुळे, लोकवाङ्मय गृह, मुंबई १९७७

११. डॉ. कुलकर्णी वि. य. 'भारतीय कला, उद्‌गम आणि विकास', सुयोग प्रकाशन, पुणे ३०, ऑगस्ट

१२. प्रा. कुरुंदकर नरहर, ब्रह्मानंद देशपांडे यांच्या 'शोधमुद्रा' ग्रंथाची प्रस्तावना.

१३. श्री. माटे मधुकर श्रीपाद, 'प्राचीन भारतीय कला, महाराष्ट्र विद्यापीठ ग्रंथ निर्मिती मंडळ कॉन्टिनेन्टल प्रकाशन पुणे

१४. मुखर्जी आर. के., 'सोशल फंक्शन्स ऑफ आर्ट.'

१५. आनंद मुल्कराज, 'इंडियन हेरिटेज', टाटा इन्स्टिट्यूट ऑफ इंडिया.

१६. डॉ. पथी टी. व्ही. 'अजंता, एलोरा ॲण्ड औरंगाबाद केव्ह, ॲन ॲप्रिसिएशन' पब्लिश्ड बाय श्रीमती टी. व्ही. पथी, औरंगाबाद १९९१

१७. रे निहार रंजन, 'स्टडी इन इंडियन आर्ट'

१८. शुक्ल प्रभाकर, 'कला कल्पना', कल्पना आर्ट इन्स्टिटयूट, मुंबई १९७३
१९. शुक्ला रामचंद्र 'कला और आधुनिक प्रवृत्तीया'
२०. रवींद्रनाथ टॅगोर 'दि व्हिजन ऑफ आर्ट'
२१. डॉ. पथी टी. व्ही. , 'एलुरा, आर्ट अॅन्ड कल्चर' स्टर्लिंग पब्लिशर्स प्रा. लि. न्यू दिल्ली १६, १९८०
२२. डॉ. तिवारी मारुतिनंदन प्रसाद, 'जैन प्रतिमा विज्ञान' पार्श्वनाथ विद्याश्रम शोधसंस्थान, वाराणशी २२१००५, १९८१
२३. रामचंद्रन टी. आर., 'टू थाउजंड इअर्स ऑफ बुद्धिझम'
२४. सेन असीत, 'अॅनिमल मोटिफस इन एन्शन्ट इंडियन आर्ट' कलकत्ता १९७२
२५. शाह यू. पी. 'स्टडीज इन जैन आर्ट' बनारस १९५५
२६. जैन के. सी., 'लॉर्ड महावीर अॅन्ड हिज टाइम्स'
२७. डॉ. आळतेकर ए. एस. 'राष्ट्रकुटाज अॅण्ड देअर टाइम्स'
२८. चंद्रा प्रमोद 'द स्कल्पचर अॅन्ड आर्किटेक्चर ऑफ नॉर्दन इंडिया'
२९. डॉ. मिश्रा इंदुमती, 'प्रतिमा विज्ञान, वैष्णव पुराणोंके आधारपर'
३०. थापर रोमिला, 'एन्शन इंडियन सोशल हिस्ट्री, सम इन्टरप्रिटेशन्स' लंडन
३१. सिली जे. बी., 'दि वन्डर्स ऑफ एलोरा' लंडन १९२४
३२. ठाकूर उपेंद्र, 'सम ऑस्पेक्ट्स ऑफ एन्शन्ट इंडियन हिस्ट्री अॅन्ड कल्चर' अभिनव पब्लिकेशन्स न्यू दिल्ली, १९७४
३३. भट्ट माहिम रचित 'लीळाचरित्र'-संपादक, वि. भि. कोलते, विश्वशांती प्रकाशन, श्रीकृष्ण मंदिर, औरंगाबाद.
३४. प.पू. टोपरे विनायकबुवा रामचंद्र 'ब्रह्मसरोवर अर्थात श्री वेरूळ माहात्म्य' वेरूळ, औरंगाबाद.
३५. 'शिवलीलामृत', मे. शारदा साहित्य पुणे-२
३६. डॉ. देशपांडे सु. र. 'भारतीय गणिका,सूर्याक्षरविविधा, पुणे ३०
३८. डॉ. देशपांडे सु. र. 'भारतीय कामशिल्प', कॉन्टिनेन्टल प्रकाशन, पुणे ३०

❖

पारिभाषिक शब्दसूची

अंकुश : हत्तीला अंकित करण्यासाठी वापरतात. गणेशमूर्तीच्या हातात असतो.

अंतराळ : गाभारा आणि मुख्य मंडप यातील चिंचोळे दालन.

अधिष्ठान : भिंतीच्या खालचा पिठाचा भाग.

अर्धस्तंभ : ज्याचा अर्धा भाग भिंतीत रुतलेला आहे असा स्तंभ.

अक्षयमाला : रुद्राक्षमाला किंवा कमलाक्षमाला.

आमलक : स्तंभाच्या शीर्षावरील आवळ्याच्या आकाराचा गोल, ज्याच्यावर उभट खाचा असतात.

अर्धपर्यांकासन : या आसनामध्ये एका पायाने मांडी घातलेली असून दुसरा पाय गुडघ्यात दुमडून तळवा आसनावर ठेवलेला असतो.

अलिधासन : डावा पाय गुडघ्यात दुमडलेला असतो. तर उजवा पाय सरळ ताठपणे पुढे (लाथ मारण्यासाठी) काढलेला असतो.

पर्यांकासन : पद्मासनात मांडी घालून बसणे.

प्रलंबपादासन : आसनावर दोन्ही पाय खाली सोडून बसणे.

ललितासन : उंच अशा आसनावर एका पायाने मांडी घालून दुसरा पाय आसनावरून खाली लोंबत सोडणे. जेव्हा डावा पाय दुमडून उजवा पाय खाली लोंबत असतो तेव्हा 'वाम ललितासन' असे म्हणतात. जेव्हा उजवा पाय दुमडून डावा पाय खाली लोंबत असतो तेव्हा 'सव्य ललितासन ' असे म्हणतात.

सुखासनात : आरामात पाय दुमडून बसणे.

ध्यानमुद्रा : पद्मासनात मांडी घालून बसणे. हात पायावर मध्यभागी टेकलेले असतात. डोळे मिटलेले असतात. (योग मुद्रा आणि पद्मासन मुद्रा)

कूर्मासन : कासवाच्या आकाराचे आसन.

मकरासन	: मकराच्या आकाराचे आसन.
सिंहासन	: चौकोनी, आयताकार आसन, ज्याला समोरून किंवा चारी बाजूला शोभेसाठी सिंह लावलेले असतात. आसनाचे पाय कधीकधी सिंहाचे असतात.
चामर	: चौरी
फास	: यमाच्या, शिवाच्या हातात असतो.
परशू	: युद्धात वापरली जाणारी कुऱ्हाड.
पात्र	: भांडे.
त्रिशूल	: भगवान शिवाचे आवडते अस्त्र.
वज्र	: इंद्राचे अस्त्र.
डमरू	: लहान आकाराचा ड्रम जो शिवाच्या हातात असतो.
वीणा	: सरस्वतीच्या हातात असते.
अभयमुद्रा	: अभय देणारी मुद्रा. यामध्ये हाताचा तळवा, बोटे वरच्या बाजूला करून धरलेला असतो.
गजहस्तमुद्रा किंवा दंडहस्त मुद्रा	: या हस्तमुद्रेत हात छातीवर आडवा धरून तळवा हत्तीच्या सोंडेप्रमाणे खाली वाकवलेला असतो.
कात्यावलंबितमुद्रा	: ही शरीराची आरामदेही मुद्रा आहे. दोन्ही हात शरीराच्या बाजूला सैल सोडलेले असून, केवळ हाताचे तळवे कमरेवर ठेवलेले असतात.
वरद मुद्रा	: वर देण्याची मुद्रा. या हस्तमुद्रेत हाताचा तळवा छातीसमोर धरलेला असतो. बोटे जमिनीच्या दिशेने केलेली असतात.
विस्मय मुद्रा	: या हस्तमुद्रेत आश्चर्य किंवा विस्मयदर्शक रीतीने हात व बोटे धरली जातात.
वितर्क मुद्रा	: या हस्तमुद्रेत अंगठा आणि तर्जनी यांचा मिळून गोल तयार केला जातो. इतर सर्व बोटे वरच्या दिशेने रोखलेली असतात.
व्याघ्रचर्म	: व्याघ्रचर्म हे तृष्णेचे प्रतीक आहे.
गर्भगृह	: मंदिरातील आतल्या बाजूला असलेली बंदिस्त जागा जेथे मूर्तीची स्थापना केली जाते.
शालभंजिका	: शालवृक्षाखाली उभी अत्यंत सुंदर स्त्री.
आम्रपालिका	: आम्रवृक्षाखाली उभी अत्यंत सुंदर स्त्री.

मकर	:	एक काल्पनिक प्राणी. ज्याचे तोंड हत्तीचे, शरीर मगरीचे, पाय सिंहाचे व शेपूट भरपूर पिसारा असलेली असते.
व्याल	:	हासुद्धा एक काल्पनिक प्राणी आहे.
आयुध पुरूष	:	देवतांचे आयुध मनुष्यरूपात दर्शविणे. त्रिशूळ हे शिवाचे अस्त्र बऱ्याच वेळा पुरुषरूपात दाखवतात.
अष्टदिक्पाल	:	आठ दिशांचे स्वामी.
वितान	:	मंदिराचे छत.
सर्वतोभद्र	:	चारी दिशेला तोंड असलेले.
ग्रैवेयक	:	गळ्याबरोबर घातलेला अलंकार.
यज्ञोपवित	:	जानवे.
उदरबंध	:	पोटावर बांधलेला बंध.
मेखला	:	कमरेभोवती, नाभीच्या खाली येईल असा अलंकार.
केयूर	:	दंडाभोवती घालण्याचा अलंकार.
अंतरीय	:	शरीराच्या खालील भाग झाकण्यासाठी नेसलेले वस्त्र.
उत्तरीय	:	शरीराचा वरील भाग झाकण्यासाठी नेसलेले वस्त्र.
इक्षुदंड	:	कामदेव आणि रती या देवतांचे प्रतीक. (ऊस)
मकरध्वज	:	इक्षुदंडाच्या वरती असलेले कामदेवाचे प्रतीक.
घटपल्लव	:	पाण्याने भरलेला घट आणि आंब्याची पाने याचे रूपक.
पूर्णकलश	:	पाण्याने भरलेला घट आणि आंब्याची पाने याचे रूपक.
मकरतोरण	:	मकराच्या तोंडातून निघालेल्या मोत्यांच्या माळा जोडून तयार झालेले तोरण.
चामरधारी	:	चामर किंवा चौरी हातात धरलेली स्त्री अथवा पुरुष.
अपस्मार पुरुष	:	शिव तांडवनृत्य करताना त्याच्या उजव्या पायाखाली असलेली बुटक्या राक्षसाची प्रतिमा.
गजलक्ष्मी	:	जेव्हा लक्ष्मीदेवतेबरोबर हत्तींचे शिल्पांकन केलेले असते.

❖

छायाचित्र सूची

१.	आ.क्र. १.१	वेरूळ आणि इतर प्राचीन गुंफा दर्शविणारा पश्चिम भारताचा नकाशा	२
२.	आ.क्र. १.२	वेरूळ परिसरातील प्राचीन गुंफांच्या जागा दर्शविणारा नकाशा	१९
३.	आ.क्र. २.१	गुंफा क्र. १० विश्वकर्मा लेण्याचा दर्शनी भाग	४३
४.	आ.क्र. २.२	गुंफा क्र. १० विश्वकर्मा लेणे चैत्यगृहामधील स्तूप आणि बुद्धप्रतिमा	४४
५.	आ.क्र. २.३	गुंफा क्र. १२ सात मानुषी बुद्धा	६०
६.	आ.क्र. ३.१	गुंफा क्र. १६ कैलास लेणे	९५
७.	आ.क्र. ३.२	गुंफा क्र. १६ कैलास लेणे- गजलक्ष्मी	१००
८.	आ.क्र. ३.३	गुंफा क्र. १६ ध्वजस्तंभावरील सूर्यदेवता	१०५
९.	आ.क्र. ३.४	गुंफा क्र. १६ ध्वजस्तंभावरील पट्टिका यक्षप्रतिमा, आणि इतर नक्षीकाम	१०६
१०.	आ.क्र. ३.५	गुंफा क्र. १६ कैलास लेणे- शिव-पार्वती विवाह कल्याणसुंदर मूर्ती	१०८
११.	आ.क्र. ३.६	गुंफा क्र. १६ कैलास लेणे- रावणानुग्रह मूर्ती. रावण कैलास पर्वत हलवताना	११९
१२.	आ.क्र. ३.७	गुंफा क्र. १६ कैलास लेणे- रामायण	१२१
१३.	आ.क्र. ३.८	गुंफा क्र. १६ कैलास लेणे- रत्नमंदिर आणि नंदीमंडप यांना जोडणाऱ्या सभामंडपातील महायोगी किंवा योगेश्वर शिव	१२२

१४.	आ.क्र. ३.९	गुंफा क्र. १६ कैलास लेणे- संहारक शिव. रत्नमंदिर आणि नंदीमंडप यांना जोडणाऱ्या सभामंडपातील भैरवमूर्ती किंवा अंधकासुरवध मूर्ती.	१२५
१५.	आ.क्र. ३.१०	गुंफा क्र. १६ कैलास लेणे- मिथुनमूर्ती. रंगमहालाच्या अर्धवर्तुळाकार गॅलरीमधील पहिल्या मंदिराच्या प्रवेशद्वारावरील प्रतिमा.	१३०
१६.	आ.क्र. ३.११	गुंफा क्र. १६ कैलास लेणे- गर्भगृहाच्या बाहेरील भिंतीवरील शिवप्रतिमा. गजलक्ष्मी आणि तांडवनृत्य करणारा शिव.	१३५
१७.	आ.क्र. ३.१२	गुंफा क्र. १६ कैलास लेणे- गर्भगृहाच्या बाहेरील भिंतीवरील उडणाऱ्या गंधर्वप्रतिमा	१३७
१८.	आ.क्र. ३.१३	गुंफा क्र. १६ कैलास लेणे- रत्नमंदिरातील गर्भगृह. प्रवेशद्वाराच्या बाजूला असणाऱ्या गंगा-यमुना यांच्या प्रतिमा.	१३८
१९.	आ.क्र. ३.१४	गुंफा क्र. १६ कैलास लेणे, लंकेश्वर मंदिरातील नंदी	१४१
२०.	आ.क्र. ३.१५	गुंफा क्र. १६ चार धड आणि एक शीर असलेल्या हरणाची प्रतिमा	१४६
२१.	आ.क्र. ३.१६	गुंफा क्र. १६ बैलाची जोडी	१४७
२२.	आ.क्र. ३.१७	गुंफा क्र. २१ रामेश्वर लेणे. शिव-पार्वती चौसर खेळताना.	१५५
२३.	आ.क्र. ३.१८	गुंफा क्र. २१ रामेश्वर लेणे- शिव ललितम् नृत्य करताना.	१५७
२४.	आ.क्र. ३.१९	गुंफा क्र. २१ रामेश्वर लेणे- सप्तमातृका	१५८

२५.	आ.क्र. ३.२०	गुंफा क्र. २१ रामेश्वर लेणे- कल्याणसुंदर मूर्ती, शिव-पार्वती विवाह सोहळा	१६१
२६.	आ.क्र. ३.२१	गुंफा क्र. २९ धुमार लेणे- गर्भगृहाचे प्रवेशद्वार. द्वारपाल, द्वारपालिका यांच्या भव्य प्रतिमा.	१७२
२७.	आ.क्र. ३.२२	गुंफा क्र. १६ कैलास लेणे. तळमजल्याच्या बाहेरच्या भिंतीवरील गजपट्ट.	१८७
२८.	आ.क्र. ४.१	गुंफा क्र. ३२ - इंद्रसभा. प्रांगणातील सर्वतोभद्र मंदिर	२००
२९.	आ.क्र. ४.२	गुंफा क्र. ३२ - इंद्रसभा- बाहुबली. तळमजल्यावरील डाव्या बाजूच्या दालनातील गोमटेश्वराचा शिल्पपट.	२१५
३०.	आ.क्र. ४.३	गुंफा क्र. ३२ - इंद्रसभा- पार्श्वनाथ- तळमजल्यावरील डाव्या बाजूच्या दालनातील शिल्पपट.	२१६
३१.	आ.क्र. ४.४	गुंफा क्र. ३३ - तळमजल्यावरील गुंफा आम्रवृक्षाखाली बसलेली सिंहारूढ यक्षी-अंबिका	२२६
३२.	आ.क्र. ४.५	गुंफा क्र. ३३ - तळमजल्यावरील गुंफा वटवृक्षाखाली बसलेला गजारूढ यक्ष-सर्वानुभूती	२२७
३३.	आ.क्र. ४.६	गुंफा क्र. ३३ - तळमजल्यावरील गुंफा. पूर्णकलश किंवा घटपल्लव आणि आमलक प्रकारातील नक्षी असलेला स्तंभ.	२२८
३४.	आ.क्र. ४.७	गुंफा क्र. ३२ - इंद्रसभा- पार्श्वनाथाच्या पायाजवळ बसलेला श्रावक	२३५
३५.	गुंफा क्र. १०	ची रेखाचित्रे	२३६ ते २४०

३६.	गुंफा क्र. १२	ची रेखाचित्रे	२४१ ते २४३
३७.	गुंफा क्र. १५	ची रेखाचित्रे	२४४ ते २४५
३८.	गुंफा क्र. १६	ची रेखाचित्रे	२४६ ते २४८
३९.	गुंफा क्र. २१	ची रेखाचित्रे	२४९ ते २५२
४०.	गुंफा क्र. ३३	ची रेखाचित्रे	२५३
४१.	गुंफा क्र. १६	कैलास लेणे- लंकेश्वर मंदिरातील, द्वारपाल.	२५४
४२.	गुंफा क्र. १६	कैलास लेणे- यज्ञशाला, द्वारपालिका.	२५५
४३.	गुंफा क्र. २१	रामेश्वर लेणे - चामरधारिणी द्वारपालिका.	२५६
४४.	गुंफा क्र. २१	रामेश्वर लेणे - आम्रपालिका.	२५७
४५.	गुंफा क्र. २१	रामेश्वर लेणे - सप्तमातृका	२५८
४६.	गुंफा क्र. २१	रामेश्वर लेणे - द्वारपाल आणि आयुधपुरुष त्रिशूळ.	२५९
४७.	गुंफा क्र. ३२	इंद्रसभा- तळमजल्यावरील दालन, सिंहारूढ यक्षी सिद्धाईका	२६०
४८.	गुंफा क्र. ३२	इंद्रसभा- तळमजल्यावरील दालन, गजारूढ यक्ष मातंग	२६१
४९.	गुंफा क्र. ३२	इंद्रसभा- वटवृक्षाखाली बसलेला गजारूढ यक्ष सर्वानुभूती	२६२
५०.	गुंफा क्र. ३२	इंद्रसभा- आम्रवृक्षाखाली बसलेली सिंहारूढ यक्षी- अम्बिका	२६३
५१.	तलविन्यास क्र.	१- गुंफा क्र. २ आणि ३	२६४
५२.	तलविन्यास क्र.	२- गुंफा क्र. ५ महारवाडा	२६५
५३.	तलविन्यास क्र.	३- गुंफा क्र. १० चैत्यगृह	२६६
५४.	तलविन्यास क्र.	४- गुंफा क्र. १२ राजविहार, तिसरा मजला	२६७

५५. तलविन्यास क्र. ५- गुंफा क्र. १५ दशावतार गुंफा, वरचा मजला २६८
५६. तलविन्यास क्र. ६- गुंफा क्र. १६ मुख्य मंदिर, तळमजला आणि संपूर्ण प्रांगण. २६९
५७. तलविन्यास क्र. ७- गुंफा क्र. १६ रत्नमंदिर, वरचा मजला. २६९
५८. तलविन्यास क्र. ८- गुंफा क्र. १६ कैलास मंदिराचा दर्शनी भाग. २६९
५९. तलविन्यास क्र. ९- गुंफा क्र. २१ रामेश्वर गुंफा २७०
६०. तलविन्यास क्र. १०- गुंफा क्र. २९ दुमार लेणी २७१
६१. तलविन्यास क्र. ११- गुंफा क्र. ३२ इंद्रसभा, तळमजला २७२
६२. तलविन्यास क्र. १२- गुंफा क्र. ३२ इंद्रसभा, वरचा मजला २७३

❖